Thần học Thánh Kinh Cho Cuộc Sống

Sứ Mạng Của Con Dân Chúa

Thần học thánh kinh về sứ mạng của hội thánh

Christopher J. H. Wright

Tổng Biên tập: Jonathan Lunde

Bản dịch tiếng Việt: **V**ăn Phẩm Hạt Giống

reSource Leadership International

Originally published in English under the title *The Mission Of God's People: A Biblical Theology of the Church's Mission.*
Published by arrangement with The Zondervan Corporation L.L.C. a subsidiary of HarperCollins Christian Publishing, Inc.
Vietnamese edition © 2020 by reSource Leadership International for Theological Education.

Bản dịch bản quyền © 2019 reSource Leadership International for Theological Education.
Bản dịch tiếng Việt: Văn Phẩm Hạt Giống
Thiết kế bìa: Hoàng Bảo Trân
ISBN: 978-1-988990-60-6
Bảo lưu bản quyền. Không phần nào trong xuất bản phẩm này được phép sao chép hay phát hành dưới bất kỳ hình thức hoặc phương tiện nào mà không có sự cho phép bằng văn bản của nhà xuất bản giữ bản quyền, ngoại trừ các trích dẫn ngắn trong những bài phê bình sách.
Phần Kinh thánh được trích dẫn từ Bản Truyền Thống Hiệu Đính, trừ những phần có ghi chú bản dịch cụ thể. Bản quyền © 2010 bởi Liên Hiệp Thánh Kinh Hội. Đã được phép sử dụng. Bản quyền được bảo lưu.

Tặng Suzy và Ed

Mục lục

Các Ký Hiệu Viết Tắt

Cựu Ước

Sáng Thế Ký	Sáng	Truyền Đạo	Truyền
Xuất Ê-díp-tô Ký	Xuất	Nhã Ca	Nhã Ca
Lê-vi Ký	Lê	Ê-sai	Ê-sai
Dân Số Ký	Dân	Giê-rê-mi	Giê
Phục Truyền Luật Lệ Ký	Phục	Ca Thương	Ca Thương
Giô-suê	Giôs	Ê-xê-chi-ên	Ê-xê
Các Quan Xét	Quan	Đa-ni-ên	Đa
Ru-tơ	Ru-tơ	Ô-sê	Ô-sê
1 Sa-mu-ên	1 Sa	Giô-ên	Giô-ên
2 Sa-mu-ên	2 Sa	A-mốt	A-mốt
1 Các Vua	1 Vua	Áp-đia	Áp-đia
2 Các Vua	2 Vua	Giô-na	Giô-na
1 Sử Ký	1 Sử	Mi-chê	Mi
2 Sử Ký	2 Sử	Na-hum	Na-hum
E-xơ-ra	Era	Ha-ba-cúc	Ha
Nê-hê-mi	Nê	Sô-phô-ni	Sô
Ê-xơ-tê	Êxê	A-ghê	A-ghê
Gióp	Gióp	Xa-cha-ri	Xa
Thi Thiên	Thi	Ma-la-chi	Mal
Châm Ngôn	Châm		

Tân Ước

Ma-thi-ơ	Mat	1 Ti-mô-thê	1 Ti
Mác	Mác	2 Ti-mô-thê	2 Ti
Lu-ca	Lu	Tít	Tít
Giăng	Giăng	Phi-lê-môn	Phlm
Công Vụ Các Sứ Đồ	Công	Hê-bơ-rơ	Hê
Rô-ma	Rô	Gia-cơ	Gia
1 Cô-rinh-tô	1 Cô	1 Phi-e-rơ	1 Phi
2 Cô-rinh-tô	2 Cô	2 Phi-e-rơ	2 Phi
Ga-la-ti	Ga	1 Giăng	1 Gi
Ê-phê-sô	Êph	2 Giăng	2 Gi
Phi-líp	Phil	3 Giăng	3 Gi
Cô-lô-se	Côl	Giu-đe	Giu
1 Tê-sa-lô-ni-ca	1 Tê	Khải Huyền	Khải
2 Tê-sa-lô-ni-ca	2 Tê		

Tựa Của Bộ Sách

Câu hỏi "Kinh thánh nói gì về việc này?" thực chất là câu hỏi về nội dung của bộ Thần học thánh kinh cho Đời sống. Cũng như những nghiên cứu Kinh thánh về các đề tài khác nhau, các tập trong bộ sách này trình bày các chủ đề khác nhau trong thần học thánh kinh, nhưng luôn trình bày với câu hỏi lớn "Vậy rồi sao?" và đòi hỏi phải có câu trả lời. Các sách thần học thánh kinh thường tập trung chủ yếu vào phần *mô tả* - tức là chỉ tìm hiểu sự dạy dỗ của Kinh thánh về một đề tài cụ thể. Tuy nhiên, những người đóng góp vào bộ sách này lại cố gắng vừa đặt một chân vào thế giới của phần kinh văn vừa đặt một chân vào thế giới mà chúng ta đang sống.

Điều này có nghĩa là những mô tả về thần học thánh kinh sẽ luôn luôn được xem là bước quan trọng *đầu tiên* trong nhiệm vụ của họ, và họ sẽ chỉ hoàn tất công tác của mình khi họ đã rút ra được những hàm ý thực tiễn về thần học cho bối cảnh đương đại. Vì vậy, các cộng tác viên này vừa xem xét phần *mô tả* thần học thánh kinh, vừa nghiên cứu phần *bối cảnh hóa* đương đại của nó, tiếp cận với góc nhìn của độc giả và khuyến khích việc áp dụng, thúc đẩy sự thay đổi và tăng trưởng. Mong ước của chúng tôi là những hiểu biết sâu sắc của giới học giả Kinh thánh Tin lành sẽ ngày càng trở nên sống động trong các bài giảng và các cuộc bàn luận diễn ra mỗi tuần tại nơi thờ phượng, trong phòng khách nơi có các buổi học Kinh thánh và tại các lớp học trên khắp thế giới. Chúng tôi hy vọng rằng bộ sách này sẽ dẫn đến sự biến cải cá nhân và áp dụng thực tiễn trong đời sống.

Mỗi tập trong bộ sách này về cơ bản đều có bố cục giống nhau. Ở phần đầu nhan đề "Những Câu Hỏi Nối Tiếp Nhau", các tác giả giới thiệu những vấn đề chính họ muốn nói đến trong sách. Nêu lên những câu hỏi như thế này giúp bạn có thể nhìn thấy rõ ràng từ đầu mục tiêu mà từng tập sách theo đuổi và mời gọi bạn cùng tham gia vào tiến trình khám phá. Trong phần thứ hai, "Đi Đến Câu Trả Lời", các tác giả triển khai tư tưởng thần học thánh kinh về chủ đề họ đang nói đến, tập trung vào những phân đoạn Kinh thánh cụ thể và xây dựng câu trả lời cho những vấn đề được giới thiệu ở phần thứ nhất. Trong phần kết "Suy nghĩ về tính liên quan", các tác giả áp dụng những hiểu biết sâu sắc về thần học thánh kinh vào bối cảnh đương đại, thảo luận những phương cách cụ thể để qua đó thần học được trình bày trong sách sẽ đụng đến những tình huống và vấn đề đương đại, cho bạn cơ hội để xem xét những cách có thể bày tỏ quan điểm thần học đó trong đời sống ngày hôm nay.

Tuy nhiên, trước khi đến với phần "Suy nghĩ về tính liên quan", chúng tôi khuyến khích bạn trăn trở với những hàm ý thần học thánh kinh đang được trình bày, bằng cách xem xét "Những câu hỏi liên quan" kết thúc mỗi chương. Các phần trích được thêm vào nhằm thêm gia vị cho kinh nghiệm của bạn, bổ sung các trích dẫn quan trọng, các dữ liệu minh họa mang tính lịch sử hoặc tính đương đại vào phần thảo luận chính và những lời giải thích đầy đủ hơn cho nội dung đang được nói đến.

Tóm lại, tựa đề thần học thánh kinh cho Cuộc sống đã chuyển tải được mục tiêu của bộ sách. Một mặt, các tập trong bộ sách này đào sâu Kinh thánh để rút ra những tư tưởng thần học về nhiều chủ đề khác nhau, hầu giúp bạn nhận biết "Đức Chúa Trời duy nhất và chân thật, cùng Đức Chúa Jesus Christ là Đấng [Cha] đã sai đến" (Giăng 17:3). Mặt khác, các tác giả cũng bối cảnh hóa thần học này theo những cách thức sao cho Lời ban *sự sống* (Giăng 1:4; 20:31) phán bảo và biến đổi *đời sống* trong hiện tại.

Biên tập bộ sách
Jonathan Lunde

Lời Tựa

"Vậy thì đây có phải phiên bản giản lược của quyển *The Mission of God* không?" là nhận xét tôi thường nghe khi viết quyển sách này và là nhận xét cần phải được sửa lại cho đúng một lần nữa tại đây. Đúng là cách đây vài năm, tôi có xuất bản quyển *The Mission of God: Unlocking the Bible's Grand Narrative* (Tạm dịch:*Sứ mạng của Chúa: Mở khóa Câu chuyện Lớn của Kinh thánh)*[1] và đúng vậy, đó là một quyển sách khá đồ sộ. Tuy nhiên, sự khác biệt giữa quyển này và quyển đó không phải chỉ ở kích cỡ.

Trong quyển *The Mission of God*, tôi lập luận ủng hộ phương pháp chú giải toàn bộ Kinh thánh theo hướng mang tính sứ mạng. Điều tôi quan tâm là liệu việc Cơ Đốc nhân đọc Kinh thánh từ góc nhìn sứ mạng của Chúa có khả thi và đúng đắn hay không, và khi đó thì điều gì xảy ra. Lập luận của quyển sách đó là tất cả những phần quan trọng của Kinh thánh, tất cả những tình tiết quan trọng của câu chuyện thánh kinh, tất cả những tín lý quan trọng của niềm tin dựa trên Kinh thánh đều liên kết với nhau quanh nhân vật trọng tâm của Kinh thánh, là Đức Chúa Trời hằng sống và kế hoạch cùng mục đích vĩ đại của Ngài cho toàn cõi tạo vật. Sứ mạng của Chúa là điều hợp nhất Kinh thánh, từ công cuộc sáng tạo cho đến sự tạo dựng mới. Quyển *The Mission of God* là nền tảng cho quyển sách này.

Trong quyển này, đại diện cho tất cả chúng ta, những người được Đức Chúa Trời của Kinh thánh kêu gọi bước vào mối quan hệ cứu rỗi và giao ước với chính Ngài, tức là hội thánh, là con dân Chúa từ Áp-ra-ham cho đến dân cư trong thành của Chúa ở Khải Huyền, tôi đang đặt câu hỏi "vậy rồi sao?" Chúng ta là ai và chúng ta sống trên đời để làm gì? Nếu Kinh thánh trao cho chúng ta sứ mạng lớn của Đức Chúa Trời cho mọi thế hệ trong lịch sử, thì Kinh thánh nói gì với chúng ta về sứ mạng của *con dân* Chúa trong từng thế hệ, bao gồm thế hệ của chính chúng ta? Sứ mạng *của chúng ta* là gì?

---

[1] Christopher J. H. Wright, *The Mission of God: Unlocking the Bible's Grand Narrative* (Downers Grove, IL: IVP, và Nottingham: IVP, 2007).

Trọng tâm cụ thể về sứ mạng của hội thánh này đồng nghĩa với việc chúng ta sẽ không khảo cứu mọi giáo lý trong Kinh thánh có thể được xem là liên hệ đến sứ mạng nói chung. Giáo lý như vậy thì nhiều lắm. Ví dụ, bản chất của sự nhập thể, giáo lý về sự chuộc tội, lẽ thật vĩ đại về sự sống lại, giáo lý về sự phán xét, giáo lý về quyền tể trị tối cao của Đức Chúa Trời, giáo lý Ba Ngôi - tất cả đều mang những hàm ý to lớn trong thần học về sứ mạng nói chung. Và chắc chắn đây cũng sẽ là những chủ đề của những tập khác trong bộ thần học thánh kinh cho Cuộc sống. Tôi không cố gắng đề cập tất cả các chủ đề, trừ khi chúng xuất hiện trong phần thảo luận về những phân đoạn Kinh thánh mà chúng ta sẽ khảo sát trong lĩnh vực thần học thánh kinh.

Trong quyển này, mối quan tâm chính của chúng ta là đặt câu hỏi: "Kinh thánh nói chung, Cựu Ước lẫn Tân Ước, nói cho chúng ta biết điều gì về nguyên do con dân Chúa hiện hữu và họ phải sống như thế nào cũng như phải làm gì trong thế gian?" Sứ mạng của con dân Chúa *là gì*?

Vậy nên chúng ta sẽ nghiên cứu Kinh thánh, như điều quý vị vẫn mong đợi ở một quyển sách về thần học thánh kinh. Vì không đủ chỗ, nên chúng tôi không in đầy đủ từng phân đoạn Kinh thánh được nói đến trong các chương tiếp theo, dù những phân đoạn chính trong phần nghiên cứu mở rộng thì sẽ được in. Cho nên, đây là quyển sách mà thật sự bạn phải đọc kèm với quyển Kinh thánh đang mở trong tay. Tôi khuyên bạn thỉnh thoảng nên dừng lại để tra xem Kinh thánh. Nếu muốn, bạn hãy bắt chước các tín hữu tại Bê-rê, là những người, dù nghe sứ đồ Phao-lô giảng dạy, nhưng "ngày nào cũng nghiên cứu Kinh thánh để xét xem lời giảng có đúng không" (Công Vụ 17:11).

Một lưu ý nhỏ về danh xưng của Chúa: trong hầu hết các trường hợp, tôi đều đi theo bản dịch Anh ngữ, sử dụng từ "Chúa (the Lord)" hoặc "Đức Giê-hô-va (the LORD) khi nói đến danh thánh của Ngài trong Cựu Ước. Nhưng khi muốn nhấn mạnh Đức Chúa Trời có một danh xưng riêng được khải thị, giúp phân biệt Ngài là một Đức Chúa Trời hằng sống chân thật so với cái gọi là các thần khác, thì tôi dùng bốn chữ cái Hê-bơ-rơ YHWH (Đức Gia-vê). Có vẻ như không ai hoàn toàn biết chắc từ này được phát âm như thế nào, dù ta vẫn thường nghe đọc là "Gia-vê".

Tôi cám ơn Jonathan Lunde (Tổng biên tập bộ sách) và Katya Covrett (Tổng biên tập nội dung của Zondervan) đã mời tôi đóng góp vào bộ sách mới đầy thú vị này, Thần học Thánh kinh cho Cuộc sống (cần có loại thần học thánh kinh nào khác nữa sao?). Đặc biệt, thật là vui khi được "bắt cặp" với Jonathan trong hai tập đầu của bộ này, vì có lẽ không có tựa sách nào có thể phù hợp cho quyển sách nói về sứ mạng của con dân Chúa hơn là thần học thánh kinh về công tác môn đệ hóa. Vì Chúa Giê-xu nói chúng ta là những môn đệ, và chúng ta phải môn đệ hóa thêm nhiều người nữa.

Tôi cũng cám ơn InterVarsity Press, nơi xuất bản quyển *The Mission of God* của tôi vì đã cho phép tôi trích dẫn khá nhiều từ quyển sách đó.

Khi đọc tiếp, bạn sẽ thấy rõ nhiều đoạn Kinh thánh chúng ta sẽ xem xét là những đoạn Kinh thánh tôi đã giảng. Vì vậy, phần giải thích và áp dụng của những đoạn Kinh thánh đó thường vẫn phảng phất tinh thần của các bài giảng. Tôi không hề che giấu điều đó. Sau cùng, hy vọng rằng bộ sách này sẽ giúp ích cho quý mục sư và những người giảng dạy Lời Chúa, và chắc chắn một trong những niềm đam mê trong chức vụ của tôi là được thường xuyên rao giảng về sứ mạng, nhất là từ Cựu Ước.

Điều này cũng giải thích cho lời để tặng trong quyển này. Con gái út của tôi, Suzannah, có lẽ đã nghe nhiều bài giảng về sứ mạng của tôi hơn bất kỳ ai khác, vì cháu có nhiều cơ hội đi theo chúng tôi đến các hội thánh lớn nhỏ khác nhau vào các "tuần lễ truyền giáo". Một số bài giảng cháu đã nghe nhiều lần đến mức cháu có thể bắt chước y chang điều tôi sẽ nói. Tôi tin rằng quyển sách này không chỉ gợi nhớ về những lần cháu lặp lại những lời tôi giảng, mà còn nuôi dưỡng trong cháu cam kết truyền giáo cho Chúa, điều mà hiện cháu đang dự phần với chồng là Edmund. Quyển sách này được dành tặng cho hai cháu với lòng yêu thương và sự cầu thay mặc dù không kịp trao cho hai cháu làm quà cưới nhân ngày thành hôn vì quyển sách chỉ được hoàn thành vài tuần sau hôn lễ.

Christopher J. H. Wright
Tháng Mười, 2009

Dẫn Nhập

Hãy nghĩ đến một giáo lý - bất kỳ giáo lý nào xuất hiện từ năm 200 đến năm 2000 (SC.). Hãy nhân cấp giáo lý đó lên với những bản tuyên xưng đức tin trong lịch sử. Hãy chia cho những biến thể của hệ phái. Cộng vào một chút tà giáo. Trừ đi giáo lý bạn đã nghĩ đến lúc đầu. Vậy thì bạn còn lại gì? Có lẽ chỉ là một số điểm chung giữa thần học và sứ mạng trong tâm trí của một Cơ Đốc nhân trung bình - chỉ thế thôi.

Rốt cục, thần học là toàn bộ những gì trong đầu—suy ngẫm, lập luận, những lời dạy dỗ, tín điều và những lời tuyên xưng đức tin. Chúng ta nghĩ *thư viện* thần học là nơi cất giữ ý tưởng. Sứ mạng, hay truyền giáo, là *việc làm* - những kết quả thực tế, năng động mà chúng ta đạt được. Chúng ta nghĩ đến *cánh đồng* truyền giáo, nơi người ta đến làm những việc đầy lý thú. Thần học và sứ mạng không chỉ có vẻ không có nhiều điểm chung, mà còn dễ tạo ấn tượng rằng hầu hết những người quan tâm đến lĩnh vực này thì ít quan tâm đến lĩnh vực kia.

Tôi là con của cặp vợ chồng giáo sĩ, và tôi học thần học ở Cambridge. Nhưng thần học và sứ mạng đều không có liên quan gì nhiều trong nhiệt huyết tuổi trẻ của một Cơ Đốc nhân như tôi. Chắc chắn cả hai điều đó không có mối liên hệ gì cả trong các nghiên cứu thần học của tôi tại Cambridge, nơi mà (theo tôi nhớ) "truyền giáo học" (missiology) thậm chí còn là từ mà khi đó chưa ai dùng cả. Hầu hết những tín hữu là bạn của tôi quan tâm ủng hộ và cầu nguyện cho công tác truyền giáo đều không quan tâm đến thần học, ngoài các buổi học Kinh thánh hằng tuần. Và khoa thần học chắc chắn không quan tâm gì đến sứ mạng.

Có vẻ như thần học chỉ toàn nói về Đức Chúa Trời. Thần học đào bới những điều mà (đa phần) những người (đã chết) suy nghĩ và viết về Đức Chúa Trời, bản tính và công tác của Ngài, mối liên hệ của Ngài với thế giới, với xã hội loài người, những việc Ngài làm trong quá khứ, hiện tại và tương lai, và những điều tương tự. Ngược lại, sứ mạng nói về chúng ta, những người còn sống, và nói về điều chúng ta (hay chí ít là một số người trong chúng ta) tin rằng chúng ta phải làm trong thế giới này để phụ giúp Chúa một tay. Dường như sứ mạng là giúp Chúa vượt qua những rào cản về văn hóa xa lạ và những nơi xa xăm mà có vẻ Chúa thấy khó vượt qua.

Vì vậy, trong sự ngờ vực lẫn nhau, các nhà thần học có lẽ không thích các học thuyết của họ bị vấy bẩn bởi những sự trần trụi và không thích nghe những câu hỏi đầy tính thách thức ném vào họ bởi mớ rối rắm mà sứ mạng thực tế gặp phải. Đáp lại, những người thực hiện sứ mạng cũng không mong thấy cam kết cần kíp của họ là bắt tay vào công tác Đấng Christ giao phó cho chúng ta bị trì trệ bởi việc chúi mũi vào những từ khó hiểu kết thúc bằng "học", như Đấng Christ học, lai thế học,...

Vì thế, hậu quả nguy hiểm là thần học cứ tiếp diễn mà không có bất kỳ tác động qua lại nào với sứ mạng, trong khi sứ mạng cứ được thực thi mà không có sự định hướng hay đánh giá mang tính thần học.

Tôi hy vọng rằng quyển sách này ít nhất sẽ giải đáp được câu hỏi chung *"Thần học và sứ mạng có liên hệ gì với nhau?"* Dĩ nhiên, bộ sách này được gọi là "Thần học Thánh kinh cho Cuộc sống", vì vậy chúng ta đặc biệt nghĩ đến nhánh thần học đó, được gọi là "thần học thánh kinh" - với ước muốn gồm tóm những chủ đề thần học bao quát và hợp nhất xuyên suốt cả Kinh thánh, dù được phát biểu theo nhiều cách khác nhau trong khuôn khổ tính đa dạng rất lớn của kinh điển Kinh thánh.

Tôi không biết từ nào trên tựa đề sách thôi thúc bạn mua (hay ít ra là đang đọc) quyển sách này nhất—*Sứ mạng của Con dân Chúa,* hay *Thần học Thánh kinh về Sứ mạng của Hội thánh.* Tức là tôi không biết bạn phấn khích chủ yếu là về sứ mạng (và có lẽ đang thắc mắc sứ mạng có liên quan thế nào với thần học, nếu có), hay mối quan tâm chính của bạn là thần học thánh kinh (và có lẽ hơi băn khoăn với suy nghĩ sứ mạng mà cũng nằm trong phạm vi thần học: chẳng phải sứ mạng đến *sau* Kinh thánh sao? Chẳng phải sứ mạng nằm trong khuôn khổ thần học *thực tiễn,* cùng với tuyên đạo pháp, thần học mục vụ, truyền giảng, v.v... sao. Dù thế nào đi nữa thì tôi cũng hy vọng rằng sau khi đọc quyển sách này, kết quả quan trọng bạn nhận được là sẽ có câu trả lời thỏa mãn cho những câu hỏi này cũng như hiểu được rằng thần học thánh kinh và sứ mạng liên hệ chặt chẽ với nhau.

Không nên có thần học nào không liên hệ đến sứ mạng của hội thánh - thần học hoặc phải được sản sinh từ sứ mạng của hội thánh hoặc phải truyền cảm hứng và định hình sứ mạng của hội thánh. Và cũng không nên có sứ mạng nào của hội thánh được thực hiện mà gốc rễ thần học của nó không bám chặt trong mảnh đất Kinh thánh.

Không có thần học nào không chịu ảnh hưởng của sứ mạng; không có sứ mạng nào không có nền tảng thần học.

Đó là khải tượng truyền cảm hứng cho bài luận khiêm tốn này.

Phần I

NHỮNG THẮC MẮC NỐI TIẾP NHAU

1

Chúng Ta Là Ai Và Có Mặt Trên Đời Để Làm Gì

Sứ Mạng (Mission) Hay Truyền Giáo (Missions)?

Tựa đề của sách, *Sứ mạng của Con dân Chúa*, đặt ra thắc mắc đầu tiên trong một chuỗi những thắc mắc nối tiếp nhau. Đây là thắc mắc về định nghĩa: Điều gì xuất hiện ngay trong tâm trí chúng ta khi thấy hoặc nghe từ "sứ mạng"? Có lẽ chúng ta quen dùng từ "truyền giáo" hơn, là từ vốn thường gợi lên trong tâm trí toàn bộ công tác truyền giáo xuyên văn hóa quen thuộc với mọi hội thánh. Chúng ta nghĩ tới những hội đoàn truyền giáo, những chương trình truyền giảng Phúc âm và mở hội thánh mới, những nhà truyền giáo chuyên nghiệp dài hạn hay ngắn hạn cùng mạng lưới các cơ quan cùng các cá nhân toàn cầu, như Phong Trào Lausanne chẳng hạn.

Đức Chúa Trời Sai Phái

Tất cả những hình ảnh trên đều có chung ý niệm về việc sai phái và được sai phái. Dĩ nhiên, nghĩa đó nằm ở gốc La-tinh của từ *sứ mạng*, đó là nghĩa rất thích hợp và cũng rất đúng với nghĩa trong Kinh thánh. Hiển nhiên Kinh thánh cho thấy Đức Chúa Trời sai phái nhiều người "bước vào sứ mạng của Ngài", và phong trào truyền giáo trong sách Công Vụ Các Sứ Đồ bắt đầu bằng việc hội thánh đáp ứng với sự hối thúc thiên thượng đó, qua việc sai phái Phao-lô và Ba-na-ba vào hành trình truyền giáo đầu tiên.

Nhưng việc nhận biết trọng tâm của sứ mạng đó mang tầng nghĩa sai phái và được sai phái lại dẫn tới một thắc mắc khác: được sai phái để làm việc gì? Kinh thánh cho chúng ta biết Đức Chúa Trời đã sai phái nhiều người. Nhưng phạm vi công việc dành cho những người được sai phái lại vô cùng rộng lớn. Từ "sai phái" được dùng trong tất cả những câu chuyện sau đây. Giô-sép được sai phái (lúc đầu hoàn toàn không hay biết) đứng vào một vị trí để cứu sống nhiều người khỏi nạn đói (Sáng 45:7). Môi-se được sai phái (lúc đầu miễn cưỡng) để giải phóng dân sự khỏi cảnh áp bức và bóc lột (Xuất 3:10). Ê-li được sai phái để tác động đến dòng chính trị thế giới (1 Vua 19:15–18). Giê-rê-mi được sai phái rao giảng Lời Chúa (Giê 1:7 chẳng hạn). Chúa Giê-xu mượn lời tuyên bố của Ê-sai để nói rằng Ngài được sai đến để rao giảng tin mừng, công bố tự do, cho kẻ mù được thấy và phóng thích kẻ bị áp bức (Lu-ca 4:16–19; xem Ê-sai 61:1).

Các môn đồ được sai đi để rao giảng và minh chứng quyền năng giải cứu và chữa lành dưới sự cai trị của Đức Chúa Trời (Mat 10:5–8). Các sứ đồ cũng được sai phái đi môn đệ hóa, làm báp-tem và giảng dạy (Mat 28:18–20). Chúa Giê-xu sai phái họ vào thế gian như cách Cha đã sai phái chính Ngài, điều đó tạo nên nhiều thắc mắc lẫn thách thức thú vị (Giăng 17:18; 20:21). Phao-lô và Ba-na-ba được sai phái đi cứu đói (Công 11:27–30). Sau đó, họ được sai đi truyền giáo và mở hội thánh (Công 13:1–3). Tít được sai phái để bảo đảm việc sử dụng tài chính minh bạch và đáng tin cậy (Tít 1:5). A-bô-lô được sai phái như một người có ơn dạy dỗ để trưởng dưỡng hội thánh (Công 18:27–28). Nhiều anh chị em không được kể tên đã được sai phái làm người truyền đạo lưu động vì lẽ thật của Phúc âm (3 Giăng 5–8).

Vì vậy, cho dù chúng ta đồng ý rằng ý niệm sai phái và được sai phái là trọng tâm của sứ mạng, thì vẫn có vô số hoạt động được Kinh thánh phê chuẩn mà những người được Đức Chúa Trời sai phái thực hiện bao gồm cứu đói, hành động vì công lý, rao giảng, truyền giáo, dạy dỗ, chữa lành và quản trị. Thế nhưng khi dùng từ "truyền giáo" và "giáo sĩ", chúng ta thường chỉ nghĩ tới hoạt động truyền giảng Phúc âm. Thần học thánh kinh nói gì về vấn đề này? Chúng ta sẽ suy nghĩ thêm về vấn đề này trong chương 12.

Mục Đích Của Đức Chúa Trời

Tuy nhiên, từ "sứ mạng" cũng thường được dùng để chỉ mục đích hoặc việc hướng tới mục tiêu. Ngay cả trong thế giới thế tục, chúng ta cũng nói về những tổ chức có một "sứ mạng tập thể", có thể được tóm lược trong một "câu tuyên ngôn sứ mạng" ngắn gọn súc tích. Vì vậy, đặt ra câu hỏi: "Sứ mạng của con dân Chúa là gì?" thực ra là đang hỏi: "Những người tự nhận là con dân Chúa hiện hữu nhằm mục đích gì? Chúng ta có mặt trên đời này để làm gì?"

Nhưng để trả lời, chúng ta phải lùi lại một bước và hỏi: Nhưng mà đó là sứ mạng của ai? Và dĩ nhiên, câu trả lời phải là sứ mạng của Đức Chúa Trời. Chính Đức Chúa Trời có một sứ mạng. Đức Chúa Trời có mục đích và mục tiêu cho toàn bộ tạo vật của Ngài. Phao-lô gọi đây là "toàn bộ ý định [kế hoạch] của Đức Chúa Trời" (Công 20:27; xem Ê-phê-sô 1:9–10). Và là một phần trong sứ mạng thiên thượng đó, Đức Chúa Trời đã tạo nên một dân cùng dự phần với Ngài trong việc hoàn thành sứ mạng đó. Toàn bộ sứ mạng *của chúng ta* phát xuất từ sứ mạng trước đó của Đức Chúa Trời. Và như chúng ta sẽ thấy, sứ mạng đó thực sự rộng lớn. "Sứ mạng khởi nguồn từ tấm lòng của chính Đức Chúa Trời, và được truyền từ lòng Ngài sang lòng chúng ta. Sứ mạng phải là sự vươn đến toàn cầu của dân sự toàn cầu của một Đức Chúa Trời toàn cầu."[1]

> Không hẳn là Đức Chúa Trời có sứ mạng cho hội thánh Ngài trong thế gian, mà là Đức Chúa Trời có một hội thánh để thực thi sứ mạng của Ngài trong thế gian. Không phải sứ mạng được tạo nên cho hội thánh; mà hội thánh được thành hình để thi hành sứ mạng - đó là sứ mạng của Đức Chúa Trời.
>
> *Chris Wright*[2]

Số Ít Và Số Nhiều

Định nghĩa khá rộng đó cho phép chúng ta bao gồm nhiều *sứ mạng* khác nhau trong thể loại *sứ mạng*. Có lẽ cách dễ nhất để giải thích sự khác biệt giữa sứ mạng (số ít) với sứ mạng (số nhiều) là sử dụng những dạng suy luận dựa trên sự tương đồng (analogies) rút ra từ sinh hoạt của con người.

Chúng ta có thể nói về *khoa học* (số ít), và trong đầu chúng ta nghĩ đến ý niệm chung về các ngành khoa học. Khoa học nói đến thách thức khám phá, thí nghiệm và giải thích. Khoa học nói về phương pháp, nét đặc trưng, hệ thống giá trị, những mô hình nào đó chi phối việc tìm hiểu khoa học, một loại đức tin và một cam kết mạnh mẽ nào đó. Khoa học là một chiều kích của cuộc sống và văn minh nhân loại.

Rồi cũng có *các khoa học* (hay các ngành khoa học). Khi dùng từ này ở số nhiều, chúng ta nói đến toàn bộ phạm vi rộng lớn các hoạt động mang mục đích, phương pháp, tiêu chuẩn và sự kiểm soát của khoa học. Có các ngành khoa học vật lý, với nhiều nhánh khác nhau trong việc khám phá thế giới tự nhiên và vũ trụ của chúng ta. Có các ngành khoa học xã hội, khoa học thường thức và những ngành khoa học tương tự. Rồi cũng có khoa học kinh tế. Và ngành thống kê. Nhưng chúng ta không nên lang thang vào giả tưởng khoa học.

Ý tôi muốn nói khoa học là một từ chung chỉ toàn bộ nỗ lực của con người mà những nỗ lực ấy có thể được xếp vào các ngành khoa học. Có vô số hoạt động mang tính khoa học, và thỉnh thoảng chính các khoa học gia cũng không chắc hoạt động này hay hoạt động kia có "thực sự là khoa học" hay không.

---

[1]John Stott, *The Contemporary Christian: An Urgent Plea for Double Listening* (Leicester: IVP, 1992), 335.

Nhưng (cũng giống như Phao-lô mô tả các chi thể trong thân), một ngành khoa học chân chính không thể nói với một ngành khác rằng "vì bạn không phải là ngành vật lý, cho nên bạn không phải là khoa học chân chính." Ngành khoa học chân chính cũng không thể tự nói về chính mình rằng "vì không phải là ngành vật lý, cho nên tôi không thuộc trong thế giới khoa học." Có một khái niệm phổ quát, được hiểu theo nghĩa rộng, và có vô số biểu hiện của khái niệm này trong cuộc sống thực tế.

Cũng có thể dùng phép suy luận như vậy đối với *nghệ thuật* và *các môn nghệ thuật*, hoặc với *thể thao* và *các môn thể thao*. Có đủ loại hoạt động nghệ thuật và thể thao khác nhau, nhưng chúng ta biết mình muốn nói gì khi dùng một khái niệm tổng quát như nghệ thuật hoặc thể thao để bao gồm nét khác biệt cùng tính đa dạng đó.

Vì vậy, khi đề cập *sứ mạng*, tôi nghĩ tới mọi điều Đức Chúa Trời đang làm trong mục đích lớn lao của Ngài đối với toàn thể tạo vật, cùng mọi điều Ngài kêu gọi chúng ta làm để cộng tác trong mục đích đó. Giống như khoa học, sứ mạng mang nghĩa khái quát, có tính khái niệm, còn từ "thuộc về sứ mạng (missional)" mang nghĩa rộng giống như từ "có tính khoa học (scientific)". Tôi cho rằng từ "người thực thi sứ mạng" cũng mang nghĩa rộng như từ "nhà khoa học." Giống như từ nhà khoa học, chính bạn là người phải đưa ý nghĩa cụ thể vào từ mình dùng, thay vì mặc định hoặc tưởng tượng ý người nói thật sự muốn nói.

Nhưng khi nói đến *truyền giáo* (missions), thì tôi nghĩ tới vô số hoạt động mà dân sự Đức Chúa Trời có thể tham gia, nhờ đó, họ dự phần trong sứ mạng của Đức Chúa Trời. Và tôi thấy dường như có nhiều sứ mạng, giống như có nhiều ngành khoa học vậy - thực tế có thể là còn nhiều hơn thế nữa. Và cũng vậy, trong tính đa dạng của sứ mạng mà Đức Chúa Trời đã giao cho hội thánh của Ngài nói chung, dường như không một sứ mạng nào gạt bỏ sứ mạng khác do tự tôn, hoặc tự hạ giá trị cho rằng mình "không thực sự là sứ mạng" vì tự ti mặc cảm. Hình ảnh về thân thể ở đây cũng là điều cần nhấn mạnh.

Đây chính là lý do tôi không thích kiểu nói xưa cũ từng bị gạt bỏ, tìm cách rào xung quanh từ "sứ mạng" chủ yếu chỉ về việc sai phái giáo sĩ trong chương trình truyền giáo xuyên văn hóa: "Nếu mọi thứ đều là sứ mạng... thì chẳng có gì là sứ mạng cả." Có vẻ sẽ hợp với thánh kinh hơn, khi nói rằng "Nếu mọi điều là sứ mạng... thì điều gì cũng là sứ mạng." Hiển nhiên không phải mọi điều đều là sứ mạng *truyền giảng Phúc âm xuyên văn hóa*, nhưng mọi điều Cơ Đốc nhân và hội thánh Cơ Đốc thể hiện, nói và làm, đều phải mang tính sứ mạng qua cách tham gia có ý thức vào sứ mạng của Đức Chúa Trời trong thế giới của Đức Chúa Trời.

Có lẽ bạn đã từng nghe định nghĩa này về sứ mạng. *"Truyền giảng cho thế giới đòi hỏi toàn thể hội thánh phải mang toàn bộ Phúc âm đến cho toàn thế gian."*

Câu này nằm trong Giao ước Lausanne.³ Đây là một câu khẩu hiệu nghe thật hay, thực sự có nguồn gốc từ trước Giao ước Lausanne.⁴ Nhưng từng ý trong ba cụm từ đó dẫn chúng ta tới một số câu hỏi, tạo nên khuôn khổ thích hợp để nêu ra một số vấn đề sẽ được thần học thánh kinh về sứ mạng đề cập, tuy không nhất thiết theo thứ tự nêu ra ở đây.

Toàn Thế Gian

Toàn Thế Gian Là Mục Tiêu Sứ Mạng Của Đức Chúa Trời.

"Thế giới đang đi về đâu?" đôi khi chúng ta tự hỏi như vậy, khi sự việc dường như vượt quá trí hiểu hoặc tầm kiểm soát của mình. Nhưng đây là câu hỏi hay khi chúng ta nghĩ về sứ mạng của con dân Chúa, bởi lẽ câu hỏi hướng chúng ta về một tương lai chung cuộc nằm trong tay Đức Chúa Trời. Như chúng ta đã nói ở trên, sứ mạng của chúng ta phát xuất từ sứ mạng của Đức Chúa Trời, và sứ mạng của Đức Chúa Trời hướng tới toàn thế gian, thật ra là toàn cõi tạo vật của Ngài.

Vì vậy, chúng ta phải bắt đầu bằng cách nhìn chính mình trong dòng chảy lớn của sứ mạng của Đức Chúa Trời, và chúng ta phải bảo đảm rằng những mục tiêu mang tính sứ mạng của riêng mình - dài hạn lẫn cấp bách hơn - đều khớp với mục tiêu của Đức Chúa Trời. Với mục đích như thế, chúng ta cần biết câu chuyện mình được dự phần trong đó, tức câu chuyện lớn do Kinh thánh kể lại, bao trùm cả quá khứ lẫn tương lai.

Nhưng có bao nhiêu hội thánh sốt sắng với sứ mạng, hoặc bao nhiêu cơ quan truyền giáo đang nôn nóng và nhiệt thành đeo đuổi mục tiêu với sự khẩn trương và nóng cháy, chịu dừng lại để suy nghĩ về câu chuyện lớn đó—nó bắt nguồn từ đâu, chiếm bao nhiêu chỗ trong *toàn bộ* Thánh kinh (không chỉ vài câu nói về công tác truyền giáo) và hướng về đâu? Thế nhưng nếu nỗ lực truyền giáo của chúng ta mất đi sự nối kết với câu chuyện đó thì chúng ta phải hỏi: Chúng ta đang thực hiện sứ mạng cho ai? Chúng ta đang đeo đuổi mục tiêu của ai?

Vì vậy, nhiệm vụ đầu tiên của chúng ta trong Phần 2 sẽ là có được hướng đi cần thiết bằng cách chú ý tới câu chuyện mà chúng ta là một phần trong đó, nếu xem mình là dân của Chúa đang thực hiện sứ mạng của Ngài. Đó sẽ là trọng tâm của chúng ta trong chương 2.

---

³Giao ước Lausanne là kết quả của Đại hội Lausanne đầu tiên về Truyền giáo Thế giới (World Evangelization) do Billy Graham triệu tập vào năm 1974. Giao Ước này do một nhóm soạn thảo dưới sự lãnh đạo của John Stott. Có thể đọc toàn bộ giao ước ấy tại: http://www.lausanne.org/covenanthttp://www.lausanne.org/covenant. Câu trích trên được lấy từ Đoạn 6.

⁴Lời trích này được Hội đồng Các Hội thánh Thế giới dùng trong báo cáo ở New Delhi năm 1961, và ngay cả trước đó, trong báo cáo tại Lambeth Conference năm 1958.

Toàn Thế Gian Và Phạm Vi Sứ Mạng Của Chúng Ta

Dựa trên Kinh thánh, chúng ta sẽ thấy sứ mạng của Đức Chúa Trời bao gồm toàn cõi tạo vật. Nhưng lẽ thật đó nói gì về sứ mạng của chúng ta trên đất? Cụ thể là, điều đó hàm ý gì về cách chúng ta đối xử với phần tạo vật được giao phó cho chúng ta, tức hành tinh mang tên Trái Đất này? Giữa vòng Cơ Đốc nhân nói chung (và rộng hơn) chúng ta đều đồng ý rằng mình phải là quản gia tốt đối với tài nguyên trên đất. Nhưng chúng ta có *sứ mạng* vượt xa hơn cách sống tương đối có trách nhiệm của mình với cõi tạo vật không? Tất cả chúng ta đều biết những thách thức về mặt môi trường mà nhân loại đang đối diện. Có thể cũng hợp lẽ khi chúng ta cảm thấy bối rối trong mớ hỗn độn những thông tin phóng đại, tạo cảm giác sợ hãi, không phân biệt được bao nhiêu phần trăm trong những thông tin ấy là thực tế khách quan và bao nhiêu phần trăm là kết quả của hệ thống truyền thông gây kích động hoặc mưu đồ chính trị. Tuy nhiên, không ai nghi ngờ rằng chúng ta đang đối mặt những vấn nạn toàn cầu, nhưng chúng ta có thể rất khác nhau trong nhận thức về cách tốt nhất để đi tới, từ chỗ có vẻ như chúng ta đã đến.

Nhưng đây có phải là vấn đề cần đưa vào trong mục tiêu của sứ mạng người Cơ Đốc không? Thần học thánh Kinh giúp gì cho chúng ta trong vấn đề này? Ít nhất, có thể nói, nếu mục tiêu sứ mạng của Đức Chúa Trời là tạo vật mới mà chúng ta thấy trước từ cao trào trong câu chuyện thánh kinh, thì sứ mạng trong câu chuyện đó phải có chỗ cho chúng ta đáp ứng trước công trình sáng tạo như hiện có. Tuy nhiên, theo truyền thống, quan điểm về sứ mạng trong các đoàn thể Cơ Đốc chỉ giới hạn ở nhu cầu của con người. Cho nên, liệu mối quan tâm cùng với hành động về môi trường có phải là mối quan tâm chính đáng mang tính sứ mạng hợp với Kinh thánh, hay chỉ là nỗi ám ảnh đương thời bị thôi thúc bởi động cơ của thế gian? Chúng ta sẽ suy nghĩ về câu hỏi này trong chương 3.

Toàn Thế Giới Là Vũ Đài Sứ Mạng Của Chúng Ta

Công tác "truyền giáo" bắt đầu và kết thúc ở đâu? Chúng ta dễ rơi vào kiểu suy nghĩ theo lối phân ngăn, chia thế giới chúng ta thành những khu vực khác nhau. Ngay chính từ "sứ mạng" cũng thường bị đóng đinh với khái niệm "cánh đồng truyền giáo", thường có nghĩa "những đất nước xa lạ ngoài kia, chứ không phải quê nhà." Đây từng là cách nhìn thế giới theo kiểu Tây phương, nhưng cũng là cách nhìn ở những chỗ khác trên thế giới, là những chỗ hiện nay hội thánh đang mạnh mẽ sai phái các nhà truyền giáo ra đi. Dĩ nhiên, thực tế là, khi bạn nghiêm túc suy nghĩ về vấn đề đó, thì khắp nơi đều là cánh đồng truyền giáo, kể cả con phố bạn đang sống - bất kỳ nơi nào người ta không biết hoặc khước từ Phúc âm của Chúa Giê-xu Christ.

Nhưng còn có một sự phân chia không kém phần tai hại là sự phân chia giữa cái thiêng liêng với cái trần tục, mà "sứ mạng" thì chắc chắn là thuộc lĩnh vực thứ nhất. Cho nên sứ mạng là điều đặc biệt dành cho những Cơ Đốc nhân được sai phái thực hiện trọn thời gian, nếu họ có thể tìm đủ "sự hỗ trợ" để làm, hoặc việc mà những Cơ Đốc nhân khác (đại đa số) làm trong những lúc họ rảnh rỗi, sau khi đã làm lụng đáp ứng nhu cầu mưu sinh. Có thể họ nhét một "chuyến truyền giáo" vào một kỳ nghỉ, hoặc tham gia chương trình "truyền giáo của hội thánh" vào cuối tuần.

Nhưng phần còn lại trong cuộc sống họ thì sao? Phần "thế giới" còn lại - tức thế giới công việc, diễn đài công cộng, thế giới kinh doanh, giáo dục, chính trị, y khoa, thể thao và mọi thứ khác, thì sao? Thế giới là vũ đài sứ mạng của con dân Đức Chúa Trời theo nghĩa nào, và sứ mạng đó bao gồm những gì? Phải chăng chỉ là những lúc có cơ hội truyền giảng Phúc âm trong thế giới đó hay chính công việc chúng ta làm cũng dự phần trong sứ mạng truyền giáo cho Đức Chúa Trời?

> Hội thánh phải được xem là hội đoàn hành hương cho đến ngày tận thế và đến các đầu cùng đất.
>
> *Lesslie Newbigin*[5]

Một câu hỏi mở rộng: con dân Chúa có trách nhiệm gì đối với xã hội loài người nói chung, ngoài mạng lệnh truyền giảng Phúc âm? Chúng ta phải đưa thêm nội dung nào vào các câu Thánh kinh như: hãy làm nguồn phước cho muôn dân, hoặc phải tìm kiếm phúc lợi cho thành phố, hoặc phải là muối của đất, hay là ánh sáng cho thế gian, hoặc phải làm điều thiện (một trong những câu mà Phao-lô và Phi-e-rơ thường xuyên sử dụng nhất)? Những ý niệm này có được nhắc đến trong thần học thánh kinh về sứ mạng của chúng ta không?

Có lẽ điều này nghe giống như cuộc tranh luận cũ rích và quen thuộc về mối tương quan giữa truyền giảng Phúc âm với hoạt động xã hội, nhưng tôi hy vọng phần chúng ta nghiên cứu về thần học thánh kinh trong các chương sau sẽ đưa chúng ta rời xa truyền thống phân cực và gán ưu tiên, mà theo tôi, phá hỏng và tách rời chính những điều Đức Chúa Trời muốn kết nối với nhau. Vì thế, ngay cả cách nói đơn giản như "toàn thế giới", cũng gây ra đủ loại vấn đề cho chúng ta. Toàn thế giới nói về khía cạnh địa lý (toàn trái đất), nhưng cũng có thể mang nghĩa môi trường, kinh tế, xã hội và chính trị. Và chúng ta cũng nhớ rằng Kinh thánh nói về ngày "tận thế" - tuy nhiên không phải là theo nghĩa kết thúc mà là sự khởi đầu mới. Cho nên, "toàn thế giới" bao hàm thời gian lẫn không gian. Hội thánh cần gắn với cả hai. Chúng ta được sai phái tới các đầu cùng đất, và chúng ta cứ tiếp tục đi mãi cho tới lúc kết thúc thế giới này.

Toàn Thể Hội Thánh

Ai Là Con Dân Chúa?

"Sứ Mạng Của Con Dân Chúa" là tựa đề của trang bìa. Chẳng lẽ tôi không thể dùng cụm từ chú thích thêm cho tựa đề ấy là "Sứ Mạng Của Hội Thánh" sao? Có lẽ được, nhưng chỉ khi chúng ta hiểu đúng thần học thánh kinh về hội thánh, và có thể đó là một giả định lạc quan. Đối với nhiều Cơ Đốc nhân, từ "hội thánh" chỉ đưa họ lùi về ngày được cho là sinh nhật của hội thánh trong sách Công Vụ Các Sứ Đồ vào lễ Ngũ Tuần. Nhưng suy nghĩ đó có đáng tin không? Con dân Chúa hiện hữu từ khi nào, tại đâu và vì lý do gì? Sự hiện hữu và sứ mạng của con dânChúa này có liên quan thế nào đến sứ mạng của Đức Chúa Trời trong và dành cho thế gian? Sứ mạng của họ bắt đầu lúc nào và sẽ kết thúc ra sao và khi nào?

Hoặc đặt câu hỏi theo cách khác, sứ mạng của hội thánh trong Tân Ước (mà đa số chúng ta có thể có liên hệ, nếu không quen thuộc với cái gọi là Đại Mạng Lệnh và mang máng nhớ được rằng nó được chép ở cuối một sách Phúc âm nào đó) có liên quan với nhân thân cùng lịch sử của Y-sơ-ra-ên thời Cựu Ước hay không? Y-sơ-ra-ên có "sứ mạng" hay không, và nếu có, thì sứ mạng đó là gì? Đúng hơn, Cựu Ước có liên hệ gì với sứ mạng Cơ Đốc hay không - ngoại trừ vài "câu chuyện về sự kêu gọi" được ưa thích như chuyện Môi-se, Ê-sai và Giê-rê-mi (quá hữu ích trong các bài giảng về sứ mạng), và bài học trực quan về nhà truyền giáo duy nhất miễn cưỡng, nổi giận và bất bình trước thành công của chính mình (Giô-na)?

Bạn đã từng nghe bao nhiêu bài giảng được giảng từ Cựu Ước vào Chúa Nhật truyền giáo? Còn nếu bạn là mục sư, chính bạn đã giảng về sứ mạng từ Cựu Ước bao nhiêu lần? Nếu câu trả lời là "nhiều vô số," thì tôi muốn trao đổi những nội dung đó với bạn, bởi lẽ tôi vẫn cố gắng làm như vậy bất kỳ nơi nào tôi đi. Nhưng nếu câu trả lời là "rất ít" hoặc "hiếm khi", thì vấn đề trong câu hỏi của tôi đã rõ. Chúng ta bắt đầu xây dựng thần học *Kinh thánh* về sứ mạng của con dân Chúa ở đâu và khi nào, và điều gì xảy ra nếu chúng ta bao gồm cả Cựu Ước?

Vì vậy chúng ta cần suy nghĩ kỹ đích xác toàn bộ Kinh thánh nói gì về "con dân Chúa", và theo ý nghĩa nào, họ là (và trước giờ vẫn luôn là) một dân có một sứ mạng. Do đó tôi không ngần ngại đưa rất nhiều phần giải thích bản văn Cựu Ước vào các chương sau. Dù sao thì hội thánh thời Tân Ước cũng không thực sự có quyền Tân Ước khi họ bắt đầu công tác truyền giáo thế giới. Chính những câu Kinh thánh Cựu Ước mới tạo động lực và chứng minh cho hoạt động truyền giáo, cũng như làm nổi bật những giả định cùng mong đợi về thần học của họ, bảo đảm rằng việc họ đang làm "đúng với Thánh kinh" (như cách chúng ta vẫn nói).

Chúng Ta Thuộc Nhóm Người Nào?

Người đưa thư của bạn là người như thế nào? Câu hỏi này dường như không quan trọng mấy về mặt chức năng. Bất kỳ ai giao thư tới địa chỉ nhà bạn cũng đều có một công việc để làm, và mục tiêu là phải đảm bảo công việc được thực hiện, không cần lo lắng gì về đạo đức của người làm việc đó. Có thể mới đêm hôm trước thôi người đó vừa lừa dối vợ mình, nhưng chỉ cần bạn nhận được thư vào sáng hôm sau, chỉ cần thư được giao tận tay bạn, thì (bạn) chẳng cần quan tâm đến những chuyện khác.

Đáng tiếc là câu nói "toàn thể hội thánh *đem* toàn bộ Phúc âm đến cho toàn thế giới" lại có nguy cơ biến hội thánh thành một cỗ máy truyền tin không hơn không kém. Vấn đề chính là "làm cho xong việc"- ưu tiên càng sớm càng tốt. Và điều đáng buồn là có một số hình thức chiến lược truyền giáo và hùng biện tạo cho người khác cảm tưởng như vậy.

Ngược lại, Kinh thánh thiết tha quan tâm tới những người tự xưng mình là con dân Chúa. Nếu sứ mạng của chúng ta là chia sẻ tin mừng, thì chúng ta cần phải là những con người của tin mừng. Nếu chúng ta rao giảng tin mừng về sự biến đổi, thì chính chúng ta cần cho thấy bằng chứng biến đổi đó ra sao. Vì vậy, có một loạt câu hỏi cần đặt ra về "toàn thể hội thánh" liên quan tới những vấn đề như tính chính trực, công lý, hiệp một và đoàn kết, và tính giống Đấng Christ. Từ dùng trong Kinh thánh là "thánh khiết," và đó chính là một phần trong căn tính sứ mạng cũng như sự thánh hóa cá nhân của chúng ta.

Nhưng chúng ta có nên kể *đạo đức* vào trong cách hiểu về *sứ mạng* ở đây hay không? Liệu nó có dẫn tới "sự xưng công chính bởi việc làm" và chủ nghĩa câu nệ luật pháp hay không? Chắc chắn chúng ta chỉ nên tập trung vào việc kêu gọi mọi người đến với *đức tin*. Có thể chúng ta bị giằng co ở đây, nhưng sứ đồ Phao-lô chỉ nhìn thấy sự hòa hợp khi ông mô tả sứ mạng của đời mình là kêu gọi muôn dân muôn nước đến với "sự vâng phục của đức tin." Phúc âm là điều để vâng giữ (theo Phao-lô), chứ không chỉ để tin. Điều này sẽ dẫn chúng ta tới một số bản văn thú vị để chúng ta suy ngẫm. Từ chương 5 đến chương 8 sẽ khai thác nhiều phân đoạn Kinh thánh khác nhau, nhấn mạnh những chiều kích đạo đức trong sứ mạng của con dân Chúa.

Sứ Mạng Của Chúng Ta Có Những Ưu Tiên Và Giới Hạn Nào?

> Tôi có quen một cặp vợ chồng truyền giáo trong ngành y mở một bệnh viện vùng quê tại châu Phi suốt nhiều năm. Họ nhận được tin hội thánh nhà ở Úc mới xếp loại cho họ là "nhà truyền giáo thứ cấp" bởi lẽ họ không trực tiếp gắn bó với công tác truyền giáo và mở mang hội thánh

> (dù rằng công tác truyền giảng Phúc âm giữa vòng nhân viên và bệnh nhân trong bệnh viện của họ thực sự có kết quả). Khỏi phải nói, điều này cũng đã đem lại cho họ một sự khích lệ nho nhỏ. Nhưng cách "xếp loại" như vậy có đúng theo Thánh kinh hay không?

Người đưa thư giao thư tới nhà bạn. Đó là trách nhiệm quan trọng của anh ta trong cuộc sống. Đó là công việc anh phải làm trong bản mô tả công việc. Dĩ nhiên, anh ta có thể bước vào nhà bạn để giúp sửa ống nước bị nghẹt, nếu có thời gian. Hoặc anh có thể tự nguyện vứt hộ bịch rác. Hoặc cho mèo ăn, khi bạn vắng nhà. Anh ta có thể vui vẻ phục vụ các nhu cầu của cộng đồng, theo vô số cách nhỏ nhặt, giống như người đưa thư được yêu thích tên Pat trong truyện dành cho thiếu nhi. Nhưng đó không phải là "công việc chính" của anh ta. Và một số người còn trách anh phí thời gian của chủ vào những việc "bao đồng." Anh phải bám vào công việc anh được giao và làm càng nhanh, càng hiệu quả càng tốt.

Cho nên một câu hỏi khác xuất hiện có liên quan tới sứ mạng của hội thánh. Chính xác là câu gì nhỉ? Có việc gì là việc chính, làm cho mọi việc khác trở thành thứ yếu, cho dù những điều khác có thể là rất cần thiết và hữu ích không? Một lần nữa, vấn đề rõ ràng ở đây là lằn ranh phân chia giữa sứ mạng với hoạt động xã hội. Có phải sứ mạng của hội thánh *chủ yếu* là rao truyền sứ điệp Phúc âm - trong đó yếu tố lời nói là điều quan trọng hơn cả không? Hay sứ mạng của hội thánh bao gồm việc bày tỏ sứ điệp cả trong cuộc sống lẫn trong hành động? Đôi lúc câu hỏi này được nêu lên như một sự căng thẳng giữa *rao giảng* với *sự hiện diện*. Hoặc giữa *lời nói* với *việc làm*. Trong vài chương tiếp theo, chúng ta sẽ tìm hiểu mối liên kết giữa *bản chất* phải có của hội thánh với điều mà hội thánh phải *nói*.

Toàn Bộ Phúc Âm

Phúc Âm Của Bạn Rộng Lớn Ra Sao?

Rõ ràng câu hỏi này gắn liền với các câu hỏi nêu trên. Phúc âm nằm ở trọng tâm sứ mạng của chúng ta chính xác là gì? Phải chăng đó là tin vui về việc Đức Chúa Trời đã làm qua Chúa Giê-xu Christ để cứu chuộc thế gian. Nhưng sự cứu chuộc của Đức Chúa Trời ở mức độ và phạm vi nào? Kinh thánh mô tả Đức Chúa Trời là "Đấng Cứu Chuộc" ngay từ đầu.[6] Từ này có ý nghĩa gì đối với những người đề cập đến Đức Chúa Trời theo cách đó, và hàm ý của nó đối với những ai được cứu chuộc là gì? Sự cứu chuộc thuộc kiểu kinh nghiệm nào,

---

[6] Từ nầy xuất hiện đầu tiên trong Sáng 48:16 (NRSV), nhưng rồi nổi bật trong Xuất (6:8; 15:13).

và kẻ được cứu chuộc phải sống như thế nào? Đây là điều chúng ta sẽ tìm hiểu trong chương 6.

Một trong những nguy cơ của từ "Phúc âm" ấy là mọi người chúng ta đều rất yêu mến nó (hợp lý thôi), và muốn nhiệt tình chia sẻ về nó (cũng hợp lý luôn) tới mức không dành thời gian tìm hiểu toàn bộ nội dung liên quan đến nó trong Kinh thánh. Thí dụ, ai đã nghĩ ra từ này? Chúa Giê-xu và Phao-lô có ý gì gì khi dùng từ này - nhất là như tôi đã nói, vì cả Chúa Giê-xu và Phao-lô đều không có Tân Ước để đọc. Họ có tìm thấy "Phúc âm" trong Cựu Ước không?

Và nếu từ này bắt nguồn từ Cựu Ước (như chúng ta sẽ thấy), thì nó có giúp gì cho việc chúng ta hiểu tin mừng ấy thực sự là gì không? Một lần nữa, chúng ta sẽ thấy rằng chính Kinh thánh sẽ sửa lại khuynh hướng biến Phúc âm thành giải pháp cho vấn đề tội lỗi cá nhân, thành tấm vé vào cửa thiên đàng và thay ấn tượng của người theo khuynh hướng biến tướng ấy bằng một thông điệp liên quan tới quyền tể trị cõi vũ trụ của Đức Chúa Trời thông qua Đấng Christ, thẩm quyền của Đức Chúa Trời cuối cùng sẽ triệt tiêu điều ác khỏi cõi vũ trụ (và dĩ nhiên cũng giải quyết vấn đề tội lỗi cá nhân của chúng ta nữa).

Không Có Danh Nào Khác

Nhưng cuối cùng, sứ mạng là vấn đề lòng trung thành. Người làm đại sứ phải hoàn toàn trung thành với chính phủ mình đại diện. Sứ giả đáng tin cậy sẽ trung thành nói lại điều người sai phái mình đã nói chứ không nói theo ý riêng.

Vì vậy sứ mạng của con dân *Chúa* phải bắt đầu và kết thúc bằng cam kết với *Chúa*, Đấng kêu gọi chúng ta chia sẻ sứ mạng của Ngài. Nhưng điều đó tùy thuộc vào việc chúng ta *biết* Chúa - biết theo chiều sâu nhờ kinh nghiệm bày tỏ và cứu rỗi của Ngài. Vậy thì, đích xác thì chúng ta phải *biết* và trung thành với điều gì? Trong cả Tân và Cựu Ước, con dân Chúa được kêu gọi để trung thành mà không thỏa hiệp với Đức Chúa Trời độc nhất - được bày tỏ là Đức Gia-vê trong Cựu Ước và bước đi giữa vòng chúng ta trong sự sống nhập thể của Chúa Giê-xu ở Na-xa-rét trong Tân Ước.

Sứ mạng của con dân Chúa bắt nguồn từ tính độc nhất của Đức Chúa Trời của Kinh thánh, được bày tỏ tuyệt đỉnh cho chúng ta qua tính độc nhất trong Đấng Christ. Đó vừa là *nguồn* của sứ mạng của chúng ta (bởi lẽ đây là Đấng nhân danh chính Ngài mà sai phái chúng ta vào thế gian), và cũng là *nội dung* sứ mạng của chúng ta (bởi lẽ toàn bộ mọi điều chúng ta nói và làm là để làm chứng nhân cho lẽ thật đó là: Chúa là Đức Chúa Trời và không có Chúa nào khác, rằng Chúa Giê-xu được ban cho Danh trên hết mọi danh, rằng không có danh nào được ban cho dưới trời để nhờ đó chúng ta được cứu", Công 4:12).

Trong phần 2, khi chúng ta quay sang tìm hiểu một số bản văn và chủ đề lớn của thần học thánh kinh về sứ mạng của con dân Chúa, thì đây là những mẫu câu hỏi và vấn đề mà chúng ta sẽ gặp. Như tôi đã nói, chúng ta không nhất thiết phải đi theo đúng thứ tự của khung sườn tôi vừa dùng để khảo sát những câu hỏi đó. Vì đây là thần học thánh kinh, không phải thần học hệ thống, và tôi hy vọng rằng trong khi chúng ta tiếp xúc với nhiều bản văn Kinh thánh từ cả Cựu lẫn Tân Ước cũng như dành thời gian cho công tác giải kinh nguyên ngữ lẫn giải nghĩa, chúng ta sẽ tìm được những câu giải đáp rõ ràng cho các câu hỏi rộng lớn đó - hoặc thậm chí một số câu hỏi sẽ biến mất trong nhãn quan rộng lớn hơn của chính Kinh thánh.

Phần II
ĐI ĐẾN CÂU TRẢ LỜI

2

Những Người Biết Mình Là Một Phần Của Câu Chuyện

Truyền Giáo Thế Giới Và Câu Chuyện Thánh Kinh

Vậy thì chúng ta sẽ bắt đầu từ đâu? Nhiều sách (và bài giảng) về đề tài sứ mạng Cơ Đốc bắt đầu với Đại Mạng Lệnh - những lời nói sau cùng của Chúa Giê-xu với các môn đồ trước lúc Ngài về trời, sai phái họ đi khắp thế gian để khiến muôn dân trở thành môn đồ của Ngài. Bắt đầu như thế là đúng theo bản năng tự nhiên, bởi lẽ nó ăn khớp với nhiều điều khác được Tân Ước nói về Chúa Giê-xu cùng những người theo Ngài, và về Phao-lô cùng những Cơ Đốc nhân thời đầu. Đọc bất kỳ sách Phúc âm nào để tìm gặp Chúa Giê-xu, bạn cũng sẽ đối diện với sứ mạng, và sứ mạng ấy càng được nhấn mạnh hơn nữa trong Sách Công Vụ Các Sứ Đồ cùng các thư tín.

> Trong Ma-thi-ơ, Chúa Giê-xu truyền dạy môn đồ Ngài đi khắp thế gian để môn đồ hóa và làm báp-tem. Trong Lu-ca, Chúa Giê-xu bổ nhiệm người theo Ngài đi đến Giê-ru-sa-lem, Giu-đê và đầu cùng đất, còn Chúa Giê-xu trong Giăng lại phán: "như Cha đã sai ta thể nào, ta cũng sẽ sai các con thể ấy". Câu chuyện trong Công Vụ Các Sứ Đồ *chính là* câu chuyện ấy, hay đúng hơn là câu chuyện về sứ mạng Cơ Đốc thời đầu. Còn... các thư tín [của Phao-lô] xác nhận rằng không chỉ một mình ông, mà rất nhiều Cơ Đốc nhân khác... tin rằng họ có nhiệm vụ đi khắp thế giới mà con người đã biết đến để nói cho mọi người biết rằng có "một vị vua khác, chính là Vua Giê-xu này".

Do đó, truyền giáo thế giới là nét đặc trưng đầu tiên và rõ ràng nhất trong thói quen của Cơ Đốc nhân thời kỳ đầu.¹

Và chúng ta phải hỏi: Tại sao? Điều gì khiến Cơ Đốc giáo trở thành đức tin truyền giáo ngay từ khởi điểm? Điều gì khiến những người đầu tiên theo Chúa Giê-xu, nhiệt tình, can đảm và cam kết không ngừng nói cho toàn thế giới biết về Ngài?

Có thể bạn trả lời rằng bởi vì Chúa Giê-xu bảo họ làm như vậy. Họ đã tiếp nhận Đại Mạng Lệnh. Vấn đề là họ có vâng phục hay không mà thôi. Cũng đúng, dựa trên phần kết của sách Ma-thi-ơ, Lu-ca và Giăng mà chúng ta vừa nêu - dù chúng ta cũng cần nhớ rằng các sách Phúc âm chỉ được viết sau nhiều năm hội thánh thi hành sứ mạng, cho nên có thể nói họ không có sẵn trong tay tư liệu thành văn những lời của Chúa Giê-xu.

> Cơ Đốc giáo không lan rộng nhờ phép thuật. Đôi lúc chúng ta nghĩ thế giới đã sẵn sàng cho Cơ Đốc giáo: chủ nghĩa khắc kỷ quá cao xa và khô khan, ngoại giáo trong dân gian thì mang tính siêu hình khó tin và xuống cấp về đạo đức, các tôn giáo huyền bí thì tối tăm và thiếu thân thiện, Do Thái giáo thì bị ràng buộc theo luật pháp và hướng nội, cho nên Cơ Đốc giáo xuất hiện như lời giải đáp tuyệt vời mà con người đang mong đợi cho những câu hỏi mà họ nêu ra. Có chút hợp lý trong bức tranh này, nhưng lại khó giải thích cho hợp với thực tế lịch sử. Cơ Đốc giáo kêu gọi những người ngoại giáo kiêu căng đối diện với sự tra tấn và cái chết vì trung thành với một người Do Thái nhà quê bị La Mã hành quyết. Cơ Đốc giáo cổ động cho một tình thương vượt qua hàng rào chủng tộc, nghiêm khắc ngăn cấm tình dục vô luân, ngược đãi trẻ em, cùng nhiều điều khác bị dân ngoại lạm dụng. Chọn làm Cơ Đốc nhân không phải là việc tự nhiên và dễ làm đối với người ngoại giáo bình thường.
>
> *N. T. Wright*²

Nhưng nếu lý do chính là lòng vâng phục Đại Mạng Lệnh giản đơn *trong ý thức* của những Cơ Đốc nhân đầu tiên, thì điều lạ là không hề có chỗ nào khác trong Tân Ước nhắc tới điều này. Xin đừng hiểu lầm tôi ở đây. Tôi không có ý nói không hề có Đại Mạng Lệnh, mà chỉ nói là Đại Mạng Lệnh không được đề cập như là lực thúc đẩy rõ ràng cho sự bùng nổ truyền giáo trong hội thánh thời Tân Ước sau Công Vụ Các Sứ Đồ 1.

Hoặc giả một số người bảo rằng thế giới đã sẵn sàng cho Phúc âm Cơ Đốc tới mức sứ điệp chỉ việc lan ra như lửa rừng, lấp đầy khoảng trống thất bại của

---

¹N. T. Wright, *The New Testament and the People of God* (Christian Origins and the Question of God 1; London: SPCK; Minneapolis: Fortress, 1992), 361.

các triết lý cùng thế giới quan khác, có thể nói như vậy. Nhưng đây là cách giải thích không đầy đủ, cho dù cũng có phần đúng. Sứ điệp Cơ Đốc thực sự có thể giải đáp cho những thắc mắc mà các tôn giáo và triết lý khác không làm được, nhưng như thế không có nghĩa là gia nhập một phe nhóm Cơ Đốc bị khinh khi là điều gì đó hấp dẫn ngay lập tức. Kêu gọi người khác qui đạo là buộc họ phải đối diện với những đòi hỏi đắt giá và nghiêm túc.

Vậy thì điều gì đã thúc đẩy những môn đệ đầu tiên của Giê-xu, vốn là người Do Thái, biến thế giới thành cánh đồng truyền giáo của họ?

Biết Câu Chuyện

"Người Do Thái là như vậy"- tôi đưa ý này vào, vì đây là chìa khóa cho lời giải đáp. Nghĩa là các tín hữu thời đầu *biết câu chuyện mà họ là một phần trong đó*. Và họ biết câu chuyện bởi vì họ biết Kinh thánh. Họ là người Do Thái. Họ biết câu chuyện đó tới mức hiểu rằng câu chuyện đó vừa trải qua thời khắc quyết định qua Chúa Giê-xu ở Na-xa-rét, và họ biết phần còn lại của câu chuyện phải như thế nào.

Thật ra, khi những hành trình truyền giáo đầu tiên mang lại số lượng đông đảo "người ngoại giáo" quy đạo (từ đây trở đi chúng ta gọi họ là Dân ngoại hoặc người từ các dân không phải là Do Thái), và kể từ đó tạo ra một vấn đề lớn về thần học cho Cơ Đốc nhân Do Thái, thì vấn đề được giải quyết ra sao? Họ họp nhau tại Giê-ru-sa-lem trong hội nghị Cơ Đốc giáo đầu tiên, và sự kiện này được ghi lại trong Công Vụ Các Sứ Đồ 15. Như là chuyện ngẫu nhiên, cũng đáng ghi nhận rằng giáo hội nghị Cơ Đốc đầu tiên được triệu tập là do những vấn đề phát sinh khi sứ mạng Cơ Đốc quá thành công. Sẽ là điều tuyệt vời nếu mọi ban ngành của hội thánh, các giáo hội nghị, các hội đồng cùng quốc hội đều có chung một chính nghĩa như vậy!

Vấn đề được giải quyết *không* bởi việc tìm đến mạng lệnh của Chúa Giê-xu. Ta có thể dễ dàng tưởng tượng Phi-e-rơ đứng lên nói với những người chỉ trích: "Xin các ông hãy nghe đây, *Chúa Giê-xu đã bảo chúng tôi* ra đi và khiến muôn dân thành môn đồ Ngài, và đó chính là điều Phao-lô với Ba-na-ba đang làm. Vì vậy, xin đừng chỉ trích nữa!" Ngược lại, Gia-cơ giải quyết vấn đề bằng việc nói đến những lời tiên tri trong Kinh thánh. Ông trích dẫn A-mốt 9 và xác quyết rằng vị tiên tri này đã thấy trước điều đang diễn ra hiện nay: nhà Đa-vít được phục hồi và các dân ngoại gia nhập để cùng mang danh Đức Giê-hô-va. Đó chính là chỗ mà câu chuyện chỉ ra và là điều đang diễn ra ngay lúc ấy.

Hoặc hãy cùng theo Phao-lô tới An-ti-ốt xứ Bi-si-đi trong Công Vụ Các Sứ Đồ 13. Đây là một thành Ngoại bang, nhưng Phao-lô tới nhà hội Do Thái vào ngày Sa-bát như ông vẫn thường làm. Ông đã làm gì? Ông kể cho họ nghe chính câu chuyện của họ (chuyện kể trong Cựu Ước) để mở đầu cho phần kể về Chúa Giê-xu, rồi sau đó kể thêm "tin mừng: Điều Đức Chúa Trời đã hứa với tổ phụ chúng ta, thì Ngài đã làm trọn cho chúng ta, dòng dõi của những tổ phụ ấy, bằng cách kêu Chúa Giê-xu sống lại" (Công 13:32–33). Câu chuyện dẫn tới Chúa Giê-xu, Đấng Mê-si-a, chịu đóng đinh nhưng đã sống lại.

Thế rồi câu chuyện tiếp tục. Bởi lẽ khi vài người Do Thái bác bỏ sứ điệp thì những người trong Dân ngoại "kính sợ Đức Chúa Trời" (những người mới cải đạo sang Do Thái giáo) lại tiếp nhận sứ điệp ấy. Phao-lô cũng nêu ra cho họ một phân đoạn Cựu Ước, để biện minh cho lời kêu gọi truyền giáo của ông. Ông trích dẫn Ê-sai 49:6 rồi áp dụng cho bản thân ông cùng các đồng lao của mình trong công tác truyền giáo:

"Vì Chúa có truyền phán với *chúng tôi*:

'Ta lập ngươi làm ánh sáng cho các dân ngoại,

Để đem sự cứu rỗi đến tận cùng trái đất.'"

Khi nghe lời này, dân ngoại vui mừng, tôn vinh đạo Chúa; và tất cả những người đã được định cho sự sống đời đời đều tin. (Công 13:47–48, chú ý in nghiêng)

Một lần nữa, Phao-lô có thể dễ dàng nói: "*Chúa Giê-xu* đã truyền lệnh cho chúng tôi đem tin mừng này đến cho anh em dân ngoại." Thậm chí ông cũng có thể đề cập mạng lệnh truyền giáo cụ thể mà chính ông, tức Phao-lô, đã tiếp nhận trong lần gặp gỡ Đấng Christ phục sinh trên đường tới Đa-mách, là cuộc gặp gỡ dẫn tới việc ông quy đạo và được sai phái. Nhưng ngược lại, ông chỉ vào lời Kinh thánh cùng câu chuyện trong đó - câu chuyện chắc chắn dẫn đến việc Phúc âm đến với muôn dân. Và ông nắm lấy khía cạnh "câu chuyện chưa xảy ra" của những lời của tiên tri đó và cho thấy qua đó ông thấy một mạng lệnh từ chính Chúa ban ra.

Thật ra, ngay cả đối với chính Chúa Giê-xu, đây vốn là nền tảng của Đại Mạng Lệnh. Lu-ca kể cho chúng ta đầy đủ nhất câu chuyện Chúa Giê-xu sai phái môn đồ sau khi Ngài phục sinh, và điều nổi bật chính là việc Lu-ca (và đương nhiên là Chúa Giê-xu) nhấn mạnh tầm quan trọng của việc hiểu lời Kinh thánh (Cựu Ước). Lu-ca 24 mô tả ngày đầu Chúa Giê-xu phục sinh. Ngài đã làm gì? Dạy lời Kinh thánh. Một điểm ngoài lệ: Là giáo sư dạy môn Cựu Ước, gần như cả đời tôi thấy chắc chắn rằng Chúa Giê-xu đã dành buổi chiều và tối của ngày Ngài phục sinh để dạy Cựu Ước một cách có hệ thống.

Chúng ta cần suy nghĩ về nội dung của hai bài giảng đó! Bởi lẽ thực sự là có hai "Bài Giảng Phục Sinh" và hai bài đó có sự khác biệt tinh tế.

Đấng Mê-si-a Và Sứ mạng

Bài giảng thứ nhất là trên đường về Em-ma-út, giảng cho hai môn đồ đang mang nỗi thất vọng lớn về việc sự cứu chuộc Y-sơ-ra-ên mà họ vẫn trông đợi Chúa Giê-xu sẽ hoàn tất có vẻ như chưa hề diễn ra. Chúa Giê-xu đi qua toàn bộ kinh điển Cựu Ước ("Môi-se cùng toàn thể các Tiên tri") để giải thích các chi tiết này chỉ về Ngài, Đấng Mê-si-a, như thế nào và vì sao sự chết cùng sự phục sinh của Ngài thực sự là cách Đức Chúa Trời giữ lời hứa đối với Y-sơ-ra-ên (Lu 24:13–27). Vì vậy bài dạy thứ nhất đi hết Cựu Ước *nhằm lý giải câu chuyện cho đến lúc này* - tức câu chuyện dẫn đến chính Chúa Giê-xu, toàn bộ ý nghĩa, mục đích và đích đến của câu chuyện.

Nhưng rồi vào buổi tối, với các môn đồ còn lại ở Giê-ru-sa-lem, Chúa Giê-xu lại đi qua Cựu Ước lần thứ hai - chẳng phải vì họ không biết (có thể họ còn thuộc nhiều phần Cựu Ước rất dài nữa là đằng khác), nhưng là để giúp họ *hiểu* Cựu Ước dẫn họ đến đâu.

Ngài phán với họ: "Đây là những lời Ta phán với các con khi Ta còn ở với các con: Mọi điều đã chép về Ta trong Luật pháp Môi-se, các sách Tiên tri, cùng các Thi thiên phải được ứng nghiệm."

Rồi Ngài mở trí cho họ có thể hiểu lời Kinh thánh. Ngài phán: "Có lời chép rằng Đấng Mê-si-a phải chịu đau đớn, đến ngày thứ ba sẽ từ cõi chết sống lại, *người ta sẽ nhân danh Ngài mà rao giảng cho tất cả các nước về sự ăn năn để được tha tội, bắt đầu từ thành Giê-ru-sa-lem. Các con là những nhân chứng về các việc đó.*" (Lu-ca 24:44–48; chú ý in nghiêng)

Bạn thấy rằng lần này Ngài sơ lược Cựu Ước *nhằm lý giải câu chuyện từ đó trở đi* - là phần câu chuyện họ sắp dự phần, là phần làm chứng về quyền năng cứu rỗi trong sự chết cùng sự sống lại của Chúa Giê-xu dành cho muôn dân. Nói cách khác, đối với Chúa Giê-xu, "Có lời chép rằng" không chỉ cho thấy Kinh thánh chứa đựng tầng nghĩa liên hệ đến *Đấng Mê-si-a*, mà còn mang ý nghĩa về *sứ mạng*. Cựu Ước kể câu chuyện không chỉ dẫn tới Chúa Giê-xu mà còn dẫn tới sứ mạng cho muôn dân.

Chúa Giê-xu thường đề cập diễn biến của chính cuộc đời Ngài—sự khổ nạn, sự chết và sống lại của Ngài—được chi phối bởi Kinh thánh như thế nào. Ở đây, Ngài đang mở rộng nó bằng cách thêm sứ mạng tiếp nối của hội thánh vào. Toàn bộ đều nằm trong cùng một câu chuyện lớn do Kinh thánh phác thảo. Điều đó có nghĩa là Đại Mạng Lệnh không phải là điều do Chúa Giê-xu mới nghĩ ra thêm sau này - để các môn đồ tiếp nối khi Ngài về trời. Đây không phải là điều chỉ dựa trên thẩm quyền riêng là Chúa phục sinh của Ngài (dù rằng dĩ nhiên nó hoàn toàn được bảo đảm nhờ sự kiện đó, như sách Ma-thi-ơ có nói rõ). Nó chính là kết cuộc không thể tránh được của câu chuyện như cách Kinh thánh kể về nó - *dẫn tới* Đấng Mê-si-a và tiếp tục *dẫn tới* sứ mạng cho muôn dân.

Bạn có thể nói về sứ mạng toàn cầu của hội thánh mà Chúa Giê-xu truyền dạy, vì lời Kinh thánh đã truyền như vậy. Chính Chúa Giê-xu cũng biết câu chuyện này. Hay nói cách khác, bạn cũng có thể nói lý do là vì chính Ngài đã viết ra câu chuyện đó.

Xem Câu Chuyện Như Một Tổng Thể

Vậy là trong quyển sách này, chúng ta đang tìm kiếm một "Thần học thánh kinh về sứ mạng của hội thánh". Còn gương nào đẹp đẽ cho chúng ta noi theo hơn là tấm gương của Chúa Giê-xu và Phao-lô? Chúng ta cần lưu ý đến toàn bộ câu chuyện khánh kinh và nhìn sứ mạng của mình dưới ánh sáng của toàn bộ câu chuyện ấy.

> "Làm đi thôi!" (Just do it) dường như đã chuyển từ câu khẩu hiệu của thương hiệu Nike thành khẩu hiệu của một số hình thức của sứ mạng Cơ Đốc. Tôi có tham dự một hội nghị cổ động truyền giáo với quy mô lớn mà câu khẩu hiệu của hội nghị ấy là "Ra đi thôi!" Phản ứng đầu tiên của tôi là trả lời rằng "Chờ chút đã". Chúa Giê-xu mà còn phải mất ba năm huấn luyện các môn đồ rồi mới bảo họ "Ra đi", thậm chí ba năm đó cũng không đủ để tái định hình sự hiểu biết Kinh thánh của họ một cách triệt để dưới ánh sáng danh tính của Ngài và để hiểu câu chuyện thánh kinh đang dẫn họ đến đâu trong mối liên quan với chính Ngài và với tương lai của Y-sơ-ra-ên cũng như của thế giới. Sự huấn luyện ấy lại càng cần thiết hơn biết bao khi chúng ta nghe người ta nói rằng việc đọc và kiến thức Kinh thánh của những tín hữu Tin Lành thuần túy đang sa sút một cách đáng xấu hổ.

Thật ra chúng ta cần tự hỏi mình ngay từ đầu: Bạn thực sự biết câu chuyện thánh kinh rõ tới mức nào? Nếu Chúa Giê-xu và Phao-lô còn thấy việc nhiều lần nhắc lại câu chuyện thánh kinh ấy với những người đã từng thông thạo Cựu Ước là việc cần thiết thì lẽ nào chúng ta lại không cần đảm bảo rằng mình đã quen thuộc với toàn bộ nội dung Kinh thánh sao? Điều đáng buồn là ngay cả giữa vòng những Cơ Đốc nhân rất nhiệt thành với công tác truyền giáo thế giới vẫn thường thiếu sự hiểu biết sâu sắc về sự mặc khải trong Kinh thánh và còn thiếu kiên trì trong nỗ lực lâu dài cần thiết để đắm mình trong các bản văn ấy cho tới khi toàn bộ suy nghĩ lẫn hành vi của chúng ta đều được tái định hình bởi câu chuyện mà chúng kể, bởi thế giới quan mà câu chuyện sản sinh ra, bởi những đòi hỏi mà câu chuyện đặt ra cho chúng ta, bởi niềm hy vọng đặt trước mặt chúng ta. Thái độ của một số người là, bạn chỉ cần Đại Mạng Lệnh và quyền năng Thánh Linh mà thôi. Dạy Kinh thánh hoặc thần học thánh kinh chỉ nhắm khiến bạn chậm trễ trong công tác cấp bách này mà thôi. Có lẽ tôi có thể được an ủi trong việc bạn đang đọc sách này, điều đó có nghĩa là bạn không đi theo quan điểm đó.

Tôi thấy hữu ích khi mường tượng câu chuyện thánh kinh như một dòng thời gian thực sự mà một người có thể vẽ những điểm chính trên đó. Bốn phần quan trọng trên mạch văn câu chuyện thánh kinh là Sự Sáng Tạo, Sự Sa Ngã,

Sự Cứu Chuộc trong Lịch Sử và Sự Tạo Dựng Mới. Bên trong phần Sự Cứu Chuộc trong Lịch Sử dĩ nhiên là phần lớn nhất của câu chuyện thánh kinh, và cần chia ra nhiều phần nhỏ hơn.

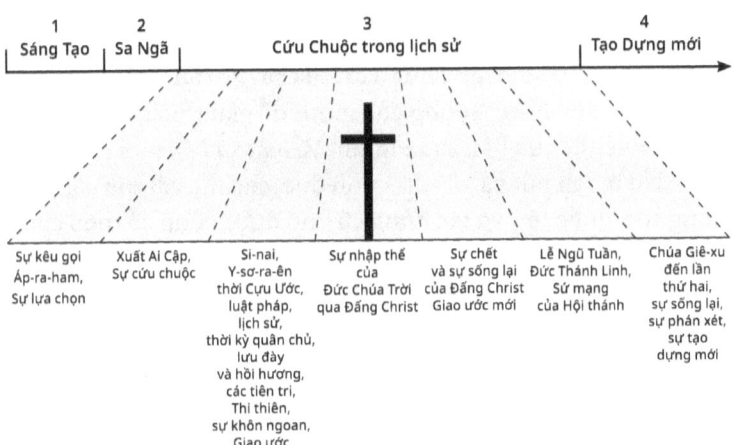

1. Sự Sáng Tạo

Kinh thánh không mở đầu bằng Sáng Thế Ký 3 (hoặc kết thúc bằng Khải Huyền 20). Có thể bạn nghĩ như vậy khi nghe ai đó trình bày sứ điệp Kinh thánh và sứ mạng. Điều đó có nghĩa là Kinh thánh không chỉ đề cập giải pháp cho vấn đề tội lỗi của chúng ta cùng cách thoát khỏi ngày phán xét. Kinh thánh bắt đầu bằng công cuộc sáng tạo và kết thúc bằng công cuộc tạo dựng mới. Vì vậy thần học thánh kinh về sứ mạng cần nghiêm túc quan tâm đến khởi điểm và kết thúc quan trọng này.

Câu chuyện sáng tạo cho chúng ta hai nguyên tắc cơ bản trong thế giới quan nền tảng của Cơ Đốc giáo, bởi lẽ nó trả lời hai trong số những câu hỏi cơ bản nhất mà mọi triết lý cùng tôn giáo giải đáp theo nhiều cách khác nhau: Chúng ta đang *ở đâu*? Và chúng ta là *ai*? Có nghĩa là, trước hết, vũ trụ chúng ta đang sống đây là gì? Nó từ đâu mà ra và vì sao nó hiện hữu, liệu nó có thật không? Rồi câu hỏi thứ hai là: làm người nghĩa là gì? Chúng ta có phải là thần linh không hay chỉ là loài vật tiến hóa cao hơn những loài vật khác một chút mà thôi? Cuộc đời con người có giá trị, ý nghĩa và mục đích gì không?

Câu trả lời đặc biệt cho các câu hỏi này mà Kinh thánh đưa ra có hàm ý sâu xa, giúp chúng ta hiểu sứ mạng của mình trong thế giới của Đức Chúa

Trời giữa vòng những con người giống như chúng ta, tức những người được tạo dựng theo hình ảnh Đức Chúa Trời.

2. Sự Sa Ngã

Con người bất tuân và chống nghịch Đấng Tạo Hóa dẫn tới những hậu quả tàn khốc (Sáng 3–11). Điều ác và tội lỗi len lỏi vào từng khía cạnh trong cõi thọ tạo của Đức Chúa Trời và từng phạm vi trong cuộc sống con người trên đất. *Về mặt thân xác*, chúng ta phải bị mục nát rồi chết đi, sống trong môi trường vật lý tự nó đã bị Đức Chúa Trời rủa sả. *Về mặt trí tuệ*, chúng ta dùng những năng lực duy lý lạ thường của mình để giải thích, bào chữa và "bình thường hóa" việc ác của bản thân mình. *Về mặt xã hội*, mọi mối quan hệ của con người đều bị rạn nứt và gãy đổ - tình dục, cha mẹ với con cái, gia đình, xã hội, chủng tộc, quốc tế - và tác động của nó được củng cố theo chiều ngang qua việc thẩm thấu vào mọi nền văn hóa nhân loại, và theo chiều thẳng đứng qua sự tích lũy từ nhiều thế hệ trong lịch sử. *Về mặt tâm linh*, chúng ta bị xa cách Đức Chúa Trời, khước từ sự thiện lành cùng uy quyền của Ngài. Rô-ma 1:18–32 phác họa đủ mọi chiều kích này khi phân tích kết quả trong Sáng Thế Ký 3.

Nếu có tin mừng cho những thực tại tàn khốc như vậy, thì tin đó phải là tin quan trọng. Lẽ thật vinh quang ấy là: Kinh thánh ban cho chúng ta một Phúc âm xử lý mọi chiều kích của vấn đề mà tội lỗi đã gây ra. Sứ mạng của Đức Chúa Trời là hủy phá tận gốc mọi thứ vốn xấu xa ra khỏi toàn bộ tạo vật của Ngài. Do đó sứ mạng của chúng ta phải bao quát về phạm vi giống như phúc âm mà toàn bộ Kinh thánh đã trao tặng chúng ta.

3. Sự Cứu Chuộc

Đức Chúa Trời đã chọn không bỏ rơi hay hủy diệt tạo vật của Ngài mà cứu chuộc tất cả. Và Ngài chọn làm điều này trong phạm vi lịch sử qua những con người cùng sự kiện bắt đầu từ sự kêu gọi Áp-ra-ham tới sự tái lâm của Đấng Christ. Dù từng phần trong câu chuyện lớn này đều đóng góp cụ thể vào toàn bộ câu chuyện, nhưng chúng ta cũng cần nhìn toàn bộ như một tổng thể cơ bản - tức một hành động cứu chuộc vĩ đại đơn nhất của Đức Chúa Trời. Tôi nghĩ tính hiệp nhất giữa Cựu Ước với Tân Ước trong phần này của câu chuyện cứu chuộc trong Kinh thánh chính là lý do Khải Huyền vẽ lên bức tranh nhân loại được cứu chuộc trong sự tạo dựng mới hát vang bài ca của Môi-se và bài hát ca ngợi Chiên Con (Khải 15:3). Điều này sẽ giúp chúng ta tránh được hiểu lầm thông thường cho rằng Cựu Ước là Phương án Cứu rỗi A (đã thất bại), còn Tân Ước là Phương án Cứu rỗi B (thành công). Đó là sự bóp méo nghiêm trọng câu chuyện ấy. Nhưng chúng ta vẫn có thể vẽ ra hai phần chính của câu chuyện trong Cựu và Tân Ước mà không rơi vào cái bẫy đó.

Cựu Ước

Lúc câu chuyện diễn tiến tới Sáng Thế Ký 11, dòng giống loài người đối diện với hai vấn đề lớn: tình trạng tội lỗi trong lòng mỗi người và sự rạn nứt cùng với sự hỗn loạn giữa vòng các dân tộc của loài người. Kế hoạch cứu chuộc của Chúa giải quyết cả hai vấn đề ấy. Qua sự kêu gọi Áp-ra-ham, Đức Chúa Trời khơi dậy một động lực lịch sử, là động lực cuối cùng không chỉ giải quyết vấn đề tội lỗi của con người nhưng còn hàn gắn tình trạng chia rẽ giữa các dân tộc.

Việc chọn lựa Áp-ra-ham rõ ràng là nhằm mang lại phước hạnh cho muôn dân trên đất. Vì vậy, mạng lệnh cùng lời hứa của Đức Chúa Trời dành cho Áp-ra-ham có thể được gọi một cách hợp pháp là Đại Mạng Lệnh đầu tiên - "Hãy đi... [và] hãy trở thành nguồn phước... rồi muôn dân trên đất sẽ nhờ ngươi mà được phước" (Sáng 12:1–3). Do đó kế hoạch của Đức Chúa Trời là giải quyết vấn đề của nhân loại - tội lỗi và sự chia rẽ - qua Y-sơ-ra-ên, dân tộc của Áp-ra-ham.

Cuộc xuất Ai Cập là khuôn mẫu Cựu Ước hoàn hảo về cách Đức Chúa Trời hành động trong vai trò Đấng Cứu Chuộc. Đó chính là sự cứu chuộc khi Đức Chúa Trời hành động. Đó là động thái cùng một lúc minh chứng sự thành tín, công chính và yêu thương của Đức Chúa Trời. Còn chính dân sự, những người biết mình là dân được chuộc của Đức Chúa Trời, Đấng bây giờ được bày tỏ là Đức Gia-vê, được kêu gọi để làm gương mẫu để các dân khác biết ý nghĩa của việc được chuộc, của việc phải sống như dân đã được chuộc trong xã hội mình đang sống.

Tại Si-nai, Đức Chúa Trời bước vào giao ước với Y-sơ-ra-ên, cũng như với các nước còn lại lúc đó, kêu gọi họ làm đại diện cho Ngài (qua chức tế lễ) và trở nên khác biệt (qua nếp sống thánh khiết). Ngài ban cho họ luật pháp làm món quà của ân điển - không phải để họ được cứu rỗi, bởi lẽ họ đã được cứu rỗi, nhưng để uốn nắn họ thành dân kiểu mẫu của Ngài, làm ngọn đèn cho muôn dân.

Tuy nhiên, khi lịch sử Y-sơ-ra-ên đi tới, qua kỷ nguyên họ định cư trong xứ, rồi qua thời các quan xét, thời kỳ các vua, thì ngày càng lộ rõ rằng Y-sơ-ra-ên không và sẽ không bao giờ sống theo tiêu chuẩn luật pháp của Đức Chúa Trời nhằm đáp lại ân điển cứu chuộc của Ngài, mà thực sự cho thấy họ chẳng khác gì các nước khác. Chính luật pháp, như Phao-lô thấy rõ, đã phơi bày sự thật đó là Y-sơ-ra-ên cũng rất cần sự cứu rỗi của Đức Chúa Trời như các dân khác. Chẳng có gì khác, mọi người đều đã phạm tội. Y-sơ-ra-ên, đầy tớ của Chúa, được kêu gọi làm ngọn đèn cho muôn nước, lại trở thành người đầy tớ thất bại, đui mù trước những việc Đức Chúa Trời làm và câm điếc trước Lời phán của Ngài. Chính họ cũng cần sự cứu rỗi của Đức Chúa Trời.

Dù sao, Cựu Ước cũng vẫn tiếp tục qua các tiên tri để chỉ về và nhấn mạnh rằng Đức Chúa Trời sẽ giữ lời Ngài hứa ban phước lành cho muôn dân và đem sự cứu rỗi cho toàn thế gian và Ngài sẽ làm điều đó qua Y-sơ-ra-ên. Nói cách khác, thất bại của Y-sơ-ra-ên trong lịch sử đã được Đức Chúa Trời biết trước, và không phải là sự thất bại trong kế hoạch *của Đức Chúa Trời*. Trong sự mầu nhiệm của mục đích tối thượng của Ngài, sự cứu rỗi sẽ lan rộng tới đầu cùng đất, đúng như ý muốn Đức Chúa Trời. Nhưng nếu Y-sơ-ra-ên thời Cựu Ước tỏ ra bất trung, thì sự cứu rỗi xảy ra bằng cách nào?

Tân Ước

Tân Ước cho chúng ta lời giải đáp được các tiên tri báo trước: Đấng là hiện thân cho Y-sơ-ra-ên chính là Đấng Mê-si-a của họ, Đấng thành tín khi họ nổi loạn, Đấng sẽ vâng phục cho tới chết, và nhờ sự chết cùng sự sống lại của Ngài không chỉ đem lại sự phục hồi cho Y-sơ-ra-ên mà còn cả sự cứu rỗi đã hứa cho đến đầu cùng đất.

Vì vậy cốt truyện thánh kinh vẫn tiếp nối cho tới "khi thời điểm ấn định đã trọn, Đức Chúa Trời sai Con Ngài, do người nữ sinh ra..." (Ga 4:4). Sự nhập thể của Đức Chúa Trời qua Đấng Christ mang lại hai yếu tố mới cho thần học về sứ mạng của chúng ta: sự thành hình vương quốc Đức Chúa Trời và khuôn mẫu cùng chính nguyên tắc nhập thể.

Qua Chúa Giê-xu, sự trị vì của Đức Chúa Trời bước vào lịch sử nhân loại theo cách chưa từng có trước đó - dù tinh thần trông đợi sự trị vì ấy cùng những hàm ý đạo đức của nó đã hoàn toàn đâm rễ trong Cựu Ước. Ảnh hưởng năng động của vương quốc Đức Chúa Trời qua lời nói cùng việc làm của Chúa Giê-xu và sứ mạng của các môn đồ Ngài đã thay đổi nhiều cuộc đời, nhiều hệ giá trị và thứ tự ưu tiên, và là thách thức tận gốc đối với cơ chế quyền lực sa ngã trong xã hội. Xưng "Giê-xu là Chúa", thay vì Sê-sa hay bất kỳ ai tiếp nối ông chính là mệnh lệnh truyền giáo chân chính. Lu-ca không thể tìm ra cách nào khác để kết thúc quyển sách thứ nhì của ông với tinh thần tuyên giáo tốt hơn là để Phao-lô ở lại La Mã, nơi ông *rao giảng vương quốc của Đức Chúa Trời và dạy về Chúa Giê-xu Christ - cách dạn dĩ và không gặp trở ngại nào*" (Công 28:31 chú ý in nghiêng).

Nhưng cũng giống như các ẩn dụ của Chúa Giê-xu đã nhấn mạnh, Đức Chúa Trời bắt đầu quyền cai trị của Ngài cách kín giấu, khiêm nhường—chính Ngài bước vào đời, đương đầu với mọi giới hạn cùng những nản lòng của nó. Đó cũng là khuôn mẫu được Chúa Giê-xu đặt lên vai những môn đệ của Ngài để họ gắn kết với thế gian cùng mọi vấn đề của nó với giá trả rất đắt, như trong lời Ngài cầu nguyện với Cha - "Như Cha đã sai Con trong thế gian thế nào, Con cũng sai họ trong thế gian thế ấy" (Giăng 17:18; so với 20:21).

Thập tự giá cùng sự sống lại của Chúa Giê-xu đưa chúng ta tới điểm chính của toàn bộ dòng cứu chuộc trong lịch sử. Đây chính là câu trả lời của Đức Chúa Trời cho mọi chiều kích của tội lỗi và điều ác trong vũ trụ, cùng với mọi hậu quả hủy diệt theo sau. Phúc âm cho chúng ta thấy chiến thắng đã có được cuối cùng sẽ hiển lộ khắp nơi và được minh chứng. Nếu chúng ta đã từng tỏ ra triệt để như phải có trong việc phân tích những hậu quả của sự sa ngã, thì chúng ta cũng phải triệt để và tỏ ra toàn diện ở đây, trong hiểu biết của mình về mọi cách mà thập tự giá cùng sự phục sinh đã đảo ngược, và cuối cùng hủy phá những hậu quả đó. Thập tự giá phải là trọng tâm của mọi chiều kích sứ mạng của con dân Chúa - từ truyền giảng Phúc âm riêng tư giữa vòng bạn bè, tới việc chăm sóc cõi tạo tạo về mặt môi trường, cùng mọi thứ có liên quan đến cả hai.

Giống như việc cứu chuộc trong cuộc xuất Ai Cập đã dẫn tới sự hình thành dân giao ước Y-sơ-ra-ên thời Cựu Ước thể nào, thì sự cứu chuộc Phục Sinh cũng dẫn tới sự ban cho Thánh Linh theo tinh thần lai thế vào ngày Ngũ Tuần và sự ra đời của hội thánh thể ấy. Nhưng mặc dù hội thánh là cộng đồng những người theo Chúa Giê-xu được hình thành vào lễ Ngũ Tuần, thì dĩ nhiên nguồn gốc của họ vẫn là con dân Chúa từ Áp-ra-ham. Bởi lẽ hội thánh chẳng là gì khác hơn sự làm trọn niềm hy vọng về một Y-sơ-ra-ên đến từ nhiều dân tộc, mong ước muôn dân sẽ được phước qua hậu tự của Áp-ra-ham. Sự *mở rộng* Y-sơ-ra-ên bằng cách bao gồm cả Dân ngoại (cẩn thận lưu ý: không phải *bỏ phế* Y-sơ-ra-ên để tiếp nhận Dân ngoại), trong và qua Đấng Christ, đã làm trọn lời hứa với Áp-ra-ham và hoàn thành mục đích của Đức Chúa Trời nhằm giải quyết không chỉ vấn đề trong Sáng Thế Ký 3 (sự sa ngã cùng tội lỗi của con người), mà còn của Sáng Thế Ký 11 (sự chia rẽ và và sự hỗn loạn về mặt chủng tộc). Đây là lý do vì sao việc nhận biết rằng sự hiện hữu của hội thánh về bản chất là một *phần* của Phúc âm là điều quan trọng, bởi lẽ là một cộng đồng những tội nhân được hòa giải từ mọi sắc dân, hội thánh minh chứng cho quyền năng biến cải của Phúc âm.

Hai thực tế từ phần này trên dòng thời gian nói lên thần học về sứ mạng của chúng ta: thứ nhất, sự hiện diện của Thánh Linh khiến cho con dân Chúa cũng hưởng được quyền năng biến cải đã từng tạo sức mạnh cho cuộc đời cùng chức vụ của Chúa Giê-xu và khiến Ngài từ cõi chết sống lại; và thứ hai, sự hiện hữu của chính hội thánh như một cộng đồng với một sứ mạng bao gồm những người đáp ứng lời kêu gọi và bước vào vương quốc Đức Chúa Trời nhờ ăn năn và tin Đấng Christ, cùng những con người hiện đang tìm cách sống như một cộng đồng giảng hòa đã được biến cải và hiện đang được biến cải và là nguồn phước trong thế gian.

4. Tạo Vật Mới

Sự trở lại của Đấng Christ sẽ không chỉ mang lại kết thúc quan trọng trên dòng thời gian của câu chuyện thánh kinh mà chúng ta gọi là sự cứu chuộc trong lịch sử, mà còn mở đầu cho sự ứng nghiệm cuối cùng của toàn bộ vấn đề của câu chuyện - tức là sự cứu chuộc và đổi mới toàn bộ cõi thọ tạo của Đức Chúa Trời.

Dĩ nhiên, Kinh thánh đưa thực tại phán xét vào đỉnh điểm của câu chuyện. Ngày phán xét là điều được Kinh thánh cảnh báo, từ cách A-mốt đảo ngược thái độ lạc quan nông cạn của Y-sơ-ra-ên về "ngày của CHÚA" sang những cảnh báo của Chúa Giê-xu, của Phao-lô và Phi-e-rơ về ngai đoán xét của Đức Chúa Trời, cho tới những khải tượng đầy kinh hãi trong Khải Huyền. Thực tại phán xét, trên một phương diện, chính là một *phần* của Phúc âm, bởi đó là tin vui cho biết điều ác sẽ không chiến thắng mà cuối cùng sẽ bị Đức Chúa Trời tiêu diệt. Còn trên một phương diện khác, thì đó là tin buồn về cơn thịnh nộ của Đức Chúa Trời, khiến Phúc âm đời đời vẫn là tin vui mừng cho thế giới sa ngã.

> Con chúng tôi đều đã trưởng thành. Mới đây (có lẽ lúc ấy chúng nghĩ đã an toàn khi kể lại cho chúng tôi nghe) chúng kể cho chúng tôi về trò chơi chúng thường chơi khi còn bé. Chúng thường đi vào phòng khách, khi vợ tôi đang ở trong bếp hoặc ngoài vườn, hoặc lúc tôi đi làm, và chúng làm mọi chuyện chúng biết không được phép làm: nhảy lên nhảy xuống chiếc ghế trường kỷ, ném gối vào nhau, v. v. cho tới lúc một đứa la lên "Mẹ tới kìa!" thì cả bọn cùng ngồi xuống im lặng, và đứa nào ngồi xuống cuối cùng thì bị "đuổi ra". Vì "Mẹ tới kìa!" thì hoặc sẽ vui vẻ, không có chuyện gì xảy ra hoặc bị phạt. Vì vậy chúng thường rủ nhau: "Tụi mình chơi trò 'Mẹ tới kìa!' đi."
>
> Toàn thể tạo vật cũng thường hô to "Đức Chúa Trời đang đến!" theo lời kết của Thi Thiên 96. Và tiếp theo là lời ca ngợi vui mừng khi nghĩ tới điều đó. Bởi lẽ nếu "Mẹ tới kìa!" là nỗi lo sợ của trẻ con (hoặc là niềm vui, tùy theo điều mẹ nhìn thấy khi mở cửa), thì việc toàn thể cõi tạo vật, tôi và bạn, biết chắc rằng "Đức Chúa Trời đang đến" - để làm cho mọi vật đúng đắn, trật tự trở lại mãi mãi, có ý nghĩa gì?

> Do tin vào câu chuyện đó, nên chúng ta bị lôi cuốn vào hành động ấy và thấy mình được hòa nhịp trong công tác cứu rỗi của Đức Chúa Trời. Chúng ta học cách "ở trong" câu chuyện, cho nên từ bên trong thế giới thánh kinh, chúng ta có đôi mắt mới mẻ để nhìn lối sống cùng thế giới hậu hiện đại: chúng ta không còn tìm cách làm cho Kinh thánh khớp với cuộc sống của mình, mà ngược lại, bắt đầu thấy mình đang được đổi mới hòa hợp với Kinh thánh. Chúng ta từ bỏ cố gắng vụng về là đưa bản văn cổ xưa vào thế giới hiện đại mà thay vào đó, đẩy thế giới của chúng ta lùi lại để đụng chạm với, và nhờ đó được thanh tẩy bởi, thế giới mới mẻ kỳ lạ của Kinh thánh. Nhờ tin vào câu chuyện đó, chúng ta để cho tâm trí mình không ngừng được đổi mới bởi câu chuyện kể của Đức Chúa Trời... Chúa

> Giê-xu kêu gọi toàn thể môn đồ Ngài tránh xa một thứ đức tin cho rằng Đức Chúa Trời luôn sẵn sàng ban phước cho việc họ làm để chuyển sang loại đức tin mà ở đó những người theo Chúa sẵn sàng để Ngài dự phần trong công việc của Ngài. Mà công việc của Chúa là dạng một công ty đa quốc gia có chi nhánh ở khắp nơi!
>
> *Philip Greenslade*[3]

> Nền tảng mạng lệnh truyền giáo toàn cầu của chúng ta là toàn bộ Kinh thánh. Mạng lệnh đó được tìm thấy trong *cõi tạo vật của Đức Chúa Trời* (do đó mà toàn thể nhân loại phải chịu trách nhiệm với Ngài), trong *bản tính của Đức Chúa Trời* (như gần gũi, yêu thương, giàu lòng trắc ẩn, không muốn ai chết mất, mà muốn mọi người ăn năn), trong những *lời hứa của Đức Chúa Trời* (muôn dân sẽ được phước qua dòng dõi Áp-ra-ham và sẽ trở thành di sản của Đấng Mê-si-a), trong Đấng *Christ của Đức Chúa Trời* (hiện nay được tôn cao với quyền uy trên vũ trụ, được toàn cầu tung hô), trong *Thần của Đức Chúa Trời* (Đấng cáo trách tội lỗi, làm chứng về Đấng Christ và thôi thúc hội thánh truyền giảng Phúc âm) và trong *hội thánh của Đức Chúa Trời* (vốn là một cộng đồng đa quốc gia có sứ mạng, nhận lệnh truyền giảng Phúc âm cho tới khi Đấng Christ trở lại).
>
> *John Stott*[4]

Nhưng Kinh thánh không kết thúc bằng ngày phán xét. Bên kia hồ lửa phán xét để đền tội cùng sự hủy diệt mọi điều ác và chống nghịch mục đích tốt đẹp của Đức Chúa Trời là trời mới và đất mới, trong đó sự công chính và hòa bình sẽ ngự trị, bởi chính Đức Chúa Trời sẽ ở đó cùng với dân được Ngài chuộc từ các nước.

Khi chúng ta hiểu thần học thánh kinh về sứ mạng cho tới cuối dòng thời gian theo cách này, nó sản sinh ra trong chúng ta đức tin và hy vọng phù hợp với Kinh thánh - thái độ lạc quan không thể đè nén vốn là đặc trưng cho hành động của mọi Cơ Đốc nhân trên đời. Sứ mạng của con dân Chúa không chỉ được lèo lái bởi mệnh lệnh của Đấng Christ mà còn được thúc đẩy nhờ lời hứa của Đức Chúa Trời.

"Kìa! Đền Tạm của Đức Chúa Trời ở với loài người, Ngài sẽ ở với họ. Họ sẽ làm dân Ngài, và chính Đức Chúa Trời sẽ ở với họ. 'Ngài sẽ lau ráo nước mắt trên mắt họ. Sẽ không có sự chết, cũng không có tang chế, than khóc hoặc đau đớn nữa, vì những sự thứ nhất đã qua rồi.'"

Đấng ngồi trên ngai phán: "Này, Ta sẽ làm mới lại tất cả muôn vật!" (Khải 21:3–5).

Vì vậy, đây là xuất phát điểm của diễn tiến câu chuyện thánh kinh, tạo nên khung chính và mang lại quyền năng cho sứ mạng của con dân Chúa. Đây chính là câu chuyện được những người đầu tiên theo Chúa Giê-xu biết đến, và nhờ tin vào câu chuyện đó cũng như biết chắc họ được dự phần trong câu chuyện đã giúp họ dấn thân bước ra với sứ mạng truyền giáo cho thế gian. Đây chính là câu chuyện mà chúng ta cần biết mình được dự phần trong đó. Bởi lẽ sứ mạng của chúng ta chẳng gì khác (hoặc nhiều hơn) là dự phần với Đức Chúa Trời trong câu chuyện quan trọng này cho tới lúc Ngài đưa câu chuyện ấy lên đến đỉnh điểm như đã hứa.

Khi chúng ta suy nghĩ kỹ thần học thánh kinh về sứ mạng của hội thánh trong ánh sáng của câu chuyện này, nó mang lại cho chúng ta sức mạnh soi sáng sâu xa.

- Cõi tạo vật cung cấp cho chúng ta những giá trị và nguyên tắc nền tảng.
- Sự sa ngã kéo chúng ta xuống thực tại của việc đất bị rủa sả và những hậu quả từ sự gian ác của loài người lẫn của Sa-tan.
- Cựu Ước cho chúng ta thấy phạm vi cùng mục đích cứu chuộc của Đức Chúa Trời, được thực hiện trong bối cảnh văn hóa và lịch sử cụ thể, và là những khuôn mẫu với nhiều chi tiết gây kinh ngạc (từ luật pháp, những chuyện kể, các sách tiên tri, sách về sự khôn ngoan và thờ phượng của Y-sơ-ra-ên) cách đáp ứng thực tế làm vui lòng Đức Chúa Trời (và những cách không làm vui lòng Ngài).
- Sự nhập thể đem Đức Chúa Trời đến bên cạnh chúng ta trong những tranh chiến và kêu gọi chúng ta làm hiện thân cũng như làm tác nhân cho sự trị vì của Đức Chúa Trời qua Đấng Christ.
- Thập tự giá và sự sống lại giúp chúng ta kinh nghiệm và chia sẻ quyền năng của sự giải hòa, yêu thương, hy vọng và bình an đích thực, cũng như tìm kiếm công tác chuộc tội, cứu chuộc của Đức Chúa Trời ngay cả trong những hoàn cảnh dường như tuyệt vọng của con người.
- Thánh Linh trong hội thánh dẫn dắt và ban năng quyền để mong chờ sự thay đổi thật sự đến trên những cuộc đời lẫn trên xã hội, đồng thời vẫn hướng về các chiều kích sứ mạng Cơ Đốc mang tính tập thể chứ không chỉ mang tính cá nhân.
- hy vọng lớn lao về sự tạo dựng mới của chúng ta trong tương lai mang lại giá trị cùng ý nghĩa cho mọi việc chúng ta làm trong hiện tại bởi lẽ công khó của chúng ta trong Chúa chẳng phải là vô ích và định hình

đáp ứng của chúng ta trước hiện tại nhờ vào dáng dấp tương lai đã được bày tỏ.

Sứ Mạng Của Đức Chúa Trời

Từ một góc nhìn khác, câu chuyện chúng ta vừa xem xét có thể được xem là sứ mạng của Đức Chúa Trời. Đây là câu chuyện về cách Đức Chúa Trời, trong tình yêu tể trị của Ngài, đã chủ tâm đem thế giới tội lỗi là cõi thọ tạo sa ngã của Ngài bước sang thế giới được chuộc cứu tức là cõi tạo vật mới của Ngài.

> Điều ấn tượng chính là tính toàn diện trong sứ điệp của Phao-lô. Ông công bố về Đức Chúa Trời trong sự trọn vẹn của Ngài: Đấng Tạo Hóa, Đấng Nâng Đỡ, Đấng Cai Trị, là Cha và là vị Thẩm phán. Tất cả đều là một phần của Phúc âm, hay ít ra là lời giới thiệu cần thiết cho Phúc âm. Nhiều người ngày nay khước từ Phúc âm không phải vì họ nghĩ rằng Phúc âm sai trật, mà vì họ cho rằng nó tầm thường. Họ tìm kiếm một thế giới quan tổng hợp, giải thích được mọi trải nghiệm của họ. Chúng ta học được từ Phao-lô rằng chúng ta không thể rao giảng Phúc âm về Chúa Giê-xu nếu không nói đến giáo lý về Đức Chúa Trời, hay giảng về thập tự giá mà không nói đến sự sáng tạo, hay giảng sự cứu rỗi mà không đề cập đến sự phán xét, hoặc ngược lại. Thế giới ngày nay cần một Phúc âm rộng lớn hơn, một Phúc âm đầy đủ của Kinh thánh, Phúc âm mà sau này khi ở Ê-phê-sô, Phao-lô phải gọi là "toàn bộ kế hoạch của Đức Chúa Trời" (Công 20:27).
>
> *John Stott (Về bài giảng của Phao-lô tại A-then, Công 17)*[5]

Sứ mạng của Đức Chúa Trời là điều lấp kín khoảng trống giữa lời rủa sả đất trong Sáng Thế Ký 3 với sự kết thúc lời rủa sả ấy trong sự tạo dựng mới ở Khải Huyền 22.

Sứ mạng của Đức Chúa Trời là điều đưa nhân loại từ chỗ nhiều dân bất đồng ngôn ngữ bị chia rẽ và phân tán, chống nghịch Đức Chúa Trời trong Sáng Thế Ký 11 đến một ca đoàn nhiều dân tộc đoàn kết và hội họp nhau cùng thờ phượng Đức Chúa Trời trong Khải Huyền 7.

Nói cách khác, sứ mạng của Đức Chúa Trời là điều có thể Phao-lô muốn ngụ ý, khi ông nói bản thân ông đã dành nhiều năm sống tại Ê-phê-sô, dạy cho hội thánh tại đó về "toàn bộ ý muốn [hoặc lời khuyên, kế hoạch hoặc sứ mạng] của Đức Chúa Trời" (Công 20:27). Đó là kế hoạch bao quát rộng lớn về sự cứu rỗi toàn cầu, và ngay cả khi nói với thính giả không phải là người

Do Thái, Phao-lô cũng tìm cách chuyển tải phạm vi toàn cầu của sứ điệp ấy (Công 17).

Trong quyển sách lớn hơn của tôi, tựa đề *The Mission of God*[6] tôi đã lập luận rằng chúng ta có thể đọc toàn bộ Kinh thánh với phương pháp giải kinh mang tính sứ mạng, rồi sau đó khai thác một số chiều hướng có thể xảy ra nếu chúng ta làm như vậy. Đó là chỗ tôi đã nghiên cứu sâu hơn những chiều kích sứ mạng của các chủ đề rộng lớn trong Kinh thánh như chủ nghĩa độc thần (tính độc nhất của Đức Gia-vê và của Chúa Giê-xu), sự thờ thần tượng, sự tuyển chọn, sự cứu chuộc, giao ước, đạo đức học, sinh thái học và lai thế học.

Quyển này cần được đọc trong ánh sáng giải kinh và lập luận chắc chắn của quyển *The Mission of God*. Dĩ nhiên, không thể tránh khỏi sự trùng lặp (dù sao thì chúng ta vẫn đang bàn về cùng một quyển Kinh thánh!). Nhưng trong khi ở quyển *The Mission of God* tôi dùng toàn bộ Kinh thánh làm tư liệu giải kinh về sứ mạng, xem đây là kho tàng và lời chứng về sứ mạng của Đức Chúa Trời trong toàn thể tạo vật cũng như lịch sử, thì trong quyển này, về cơ bản chúng ta tìm cách trả lời câu hỏi hạn hẹp hơn (một chút!): "*Chúng ta* có mặt trên đời để làm gì? Sứ mạng của *con dân* Chúa khi sống trong thế giới của Đức Chúa Trời và tham gia vào sứ mạng của Đức Chúa Trời là gì?"

Tóm Lược

Mở đầu chương này, chúng ta đặt câu hỏi, tại sao các Cơ Đốc nhân đầu tiên quyết tâm truyền giáo - chấp nhận trả giá để rao truyền tin mừng về Chúa Giê-xu Christ đến mọi ngõ ngách trên thế giới mà họ biết. Và chúng ta thấy, câu trả lời là họ hiểu rõ lực đẩy năng động của cốt truyện Kinh thánh. Họ xem câu chuyện đó là câu chuyện về chính sứ mạng của Đức Chúa Trời, và họ nhìn thấy phần của mình trong câu chuyện ấy, tham gia vào màn lớn sau cùng trong tư cách những "người cùng làm việc với Đức Chúa Trời" (1 Cô 3:9).

Vì vậy, trong các chương sau, tôi cố gắng trình bày theo dàn ý của câu chuyện trên, vừa khảo sát vừa đặt câu hỏi: Con dân Chúa gặp những thách thức nào và có những trách nhiệm nào trong sứ mạng của họ dựa trên ánh sáng của phần này hoặc phần kia trong câu chuyện thánh kinh? Do đó tôi đã chọn những đoạn Kinh thánh tiêu biểu cho các khía cạnh mang tính sứ mạng trong cuộc sống chúng ta với tư cách con dân Chúa. Hiển nhiên là không phải tất cả đều phục vụ cho mục đích của chúng ta, nhưng tôi hy vọng sẽ cho thấy hai điều: thứ nhất, chúng ta có thể và phải rút ra cho mình thần học thánh kinh về sứ mạng của hội thánh, từ toàn bộ Kinh thánh; và thứ hai, khi làm vậy, chúng ta sẽ thấy rõ sứ mạng của con dân Chúa thật là rộng lớn và đa dạng.

---

[6]Xem ghi chú 1 ở cuối trang trong Phần Mở Đầu.

Câu Hỏi Liên Quan

1. Trước khi đọc chương này, bạn nghĩ Kinh thánh Cựu Ước liên quan thế nào đến việc giúp bạn hiểu về sứ mạng của hội thánh? Nội dung của chương này ảnh hưởng thế nào đến quan điểm của bạn?
2. Chúng ta có khuynh hướng giải thích "Phúc âm" dưới hình thức một loạt những định đề hoặc giáo lý. Dưới ánh sáng của toàn bộ câu chuyện thánh kinh, như được tóm lược trong chương này, bạn sẽ tóm tắt Phúc âm theo hình thức câu chuyện kể như thế nào?
3. Bạn có thể đưa ra những gợi ý nào để giúp các hội thánh (kể cả mục sư, cấp lãnh đạo, các ban truyền giáo, v.v...) cảm thấy được thôi thúc truyền giáo nhiều hơn, nhờ hiểu rõ hơn về "câu chuyện có mình trong đó"? Giảng dạy rõ ràng hơn về lĩnh vực này sẽ ảnh hưởng thế nào đến ý thức cũng như cam kết truyền giáo của chúng ta?

3

Những Người Quan Tâm Đến Cõi Tạo Vật

Một số người thậm chí gặp khó khăn khi liên kết hiểu biết về sứ mạng Cơ Đốc với Cựu Ước, chứ chưa nói đến việc bắt đầu từ Sáng Thế Ký. Nhưng chúng ta thật sự phải bắt đầu từ chỗ Kinh thánh bắt đầu. Vì nếu không làm như vậy, thì chúng ta sẽ bỏ sót phần quan trọng sống còn trong cách Kinh thánh kết thúc.

Kinh thánh bắt đầu và kết thúc với sự tạo dựng. Kinh thánh mở đầu với câu "Ban đầu, Đức Chúa Trời sáng tạo trời và đất" (Sáng 1:1), và khải tượng lớn sau cùng mở ra bằng những lời "Khi ấy tôi thấy trời mới đất mới" (Khải 21:1). Vấn đề là dường như Kinh thánh của một số Cơ Đốc nhân bắt đầu từ Sáng Thế Ký 3 và kết thúc ở Khải Huyền 20. Họ biết tất cả về tội lỗi từ câu chuyện sự sa ngã, và họ biết rằng Đức Chúa Trời đã giải quyết vấn đề tội lỗi qua Đấng Christ, rằng họ sẽ được an toàn vào ngày phán xét lớn. Câu chuyện sáng tạo đối với họ chỉ là phông nền cho câu chuyện cứu rỗi và cao trào trọng đại của Kinh thánh chỉ nói với họ về việc được lên thiên đàng khi họ qua đời (mặc dù những đoạn Kinh thánh cuối cùng không nói gì về việc chúng ta đi đâu, nhưng hăm hở báo trước Đức Chúa Trời sẽ đến đây).

Nhưng một quyển Kinh thánh bị lấy đi phần đầu và phần cuối sẽ trình bày một khái niệm về sứ mạng bị méo mó theo cách như vậy. Chúng ta sẽ hình dung rằng mối bận tâm duy nhất của Đức Chúa Trời, và của cả chúng ta nữa, là cứu con người khỏi tội lỗi và sự đoán phạt. Dĩ nhiên, chắc chắn Kinh thánh rất quan tâm đến vấn đề đó, và cũng không có gì nghi ngờ rằng đó phải là trọng tâm sứ mạng của chúng ta trong danh Đức Chúa Trời. Nhưng đó không phải là toàn bộ câu chuyện. Đó không phải toàn bộ câu chuyện của Kinh thánh, và cũng không nên là toàn bộ câu chuyện về sứ mạng của chúng ta.

> Chúng ta hãy cùng tái khám phá rằng Phúc âm, tin *tốt lành*, không phải bắt đầu bằng sự giáng sinh của Chúa Giê-xu. Phúc âm bắt đầu bằng một trái đất tốt lành mà Đức Chúa Trời dựng nên qua Chúa Giê-xu. Chúng ta hãy một lần nữa vui mừng vì cõi tạo vật với tất cả sự phong phú của nó là tặng phẩm tuyệt vời từ một Đức Chúa Trời tốt lành.
>
> *Dave Bookless*[1]

câu chuyện thánh kinh nói rằng Đức Chúa Trời, Đấng đã tạo dựng vũ trụ để rồi nhìn thấy nó bị điều ác và tội lỗi tàn phá, đã tự cam kết sẽ cứu chuộc và khôi phục hoàn toàn cả cõi tạo vật, đã thực hiện trước qua thập tự giá và sự sống lại của Chúa Giê-xu ở Na-xa-rét và sẽ đem vũ trụ đến sự hoàn thành cách vẻ vang trong sự tạo dựng mới khi Đấng Christ trở lại. Giữa hai cực của sự tạo dựng ban đầu và sự tạo dựng mới, Kinh thánh có rất nhiều điều để nói về cõi tạo vật.

Thật vậy, cõi tạo vật là một trong những chủ đề chính trong thần học thánh kinh. Vì vậy, thật ngạc nhiên nếu sự sáng tạo *không* có một vị trí quan trọng trong thần học thánh kinh về sứ mạng. Và thật là ngạc nhiên, và cũng rất đáng buồn, khi cõi tạo vật có một vị trí tầm thường, hầu như không hề tồn tại trong thần học về sứ mạng và cách thực hiện công tác truyền giáo của nhiều Cơ Đốc nhân thích tự nhận rằng họ luôn "theo Kinh thánh" trong mọi việc.

> Làm người là ở trong mối liên hệ đúng đắn với Đức Chúa Trời, với người khác và với thế giới. Tội lỗi đã làm hỏng và gần như phá hủy những mối liên hệ này, nhưng trong Đấng Christ, một con người toàn hảo, chúng lại được phục hồi... Từng mối liên hệ được khôi phục khi chúng ta ngày càng giống hình ảnh của Đấng Christ hơn. Vì Đấng Christ là con người trọn vẹn, một người mang đầy đủ hình ảnh của Đức Chúa Trời, nên chúng ta càng trở nên giống Ngài, thì chúng ta càng giống "người" hơn... Thay vì biến đổi chúng ta thành những hữu thể siêu tâm linh, giống các thiên thần, đời sống Cơ Đốc thật sự là một cuộc tìm kiếm để giành lại nhân tính của chúng ta.
>
> *Michael Wittmer*[2]

Vậy thì, trước nhất, chúng ta sẽ tự nhắc mình về sứ mạng chăm sóc cõi tạo vật mà Đức Chúa Trời đã ban cho nhân loại trong Sáng Thế Ký 1–2 khi Ngài dựng nên chúng ta trên đất. Rồi chúng ta sẽ tiếp tục xem Cựu Ước còn nói gì về cõi tạo vật nhằm củng cố tầm quan trọng của nhiệm vụ đó. Sau đó, chúng ta sẽ đi tiếp sang Tân Ước để xem cõi tạo vật được liên kết với Đấng Christ như thế nào. Suy cho cùng, sứ mạng của chúng ta phải lấy Đấng Christ làm trọng tâm, nếu không thì sẽ không phù hợp với Kinh thánh chút nào cả. Cuối cùng, chúng ta sẽ đề xuất một vài lý do vì sao sự quan tâm và hành động liên quan đến môi trường có thể được xem là một phần hoàn toàn đúng đắn trong sứ mạng của con dân Chúa.[3]

Làm Cho Đất Phục Tùng Và Cai Trị Đất; Phục Vụ Và Giữ Gìn: Sáng Thế Ký 1–2

Vậy thì chúng ta hãy bắt đầu ngay buổi ban đầu bằng cách nhớ lại tất cả chúng ta được dựng nên là những con người theo hình ảnh của Đức Chúa Trời. Có thể chúng ta dễ dàng quên đi rằng chúng ta là những con người trước khi trở thành Cơ Đốc nhân, và chúng ta tiếp tục là những con người khi trở thành Cơ Đốc nhân (dù một số Cơ Đốc nhân khiến bạn nghi ngờ ...). Và chúng ta sẽ phải chịu trách nhiệm trước Chúa về nhân tính cũng như đời sống tâm linh của mình. Vì có những điều Chúa truyền lệnh cho chúng ta làm trong tư cách con người, nên những mạng lệnh đó không một bản văn hay sự dạy dỗ nào trong Kinh thánh miễn trừ chúng ta. Ngược lại, là con dân Chúa và do đó ở trong số nhân loại được cứu chuộc và được làm nên mới chắc chắn củng cố và làm mạnh mẽ thêm bổn phận của chúng ta là phải sống theo sự ủy thác ban đầu của Ngài dành cho dòng dõi loài người. Nhân loại là những con người sống với một sứ mạng.

1. Những vị vua của cõi tạo vật: Sáng Thế Ký 1:26–28

Đức Chúa Trời phán "Chúng ta hãy tạo nên loài người theo hình ảnh chúng ta và giống như chúng ta, để [nghĩa đen, và để cho họ] quản trị loài cá biển, loài chim trời, loài gia súc, và khắp cả đất, cùng mọi loài bò sát trên mặt đất."

Đức Chúa Trời sáng tạo loài người theo hình ảnh Ngài. Ngài sáng tạo loài người theo hình ảnh Đức Chúa Trời. Ngài sáng tạo người nam và người nữ.

Đức Chúa Trời ban phước cho loài người và phán: "Hãy sinh sản, gia tăng gấp bội, và làm cho đầy dẫy đất; hãy làm cho đất phục

---

[3]Phần trình bày đầy đủ hơn nhiều về nền tảng Kinh thánh cho đạo đức và sứ mạng môi trường có trong Christopher J. H. Wright, *Old Testament Ethics for the People of God* (Leicester: IVP, and Downers Grove: IVP, 2004), 103–45; và sách cùng tác giả, *The Mission of God*, 397–420.

tùng. Hãy quản trị loài cá dưới biển, loài chim trên trời và mọi loài bò sát trên mặt đất."

Lần đề cập đến con người đầu tiên của Kinh thánh đã cung cấp cho chúng ta hai điều căn bản về con người, hai điều được đặt gần nhau đến nỗi chúng thể hiện mối liên kết rõ ràng: (1) Đức Chúa Trời dựng nên chúng ta theo hình ảnh Ngài (người nam lẫn người nữ), và (2) Đức Chúa Trời đã định cho chúng ta thi hành quyền cai trị trên cõi tạo vật. Điều *tạo nên* hình ảnh của Chúa không phải là quyền thống trị nhưng đúng hơn việc thực thi quyền quản trị đó chính là điều mà việc được tạo dựng theo hình ảnh của Chúa thêm năng lực và trao quyền cho chúng ta làm. Con người chúng ta có một sứ mạng trên đất vì Đức Chúa Trời có mục đích khi đặt chúng ta trên đất này.

Vậy thì, Đức Chúa Trời bảo loài người không chỉ làm cho đất đầy dẫy (mạng lệnh được ban cho các tạo vật khác trong môi trường sống của chúng), mà còn phải *làm cho đất phục tùng* và *quản trị* các tạo vật còn lại. Từ *kabaš* ("chinh phục") và *radah* ("cai trị") là những từ rất mạnh, mang ý nghĩa áp đặt ý muốn lên một đối tượng khác. Tuy nhiên, đây không phải là những thuật ngữ ngụ ý bạo lực hay lạm dụng (dù một số nhà phê bình Cơ Đốc quy trách nhiệm về thảm họa môi trường là do hai nguyên nhân này và cho sự tự do mà từ này có thể mang đến khiến chúng ta tàn phá môi trường - một sự cáo buộc đã bị thẳng thừng bác bỏ).

Từ đầu tiên, "làm cho [đất] phục tùng", có lẽ chỉ có ý nói đến công tác nông nghiệp, dù ngày nay nó bao hàm nhiều sản phẩm khác từ tài khéo léo và nỗ lực của con người.

Từ thứ hai, "quản trị", mang tính đặc trưng hơn. Từ này mô tả trách nhiệm chỉ được giao cho con người chứ không phải các loài khác - trách nhiệm cai trị hay thực hiện quyền thống trị trên phần còn lại của công trình sáng tạo. Qua từ này, Đức Chúa Trời đang đặt trên đôi tay của con người hình thức thẩm quyền một vị vua của chính Ngài trên toàn thể công trình sáng tạo. Vua chúa và hoàng đế thời cổ đại (và ngay cả những bạo chúa thời hiện đại) sẽ cho dựng tượng của chính họ tại những nơi khác nhau trong lãnh thổ của họ. Những bức tượng uy nghi này tuyên bố quyền thống trị của họ trên lãnh địa đó và trên người dân của nó. Bức tượng ấy tượng tượng trưng cho thẩm quyền của vị vua ấy. Cũng vậy, Đức Chúa Trời đặt loài người, là loài mang hình ảnh của Ngài, vào trong chính công trình sáng tạo và cho phép con người thực thi quyền hành của mình. Nhưng đó là một thẩm quyền cuối cùng sẽ thuộc về Đức Chúa Trời, Đấng sáng tạo và chủ của trái đất.

Nhưng nếu con người được định để thực hiện chức năng của những vị vua trong công trình sáng tạo, thì Đức Chúa Trời là kiểu vua nào? Đức Chúa Trời thực thi vương quyền của Ngài trong cõi sáng tạo như thế nào? Chúng ta cần biết câu trả lời để có thể giải thích con người mang hình ảnh của Chúa phải cư xử như những vị vua trong cõi thọ tạo là như thế nào.

Thi Thiên 145 là nơi để tìm câu trả lời, vì thi thiên này hướng đến "Vua là Đức Chúa Trời của con" và kêu gọi toàn thể tạo vật ngợi khen Ngài. Trong thi thiên này, chúng ta khám phá ra rằng Đức Chúa Trời cai trị công trình sáng tạo bằng sự khôn ngoan, quyền năng, nhân từ, ân điển, thương xót, thành tín, khoan dung, chu cấp, bảo vệ, công bằng và tình yêu. Nếu đó là ý nghĩa của việc *Đức Chúa Trời* cai trị trong tư cách là vua, thì những phẩm chất này phải có trong cách chúng ta, những người được tạo dựng theo hình ảnh của Chúa, thực thi quyền thống trị mà Đức Chúa Trời ủy thác cho chúng ta. Chúng ta được giao sứ mạng cai trị cõi tạo vật, nhưng chúng ta phải cai trị theo bản tính và những giá trị của vương quyền của chính Đức Chúa Trời.

> Sự hiểu biết [về hình ảnh của Đức Chúa Trời] này đảo ngược nhận thức về uy quyền tối cao của chúng ta, vì nếu chúng ta giống Đức Chúa Trời ở chỗ chúng ta có quyền thống trị, thì chúng ta cũng phải được kêu gọi trở thành "những kẻ bắt chước Đức Chúa Trời" (Êph 5:1) trong cách chúng ta vận hành quyền thống trị ấy. Thật vậy, *imago Dei* (được tạo dựng theo ảnh tượng của Chúa) không hề cho chúng ta toàn quyền tự do hành động trên đất mà nó kìm chế chúng ta. Chúng ta phải là những vị vua, không phải bạo chúa - nếu chúng ta trở thành bạo chúa là chúng ta phủ nhận, thậm chí là phá hỏng, ảnh tượng của Chúa trong chúng ta.
>
> *Huw Spanner*[4]

Vậy thì, quyền thống trị của con người trên phần còn lại của cõi tạo vật phải là sự thực thi vương quyền sao cho phản chiếu vương quyền của chính Đức Chúa Trời. Hình ảnh của Đức Chúa Trời không phải là giấy phép cho sự kiêu căng lạm dụng, nhưng là khuôn mẫu đưa chúng ta đến sự hạ mình suy ngẫm về bản tính của Đức Chúa Trời.

2. Những người đầy tớ của cõi tạo vật: Sáng Thế Ký 2:15

Giê-hô-va Đức Chúa Trời đem con người vào trong vườn Ê-đen để canh tác và gìn giữ vườn.

Ở đây, chúng ta thấy có hai động từ nữa mô tả sứ mạng của con người. Đức Chúa Trời đem con người mà Ngài đã dựng nên đặt vào một môi trường đặc biệt trong trái đất Ngài đã làm nên - đó là vườn Ê-đen - với một nhiệm vụ đơn giản: *để phục vụ và gìn giữ* khu vườn ấy. Đó là ý nghĩa cơ bản nhất của hai động từ này.

Động từ ʿ*abad* có nghĩa là "phục vụ", ngụ ý làm lụng vất vả trong quá trình phục vụ. Vì vậy, mặc dù hầu hết các bản dịch đều dịch từ này với ý nghĩa là "trồng trọt", "canh tác" hay "cày cấy", thì cốt lõi căn bản của từ này vẫn mang ý nghĩa là phục vụ. Con người là những đầy tớ của cõi thọ tạo, và đó là cách họ phải thi hành vương quyền của mình trên cõi thọ tạo.

Động từ *šamar* có nghĩa là "giữ cái gì đó cho an toàn" bằng việc bảo vệ, săn sóc và gìn giữ. Nó có nghĩa là đối xử với cái gì đó (hay ai đó) một cách nghiêm túc với sự quan tâm xứng đáng (do đó, về mặt đạo đức chẳng hạn, từ này có thể có nghĩa là gìn giữ đường lối Chúa, hay gìn giữ luật pháp Chúa - tức là bằng cách học hỏi, hiểu và làm theo).

Vậy thì, con người được đặt vào môi trường Đức Chúa Trời đã tạo dựng để phục vụ và chăm sóc nó. Điều này cho thấy rõ mục đích chính trong trách nhiệm quản trị trái đất là vì lợi ích *của đất*, không phải của chúng ta. Dĩ nhiên, Kinh thánh nói nhiều về việc cõi tạo vật cũng phục vụ cho nhu cầu của con người, như phần sau chúng ta sẽ thấy. Nhưng trước tiên chúng ta cần bắt đầu ở đây. Đức Chúa Trời đã dựng nên chúng ta để cai trị phần còn lại của cõi tạo vật bằng cách phục vụ và giữ gìn nó - tức là bằng cách làm việc chăm chỉ để chăm sóc công trình sáng tạo và bảo vệ lợi ích tốt nhất của nó.

Cai quản và phục vụ công trình sáng tạo là sứ mạng trước nhất của nhân loại trên đất, và Đức Chúa Trời không bao giờ hủy bỏ sự ủy thác này.

> Đại mạng lệnh do Chúa Giê-xu ban cho chúng ta trong Tân Ước phải được giữ song song với đại mạng lệnh đầu tiên Chúa ban cho chúng ta ở ngay đầu Kinh thánh. Trong Sáng Thế Ký chương 1, những lời đầu tiên Đức Chúa Trời nói với con người là về việc quản trị và chăm sóc công trình sáng tạo vì Chúa: cá tôm, chim chóc và tất cả các sinh vật sống khác. Nói cách khác, đây chính là bản mô tả công việc phổ quát của con người. Với câu hỏi "Chúng ta có mặt trên đời để làm gì?" thì câu trả lời cuối cùng phải là "để thờ phượng và phục vụ Đức Chúa Trời". Yếu tố đầu tiên của sự thờ phượng và phục vụ mà Kinh thánh nói đến là chăm sóc cõi tạo vật.
>
> *Dave Bookless*[5]

Một trong những trọng trách chính của một vị vua trong thời Cựu Ước là hành động đặc biệt vì lợi ích của người yếu đuối và cô thế. Thi Thiên 72 cầu xin Đức Chúa Trời ban cho vua lòng công chính để vua có thể bảo vệ người khốn cùng và thiếu thốn. Công chính trong Cựu Ước không phải sự vô tư mù quáng, mà là can thiệp để sắp đặt mọi việc cho đúng, để những người bị đối xử bất công được bênh vực, những người bị đàn áp được giải cứu và tiếng nói của những người yếu đuối và không được bảo vệ sẽ được lắng nghe và giải quyết.

Đây là lời khuyên đầy thách thức dành cho một vị vua từ người mẹ của mình:

> Hãy mở miệng bênh vực người câm và biện hộ cho những người bị ruồng bỏ.
>
> Hãy mở miệng, xét xử công minh, bảo vệ quyền lợi cho người nghèo nàn cùng khốn. (Châm 31:8–9)

Vậy thì, việc con người chúng ta phải quản trị phần tạo vật còn lại và hành động trong vai trò ảnh tượng của vị vua là Đức Chúa Trời có nghĩa là thực thi công bằng trong mối quan hệ với tạo vật không phải là con người. Và thực thi công bằng đòi hỏi phải quan tâm cụ thể đến người yếu đuối và cô thế. "Hãy mở miệng bênh vực người câm". Chắc chắn câu này không chỉ mô tả điều vị vua phải làm cho thần dân của mình, mà còn mô tả điều con người phải làm cho cõi tạo vật không phải là con người nữa. Trở thành tiếng nói cho người không có tiếng nói chính là một phần động lực của Cơ Đốc nhân trong hoạt động sinh thái để bảo vệ các loài sinh vật và chỗ ở của chúng, để ủng hộ môi trường, v.v... Thật vậy, một dấu chỉ về một người công chính là việc người ấy quan tâm đến các loài thú vật (Châm 12:10). Vậy thì, chiều kích đầu tiên là sứ mạng mà chúng ta cùng chia sẻ với tất cả mọi người: quản trị cõi tạo vật như Đức Chúa Trời đã định bằng cách phục vụ và trong sứ mạng con dân Chúa của chúng ta săn sóc nó.

Mãi Mãi Vì Đức Chúa Trời Và Vì Chúng Ta

"Mãi mãi vì muông chim, vì con người" là câu khẩu hiệu của Hội Bảo vệ Chim của Hoàng gia Anh trong nhiều năm. Câu khẩu hiệu súc tích và dễ nhớ và luôn luôn khiến tôi chú ý vì rất phù hợp với Kinh thánh, ngoại trừ việc thiếu một cụm từ "Vì Đức Chúa Trời".

Khi Cựu Ước phát triển chủ đề về cõi tạo vật, chúng ta có thể nhận ra ít nhất ba điểm nhấn rõ ràng, mỗi điểm đều góp phần vào mối quan tâm của chúng ta về sứ mạng môi trường.

1. Vinh quang của Chúa là mục tiêu của cõi tạo vật

Cõi tạo vật hiện hữu để ngợi khen và dâng vinh quang cho Đức Chúa Trời, Đấng tạo nên nó. Con người chúng ta, là những sinh vật, cũng hiện hữu vì lý do như thế. Giáo lý vấn đáp ngắn gọn trong bản Tuyên Xưng Đức Tin Westminster có đoạn "Mục đích chính yếu của con người là làm vinh hiển Đức Chúa Trời và tận hưởng Ngài mãi mãi." "Mục đích chính yếu" của chúng ta, mục tiêu quan trọng nhất của toàn bộ đời sống con người, là dâng vinh quang cho Đức

Chúa Trời, và *khi làm như thế* chúng ta lấy làm vui thích vì được tận hưởng Ngài.

Nhưng mục tiêu tập trung vào Đức Chúa Trời của đời sống con người (dâng vinh hiển cho Ngài và tận hưởng Ngài) không phải là điều *tách chúng ta ra khỏi* phần còn lại của cõi tạo vật. Thay vào đó, nó là *điểm chung* của chúng ta với phần tạo vật còn lại. Đó là "mục đích chính yếu" của toàn cõi tạo vật. Sự khác biệt duy nhất ấy là *con người* chúng ta phải làm vinh hiển Đấng Tạo dựng mình theo những cách độc nhất của *con người*. Chúng ta là tạo vật duy nhất được dựng nên theo hình ảnh Đức Chúa Trời, nên sự ngợi khen và vinh hiển chúng ta dành cho Chúa phản chiếu địa vị đó. Vậy thì, là con người, chúng ta ngợi khen Chúa bằng tấm lòng, bằng đôi tay và giọng nói, bằng lý trí lẫn cảm xúc, bằng ngôn ngữ, nghệ thuật, âm nhạc và thủ công - bằng tất cả những gì phản chiếu một Đức Chúa Trời mà hình ảnh của Ngài có trong chúng ta. Sự ngợi khen của chúng ta rõ ràng là sự ngợi khen *của con người*.

> Đáp ứng phát xuất từ lòng biết ơn như thế này là đặc trưng cơ bản của loài thọ tạo mà mọi tạo vật trên đất đều có, con người và loài vật, phong cảnh, biển cả và núi non, đất, gió, lửa và mưa. Tác giả Thi Thiên giao cho mọi loài nhiệm vụ đạo đức đầu tiên của cõi tạo vật là thờ phượng và ngợi khen Đấng sáng tạo... Theo quan điểm của người Hê-bơ-rơ, nhân loại và vũ trụ mang ý nghĩa đạo đức, và cả hai đều phải có đáp ứng đạo đức với Đấng sáng tạo, một đáp ứng phản chiếu sự vinh hiển của Ngài và bày tỏ lòng biết ơn, sự ngợi khen và thờ phượng [Thi Thiên 150].
>
> *Michael Northcott*[6]

Nhưng toàn thể cõi tạo vật còn lại—loài có sinh khí lẫn không có sinh khí - đã ngợi khen Đức Chúa Trời. Thật vậy, trong Kinh thánh các loài sinh vật nhiều lần được hiệu triệu để ngợi khen Chúa. Hãy đọc Thi Thiên 148, và dòng cuối của cả sách Thi Thiên "Mọi sinh vật có hơi thở, hãy ca ngợi Đức Giê-hô-va!" (Thi 150:6; so sánh 145:10, 21; 148). Lòng biết ơn không chỉ là đáp ứng phù hợp với đối tượng thụ hưởng lòng rộng rãi của Chúa là con người, mà còn đến từ tạo vật không phải là con người nữa (vd: Thi 104:27–28).

Đến đây có thể chúng ta thấy bối rối. Nhưng đó không phải lý do để không tin vào điều đó. Vì chúng ta là con người, chúng ta chỉ biết thực tại về tư cách con người "từ bên trong" và biết ngợi khen Chúa đối với *chúng ta* có nghĩa là gì. Chúng ta không thể đặt mình vào "suy nghĩ" của con vật, càng không thể đặt mình vào "sự tồn tại" của cỏ cây hay núi đồi. Chúng ta cũng không thể đặt mình vào suy nghĩ của Đức Chúa Trời, Đấng sáng tạo, để hiểu cách Ngài liên hệ với cõi tạo vật không phải là con người như thế nào. Nhưng Kinh thánh cho chúng ta biết rằng Đức Chúa Trời làm được điều đó, và Ngài nhận được sự ngợi khen cùng vinh hiển từ tất cả tạo vật. Chúng ta không thể giải thích cõi tạo vật ngợi khen Đấng tạo dựng nên nó *bằng cách nào*. Nhưng không phải vì chúng ta không thể nói rõ *phương cách* ngợi khen không lời của công trình sáng tạo, hay thật ra là *phương cách* Đức Chúa Trời nhận sự khen ngợi từ chúng, mà chúng ta bác bỏ *sự thật rằng* cõi tạo vật ngợi khen Đức Chúa Trời - vì điều này được xác nhận trong cả Kinh thánh với sự tin quyết mạnh mẽ.

Vì vậy, khi chúng ta quan tâm đến công trình sáng tạo là chúng ta dự phần vào mục đích lớn lao của cõi tạo vật trong việc dâng vinh hiển cho Đức Chúa Trời. Dĩ nhiên, ngược lại, khi chúng ta không chăm sóc cõi tạo vật, hay khi chúng ta phá hủy, làm ô nhiễm và lãng phí nó, là chúng ta đang làm giảm bớt khả năng dâng vinh hiển cho Đức Chúa Trời của cõi tạo vật.

2. Sự sống con người và cõi tạo vật có liên hệ chặt chẽ với nhau

Liên kết chặt chẽ giữa con người và trái đất được bày tỏ rõ ràng từ ban đầu. Từ Hê-bơ-rơ chỉ "con người" (một cách chung chung) là ʾadam. Từ chỉ "mặt đất" hay đất (và có khi chỉ toàn bộ trái đất), là ʾadamah. Vì vậy, thật ra chúng ta là "sinh vật trên đất", được tạo thành từ cát bụi của trái đất, và có cùng "chất liệu" cơ bản: phân tử, prô-tê-in, ADN, khoáng chất, v.v... như tất cả các sinh vật khác và chính hành tinh này. Đặc biệt là nước. "Chúng ta không phụ thuộc vào nước. Chúng ta là nước" là dòng mở đầu thu hút sự chú ý của một bài báo mới đây trên tạp chí của Hội Bảo vệ Chim chóc của Hoàng gia Anh. Câu này đang muốn nói rằng hễ điều gì chúng ta làm cho nguồn nước trên hành tinh này là chúng ta làm cho chính chúng ta.

Cựu Ước tiếp tục nhấn mạnh mối liên hệ mật thiết giữa con người và trái đất ở hai phương diện.

Trái đất chu cấp cho chúng ta

Trước tiên, Đức Chúa Trời ban cho chúng ta tài nguyên của trái đất để làm thức ăn và duy trì sự sống cho chúng ta. Dĩ nhiên, điều này cũng đúng với tất cả các loài vật khác. Nhưng trong Sáng Thế Ký 1:29–30 và 9:3, con người rõ ràng được cho phép ăn những thứ có trên trái đất xung quanh chúng ta.

Trái đất cho chúng ta thức ăn. Trái đất cho chúng ta áo mặc. Trái đất là nơi ẩn náu của chúng ta. Hãy nghĩ đến loài cỏ - có lẽ cỏ là loài thực vật xuất hiện nhiều nhất trên hành tinh, với vô số giống loài ở mọi loại khí hậu. Chúng ta ăn cỏ khi cỏ trở thành thức ăn cho súc vật ăn cỏ, là những loài vật mà đồ ăn hằng ngày duy nhất của chúng là cỏ. Chúng ta uống cỏ, dưới dạng sữa và sữa đông. Chúng ta mặc cỏ, khi quần áo được làm từ len hay giày dép được làm từ da. Hàng triệu con người vẫn dùng cỏ làm mái nhà che nắng che mưa cách hiệu quả. Cỏ được bện thành dây thừng, giỏ thúng và thảm trải sàn. Chỉ một mình cỏ thôi đã mang đến cho con người vô số lợi ích và đáp ứng rất nhiều nhu cầu của chúng ta, cả trước khi chúng ta nói về loài cỏ được trồng để sản sinh nhiều loại ngũ cốc bổ dưỡng mà chúng ta khuấy trong ly để uống vào buổi sáng.

Cho nên, thật sự chúng ta có hơi ngạo mạn khi lúc nào cũng nói về cách chúng ta phải "chăm sóc môi trường" như thể môi trường hoàn toàn là đối tượng thụ động cần sự thương cảm của chúng ta. *Chính môi trường chăm sóc chúng ta*, lặng lẽ bày tỏ ân điển rời rộng của Đức Chúa Trời đối với chúng ta mỗi một ngày chúng ta sống trên đất này, như Thi Thiên 65:9–13 đã vui mừng ghi nhớ với lòng biết ơn.

Trái đất cùng chúng ta chịu đau đớn

Tuy vậy, thứ hai, Cựu Ước khẳng định mối liên kết rõ ràng giữa cách con người cư xử với trái đất và tình trạng của chính trái đất - dù tốt hay xấu. Cụ thể, sự gian ác của con người tạo ra sự căng thẳng cho môi trường. Những người thời Cựu Ước có thể không hiểu những mối liên quan khoa học ẩn bên dưới hành động của con người với những ảnh hưởng về mặt sinh học, nhưng họ có thể quan sát và rút ra những kết luận thần học lẫn đạo đức.

Ô-sê cho chúng ta gương mẫu rõ ràng nhất về mối liên kết này khi ông kết thúc danh sách những điều ác trong xã hội bằng những triệu chứng đáng buồn trong trật tự của thiên nhiên.

Hỡi con dân Y-sơ-ra-ên, hãy nghe lời của Đức Giê-hô-va.

Vì Đức Giê-hô-va lên án dân cư xứ này:

"Trong xứ này, không có sự thành tín, chẳng có sự nhân từ

Cũng chẳng có sự hiểu biết Đức Chúa Trời

Chỉ tràn ngập sự nguyền rủa, thất tín, giết người,

Trộm cắp và ngoại tình;

Chúng gây hết cảnh đổ máu này đến cảnh đổ máu khác.

Vì vậy, xứ sở sầu thảm,

Mọi người dân đều hao mòn,

Cả thú rừng và chim trời cũng vậy;

Cả đến cá biển cũng chẳng còn. (Ô-sê 4:1–3)

Phục Truyền chương 28 cho thấy sự vâng lời hay bất tuân của dân sự sẽ mang đến những tác động, phước hay họa, được thể hiện trong tự nhiên. Giê-rê-mi 4:23–26 mô tả sự phán xét của Đức Chúa Trời đảo ngược sự tuyệt vời của những tặng phẩm từ cõi tạo vật.

Vậy nên, điều muốn nói ở đây là chúng ta không thể tự tách mình ra khỏi môi trường tự nhiên của trái đất. Chúng ta được dựng nên như một phần của môi trường đó và được tạo dựng để chăm sóc nó. Hễ điều gì chúng ta làm trên đất, dù tốt hay xấu, cũng sẽ ảnh hưởng trên môi trường sinh thái bởi mối giao hòa giữa đời sống con người và tất cả các sự sống khác trên đất. Đó là cách Đức Chúa Trời đã sắp đặt, và chúng ta phải gặt hái hậu quả từ hành động của mình. Một nhân loại tham lam sẽ tạo ra một trái đất khốn khổ - và một trái đất khốn khổ sẽ dẫn đến một nhân loại khốn khổ.

3. Cõi tạo vật cũng nằm trong phạm vi cứu chuộc của Đức Chúa Trời

Như chúng ta đã biết quá rõ ngày nay, ảnh hưởng tích lũy từ sự bất cẩn của chúng ta nhiều thế hệ qua đang gây khủng hoảng cho môi trường ở quy mô chưa từng có. Tôi không cần phải nói chi tiết vì sự thật quá rõ ràng và ngày càng nhức nhối (dù cũng gây bối rối nữa). Tôi cũng không muốn giả làm nhà tiên tri để đưa ra những lời dự báo đáng sợ. Chúng ta không biết trước tương lai, và sự kết hợp giữa ân điển Đức Chúa Trời với sự khéo léo của con người có lẽ chưa thể khiến con người tìm ra được những phương cách ngăn chặn một số viễn cảnh tồi tệ nhất tấn công chúng ta, cho dù là từ khoa học nghiêm túc hay phim giả tưởng.

Tuy nhiên, Cựu Ước quả quyết rằng tương lai của chúng ta không tùy thuộc vào tài khéo của con người, cho dù có khéo léo đến đâu đi nữa (và dĩ nhiên, bản thân tài khéo ấy cũng là một phần tặng phẩm mà Đức Chúa Trời ban tặng cho chúng ta khi Ngài tạo nên chúng ta). Chúng ta sống trên một trái đất bị rủa sả (theo Sáng 3), nhưng chúng ta cũng sống trên một trái đất của giao ước (theo Sáng 9). Sự sống còn của chúng ta cuối cùng không phụ thuộc vào chúng ta mà vào lời hứa của Chúa đối với Nô-ê, sau cơn lụt, rằng chính Đức Chúa Trời sẽ gìn giữ sự sống trên hành tinh - một giao ước được lập không chỉ với con người, mà rõ ràng là với cả sự sống trên đất nữa. Vì vậy, cho dù ngay trong trật tự tự nhiên hiện tại bị tàn phá và hư hỏng bởi lòng tham của chúng ta, thì vẫn có lời bảo đảm về ý định của Đức Chúa Trời cho toàn vũ trụ.

Nhưng hơn thế nữa, Cựu Ước nói cụ thể công trình sáng tạo cũng nằm trong khải tượng về kế hoạch cứu chuộc của Đức Chúa Trời. Ngài muốn ban phước cho mọi dân tộc và Ngài đã hứa với Áp-ra-ham rằng Ngài sẽ làm như vậy. Đó là chủ đề sẽ lặp đi lặp lại nhiều lần trong các chương tiếp theo. Nhưng phước hạnh đó không hề được xem là nhằm nhanh chóng đẩy các dân tộc ra khỏi hành tinh này để đến một nơi phước hạnh nào đó khác. Thay vào đó, đây sẽ là một phước hạnh của những người *ở với và ở trong* công trình sáng tạo cuối cùng được chuộc và được phục hồi trở về tình trạng đa phước hạnh vốn là đặc trưng của nó trong Sáng Thế Ký 1–2.

Cõi tạo vật *không phải* chỉ làm nền cho cuộc sống của con người, những người thật ra được định để sống ở một nơi khác, và một ngày kia sẽ như vậy. Chúng ta không được cứu chuộc *ra khỏi* công trình sáng tạo, mà chúng ta là *một phần* của chính công trình sáng tạo được chuộc—một cõi tạo vật một lần nữa sẽ hoàn toàn và mãi mãi dâng vinh quang cho Đức Chúa Trời, vì niềm vui và ích lợi của chúng ta, cho đến đời đời.

Các nhạc sĩ Y-sơ-r-a-ên dành nhiều thời gian trông mong đến ngày Đức Chúa Trời sắp đặt mọi thứ vào đúng chỗ của nó trở lại. Khi cuối cùng Đức Chúa Trời đến phán xét trái đất, đây không chỉ là tiếng chuông không mấy vui vẻ (dù dĩ nhiên điều này có nghĩa là kẻ gian ác không ăn năn cuối cùng sẽ bị xử lý), mà có nghĩa là Đức Chúa Trời sẽ bênh vực những người bị áp bức, phục hồi những mối quan hệ lành mạnh và đem bình an cùng sự công bằng đến thế gian.

Nhưng những nhạc sĩ người Y-sơ-ra-ên không chỉ nghĩ đến con người. Toàn cõi tạo vật sẽ được vui hưởng lợi từ tột đỉnh sự cứu chuộc của Đức Chúa Trời và sẽ vui mừng hoan hỉ trong sự cứu chuộc đó. Thi Thiên 96 đi đến cao trào khi công bố sự cai trị sắp đến của Đức Chúa Trời và tác động đó trên cõi tạo vật là không thể nhầm lẫn. Toàn thể cõi tạo vật sẽ cùng ca "Khải Hoàn Ca":

> Hãy công bố giữa các nước rằng: Đức Giê-hô-va cai trị:
>
> Thế giới được thiết lập vững bền, không bao giờ rúng động.
>
> Ngài sẽ phán xét các dân tộc theo lẽ công bằng.
>
> Nguyện các từng trời vui vẻ và đất mừng rỡ,
>
> Nguyện biển và mọi vật ở trong biển gầm vang.
>
> Nguyện đồng ruộng và mọi vật trong đó đều hớn hở;
>
> Bấy giờ cây cối trong rừng sẽ reo mừng
>
> Trước mặt Đức Giê-hô-va; vì Ngài đang đến,
>
> Ngài đang đến để phán xét thế gian;
>
> Ngài sẽ lấy đức công chính mà phán xét thế giới,
>
> Dùng chân lý mà phán xét mọi dân tộc. (Thi 96:10–13; so sánh 98:7–9)

Các tiên tri cũng chia sẻ niềm hân hoan ấy, nhất là Ê-sai. Ê-sai 11:1–9 mô tả sự cai trị công bằng của vị vua thuộc dòng dõi Đấng Mê-si-a và kết thúc bằng bức tranh về sự thuận hòa và bình an trong chính trật tự tạo dựng. Ê-sai 35 cũng mô tả sự biến đổi ngay trong cõi thọ tạo khi Đức Chúa Trời cuối cùng cứu chuộc con dân Ngài. Tuy nhiên, đỉnh điểm của khải tượng về cõi thọ tạo tương lai trong Cựu Ước là trong Ê-sai 65–66. Câu "Xem kìa, Ta sẽ tạo dựng trời mới đất mới" (Ê-sai 65:17 - trong bản Anh ngữ, từ mở đầu là một phân từ ngụ ý đây là điều Đức Chúa Trời đã đang thực hiện, chứ không chỉ là ý định trong tương lai) giới thiệu một khúc Kinh thánh rất tuyệt vời đòi hỏi phải đọc đầy đủ.

"Vì nầy, Ta sẽ tạo dựng trời mới đất mới.

Những việc trước kia sẽ không còn được nhớ đến, không còn nhắc đến trong tâm trí nữa.

Nhưng hãy vui mừng và hân hoan mãi mãi về những gì Ta đã tạo dựng;

Vì nầy, Ta đã tạo dựng Giê-ru-sa-lem cho niềm hân hoan, và dân thành ấy cho sự vui mừng.

Ta sẽ hoan hỉ vì Giê-ru-sa-lem, Ta sẽ vui mừng vì dân Ta;

Nơi ấy sẽ không còn nghe tiếng khóc lóc,

Hay kêu la đau đớn nữa.

Tại đó sẽ không có trẻ con chết yểu,

Cũng chẳng có người già không tròn tuổi thọ;

Vì chết lúc trăm tuổi là chết trẻ,

Và kẻ chỉ sống đến trăm tuổi bị coi như đáng nguyền rủa.

Người ta sẽ xây nhà và được ở,

Sẽ trồng vườn nho và được ăn trái.

Họ sẽ không xây nhà cho người khác ở,

Chẳng trồng vườn nho cho kẻ khác ăn.

Vì tuổi thọ của dân Ta sẽ như tuổi của cây;

Những người được chọn của Ta sẽ được hưởng công việc tay mình làm.

Họ sẽ không nhọc công vô ích,

Không sinh con để gặp tai ương bất ngờ;

Vì họ và con cháu họ

Là dòng dõi được Đức Giê-hô-va ban phước.

Ta sẽ nhậm lời họ trước khi họ kêu cầu Ta;

Họ còn đang nói, Ta đã nghe rồi.

Muông sói và chiên con sẽ ăn chung với nhau,

Sư tử sẽ ăn rơm như bò,

Còn rắn thì ăn bụi đất.

Sẽ chẳng có ai làm tổn hại hay hủy phá

Trong khắp núi thánh của Ta." Đức Giê-hô-va phán vậy. (Ê-sai 65:17–25)

Khải tượng truyền cảm hứng này mô tả cõi tạo vật mới của Đức Chúa Trời sẽ là một nơi vui vẻ, không có đau đớn và nước mắt, nơi có cuộc sống thỏa nguyện, công việc bảo đảm đem lại sự thỏa lòng, không ở dưới sự rủa sả phải lao động mệt nhọc và môi trường sống an toàn. Đó là khải tượng khiến cho hầu hết những ước mơ của phong trào Thời Đại Mới có vẻ tốt hơn nhiều.

Điều này đương nhiên dẫn chúng ta đi tiếp đến cách Tân Ước nhìn thấy sự ứng nghiệm của những niềm hy vọng lớn lao dành cho cõi tạo vật qua sự cứu chuộc được Chúa Giê-xu hoàn tất. Nhưng trước khi đi đến đó, chúng ta hãy tóm tắt ngắn gọn chặng đường đã qua cho đến thời điểm này.

Khi Đức Chúa Trời sáng tạo trái đất, Ngài dựng nên con người theo hình ảnh Ngài với sứ mạng rõ ràng là quản trị công trình sáng tạo bằng cách săn sóc nó - một nhiệm vụ dựa trên gương mẫu vương quyền của chính Đức Chúa Trời. Sứ mạng này chưa bao giờ bị hủy bỏ, và Cơ Đốc nhân không được miễn trừ dựa trên lý do chúng ta có những việc khác hoặc những việc quan trọng hơn cần làm.

Khi tham gia vào công tác quản trị và chăm sóc cõi tạo vật, chúng ta đang cùng cõi tạo vật dâng vinh hiển và sự ngợi khen cho Đấng sáng tạo, một đáp ứng đúng đắn trước sự thật là, theo ý định của Chúa, cõi tạo vật cung cấp cho những nhu cầu của chúng ta một cách dư dật.

Nhưng ngay cả khi chúng ta làm điều này, chúng ta cũng nhận biết những khổ đau và sự báng bổ kinh khủng mà cõi tạo vật phải chịu do hậu quả của tội lỗi, lòng tham và sự hung bạo của chúng ta. Vì vậy, chúng ta không chỉ nhìn lại những nguyên tắc của sự sáng tạo *thúc đẩy chúng ta đi ra* trong sứ mạng bảo vệ môi trường mà còn hướng đến sự cứu chuộc công trình sáng tạo, là điều *kéo chúng ta đến* với niềm hy vọng và sự đảm bảo rằng công khó của chúng ta trong Chúa chẳng phải là vô ích đâu.

Bởi Đấng Christ, Vì Đấng Christ, Qua Đấng Christ

Có lẽ với tiếng thở ra nhẹ lòng cùng một chút nôn nóng, chúng ta đến với Tân Ước. Rốt cục, đây chính là nơi chúng ta tìm thấy Đấng Christ, Đấng mà Đại Mạng Lệnh của Ngài thúc đẩy sứ mạng của chúng ta, Đấng mà chỉ trong Danh Ngài, sứ mạng của chúng ta mới được trao quyền và trở nên hiệu quả. Và một khi tâm trí chúng ta hướng về Đấng Christ, thì nhiều đoạn Kinh thánh nổi tiếng ùa về. "Ngươi hãy đặt tên là Giê-xu, vì chính con trai ấy sẽ cứu dân mình ra khỏi tội" (Mat 1:21). "Đức Chúa Giê-xu Christ đã đến trong thế gian để cứu vớt tội nhân" (1 Ti 1:15). Cứu tội nhân là sứ mạng của Chúa Giê-xu và là ý nghĩa của thập tự giá. Vậy thì, chắc chắn đó cũng là giới hạn sứ mạng của chúng ta. Vì nếu sứ mạng của chúng ta bắt nguồn từ công tác cứu chuộc của Đấng Christ và thập tự giá của Ngài, thì cõi tạo vật khớp với sứ mạng ấy ở chỗ nào? Cứu tội nhân, không phải cứu loài cá voi hay cây cối - đó chẳng phải điều chúng ta phải tập trung vào hay sao?

Nhưng một lần nữa, chúng ta phải chỉ ra rằng mặc dù việc tội nhân được cứu nhờ thập tự giá của Đấng Christ là điều hiển nhiên đúng, nhưng theo Tân Ước đó thật sự không phải là toàn bộ Phúc âm hay toàn bộ thành tựu của thập tự giá.

1. Muôn vật được giải hòa nhờ thập tự giá

Hãy nghe Phao-lô giải thích khải tượng lớn của ông về công tác của Đấng Christ, trong một phân đoạn có vẻ mang tính định nghĩa "niềm hy vọng của Phúc âm". Phân đoạn Kinh thánh được sắp xếp rất rõ ràng và cẩn thận.

Chính Ngài là hình ảnh của Đức Chúa Trời vô hình, là Đấng sinh ra trước tất cả mọi loài thọ tạo. Vì trong Ngài mọi vật trên trời, dưới đất, vật thấy được hoặc vật không thấy được đều được tạo dựng. Hoặc ngôi vua, hoặc quyền thống trị, hoặc các lãnh tụ, hoặc giới cầm quyền đều được tạo dựng bởi Ngài và vì Ngài. Ngài có trước muôn vật, và muôn vật được giữ vững trong Ngài. Ngài là đầu của thân thể, tức là Hội thánh. Ngài là khởi đầu, là Đấng sinh trước nhất từ những người chết, để trong mọi sự Ngài đều đứng đầu. Vì Đức Chúa Trời đã vui lòng đặt để mọi sự viên mãn của mình ở trong Ngài, và nhờ Ngài mà hòa giải muôn vật với chính mình, bởi huyết Ngài trên thập tự giá đem bình an đến cho cả những vật dưới đất và những vật trên trời.

Còn anh em ngày trước vốn xa cách Đức Chúa Trời, trở nên thù nghịch với Ngài bởi những ý tưởng và hành động xấu xa của anh em, nhưng bây giờ Đức Chúa Trời đã hòa giải qua sự chết thân xác của Con Ngài, để trình diện anh em một cách thánh sạch, không tì vết, không chỗ chê trách được trước mặt Ngài; miễn là anh em tiếp tục đứng vững trong đức tin, không nao núng, không chuyển dời khỏi niềm hy vọng của Tin lành mà anh em đã nghe, là Tin lành đã được rao giảng cho mọi tạo vật dưới trời; và tôi, Phao-lô đã trở nên người phục vụ Tin lành ấy. (Côl 1:15–23)

Có vài điều chúng ta cần lưu ý trong bản văn tuyệt tác này.

Phao-lô đang nói về toàn bộ công trình sáng tạo. Trước tiên, ông nói "mọi loài thọ tạo" (1:15), rồi sau đó dùng cụm từ "mọi vật trên trời, dưới đất" (1:16). Rõ ràng Phao-lô đang nghĩ đến *toàn thể vũ trụ được tạo dựng* - chứ không chỉ con người.

Phao-lô liên kết *Đấng Christ với loài thọ tạo* theo cách toàn diện nhất. Dĩ nhiên, Đấng Christ là Con Đức Chúa Trời, ngay cả trước khi cõi tạo vật hiện hữu (1:17). Đấng Christ là nguồn của sự tạo dựng vũ trụ (1:16). Đấng Christ là người thụ hưởng hay thừa kế toàn bộ công trình sáng tạo ("con trưởng nam" [1:15], "vì Ngài" [1:16]). Đấng Christ duy trì sự hiện hữu của cõi tạo vật (1:17).

Phao-lô bao gồm cả cõi tạo vật trong *năng quyền cứu rỗi của thập tự giá*. Đấng Christ đã cứu chuộc cõi tạo vật (1:20). Điều quan trọng ở đây là huyết của Đấng Christ, đổ ra trên cây thập tự, là phương tiện để giải hòa *cõi tạo vật* với Đức Chúa Trời, chứ không chỉ giải hòa *tội nhân*. "Muôn vật" được giải hòa trong câu 20 phải mang ý nghĩa toàn vũ trụ, giống như "mọi vật" được tạo dựng trong câu 16.

Trình tự lý lẽ Phao-lô đưa ra ở đây cũng rõ ràng và ngược lại với cách chúng ta thường mô tả Phúc âm. Chúng ta hay bắt đầu từ hướng ngược lại.

Chúng ta thường bắt đầu với những cá nhân cần được giải quyết về vấn đề tội lỗi. Thập tự giá là giải pháp cho vấn đề cá nhân đó, để rồi bạn mới được cứu và lên thiên đàng. Trong lúc đợi lên thiên đàng, bạn cần thông công và bầu bạn, và đó là mục đích của hội thánh. Cho nên, tốt hơn hết là bạn nên gia nhập hội thánh. Còn thế giới ngoài kia, chúng ta phải sống trong thế giới đó cho đến khi lên thiên đàng, nhưng chúng ta không nên quá bận tâm về thế gian, vì chỉ có điều gì "thuộc về trời" mới thật sự có giá trị.

Cá nhân ☐ hội thánh ☐ thế giới ☐ thiên đàng. Đó là hướng đi của chúng ta, với thuyết nhị nguyên gắn liền bên trong.

Còn Phúc âm của Phao-lô hoàn toàn đi theo hướng ngược lại. Đức Chúa Trời thật sự có một kế hoạch rất lớn. Phao-lô bắt đầu với cõi tạo vật - và liên kết cõi tạo vật với Đấng Christ, là Đấng sáng tạo và Đấng nâng đỡ. Rồi ông đi tới hội thánh (1:18), là dân của cõi tạo vật mới, vì họ ở trong Đấng Christ, Đấng được sinh ra trước nhất trong sự tạo dựng mới, y như Ngài có trước nhất trong sự tạo dựng ban đầu. Điều này có nghĩa là hội thánh thuộc về Đấng Christ, vì mọi vật thuộc về Đấng Christ, nhưng cũng vì trong sự tạo dựng này, hội thánh là lời tiên báo về dân được chuộc của Chúa trong sự tạo dựng mới. Sau khi đã nói về mọi tạo vật và về cả hội thánh, Phao-lô tóm lại toàn bộ trong công tác giải hòa của thập tự giá (1:20). Cuối cùng, sau khi phác thảo kế hoạch vĩ đại của Đức Chúa Trời cho toàn cõi vũ trụ và nhấn mạnh trọng tâm là thập tự giá, Phao-lô nói tiếp: "Phải rồi, ngay cả anh em nữa ["còn anh em" ở đầu câu 21 để nhấn mạnh], anh em cũng có phần trong đó! Anh em là người Ngoại bang ngoài cuộc [như được mô tả ở Ê-phê-sô 2:11–12] có thể thuộc về những người được giải hòa, qua đức tin đặt vào Phúc âm hiện dành cho mọi người ở mọi nơi" ("được rao giảng cho mọi tạo vật dưới trời", câu 23, có thể được dịch cách chính xác hơn là "được rao giảng trong toàn cõi tạo vật ở dưới trời" [như trong bản REB và ESV]; Phao-lô xem cả trái đất là phạm vi rao truyền Phúc âm).

2. Tin vui mừng cho mọi tạo vật

Nhãn quan Phúc âm của Phao-lô cũng rộng lớn như chính cõi tạo vật, đó là vì hiểu biết của ông về thập tự giá bao gồm toàn thể công trình sáng tạo trong công tác giải hòa của Đấng Christ. Bây giờ, sứ mạng của chúng ta được đặt trên Phúc âm và cần phản chiếu bề dài, bề rộng và bề sâu của Phúc âm. Vậy thì, nếu thập tự giá của Đấng Christ là tin vui mừng cho cả cõi tạo vật, thì sứ mạng của chúng ta phải bao gồm tin mừng và việc đem tin mừng đến cho toàn bộ công trình sáng tạo.[7]

Vậy thì việc chúng ta chăm sóc cõi tạo vật không chỉ được thôi thúc bởi sự thật rằng tạo vật được Đức Chúa Trời dựng nên và chúng ta được truyền lệnh phải chăm sóc, mà còn bởi sự thật rằng tạo vật được cứu chuộc bởi Đấng Christ và chúng ta phải dựng các tấm bảng chỉ đường hướng về đích đến tối hậu của sự phục hồi hoàn toàn trong Đấng Christ. Sứ mạng cứu chuộc của Đức Chúa Trời bao gồm cả cõi tạo vật. Sứ mạng của chúng ta bao hàm việc tham dự vào công tác cứu chuộc đó như những tác nhân đem tin tốt lành cho toàn cõi tạo vật cũng như cho con người.

Các phần khác của Tân Ước nhấn mạnh khải tượng lớn cho tương lai này. Phao-lô liên kết sự cứu chuộc cõi tạo vật với sự cứu chuộc và sự sống lại của thân thể chúng ta trong Rô-ma 8—một phân đoạn Kinh thánh hết sức quan trọng.

> Vì muôn vật nhiệt thành, thiết tha trông mong sự hiện ra của con cái Đức Chúa Trời. Muôn vật đã bị lệ thuộc sự hư không, chẳng phải tự ý, nhưng bởi Đấng muốn chúng lệ thuộc, với hy vọng rằng chính muôn vật rồi đây cũng sẽ được giải phóng khỏi thân phận nô lệ cho sự hư nát, để chung hưởng sự tự do trong vinh quang của con cái Đức Chúa Trời.
>
> Vì chúng ta biết rằng tất cả tạo vật đều than thở và quặn thắt cho đến ngày nay; không những muôn vật mà cả chúng ta là những người có Thánh Linh là trái đầu mùa, cũng than thở trong lòng đang khi mong đợi được làm con nuôi, là sự cứu chuộc thân thể chúng ta. (Rô 8:19–23)

Phi-e-rơ cũng nhìn xa hơn sự phán xét đến tội của Đức Chúa Trời, là sự phán xét sẽ tiêu diệt mọi điều ác trong trật tự thế giới hiện tại để thấy cõi tạo vật mới, cõi tạo vật được chuộc lại.

> Nhưng theo lời hứa của Ngài, chúng ta trông đợi trời mới đất mới là nơi sự công chính ngự trị. (2 Phi 3:13).

Ngôn ngữ chỉ về lửa và sự hủy diệt không có nghĩa là toàn thể cõi tạo vật sẽ bị *xóa sạch*. Thay vào đó, đây cũng là những thuật ngữ tương tự được dùng để mô tả cách thế giới tội lỗi bị "hủy diệt" bởi cơn nước lụt (2 Phi 3:6–7). Điều

---

[7]Trong cái gọi là "phần kết dài hơn" của Phúc âm Mác, Chúa Giê-xu bảo các môn đồ "đi ra khắp thế gian để giảng tin mừng cho toàn cõi tạo vật" (Mác 16:15). Câu này có lẽ không có trong nguyên bản do chính tay Mác viết, nhưng chắc chắn phản chiếu nhận thức sâu sắc phù hợp với Kinh thánh. Phúc âm về sự chết và sự sống lại của Chúa Giê-xu thật sự là tin mừng cho cả cõi tạo vật, như tác giả Thi thiên 96 chắc chắn đồng ý như vậy.

bị hủy diệt trong trận lụt không phải toàn thể hành tinh, mà là thế giới tội lỗi và nổi loạn. Tương tự, điều sẽ bị hủy diệt trong sự phán xét cuối cùng không phải là vũ trụ, mà là tội lỗi và sự chống nghịch của nhân loại và sự tàn phá mà họ gây ra. Đó sẽ là một tai họa lớn, gột rửa và thanh tẩy, để cõi tạo vật mới sẽ là một nơi không có tội lỗi nhưng đầy sự công bình, vì chính Đức Chúa Trời sẽ ngự ở đó giữa dân được chuộc của Ngài (Khải 21:1–4).[8]

Vậy thì, là con người, sứ mạng của chúng ta là chăm sóc trái đất mà Đức Chúa Trời đã tạo dựng. Và với chúng ta những người được chuộc thì sứ mạng đó càng quan trọng hơn vì chúng ta cũng mong đợi sự cứu chuộc cõi tạo vật. Là những Cơ Đốc nhân, hoạt động về môi trường của chúng ta vừa mang chiều kích của sự tạo dựng, vừa mang chiều kích của sự cứu chuộc. Đó là đáp ứng theo tinh thần mang tính sứ mạng trước những gì thần học thánh kinh dạy chúng ta về mục đích của Đức Chúa Trời đối với công trình sáng tạo, ngay từ phần mở đầu và phần kết thúc của Kinh thánh.

Tóm Lược

Tôi hy vọng phần lược khảo ngắn gọn thần học thánh kinh về cõi tạo vật sẽ cung cấp đủ lý lẽ để nói rằng Cơ Đốc nhân nên đi đầu trong việc chăm sóc cõi tạo vật. Chúng ta có những lý do vô cùng sâu sắc để làm điều này, được rút ra từ niềm tin và quan điểm của chúng ta, hơn là chỉ những lý do thận trọng hoặc vị kỷ (kiểu "chúng ta phải làm gì đó nếu không tất cả rồi sẽ bị nướng lên vì sự nóng lên toàn cầu hay chết đuối vì mực nước biển dâng lên"). Quả thật, Cơ Đốc nhân nên tìm cách sống trên hành tinh này sao cho được phê chuẩn theo cách gọi hiện thời là "sống xanh"- tức tránh sử dụng năng lượng cách phung phí, giảm lượng khí cạc-bon đưa vào khí quyển, tái chế thay vì vứt bỏ, ngăn chặn nạn ô nhiễm và ủng hộ những sáng kiến về kinh tế và chính trị giúp bảo vệ môi trường không bị tàn phá thêm một cách không cần thiết.

Nhưng có phải chỉ bấy nhiêu đó thôi không? Còn *sứ mạng* liên quan đến môi trường thì sao? Có hợp lý không khi áp dụng thần học thánh kinh cho đời sống tại thời điểm này bằng cách nói rằng một số người được Đức Chúa Trời kêu gọi và sai phái với sứ mạng cụ thể là chăm sóc cõi tạo vật, nghiên cứu khoa học trong lĩnh vực môi trường, bảo tồn môi sinh trong tự nhiên, v.v...? Tôi tin rằng câu trả lời là đúng vậy, và sẽ đề xuất vài lý do tại sao khi chúng ta suy ngẫm về tính liên quan trong chương 15.

Câu Hỏi Liên Quan

1. Nếu câu chuyện thánh kinh đi từ sự tạo dựng đến sự tạo dựng mới, thì điều đó có ý nghĩa gì đối với chương trình truyền giáo của hội thánh

---

[8] Xem Wittmer, *Heaven Is a Place on Earth*, 201–3.

bạn nếu muốn chương trình đó hoàn toàn phù hợp với Kinh thánh?
2. Chương này mở mang hiểu biết của bạn về Chúa Giê-xu trên những phương diện nào – đặc biệt trong mối liên hệ với ý nghĩa và phạm vi của điều Ngài đã hoàn tất qua thập tự giá và sự sống lại?
3. Việc đưa sứ mạng chăm sóc trái đất vào sứ mạng của hội thánh ảnh hưởng thế nào đến ý thức trách nhiệm của hội thánh/của Cơ Đốc nhân trong những vấn đề về môi trường?
4. Có khuôn mẫu hành vi và tinh thần quản gia cụ thể nào mà bạn cảm thấy đời sống mình cần thay đổi theo khi có nhãn quan đúng đắn này không?

4

Những Người Làm Nguồn Phước Cho Muôn Dân

Ai là nhà truyền giáo vĩ đại nhất trong Kinh thánh? Có thể một số người cho là Chúa Giê-xu, nhưng có lẽ hầu hết sẽ trả lời là Phao-lô. Chắc chắn ông nổi bật với tên gọi "sứ đồ cho các dân tộc", vạch ra và hoàn thành cầu nối quan trọng cho Phúc âm giữa người Do Thái với Dân ngoại và qua đó mở đầu cho phong trào loan báo Phúc âm đến đầu cùng đất.

Phao-lô hiểu đời sống và chức vụ truyền giáo của ông như thế nào? Ông cố gắng làm trọn điều gì? Nhờ đâu ông vẫn tiếp tục chấp nhận chịu cảnh bầm dập (theo nghĩa đen) của công tác truyền giáo?

Sự Vâng Phục Của Đức Tin Giữa Mọi Dân Tộc

Phao-lô nói với chúng ta bằng một cụm từ ngắn ở ngay đầu và cuối lá thư dài nhất của ông. Ông nói ông được kêu gọi làm sứ đồ để "vì danh Ngài [danh Đấng Christ] đem mọi dân tộc đến sự vâng phục do đức tin" (Rô 1:5; được lặp lại ở 16:26 trong bản ESV).

Đó chính là một tham vọng cộng hưởng với những tiếng vang mạnh mẽ của Áp-ra-ham. Bởi lẽ Áp-ra-ham là nhân vật nổi bật hơn hẳn trong Cựu Ước, là mẫu mực về đức tin cùng sự vâng phục – mà Phao-lô, Gia cơ và tác giả của Hê-bơ-rơ đều làm chứng. Và chân trời "muôn dân" là sự cộng hưởng của lời Đức Chúa Trời hứa với Áp-ra-ham rằng muôn dân trên đất sẽ nhờ ông mà được phước.

Vì vậy, với cụm từ được đặt ở vị trí nổi bật này, Phao-lô đang nói rằng việc suốt đời phục vụ Phúc âm của ông là để tạo ra những cộng đồng giống Áp-ra-ham trong *toàn* thế gian, chứ không chỉ trong đất nước thuộc dòng dõi sinh học của Áp-ra-ham. Chắc hẳn đây là một mục tiêu đầy tham vọng, nhưng bắt nguồn từ việc ông hiểu được sứ mạng của Đức Chúa Trời được bày tỏ qua lời Ngài hứa với Áp-ra-ham.

Nhưng nó còn sâu xa hơn thế nữa. Phao-lô không chỉ ngụ ý Áp-ra-ham là một *thí dụ* hay mà ông có thể dùng để minh họa cho giáo lý xưng công chính sẽ được ông triển khai trong phần còn lại của bức thư. Lời Chúa hứa với Áp-ra-ham không chỉ là một *minh họa* tình cờ cho một việc khác. Mà lời hứa ấy chính là vấn đề - là chương trình cứu chuộc thế gian của Đức Chúa Trời. Nói cách ngắn gọn, Phúc âm chính là lời Đức Chúa Trời hứa với Áp-ra-ham. Đó thực sự là tin rất vui mừng.

Đó là cách Phao-lô mô tả lời Đức Chúa Trời hứa với Áp-ra-ham trong Ga-la-ti.

Kinh thánh đã thấy trước rằng Đức Chúa Trời sẽ xưng [các nước] Dân ngoại là công chính bởi đức tin, nên đã rao truyền trước cho Áp-ra-ham *phúc âm* này: "Mọi dân tộc sẽ nhờ con mà được phước." (Ga 3:8, tôi tự ý in nghiêng).

Vì vậy, Phúc âm, hay tin mừng, từ chính miệng Đức Chúa Trời là: Đức Chúa Trời muốn ban phước cho muôn dân, và Ngài làm điều đó qua Áp-ra-ham cùng dòng dõi ông.

Vậy thì chúng ta là ai? Chúng ta giống như người Ga-la-ti đang được Phao-lô đề cập trong thư. Nếu chúng ta thuộc trong số các Dân ngoại đã tin Chúa Giê-xu là Đấng Mê-si-a của Y-sơ-ra-ên và là Đấng Cứu Thế, thì chúng ta đã nhận lãnh phước hạnh của Áp-ra-ham. Thật vậy, chúng ta đã trở thành phần tử trong dân sự của Áp-ra-ham. Theo Phao-lô, ở trong Đấng Christ tức là ở trong Áp-ra-ham, cho dù bạn thuộc chủng tộc, xã hội hoặc giới tính nào.

Tại đây không còn phân biệt người Do Thái hay người Hi Lạp, người nô lệ hay người tự do, nam giới hay nữ giới, vì tất cả anh em đều là một trong Đấng Christ Giê-xu. Nếu anh em thuộc về Đấng Christ, thì anh em là dòng dõi Áp-ra-ham, tức là những người thừa kế theo lời hứa. (Ga 3:28–29)

Nhưng điều này có ý nghĩa gì đối với sứ mạng của chúng ta? Nếu chúng ta là dân của Đức Chúa Trời qua Đấng Christ và do đó cũng "ở trong Áp-ra-ham", thì điều đó sẽ ảnh hưởng ra sao trên cách chúng ta hiểu mình là ai và chúng ta ở đây để làm gì? Trước tiên chúng ta cần thấy tầm quan trọng của việc Đức Chúa Trời chọn Áp-ra-ham để thực thi sứ mạng ban phước hạnh cứu chuộc của Ngài. Rồi chúng ta sẽ cần phải xem xét sơ qua một số chỗ trong Cựu và Tân Ước nhắc đến Áp-ra-ham, cho thấy thật ra đây là chủ đề chính của thần học thánh kinh. Sau cùng, chúng ta có thể áp dụng mọi điều này vào việc thực hành sứ mạng của mình. Chúng ta phải là những con người thực thi sứ mạng theo gương mẫu đức tin cùng sự vâng phục của Áp-ra-ham trên những phương diện nào? Nói rằng chúng ta là dân được chọn để làm nguồn phước cho muôn dân có nghĩa là gì?[1]

---

[1] Để đọc phần nghiên cứu đầy đủ hơn chủ đề về sự tuyển chọn Áp-ra-ham cùng những hàm ý về sứ ạng, xem hai chương dành riêng cho vấn đề nầy trong quyển *The Mission of God*,

Nhưng trước tiên chúng ta cần nhìn thấy mối liên kết với chương vừa đọc. Trong chương trước, chúng ta đã xem xét phạm vi bao trùm của Kinh thánh từ sự sáng tạo tới sự tạo dựng mới. Chính sự phản loạn của loài người đã phá hỏng công cuộc tạo dựng tốt đẹp của Đức Chúa Trời và dẫn tới kế hoạch phục hồi của Ngài mà giờ đây bắt đầu với Áp-ra-ham. Và câu chuyện bắt đầu tại đây là bước đầu tiên trên con đường dẫn tới chính công cuộc tạo dựng mới. Chúng ta đang đứng ngay tại giây phút trọng đại này trong câu chuyện thánh kinh.

Áp-ra-ham – Trong Ngữ Cảnh U Ám Của Sáng Thế Ký 1-11

Lời hứa trọng đại của Đức Chúa Trời cho Áp-ra-ham, thường được gọi là giao ước Áp-ra-ham, nằm ở Sáng Thế Ký 12:1–3. Nhưng Sáng Thế Ký 12 theo sau Sáng Thế Ký 1–11. Đây là điều hiển nhiên rồi, nhưng lại là điều cực kỳ quan trọng. Bởi lẽ toàn bộ điều Đức Chúa Trời khởi xướng trong lời Ngài hứa với Áp-ra-ham chỉ trở nên rõ ràng khi chúng ta xem xét lời hứa ấy dựa trên bối cảnh tăm tối của mấy chương đó.

Sau các đoạn mở đầu công cuộc tạo dựng thật hoành tráng, trong chương 3, câu chuyện thánh kinh không còn như mong đợi nữa, khi tạo vật của Đức Chúa Trời là con người tự chọn chống nghịch Đấng Tạo dựng, không tin vào lòng độ lượng của Ngài, bất tuân uy quyền của Ngài và không quan tâm đến những giới hạn về quyền tự do Ngài đã thiết lập cho họ trên thế gian này. Chính điều này đã dẫn tới sự gãy đổ cơ bản trong mọi mối quan hệ được thiết lập trong cuộc sáng tạo. Con người tránh né Đức Chúa Trời trong nỗi sợ vì đã phạm tội. Người nam và nữ không còn có thể nhìn mặt nhau mà không thấy hổ thẹn nữa và họ đổ lỗi cho nhau. Đất bị Đức Chúa Trời rủa sả và không còn đáp ứng với con người như đáng phải.

Cho nên các chương tiếp theo (4–11) kết hợp phân cảnh tội lỗi của loài người ngày càng leo thang cạnh những dấu chỉ về ân điển của Đức Chúa Trời. Đầu của con rắn sẽ bị giày đạp. A-đam và Ê-va được che thân. Ca-in được bảo vệ. Nô-ê cùng gia đình được cứu. Cuộc sống cứ tiếp tục và tạo vật được duy trì theo giao ước. Kế hoạch tạo dựng lớn lao vẫn tiếp diễn, nhưng bị khập khiễng dưới sức nặng đến chao đảo của tội lỗi nhân loại.

Sau cơn lụt, Đức Chúa Trời nhắc lại lời hứa với tạo vật, và con người lại được Đức Chúa Trời ban phước để sinh sản thêm nhiều, lấp đầy mặt đất (Sáng 9:1). Tuy nhiên, câu chuyện lại gặp rắc rối một lần nữa trong chương 11. Việc con người quyết định xây thành có tháp cao trong xứ Shinar có vẻ như là sự kết hợp của thái độ xấc láo (muốn tạo tiếng tăm cho bản thân) với cảm giác bất an (mong sẽ không bị rải ra khắp đất như ý định của Đức Chúa Trời). Câu

---

chương 6 và 7. Một số phân đoạn theo sau chương này phần lớn rút ra từ phần nghiên cứu đó.

chuyện Ba-bên cho chúng ta thấy con người dường như muốn xâm lăng luôn cả cõi trời ngay trong lúc đang chống lại ý muốn Đức Chúa Trời dành cho họ trên đất.

Kết quả là sự chia rẽ trong náo loạn. Sáng Thế Ký 3–11 cho thấy từng chiều kích trong cuộc sống đều bị cuốn trôi cách thê thảm, tách hẳn ra khỏi ý định tốt đẹp ban đầu trong mục đích của Đức Chúa Trời. Đất phải gánh bản án rủa sả của Đức Chúa Trời do tội lỗi con người. Còn con người thì cứ tiếp tục chồng chất thêm danh mục tội ác theo từng thế hệ - ganh tị, giận dữ, sát nhân, báo thù, bạo lực, thối nát, say sưa, bừa bãi về tình dục, xấc xược. Thú vật bị giết làm thức ăn với sự cho phép của Đức Chúa Trời, nhưng không phải điều Ngài hoàn toàn vui lòng. Phụ nữ vui hưởng quà tặng là sinh con đẻ cái kèm theo khổ sở đớn đau. Nam giới thì thấy thỏa mãn khi chinh phục đất, nhưng trộn lẫn với mồ hôi và thất vọng. Cả nam lẫn nữ đều vui hưởng sự kết hợp trong tình dục lẫn tình thân mật, nhưng vẫn kèm theo lòng ham muốn và chiếm đoạt. Từng khuynh hướng trong lòng người đều bị nhiễm điều ác. Công nghệ và văn hóa ngày càng tiến bộ, nhưng kỹ năng có thể làm ra nhạc cụ cho âm nhạc lẫn công cụ sản xuất nông nghiệp lại cũng có thể được sử dụng để chế tạo vũ khí gây chết chóc bạo tàn. Các nước vui hưởng sự đa dạng về mặt chủng tộc, ngôn ngữ và địa lý kèm theo sự xáo trộn, chia rẽ và tranh cạnh nhau.

Bối cảnh này sẽ dẫn sứ mạng của Đức Chúa Trời về đâu? Đức Chúa Trời có thể làm gì tiếp theo? Dù có làm gì thì cũng phải giải quyết dứt điểm chương trình cứu chuộc bao quát. Sáng Thế Ký 1–11 nêu lên một câu hỏi rộng lớn buộc Đức Chúa Trời phải có giải pháp cho toàn vũ trụ. Các vấn đề trải rộng một cách đầy sinh động trước mắt độc giả trong Sáng Thế Ký 1–11 sẽ không thể giải quyết chỉ bằng cách tìm lối cho con người lên thiên đàng sau khi lìa đời. Chính cái chết phải bị tiêu diệt nếu muốn dẹp bỏ lời rủa sả và mở lối tới cây sự sống. Tình yêu cùng năng quyền của Đức Chúa Trời phải xử lý không chỉ tội lỗi của cá nhân mà còn cả sự tranh cạnh cùng nỗ lực của các nước; không chỉ nhu cầu của con người mà còn cả nỗi đau của loài vật cùng lời rủa sả đất.

Để làm trọn điều này đòi hỏi phải có toàn bộ phần còn lại của câu chuyện thánh kinh, từ Sáng Thế Ký 12 tới Khải Huyền 21–22. Thần học thánh kinh bao gồm toàn bộ phạm vi cùng giải pháp cho vấn đề. Vì vậy thần học thánh kinh về sứ mạng cũng phải vươn rộng trong một không gian như thế.

Tiếp đến Đức Chúa Trời có thể làm gì? Điều mà chỉ một mình Đức Chúa Trời mới có thể nghĩ tới. Đức Chúa Trời thấy một cặp vợ chồng lớn tuổi, không con trong xứ Ba-bên và quyết định biến họ thành bệ phóng cho toàn bộ sứ mạng cứu chuộc toàn cầu. Người ta gần như có thể nghe các thiên thần nín thở khi kế hoạch đầy kinh ngạc này được tiết lộ. Giống như độc giả của Sáng Thế Ký 1–11 ngày nay, họ cũng biết mức độ tàn phá của điều ác do con rắn cùng sự ngang bướng của con người gây ra cho tạo vật của Đức Chúa Trời. Áp-ram và Sa-rai có thể đem đến giải pháp nào? Đây chính là phạm vi của sự việc tiếp theo.

Sự kêu gọi Áp-ram là khởi điểm cho giải pháp của Đức Chúa Trời đối với điều ác trong lòng người, đối với sự tranh cạnh giữa các nước và sự đổ vỡ gây rên siết trong toàn thể cõi tạo vật. Đó chính là khởi điểm sứ mạng của Đức Chúa Trời và sứ mạng của con dân Ngài.

Áp-ra-ham Và Điều Bất Ngờ Từ Đức Chúa Trời - Nguồn Phước Cho Muôn Dân

Đức Giê-hô-va phán với Áp-ram: "Hãy ra khỏi quê hương, bà con thân tộc và nhà cha của con để đi đến vùng đất Ta sẽ chỉ cho con.

"Ta sẽ làm cho con thành một dân lớn,

Ta sẽ ban phước cho con,

Làm rạng rỡ danh con,

Và con sẽ thành một nguồn phước.

Ta sẽ ban phước cho người nào chúc phước con,

Nguyền rủa kẻ nào nguyền rủa con;

Mọi dân trên đất sẽ nhờ con mà được phước." (Sáng 12:1–3)

Không khó để tìm ra chủ đề chính trong các câu này. Các từ *ban phước* và *phước* chiếu sáng những câu Kinh thánh này như một sợi chỉ vàng long lanh. Từ gốc (*barak*) xuất hiện năm lần trong ba câu này. Và đó là tin vui đầy bất ngờ và đáng kinh ngạc!

Ngoài lời Đức Chúa Trời phán với Nô-ê ngay sau cơn lụt, chúng ta không được nghe từ phước lành kể từ các chương mở đầu Sáng Thế Ký, khi toàn thể tạo vật tắm mình trong các phước lành của Đức Chúa Trời. Câu chuyện chuyển qua tội lỗi cùng sự phản loạn để đi tới sự phán xét cùng sự rủa sả. Nhưng bây giờ, Đức Chúa Trời lại phán, như Ngài từng phán với tạo vật, bằng những lời chúc phước, trước hết dành cho Áp-ra-ham nhưng rồi sau đó qua ông, cho muôn dân trên đất.

Thảo nào Phao-lô gọi đây là "Phúc âm báo trước" (Ga 3:8). Đây chính là sự ngạc nhiên đầy vinh quang của Đức Chúa Trời. Bất chấp mọi điều xảy ra trong các chương trước, Đức Chúa Trời vẫn muốn ban phước cho muôn dân. Và Ngài sẽ khởi đầu sứ mạng lớn lao đầy phước hạnh đó thông qua Áp-ra-ham.

Nhưng "phước" nghĩa là gì? Tâm trí Cơ Đốc của chúng ta dễ dàng nghĩ ngay tới lĩnh vực tâm linh, và những câu như Ê-phê-sô 1:3 bật lên trong trí: "Chúc tụng Đức Chúa Trời, Cha của chúng ta là Đức Chúa Giê-xu Christ, Ngài đã ban cho chúng ta trong Đấng Christ mọi phước hạnh thuộc linh ở các nơi trên trời." Thế là chúng ta bị cám dỗ nghĩ rằng trong lời Đức Chúa Trời hứa với Áp-ra-ham chỉ có phước hạnh thuộc linh mà thôi. Nhưng dĩ nhiên chúng ta phải hiểu theo ngữ cảnh Kinh thánh rộng lớn và đầy đủ hơn. Làm vậy, chúng ta sẽ thấy trong khái niệm "phước" của Kinh thánh có thêm những yếu tố phong phú và bổ sung khác.

Phước hạnh và điều tốt lành của tạo vật

Trong ký thuật về công cuộc sáng tạo thật hoành tráng ở Sáng Thế Ký 1, phước hạnh của Đức Chúa Trời được công bố ba lần: ngày thứ năm, Ngài ban phước cho loài cá cùng chim trời; rồi ngày sáu Ngài ban phước cho con người; rồi sau cùng, ngày bảy, Ngài chúc phước cho ngày Sa-bát. Hai phước hạnh đầu tiên theo ngay sau mệnh lệnh bảo phải sinh sản và làm đầy dẫy biển cùng đất. Phước hạnh thứ ba theo sau là những lời chỉ về sự thánh hóa và nghỉ ngơi, những lời định nghĩa ngày Sa-bát là gì.

Cho nên, ngay từ phần mở đầu Kinh thánh, *phước* một mặt được cấu thành bởi tính kết quả, dồi dào và đầy dẫy, còn mặt khác là vui hưởng sự an nghỉ ngay trong cõi tạo vật, trong mối quan hệ thánh khiết và hài hòa với Đức Chúa Trời là Đấng Tạo dựng chúng ta. Phước là chấm dứt để có một khởi đầu mới thật tốt đẹp. Chúng ta gặp lại chủ đề này trong lời chúc phước của Đức Chúa Trời dành cho Nô-ê ở Sáng Thế Ký 9 (9:1–3, 9–17).

Vì vậy, khi chúng ta đến 12:1–3, thì dựa theo ngữ cảnh cho đến lúc này, từ "phước" ít ra phải bao gồm khái niệm kết quả, gia tăng, nhân rộng, làm cho đầy và dồi dào. Đây thật là một từ xác nhận sự sống phong phú. Đây chính là điều Đức Chúa Trời muốn cho muôn dân.

Tuy nhiên, được phước theo cách này chẳng hề tự nhiên mà có. Phước được đặt trong mối quan hệ theo chiều thẳng đứng lẫn chiều ngang. Nghĩa là, phước tùy thuộc vào mối quan hệ với Đức Chúa Trời, và phước là điều phải chia sẻ trong mối quan hệ với người khác.

Một mặt theo *chiều thẳng đứng*, những người được phước biết Đức Chúa Trời là Đấng ban phước cho họ, và họ tìm cách sống trong mối quan hệ trung tín với Ngài. Các tộc trưởng biết rằng phước hạnh đồng hành với họ suốt cuộc đời, được gói trọn trong mối quan hệ giữa họ với Đức Chúa Trời. Lúc bị mù lòa, Gia-cốp già nua chúc phước cho hai con trai Giô-sép, và ông nhận biết điều này. Gia-cốp biết phước của ông đến từ ai:

> Lạy Đức Chúa Trời mà tổ phụ con
>
> là Áp-ra-ham và Y-sác đã thờ phượng,
>
> là Đức Chúa Trời đã chăn dắt con
>
> từ khi mới ra đời cho đến ngày nay,
>
> là thiên sứ đã cứu con khỏi mọi tai họa-
>
> Xin Chúa ban phước cho hai đứa trẻ này. (Sáng 48:15–16)

Mặt khác, *theo chiều ngang*, trong mối liên hệ với người khác, phước hạnh vươn ra những người chung quanh. Sáng Thế Ký nói đến vài trường hợp trong đó những người khác được phước nhờ tiếp xúc với những người được Đức Chúa Trời ban phước. Những người hưởng phước hạnh từ gia đình Áp-ra-ham là những người sau đó làm trọn mục đích của Đức Chúa Trời đó là trở thành nguồn phước cho người khác.

- La-ban được giàu lên nhờ phước Đức Chúa Trời ban cho Gia-cốp (30:27–30).
- Phô-ti-pha được phước nhờ sự hiện diện của Giô-sép (39:5).
- Pha-ra-ôn được phước nhờ Gia-cốp (47:7, 10).

Như vậy, phước của Áp-ra-ham gia tăng gấp bội. Những người hưởng phước được kêu gọi trở thành nguồn phước cho người khác - và đây là một đặc trưng làm cho phước hạnh mang tính sứ mạng sâu sắc. Bởi lẽ nếu chúng ta xem mình (như đáng phải làm, theo lời Phao-lô trong thư Ga-la-ti) như là kẻ đã bước vào giao ước của Áp-ra-ham nhờ đức tin nơi Đấng Christ, thì nhiệm vụ giao cho Áp-ra-ham cũng trở thành nhiệm vụ của chúng ta, đó là "hãy làm nguồn phước".

Phước hạnh và hy vọng bên trong lịch sử

Khi kết hợp bức tranh đen tối của Sáng Thế Ký 3–11 với lời hứa phước lành trong chương 12, chúng ta có thể thấy trước câu chuyện tiếp theo sẽ bao gồm cả hai thực tại. Chúng ta biết mình sẽ chứng kiến hai kịch bản cùng diễn ra một lúc - giống như lời Chúa Giê-xu nói trong dụ ngôn của Ngài về lúa mì và cỏ cùng mọc chung trong một đám ruộng. Một mặt, chúng ta biết lịch sử sẽ là đấu trường tội lỗi của con người và đấu trường đó ngày càng tối tệ thêm. Nhưng mặt khác, hiện nay chúng ta sẽ dõi theo dấu ấn phước hạnh của Đức Chúa Trời và mong chờ cách Ngài sẽ giữ lời hứa trọng đại là mang lại phước hạnh cho muôn dân thông qua một dân tộc từ Áp-ra-ham mà ra. Phước hạnh sẽ mang chiều kích lịch sử, đem hy vọng cùng đức tin vào một câu chuyện mà nếu không có hai điều ấy thì sẽ là câu chuyện u ám và đầy nản lòng.

Vì vậy điều đó cũng có nghĩa là phước hạnh cũng sẽ mang tính sứ mạng. Chính lời hứa rằng muôn dân trên đất sẽ được phước qua việc Đức Chúa Trời chọn Áp-ra-ham thúc đẩy sứ mạng của Đức Chúa Trời, và sứ mạng của con dân Ngài cũng phát xuất từ đó.

Ở cấp độ cơ bản nhất, những người được gọi là Y-sơ-ra-ên trong Cựu Ước là ai, và họ có mặt trên đời để làm gì? Để làm phương tiện chuyên chở sứ mạng của Đức Chúa Trời trong việc rải phước lành của Ngài ra cho khắp muôn dân.

Vậy thì chúng ta là ai và có mặt trên đời để làm gì? Câu trả lời tương tự cũng phải được đưa ra - và thực sự đã được đưa ra trong Tân Ước, như cuối cùng chúng ta sẽ thấy. Chúng ta cũng phải là một dân mà qua chúng ta muôn dân được hưởng phước. Lịch sử sứ mạng chính là lịch sử gieo ra phước hạnh của Đức Chúa Trời, lịch sử về việc Đức Chúa Trời giữ lời hứa của Ngài với Áp-ra-ham.

Phước Hạnh, Sự Cứu Rỗi Và Sự Vâng Phục

Đức Chúa Trời hứa ban phước cho Áp-ra-ham trong mối quan hệ giao ước và Áp-ra-ham đã đáp ứng bằng đức tin lẫn sự vâng phục. Đây cũng là khuôn mẫu cho Y-sơ-ra-ên. Phước hạnh không mang tính tự động hay máy móc. Phước hạnh tuôn chảy từ mọi điều Đức Chúa Trời đã làm cho Y-sơ-ra-ên trong ân điển cứu chuộc, cung ứng và bảo vệ của Ngài. Và phước hạnh chỉ tuôn tràn khi Y-sơ-ra-ên đáp ứng với ân điển cứu chuộc của Đức Chúa Trời bằng việc vâng phục giao ước. *Phước hạnh cứu rỗi đòi hỏi sự đáp ứng với tinh thần vâng phục theo giao ước để phước hạnh vẫn tiếp tục được vui hưởng.*

Phước hạnh là cách Đức Chúa Trời giúp tạo vật của Ngài được màu mỡ và kết quả, lớn lên và phát triển. Đó là ý nghĩa bao quát nhất trong mục đích của Đức Chúa Trời dành cho tạo vật của Ngài. Nơi nào con người có thể tận hưởng những điều tốt lành từ công trình sáng tạo và sản sinh bông trái tốt đẹp từ hoạt động của mình, thì đó là nơi Đức Chúa Trời đang tuôn đổ phước lành của Ngài. Nơi nào con người chúc tụng Đức Chúa Trời về ơn phước của Ngài, đến mức mọi người đều biết rằng Ngài là Đấng Tạo Hóa nhân lành, Đấng chu cấp cho con người được thịnh vượng, thì nơi đó phước hạnh của Ngài dành cho tất cả mọi người. Phước hạnh từ lòng nhân từ của Ngài trong cõi tạo vật không có gì khác với lòng nhân từ của Ngài trong sự cứu rỗi, như thỉnh thoảng chúng ta vẫn nghe nói...

Sự cứu rỗi cũng là phước hạnh từ Đức Chúa Trời, vì đó là sự làm trọn những mục đích tốt lành của Ngài đối với tạo vật, những mục đích đã được bày tỏ trong công trình sáng tạo. Nhưng sự cứu rỗi là việc làm trọn những mục đích của Đức Chúa Trời, bất chấp sự phá hỏng do điều ác gây ra cho tạo vật của Ngài. Phước hạnh Áp-ra-ham không chỉ là phước lành của cõi tạo vật bởi vì phước lành đó được tạo ra nhằm cạnh tranh với và chiến thắng điều trái ngược với phước lành: đó là sự rủa sả của Đức Chúa Trời.

Mục tiêu tối hậu trong lời Đức Chúa Trời hứa với Áp-ra-ham là phước hạnh sẽ thắng hơn rủa sả. Điều này có được khi dòng dõi của Áp-ra-ham, tức hậu tự nổi bật từ Áp-ra-ham là Đấng Mê-si-a, trở thành 'sự rủa sả đối với chúng ta... để qua Đấng Christ Giê-xu, phước lành dành cho Áp-ra-ham đến được với các dân ngoại" (Ga 3:13–14). Nhờ vậy mà Phao-lô có thể gọi lời hứa muôn dân sẽ được phước dành cho Áp-ra-ham là Phúc âm...

Phúc âm ấy là, qua Chúa Giê-xu Christ, sự rủa sả đã bị gạt qua một bên và mục đích của Đức Chúa Trời là chúc phước cho cõi thọ tạo của

> Ngài được vững lập mà không có bất kỳ điều gì có thể đảo ngược được.
>
> *Richard Bauckham*[2]

Phục Truyền Luật Lệ Ký lên tới đỉnh điểm với lời kêu gọi mạnh mẽ Y-sơ-ra-ên "chọn sự sống", nghĩa là tiếp tục hưởng phước của Đức Chúa Trời (mà họ đã hưởng nhờ ân điển cứu chuộc của Ngài). Họ chỉ có thể tiếp tục hưởng phước nhờ sống trong mối quan hệ yêu thương, tin cậy và vâng phục Đức Chúa Trời (Phục 30). Dĩ nhiên, điều này không có nghĩa là Y-sơ-ra-ên đã từng *xứng đáng* hoặc đã từng có thể *xứng đáng* với phước hạnh của Đức Chúa Trời hoặc với bất kỳ hành động cứu chuộc lớn lao nào của Ngài. Sẽ rất sai lầm khi cho rằng phước lành hoặc sự cứu rỗi trong Cựu Ước *có được* là nhờ sự vâng phục (đây là do cách giải nghĩa Phục 28:1–14 không đúng). Ngược lại, phước lành vốn *nội tại* trong mối quan hệ giao ước được thiết lập nhờ ân điển cứu rỗi từ Đức Chúa Trời. Khuôn mẫu này thể hiện rõ trong Phục Truyền 26: phước hạnh cứu chuộc ban đầu của Đức Chúa Trời được kinh nghiệm như một sự vui mừng biết ơn (26:1–11). Điều này dẫn tới đáp ứng bằng lòng vâng phục (26:1–14). Và đó chính là bối cảnh để nhận lãnh phước hạnh càng thêm (26:15), trong chính cam kết giao ước hỗ tương (26:16–19).

> Chúng ta khẳng định rằng trong Kinh thánh có khải tượng về sự thịnh vượng của con người, rằng trong sự dạy dỗ về phước lành từ Đức Chúa Trời, Kinh thánh bao gồm cả sự thịnh vượng về mặt vật chất (cả sức khỏe lẫn sự giàu sang). Điều này cần được nghiên cứu và giải thích thêm từ toàn bộ Kinh thánh trong cả Cựu lẫn Tân Ước. Chúng ta không được phân rẽ vật chất với tâm linh theo chủ nghĩa lưỡng phân trái ngược với Kinh thánh.
>
> *Tuy nhiên, chúng ta bác bỏ khái niệm phi Kinh thánh cho rằng sự thịnh vượng tâm linh có thể được đo lường bằng sự thịnh vượng vật chất, hoặc giàu sang luôn luôn là dấu hiệu được chúc phước từ Chúa (bởi lẽ của cải có thể có được nhờ áp bức, lừa lọc hay hối lộ) hoặc giả nghèo đói, bệnh tật hay chết sớm luôn luôn là dấu hiệu bị Đức Chúa Trời rủa sả, hoặc do thiếu đức tin, hoặc bị con người nguyền rủa (vì Kinh thánh bác bỏ một cách rõ ràng những suy nghĩ cho rằng luôn luôn là như vậy).*
>
> *Lausane Theology Working Group*[3]

Do đó, vâng phục là phương tiện để *sống trong* phạm vi của phước hạnh và vui hưởng phước hạnh; vâng phục không bao giờ là phương tiện *tìm kiếm* hoặc *làm cho mình xứng đáng* để hưởng phước. Y-sơ-ra-ên đã được chuộc bởi Đức Chúa Trời (trong cuộc xuất Ai Cập), cho nên sự vâng phục của họ không hề giúp họ được chuộc, vì họ đã được ra khỏi nơi đó rồi. Tuy nhiên, sự vâng phục là cần thiết để giúp họ tiếp tục vui hưởng ích lợi của sự cứu rỗi. Nếu không, do bất tuân, họ sẽ bị tống khứ ra khỏi xứ, ra khỏi nơi phước hạnh của Đức Chúa Trời.

Chiều kích đạo đức này của phước hạnh trong mối quan hệ giao ước là một đặc điểm nữa giữ cho phước hạnh theo tinh thần của Kinh thánh không bị biến tướng thành những phiên bản của Thần học thịnh vượng. Phước lành không phải là phản xạ tự động, được chuẩn phát một cách đều đặn nhằm đáp ứng với một số dữ liệu được nạp vào theo quy định nào đó - lời cầu nguyện hoặc đức tin hay sự dâng hiến. Phước hạnh không giống như chiếc hộp ma thuật đồ sộ từ trời dành sẵn cho bạn, chỉ chờ được chủ tới nhận thôi. Chúng ta sẽ nói thêm về Phúc âm Thịnh vượng trong chương 15.

Áp-ra-ham - Sứ Mạng Của Đức Chúa Trời Và Của Chúng Ta

Sứ Mạng Toàn Cầu Của Đức Chúa Trời - Mọi Dân Tộc

Sáng Thế Ký 10 và phần đầu chương 11 tập trung vào mọi dân tộc trên đất. Trong Sáng Thế Ký 10, họ rải ra khắp đất nhằm làm đầy mặt đất như đã được truyền bảo. Trong Sáng Thế Ký 11, họ sống rải rác, nhưng trong tình trạng lộn xộn và chia rẽ nhằm cản trở nỗ lực đầy cao ngạo là tự hợp nhất lại với nhau. Vì vậy, điều tự nhiên và thích hợp là lời hứa cùng kế hoạch trọng đại của Đức Chúa Trời được thông báo trong Sáng Thế Ký 12, dù lúc đầu chỉ liên quan tới một người, bao gồm muôn dân. Lời Đức Chúa Trời hứa với Áp-ra-ham trong Sáng Thế Ký 12 là giải pháp của Ngài cho vấn đề của muôn dân trong Sáng Thế Ký 10 và 11.

Cốt lõi (theo nghĩa đen và nghĩa bóng) của giao ước Áp-ra-ham là "muôn dân trên đất sẽ nhờ ngươi mà được phước" (Sáng 12:3). Có vài tranh cãi về cách giải nghĩa chính xác động từ ở câu này,[4] nhưng về phạm vi ý định của

---

[4] Dạng động từ Hy Lạp là mô hình "Niphal," có thể ở dạng phản thân hoặc thụ động. Vì vậy các bản dịch có sự khác nhau, giữa "nhờ ngươi mà các nước sẽ tự chúc phước cho mình" (phản thân) hoặc "các nước sẽ nhờ ngươi mà được ban phước" (thụ động). Ý nghĩa phản thân là các nước sẽ nhìn thấy trong Áp-ra-ham cùng dân sự ông dấu hiệu bày tỏ phước hạnh của Đức Chúa Trời, khiến họ dùng Áp-ra-ham hoặc Y-sơ-ra-ên làm khuôn mẫu để chúc phước cho nhau: "Chúc bạn cũng được phước như Áp-ra-ham." Trong trường hợp này, "ngươi sẽ là nguồn phước" (cuối câu 12) có nghĩa Áp-ra-ham sẽ trở thành tên gọi trên môi miệng mọi người khi họ nói lời chúc phước. Chắc chắn điều này có thể thực hiện và thích hợp trong những trường hợp khác với cùng tập quán như vậy (thí dụ, Sáng 48:20; Ru-tơ 4:11–12; Thi 72:17; Xa 8:13).

Đức Chúa Trời - "muôn dân" – thì không có tranh cãi nào cả. Từ này mang nhiều nghĩa khác nhau, từ mọi nhóm thân tộc" (*mišpeḥọt*)) và "mọi dân tộc" (*goyim*), nhưng ý định của nó thì rất rõ ràng và có tính nhấn mạnh.

Thật ra, nó được nhấn mạnh đến mức lời hứa này được lặp lại năm lần trong Sáng Thế Ký (12:3; 18:18; 22:18; 26:4; 28:14). Ở đây mục tiêu toàn cầu được nói đến. Nếu nhân loại nói chung bị Đức Chúa Trời rủa sả, thì toàn nhân loại cũng phải được cùng hưởng phước hạnh từ Đức Chúa Trời. Và ở đó ẩn chứa động lực thật lớn dành cho sứ mạng của Đức Chúa Trời và sứ mạng của con dân Ngài.

Từ góc nhìn của thần học thánh kinh, chúng ta có thể vẽ một đường cung đường lớn - từ các "bộ tộc, ngôn ngữ và quốc gia" trong Sáng Thế Ký 10, những người cần phước hạnh cứu chuộc, cho tới "một đoàn người rất đông không ai đếm được, từ các nước, các bộ tộc, các dân tộc, các thứ tiếng", là những người sẽ cấu thành nhân loại được chuộc trong sự tạo dựng mới (Khải 7:9).

Do đó, giao ước Áp-ra-ham là một trong những sợi chỉ kết nối chính trong toàn Kinh thánh. Như tôi đã nói trước đây, không có gì lạ khi Phao-lô có thể gọi đó là "Phúc âm báo trước". Điều gì có thể là "Phúc âm" - tức tin mừng lớn - dựa theo Sáng Thế Ký 3–11 hơn là việc Đức Chúa Trời đã tự cam kết ban phước cho mọi người trên đất?

Phương Tiện Cụ Thể Của Đức Chúa Trời - Một Quốc Gia

Nhưng cũng chính đoạn Kinh thánh kết thúc bằng tính phổ quát như thế này lại mở đầu với tính biệt riêng ở số ít. Đức Chúa Trời kêu gọi một người, là Áp-ra-ham, và hứa đem phước lành của ông cho toàn nhân loại qua một quốc gia - tức dòng dõi của ông. Trong Sáng Thế Ký 12:1–3 chúng ta gặp nguồn gốc việc Y-sơ-ra-ên ý thức đặc ân làm tuyển dân của Đức Chúa Trời. Nghĩa là họ tin rằng họ là dân duy nhất được Đức Chúa Trời chọn để có mối quan hệ với chính Ngài, mà sau này được củng cố dưới hình thức của giao ước Si-nai. Nhưng điều vô cùng quan trọng đó là thấy được việc Chúa tuyển chọn một người và một dân tộc ở đây diễn ra trong bối cảnh của, và trên sân khấu toàn cầu của, những phương cách Đức Chúa Trời liên hệ với muôn dân, những người vốn là tâm điểm của chuyện kể ở chương 10 và 11.

Một dân được chọn, nhưng muôn dân lại được hưởng lợi nhờ sự lựa chọn đó. Trong thần học thánh kinh của chúng ta, dĩ nhiên chúng ta biết rằng cuối cùng thì dân tộc đó sẽ được đại diện bởi một người, là Chúa Giê-xu Đấng Mê-

---

Tuy nhiên, các bản dịch xưa, bao gồm bản Septuagint Hy Lạp (LXX) và sứ đồ Phao-lô (Ga 3:8) đều dịch theo nghĩa thụ động. Dù trường hợp nào, nếu nghĩa phản thân ("muôn nước sẽ *nhờ ngươi mà tự chúc phước*"), thì ngụ ý các nước được biết về Áp-ra-ham và Đức Chúa Trời của Áp-ra-ham, rồi tìm kiếm phước hạnh từ nguồn đó. Đức Chúa Trời hứa ban phước cho những người như vậy trong dòng đầu tiên của Sáng 12:3, cho nên cuối cùng ý nghĩa phản thân bao gồm và hàm ý nghĩa thụ động: "sẽ được ban phước."

si-a, qua đó, phước hạnh cứu chuộc sẽ đến với muôn dân. Đó là cách Phao-lô hiểu sứ mạng của Đức Chúa Trời qua Đấng Christ và hiểu mở rộng Phúc âm là làm trọn lời Đức Chúa Trời hứa với Áp-ra-ham trong Ga-la-ti 3.

Tuyển Chọn Cho Sứ Mạng

Điều này ảnh hưởng đến cách chúng ta hiểu toàn bộ giáo lý Kinh thánh về sự tuyển chọn. Có một khuynh hướng chỉ xem đây là một giáo lý về *sự cứu rỗi* - nghĩa là, người được chọn là người được cứu. Thế rồi cách hiểu đó dẫn tới mọi kiểu tranh luận suốt bao thế kỷ rằng liệu Đức Chúa Trời có công bằng không khi chọn cứu người này mà không chọn người kia. Tôi không muốn bị lún sâu vào tranh cãi cũ rích nhưng vẫn còn sôi sục đó. Điều tôi muốn nêu rõ ở đây đó là lần đầu tiên chúng ta thực sự thấy Đức Chúa Trời chọn lựa và kêu gọi một ai đó - nghĩa là thực hiện hành động tuyển chọn - rõ ràng không phải để chỉ một mình Áp-ra-ham cùng gia đình ông được cứu thôi, mà là nhờ được cứu, ông trở thành *tác nhân mang phước lành cho người khác*.

Tuyển chọn một người không có nghĩa là gạt bỏ số còn lại, mà cuối cùng là vì lợi ích của họ. Giống như trường hợp một nhóm thám hiểm bị kẹt trong hang động. Họ chọn một người trong số bị kẹt, ép mình cố len qua một khe ngập nước để nhoi ra kêu cứu. Vấn đề tuyển chọn không phải là chỉ để một người được cứu, mà nhắm tạo điều kiện cho người được cứu có khả năng giúp đỡ và được trang bị để bảo đảm cứu mọi người còn lại. "Tuyển chọn" trong trường hợp như vậy là sự lựa chọn một người vì lợi ích của nhiều người.

Giống như vậy, Đức Chúa Trời chọn Y-sơ-ra-ên làm phương tiện trong sứ mạng của Đức Chúa Trời cho muôn dân. Tuyển chọn cần được xem là giáo lý về *sứ mạng*, không phải là bài toán số học về sự cứu rỗi. Nếu phải nói về việc được chọn, được thuộc trong số người được chọn của Đức Chúa Trời, thì phải nói rằng, giống như A-đam, chúng ta được chọn vì có kế hoạch của Đức Chúa Trời muốn cho muôn dân trên toàn cầu được hưởng phước của Áp-ra-ham (chính xác là cách Phao-lô mô tả tác động của việc Đức Chúa Trời cứu chuộc Y-sơ-ra-ên thông qua Đấng Christ trong Ga 3:14).

Hội Thánh Mang Sứ Mạng

Cũng khởi đầu với một người là Áp-ra-ham, nhưng lời hứa lại dành cho ông cùng hậu tự hoặc con cháu ông. *Hiện nay ai là con cháu Áp-ra-ham?* Phao-lô nói rất rõ điều này: con người thuộc bất cứ dân tộc nào tin Chúa Giê-xu là Đấng Mê-si-a và Chúa Cứu Thế đều được kể thuộc dòng dõi Áp-ra-ham và là người thừa hưởng lời hứa với Áp-ra-ham. Như Đức Chúa Trời đã hứa, Áp-ra-ham trở thành cha của nhiều dân tộc - trong và qua Chúa Giê-xu Christ. Nói ngắn gọn, Áp-ra-ham là "cha của tất cả chúng ta" - tất cả chúng ta là những người có cùng đức tin như ông (Rô 4:16–17). Vậy thì hội thánh - tức cộng đồng đa quốc gia bao gồm tín hữu Do Thái và Ngoại bang - là những người được chọn và được kêu gọi qua Áp-ra-ham để làm con dân Chúa.

Nhưng nếu như vậy thì tôi không thể đọc Tân Ước theo cách nào khác ngoài cách xác nhận rằng nó là như vậy, một kết luận quan trọng theo sau. Nếu chúng ta ở trong Đấng Christ, thì chúng ta không chỉ chia sẻ phước hạnh của Áp-ra-ham, *mà còn được ủy thác lan truyền phước lành của Áp-ra-ham ra*. Cụm từ cuối trong Sáng Thế Ký 12:2 trong tiếng Hê-bơ-rơ thực ra là một mệnh lệnh – "Hãy làm nguồn phước!", tuy khi được chuyển ngữ thì thường chỉ còn là một lời khẳng định kết quả của nhóm từ đi trước "hầu cho các ngươi sẽ làm nguồn phước". Theo cách hiểu theo hướng giải kinh nguyên nghĩa của tôi về cấu trúc của Sáng Thế Ký 12:1–3, thì đây là hai mạng lệnh cơ bản, mỗi mạng lệnh kéo theo ba mệnh đề phụ hoặc mệnh đề giải thích, với đỉnh điểm nằm trong dòng cuối của câu 3.

Sứ điệp nòng cốt của Sáng Thế Ký 12:1–3 là như sau:
"Hãy đi. . .
và làm nguồn phước. . .
rồi muôn dân sẽ nhờ ngươi mà được phước."

Há đó chẳng phải là "đại mạng lệnh" hay sao? Thật vậy, đó không phải là nền tảng cho toàn bộ mạng lệnh mang tính sứ mạng của Đức Chúa Trời, bao gồm điều vẫn thường được cho là "Đại Mạng Lệnh" trong Ma-thi-ơ 28 hay sao? Và nếu phải thì điều này sẽ dẫn tới những hệ quả nghiêm túc trong cách chúng ta hiểu về hội thánh cũng như sứ mạng.

Khi Đức Chúa Trời khởi xướng kế hoạch lớn của Ngài là cứu chuộc thế gian ở phần mở đầu Sáng Thế Ký 12, Ngài không làm điều đó bằng cách đem từng cá nhân vút về trời, mà bằng cách thành lập một cộng đồng phước hạnh. Khởi sự với một người có một người vợ hiếm muộn, sau đó biến đổi họ cách diệu kỳ thành một đại gia đình trong vòng vài thế hệ, rồi thành một quốc gia mang tên Y-sơ-ra-ên, rồi qua Đấng Christ, thành một cộng đồng tín hữu đa quốc gia đến từ nhiều nước - tất cả đều thông qua câu chuyện Đức Chúa Trời đã nắn tạo nên một dân cho chính Ngài. *Nhưng cũng là một dân cho nhiều người khác. "Muôn dân... nhờ ngươi."*

Nói cách khác, lực thúc đẩy truyền giáo trong Sáng Thế Ký 12:1–3 cũng liên quan đến hội thánh. Nguồn gốc *hội thánh* không bắt nguồn từ ngày lễ Ngũ Tuần, mà phải quay lại với Áp-ra-ham. Và động cơ thôi thúc truyền giáo chúng ta gặp trong Công Vụ Các Sứ Đồ không phải là sự thay đổi bất chợt, mà là tác động của đức tin phù hợp với Kinh thánh và lịch sử. Mạng lệnh của Chúa Giê-xu kết hợp với sự dẫn dắt của Thánh Linh sai phái hội thánh ra đi truyền giáo đến đầu cùng đất, y như việc những người đã nhận phước hạnh từ Áp-ra-ham bây giờ phải là phương tiện chuyển giao phước hạnh đó. Câu chuyện diễn tiến như vậy, và ấy là câu chuyện họ biết có mình trong đó.

Như vậy ý tưởng "hội thánh mang sứ mạng" không hề là ý tưởng mới. Những năm gần đây, nó có thể khoác lên mình một hình thức văn hóa cụ thể nhằm phản ứng lại tình trạng hội thánh bị thể chế hóa, đánh mất lý do hiện hữu của mình. Nhưng thật ra, nếu chúng ta hiểu hội thánh theo thần học thánh kinh là cộng đồng của những con người được chọn và được kêu gọi kể từ Áp-ra-ham để làm phương tiện mang phước hạnh của Đức Chúa Trời đến cho muôn dân, thì hội thánh là gì nếu không mang tính sứ mạng? Đó chính là bản chất của chúng ta và là lý do chúng ta có mặt trên đời.

Thật vậy, gần đây một bạn có nói với tôi: "Tất cả những sự bàn luận về 'hội thánh mang sứ mạng' đối với tôi chẳng khác nào chúng ta nói 'một bà phụ nữ'. Nếu không mang tính sứ mạng thì hội thánh không còn là hội thánh."

Những Tiếng Vọng Về Áp-ra-ham Trong Thần Học Thánh Kinh

Chúng ta đang cố gắng nghiên cứu thần học thánh kinh trong quyển sách và trong loạt sách này, cho nên chúng ta cần cho thấy rằng chủ đề mà chúng ta đang nhấn mạnh thực sự được hỗ trợ từ nhiều phân đoạn Kinh thánh khác nhau trong cả Cựu lẫn Tân Ước. Xin nhắc lại là có thể tìm thấy phần diễn giải đầy đủ hơn về những phân đoạn Kinh thánh sau đây và nhiều phân đoạn khác nữa trong quyển *The Mission of God* (cụ thể xin đọc chương 6, 7 và 14), nhưng nếu lựa chọn các bài đọc thật sâu sát sẽ giúp làm sáng tỏ vấn đề của chúng ta. Xin cố gắng dành thời gian đọc các bản văn này. Nó sẽ làm nổi bật thần học thánh kinh về sứ mạng của chúng ta ở điểm này.

Sự Thờ Phượng Và Sự Cứu Rỗi Của Y-sơ-ra-ên Thu Hút Các Dân Tộc

Thi Thiên là những bài ca mường tượng sự thờ phượng của Y-sơ-ra-ên. Những thi thiên này không chỉ vút bay trong sự hiện diện của Đức Chúa Trời bằng sự tôn thờ, xưng tội, cảm tạ, ngợi khen và phản kháng, mà còn chắp cánh bay tới đầu cùng đất và đưa các dân tộc trên thế giới vào phạm vi khải tượng của chúng nữa. Bất kỳ điều gì Đức Chúa Trời đang làm trong và qua Y-sơ-ra-ên, thì cuối cùng cũng sẽ tác động trên các dân tộc, bởi lẽ trước tiên đó là lý do cho sự hiện hữu của Y-sơ-ra-ên.

Sẽ thật đáng bỏ ra công sức để đọc kỹ các phân đoạn sau đây và ghi nhận những tiếng vọng từ lời hứa dành cho Áp-ra-ham về việc mọi dân tộc trên thế giới cuối cùng sẽ kéo đến thờ phượng Gia-vê Đức Chúa Trời của Y-sơ-ra-ên hoặc ghi nhận nơi gặp gỡ và ca hát khen ngợi Ngài là ở đâu. Đây là một số đoạn trong Thi Thiên mà chúng ta nhìn thấy tính toàn cầu của đức tin Y-sơ-ra-ên liên hệ đến các dân tộc. Một số thi thiên như rõ ràng vang vọng giao ước của Áp-ra-ham, nhưng ngay cả khi chúng không trực tiếp ám chỉ giao ước, thì chúng cũng bắt nguồn từ thông điệp mạnh mẽ về sứ mạng phước lành từ Đức Chúa Trời bao trùm và mở rộng ra cả bên ngoài bờ cõi Y-sơ-ra-ên.

- Thi Thiên 22:27–28
- Thi Thiên 47:9
- Thi Thiên 67
- Thi Thiên 72:17
- Thi Thiên 86:9
- Thi Thiên 87
- Thi Thiên 96
- Thi Thiên 102:15, 21–22
- Thi Thiên 117

Giống như sử gia cùng tác giả thi thiên, các tiên tri tập trung phần lớn cho mối quan hệ giữa Y-sơ-ra-ên với Đức Chúa Trời, nhưng khi khải tượng của họ được mở rộng sang muôn dân và khắp đất, thì kết quả đôi khi gây kinh ngạc, và âm vang từ Áp-ra-ham không thể nhầm lẫn được. Một lần nữa, hãy dành thời gian đọc các phân đoạn này, cảm nhận tính toàn cầu của khải tượng. Đây là những phân đoạn Kinh thánh dạng nuôi dưỡng thần học Tân Ước về sứ mạng cho muôn dân.

- Ê-sai 19:19–25 (cụ thể câu 24–25)
- Ê-sai 45:22–23
- Ê-sai 56:3–8
- Ê-sai 60
- Giê-rê-mi 4:1–2
- A-mốt 9:11–12
- Xa-cha-ri 2:10–11

Áp-ra-ham Trong Các Sách Phúc Âm

Sách Ma-thi-ơ thường được mô tả là Phúc âm cho người Do Thái. Nhưng Ma-thi-ơ thấy rõ rằng chính sự hiện hữu của dân Do Thái, là dân tộc ra từ Áp-ra-ham, cũng là vì ích lợi của muôn dân. Ma-thi-ơ chứng tỏ điều này trong cách ông mở đầu bằng Áp-ra-ham và kết thúc với muôn dân.

Lu-ca cũng gói trọn sách Phúc âm của mình trong chiếc phong bì của Áp-ra-ham qua việc xem sự xuất hiện của Chúa Giê-xu là làm trọn lời hứa đó, vừa thích hợp với Y-sơ-ra-ên vừa thích hợp với muôn dân. Ông mở đầu và kết thúc bằng lời Kinh thánh về sự ứng nghiệm (Lu-ca 1:55, 73; 2:29–32; 24:46–47).

> Ma-thi-ơ đóng khung toàn bộ câu chuyện về Chúa Giê-xu giữa việc nhận diện Ngài là con cháu Áp-ra-ham trong câu mở đầu sách Phúc Âm với trong những lời Chúa Giê-xu phán ở cuối sách, khi Ngài sai phái các môn đồ ra đi khiến muôn dân thành môn đồ. Ma-thi-ơ bắt đầu gia phả của Chúa Giê-xu bằng Áp-ra-ham (1:1–2), không phải bằng A-đam như Lu-ca đã làm (3:38), cũng không phải bằng Đa-vít, một cách bắt đầu gia phả đủ để mô tả Chúa Giê-xu là Đấng Mê-si-a, con của Đa-vít, chắc chắn cũng là một chủ đề quan trọng trong Phúc âm Ma-thi-ơ. Tuy nhiên đối với Ma-thi-ơ, Chúa Giê-xu là Đấng Mê-si-a không chỉ đối với người Do Thái mà còn đối với Dân ngoại. Ngài là con cháu Áp-ra-ham, qua Ngài phước lành từ Đức Chúa Trời cuối cùng sẽ đến với muôn dân.
>
> *Richard Baucklam*[5]

Nhưng Lu-ca cũng nhắc tên Áp-ra-ham trong bốn sự kiện quan trọng trong chuyện kể của ông - ba lần trong sách Phúc âm và một lần trong Công Vụ Các Sứ Đồ.

- Lu-ca 13:10–16 - người phụ nữ tàn tật
- Lu-ca 16:19–31 - La-xa-rơ, người hành khất đáng thương
- Lu-ca 19:1–10 - Xa-chê, người thu thuế
- Công Vụ Các Sứ Đồ 3:1–26 - người què tại đền thờ

Điểm chung trong các câu chuyện này là trong từng câu chuyện đều có nhân vật bị xa lánh - do bị tà ma ám hoặc nghèo đói hay do bị đối xử bất công hoặc bị xã hội khinh miệt hoặc bị què quặt - và họ đều được hưởng phước cứu rỗi. Không một nhân vật nào là người Ngoại bang (tuy Lu-ca cũng có nói nhiều về họ). Nhưng các nhân vật này minh họa cho quyền năng chữa lành, biến cải, và phục hồi của Đức Chúa Trời cặp theo việc nhận lãnh phước hạnh của Áp-ra-ham.

Áp-ra-ham trong Phúc Âm của Phao-lô

Sẽ không quá khi bảo rằng Áp-ra-ham là nhân vật quan trọng nhất trong hiểu biết của Phao-lô về Phúc âm - chỉ sau Chúa Giê-xu Christ. Bởi lẽ điều Đức Chúa Trời đã làm trọn trong Đấng Christ chẳng là gì khác hơn là điều Đức Chúa Trời đã hứa với Áp-ra-ham, là ban phước lành cho muôn dân trên đất. hy vọng toàn cầu đó từng là huyền nhiệm (theo cách nói của Phao-lô) suốt bao thế kỷ - không phải huyền nhiệm trên phương diện *điều* được mong chờ, vì trong chính bản văn đã nói rõ, mà mầu nhiệm trên phương diện *phương cách* niềm hy vọng ấy được thành thực hiện. Phao-lô nói hiện nay điều đó đã được bày tỏ qua Phúc âm của Đấng Christ, nhờ điều Ngài đã hoàn tất trên thập tự giá và qua sự phục sinh của Ngài (Êph 3:4–6).

Vì thế, như chúng ta đã thấy ở phần mở đầu của chương này, sứ mạng cá nhân của Phao-lô là nhân rộng đức tin cùng lòng vâng phục của Áp-ra-ham ra giữa tất cả các dân tộc, để điều Đức Chúa Trời đã hứa cho Áp-ra-ham từ lúc đầu được thực hiện. Thần học về Phúc âm và thần học về sứ mạng của Phao-lô đều liên hệ tới Áp-ra-ham. Qua Đấng Christ, lời hứa với Áp-ra-ham đã được thực hiện về nguyên tắc, vì hiện nay sự cứu rỗi đã mở ra cho muôn dân. Trong sứ mạng, lời hứa với Áp-ra-ham được thực hiện trong lịch sử tiếp nối của hội thánh qua việc truyền rao tin mừng.

Do đó, dù bây giờ chúng ta không thể nghiên cứu các phân đoạn này một cách chi tiết, nhưng lập luận của Phao-lô từ Rô-ma 3:29 cho tới cuối Rô-ma 4, và ngay cả trong Ga-la-ti 3, đều không chỉ dùng Áp-ra-ham làm minh họa cho giáo lý của ông về sự xưng công chính bởi đức tin (như đôi khi được cho là như vậy), mà chính xác là cách ông giải thích ý nghĩa của giáo lý đó. Đức Chúa Trời đã chứng minh sự công chính cùng tính đáng tin cậy của Ngài bằng việc giữ lời hứa với Áp-ra-ham thông qua việc cung ứng, qua Đấng Christ, phương tiện để nhờ đó muôn dân, chứ không phải chỉ người Do Thái, có thể bước vào phước hạnh của mối quan hệ đúng đắn với Đức Đức Chúa Trời, nhờ ân điển của Ngài, qua đức tin.[6]

Giáo lý của Phao-lô về sự xưng công chính chủ yếu mang tính sứ mạng vì về nguyên tắc nó mở rộng phước hạnh của Phúc âm ra, không hề có đặc quyền hoặc rào cản chủng tộc nào, cho muôn dân, và do đó đòi hỏi cũng phải được mở rộng ra cho họ trong thực tế - nghĩa là trong thực tế truyền giảng Phúc âm, mở mang hội thánh và môn đồ hóa những cộng đồng bước đi trong "sự vâng phục của đức tin" giữa muôn dân.

sứ mạng Được Hoàn Tất Trong Khải Huyền

Còn cách nào khác giúp chúng ta kết thúc phần khảo sát Kinh thánh về một chủ đề quan trọng như vậy tốt hơn cách xem xét sách cuối cùng của Kinh thánh, tức là sách Khải Huyền? Và thực sự, trong sách đó dư âm từ Áp-ra-ham dội vang thật lớn và vô cùng rõ ràng.

---

[6] Giáo lý xưng công chính là đề tài tranh cãi tương đối gần đây, giữa phe ủng hộ với phe đối kháng của cái gọi là "New Perspective" (Quan điểm mới) về Phao-lô. Tôi không muốn thảo luận điều đó ở đây, nhưng tôi thấy rõ rằng đối với Phao-lô, điều Đức Chúa Trời đã làm trọn qua sự chết cùng sống lại của Đấng Mê-si-a, Chúa Giê-xu, là việc Đức Chúa Trời làm trọn lời Ngài hứa với Áp-ra-ham, để rồi mọi người từ *muôn dân* được bước vào trong phước hạnh mà trước đây chỉ có Y-sơ-ra-ên Cựu Ước mới được hưởng, theo cách hiểu của Phao-lô về Phúc âm.

Khải Huyền 5:9–10

Tại sao Chúa Giê-xu xứng đáng mở các ấn trên cuộn giấy trong tay hữu của Đức Chúa Trời? Bởi vì Ngài là "Chiên Con đã bị giết". Chính Đấng Christ bị chịu đóng đinh đang nắm giữ chiếc chìa khóa mở ra mục đích của lịch sử và đích đến sau cùng của nó. Vì thế, khi các trưởng lão hô vang lời giải đáp cho câu hỏi ai là người xứng đáng mở cuộn giấy chứa bảy cái ấn ra, họ ca ngợi thập tự giá cứu chuộc, vinh quang, vươn rộng khắp hoàn vũ. Và cụm từ mang tính toàn cầu "lấy huyết mình chuộc cho Đức Chúa Trời những người thuộc mọi bộ tộc, mọi ngôn ngữ, mọi dân, mọi nước" là lời bóng gió mà ta có thể lập tức nhận ra là đang đề cập đến bối cảnh của Sáng Thế Ký 10, thế giới của các dân tộc, những con người hưởng phước hạnh cùng sự cứu rỗi từ việc Đức Chúa Trời kêu gọi Áp-ra-ham.

Khải Huyền 7:9–10

Ngôn ngữ ấy cũng tái xuất hiện ở đây, khi bài ca trọng đại về sự cứu rỗi của Đức Chúa Trời vang lên từ "một đoàn người rất đông không ai đếm được, từ các nước, các bộ tộc, các dân tộc, các thứ tiếng."

Khải Huyền 22:2

Ai hưởng lợi từ quyền năng chữa lành của cây sự sống bên dòng sông sự sống trong cuộc tạo dựng mới? *Muôn nước*. Họ đã được khắc họa là đối tượng đem sự huy hoàng, vinh quang cùng sự tôn trọng vào thành của Chúa - được chuộc và thanh tẩy mọi tội lỗi lẫn điều xấu xa (Khải 21:24–27). Nhưng bức tranh chung cuộc về các dân tộc mà chúng ta có trong Kinh thánh là sự *chữa lành*: "Lá cây dùng chữa lành các dân." Các nước về cơ bản đã từng bị bệnh tật kể từ Sáng Thế Ký 3–11 cuối cùng sẽ kinh nghiệm được sự chữa lành mang tính quốc tế mà cả thế giới hằng mong chờ. Phước hạnh của Áp-ra-ham sẽ đem muôn dân vào *shalom* của Christ, Đấng Cứu Chuộc, Đấng Cứu Thế và Đấng Chữa Lành mọi sự.

Và là nhân loại được chuộc, cùng với toàn thể thiên sứ và toàn tạo vật trong cõi thọ tạo hiệp nhau chúc tụng thành quả lớn lao đó, tôi hình dung Đức Chúa Trời quay sang Áp-ra-ham nói: "Con đây rồi. Ta đã giữ lời hứa. Ta đã nói 'muôn dân,' và đây là muôn dân. Sứ mạng đã hoàn thành."

Áp-ra-ham Là Khuôn Mẫu Cho Sứ Mạng Của Chúng Ta

Tôi hy vọng chúng ta được khích lệ khi chứng kiến toàn bộ quang cảnh tuyệt vời trong Kinh thánh về lời Đức Chúa Trời hứa với Áp-ra-ham cùng cách mà nó sản sinh ra thần học thánh kinh về sứ mạng của Đức Chúa Trời cho muôn dân. Nhưng trong sách này, chúng ta không chỉ nghĩ tới sứ mạng của Đức Chúa Trời mà còn nghĩ tới sứ mạng của con dân Đức Chúa Trời nữa. Và vì vậy, chúng ta cũng cần phải hỏi Áp-ra-ham liên hệ gần gũi ra sao với khái niệm của chúng ta về sứ mạng cùng việc thực thi sứ mạng ấy.

Nếu chúng ta là những người thừa hưởng không chỉ đặc ân phước hạnh của Áp-ra-ham, mà còn có trách nhiệm làm nguồn phước cho muôn dân, thì điều chúng ta được đòi hỏi là gì? Chắc chắn đó là chúng ta phải đáp ứng giống như Áp-ra-ham trước lời hứa cùng mạng lệnh của Đức Chúa Trời. Đối với Áp-ra-ham, điều đó ngụ ý phải rời bỏ và ra đi, tin cậy và vâng lời.

Rời Bỏ Và Ra Đi

Về thực chất, lời mở đầu mà Đức Chúa Trời nói với Áp-ra-ham là: "Hãy đứng dậy và đi, xa hẳn xứ của ngươi..." Đây là mạng lệnh rõ ràng bảo phải rời bỏ nơi cụ thể để tới nơi khác. Ông phải rời bỏ xứ sở cùng dân tộc *của mình*, để Đức Chúa Trời có thể ban phước cho *tất cả* các xứ sở cùng các dân tộc khác. Chỉ khi Áp-ra-ham ra đi thì mới mang lại phước hạnh cho các nước khác.

Câu chuyện Ba-bên đã đặt dấu chấm hết cho niềm hy vọng cùng toan tính của con người là tự tìm cho mình phương tiện để được phước. Phước lành sẽ không đến từ bên trong thế giới đó. Áp-ra-ham phải từ bỏ mọi thứ ràng buộc ông với xứ Ba-by-lôn trước khi có thể trở thành phương tiện mang phước lành cho khắp đất. Ba-bên, đỉnh điểm của nan đề được mô tả trong Sáng Thế Ký 3–11, không thể là nguồn giải pháp cho vấn đề.

Theo đó, ngay cả các đế quốc hùng mạnh như Mê-sô-bô-ta-mi cũng bị xem là tương đối và không hiệu quả. Các nền văn minh lớn nhất của nhân loại không thể giải quyết những vấn đề thẳm sâu nhất của con người. Sứ mạng ban phước cho muôn dân của Đức Chúa Trời phải là bước khởi đầu mới mẻ triệt để, đòi hỏi một sự cắt đứt, một sự dứt khoát ra đi khỏi câu chuyện cho đến thời điểm này, chứ không chỉ là sự phát triển tiến hóa từ đó. Vì vậy, Áp-ra-ham được truyền lệnh phải đứng lên và ra đi.

Sứ mạng từ Đức Chúa Trời đòi hỏi phải rời bỏ và ra đi. Và dĩ nhiên bây giờ vẫn thế.

Ở một mức độ, chúng ta có thể thấy điều này rõ ràng tương đồng với lời mở đầu của cái gọi là Đại Mạng Lệnh: "Đi khiến muôn dân trở nên môn đồ" (Mat 28:19) - tuy cũng cần nói rõ rằng từ ngữ đầu tiên tự thân nó không phải là mệnh lệnh mà là một phân từ - "Khi các con đi..." Dù sao thì điều rõ ràng đó là nếu muôn dân phải trở thành môn đồ, thì các môn đồ phải đến với họ. Cho nên, chắc chắn chúng ta có thể nhìn thấy trong mạng lệnh đầu tiên của Đức Chúa Trời dành cho Áp-ra-ham, lời báo trước về một động lực cuối cùng sẽ bùng nổ trong việc ra "đi" theo sứ mạng ly tâm đến khắp đầu cùng đất. Và đó là sự kết nối thích hợp.

Nhưng ở một mức độ khác "rời khỏi và ra đi" không nhất thiết có nghĩa là đi từ nơi này tới nơi khác về mặt địa lý. Những Cơ Đốc nhân dấn thân vào sứ mạng của Đức Chúa Trời *trong* thế gian phải bắt đầu bằng việc dứt khoát ra đi *khỏi* thế gian. Bởi lẽ chúng ta vẫn đang sống trong đất Ba-bên và Sô-đôm. Chúng ta cần nhận biết bản chất thờ thần tượng của thế gian cùng với mọi yêu sách và ý thức hệ của đời này. Điều này không phải là để chúng ta trở thành "thế gian khác", vì như chúng ta sẽ thấy trong chương 13, sứ mạng của chúng ta cũng phải diễn ra trong đấu trường công cộng nơi Đức Chúa Trời đặt chúng ta vào. Tuy nhiên, có một dạng rời bỏ và ra đi về phương diện thuộc linh, tâm trí và thái độ - ngay cả khi không liên quan đến mặt địa lý. Vì điều này bao gồm việc từ bỏ thế giới quan mà qua đó thế gian nói lên câu chuyện của mình để tiếp nhận, bằng đức tin cùng hy vọng, thế giới quan của câu chuyện mà chúng ta là một phần trong đó - tức câu chuyện thánh kinh về sứ mạng của Đức Chúa Trời. Điều này đưa chúng ta đến ý tiếp theo.

Tin Và Vâng Phục

Chúng ta bắt đầu chương này với tham vọng của Phao-lô là mang lại "sự vâng phục của đức tin... giữa muôn nước", và thực sự đó là điều Kinh thánh nhấn mạnh nhiều nhất về Áp-ra-ham, trong cả Cựu lẫn Tân Ước - "đức tin - sự vâng phục" của ông.

Giữa vòng các nhà thần học thánh kinh có một sự tranh cãi từ lâu về việc liệu giao ước với Áp-ra-ham là vô điều kiện hay có điều kiện. Nhưng thực ra, phân định như vậy là chuyện đơn giản quá mức, bởi lẽ trong những khía cạnh khác nhau, thì câu trả lời là cả hai. Một mặt, giao ước đó *vô điều kiện*, theo nghĩa không dựa trên bất kỳ điều kiện nào *trước đó* đã được Áp-ra-ham làm trọn. Đức Chúa Trời chỉ thông báo Ngài chọn Áp-ra-ham với ý định tuyệt vời là ban phước cho muôn dân thông qua ông. Áp-ra-ham chẳng làm gì để xứng đáng hay khởi xướng hành động thuộc về Đức Chúa Trời.

Thế nhưng mặt khác, những lời đầu tiên của Đức Chúa Trời hàm ý *có điều kiện*. Mọi sự tùy thuộc vào mạng lệnh mở đầu (nghĩa đen): "Hãy đứng dậy rồi ra khỏi nơi này, đi tới xứ ta sẽ chỉ cho ngươi." Toàn bộ lời hứa tiếp theo của Đức Chúa Trời tùy thuộc vào đó. Không ra đi, thì không được phước. Nói thẳng thừng là, nếu Áp-ra-ham không đứng dậy, ra đi tới Ca-na-an, nếu ông không tin cậy Đức Chúa Trời đủ để vâng lời Ngài, thì câu chuyện đã kết thúc ngay tại đó. Và Kinh thánh hẳn sẽ là cuốn sách mỏng mà thôi.

> Chẳng phải lời hứa thiên thượng tùy thuộc vào sự vâng lời của Áp-ra-ham, mà là sự vâng lời của ông đã được kết hợp chặt chẽ trong lời hứa thiên thượng. Do đó, Y-sơ-ra-ên không chỉ mắc nợ Đức Gia-vê mà mắc nợ cả Áp-ra-ham về sự hiện hữu của mình. Về phương diện thần học, đây

là cách hiểu sâu sắc về giá trị sự vâng phục của con người – nó có thể được Đức Chúa Trời sử dụng và trở thành yếu tố thúc đẩy Ngài trong những kế hoạch của Ngài dành cho nhân loại.

Walter Moberly[7]

Nhưng đức tin cùng sự vâng lời của Áp-ra-ham đã bị thử nghiệm nhiều lần trong các đoạn tiếp theo. Thử nghiệm cam go nhất là trong Sáng Thế Ký 22, đỉnh điểm của toàn bộ câu chuyện về Áp-ra-ham. Đức Chúa Trời truyền lệnh cho Áp-ra-ham đem dâng Y-sác. Áp-ra-ham đã sẵn sàng vâng phục ngay cả yêu cầu như thế và phó thác kết quả cho Chúa, dẫn tới việc Đức Chúa Trời long trọng xác quyết lời hứa của Ngài, được củng cố thêm bằng lời thề bằng chính sự hiện hữu của Ngài.

> Lời Đức Gia-vê phán:
>
> Chính Ta đã thề, *vì con đã làm điều này* mà không tiếc con mình, đứa con duy nhất của con
>
> nên chắc chắn ta sẽ ban phước cho con,
>
> Ta sẽ làm cho dòng dõi con đông gấp bội
>
> như sao trời, như cát bãi biển và dòng dõi con sẽ chiếm được cổng thành của quân địch.
>
> Tất cả các dân tộc trên thế giới đều sẽ nhờ dòng dõi con mà được phước, *vì con đã vâng lời ta.*
>
> (Sáng 22:16–18, dịch từ nguyên văn và chú ý in nghiêng)

Các câu này rõ ràng buộc chặt một mặt là ý định trong lời hứa của Đức Chúa Trời dành cho muôn dân với mặt kia là đức tin và sự vâng lời của Áp-ra-ham lại với nhau. Hai yếu tố này ràng buộc chặt chẽ với nhau. Lời mở đầu và kết thúc của Đức Chúa Trời nhấn mạnh việc biến sự vâng phục của Áp-ra-ham trở thành lý do khiến bây giờ Đức Chúa Trời tự ràng buộc mình phải giữ lời Ngài hứa là ban phước cho muôn dân.

Dĩ nhiên không hề có nghĩa là Áp-ra-ham *xứng đáng* hưởng những lời hứa giao ước của Đức Chúa Trời. Chúng ta không rơi vào cái bẫy "công chính nhờ việc làm" ở đây. Như chúng ta đã nói, Áp-ra-ham chẳng làm gì để *xứng đáng* với lời hứa của Đức Chúa Trời, lời hứa ấy vốn "từ trời rơi xuống". Nhưng đáp ứng kiên trì của đức tin và lòng vâng phục không chỉ cảm động Đức Chúa Trời để Ngài xem ông là công chính (Sáng 15:6), mà còn giúp lời hứa của Ngài tiến tới chân trời chung nữa.

Khi đọc Tân Ước, chúng ta thấy Phao-lô, Gia-cơ và tác giả thư Hê-bơ-rơ đều nắm bắt được cả hai cực trong cách Áp-ra-ham đáp ứng Đức Chúa Trời.

- Phao-lô tập trung vào đức tin đã khiến Áp-ra-ham *tin lời hứa của Đức Chúa Trời*, cho dù những lời hứa có vẻ khó thực hiện tới mức nào và điều đó được kể là công chính (Rô 4; Ga 3:6–29).
- Gia-cơ tập trung vào đức tin khiến Áp-ra-ham *vâng phục mạng lệnh của Đức Chúa Trời*, qua đó chứng minh tính chân thật trong đức tin của ông bằng thực tiễn (Gia-cơ 2:20–24).
- Thư Hê-bơ-rơ thực sự nắm bắt *cả hai* chiều kích (dĩ nhiên, theo như điều Phao-lô và Gia cơ đều đồng ý), bằng cách nhiều lần nhấn mạnh đức tin của Áp-ra-ham trong khi tiếp tục cho thấy ông bày tỏ đức tin của mình qua sự vâng lời, từ lúc rời bỏ quê hương cho tới ký thuật về sự vâng phục của ông trong Sáng Thế Ký 22 (Hê 11:8–19).

Về phần chúng ta, với mối bận tâm về sứ mạng, điều quan trọng cần lưu ý trong cách hiểu những bản văn này là ý định ban phước cho muôn dân của Đức Chúa Trời được kết hợp với cam kết vâng phục của con người, điều giúp chúng ta trở thành tác nhân mang lại phước hạnh đó.

Phúc âm vinh quang của giao ước Áp-ra-ham là sứ mạng của Đức Chúa Trời nhằm ban phước cho muôn dân. *Thách thức dai dẳng* trong giao ước Áp-ra-ham ấy là Đức Chúa Trời đã lập kế hoạch để thực hiện điều đó "qua ngươi và dòng dõi ngươi". Vì thế, đức tin cùng sự vâng phục của Áp-ra-ham không chỉ là mẫu mực cho lòng sùng kính cùng đạo đức *cá nhân*, mà còn là chứng cứ cần thiết cho sự dự phần hiệu quả vào toàn bộ ý nghĩa của mạng lệnh "Hãy làm nguồn phước".

Nếu không có đức tin cùng lòng vâng phục thì chúng ta không thể đem lại phước hạnh cho chính bản thân hoặc cho người khác. Những người được Đức Chúa Trời kêu gọi dự phần trong sứ mạng cứu chuộc muôn dân là những người thực hành đức tin cứu rỗi giống như Áp-ra-ham *và* chứng tỏ lòng vâng phục đắt giá như Áp-ra-ham.

Cho nên, *điều Đức Chúa Trời hứa với Áp-ra-ham* trở thành chương trình tối hậu cho sứ mạng của chính Ngài (ban phước cho muôn dân), và *điều Áp-ra-ham đã làm để đáp ứng lời hứa của Đức Chúa Trời* trở thành khuôn mẫu lịch sử cho sứ mạng của chúng ta (đức tin và vâng phục).

Tóm Lược

Trong phần "Những Thắc Mắc Nối Tiếp Nhau" (tựa đề cho phần I của quyển này), chúng ta đã đặt ra những câu hỏi cơ bản về hội thánh: "Chúng ta là ai và chúng ta có mặt trên đời để làm gì?" Tìm được câu trả lời đúng cho câu hỏi đó là điều cần thiết nếu muốn xây dựng một thần học thánh kinh đúng đắn về sứ mạng của hội thánh. Thay vì bắt đầu với sách Công Vụ Các Sứ Đồ, chúng ta đã quay về với Áp-ra-ham, bởi đó là chỗ chúng ta gặp Đức Chúa Trời bắt đầu kế hoạch phục hồi, cứu chuộc lớn lao của Ngài – lời đáp của Đức Chúa Trời cho tình trạng đen tối được trình bày trong Sáng Thế Ký 3–11.

Trong một thế giới nơi sự rủa sả của Đức Chúa Trời trước tội lỗi cùng sự phản loạn của con người đang diễn ra, Đức Chúa Trời đã khởi sự một chương trình nhằm mang lại phước hạnh. Chúng ta đã tìm hiểu nội dung bao quát và phong phú của từ "phước lành" trong Kinh thánh. Nhưng phước lành của Đức Chúa Trời không chỉ dành riêng cho Áp-ra-ham cùng gia đình ông. Ông sẽ là cha của một dân tộc cụ thể để qua đó phước lành sẽ đến với muôn dân. Khi ấy, nếu chúng ta ở trong Đấng Christ, thì "chúng ta" dự phần trong gia đình của Áp-ra-ham, cho dù chúng ta thuộc dân tộc nào.

Nhưng nếu, trong Đấng Christ, chúng ta thừa hưởng phước lành của Áp-ra-ham, thì chúng ta cũng thừa hưởng cả sứ mạng của ông - đó là ra đi làm nguồn phước, làm phương tiện để qua đó phước lành của Đức Chúa Trời đến với người khác. Ở mức cơ bản, bắt đầu ngay từ đây trong Sáng Thế Ký, nghĩa là "chúng ta là ai"- là con cháu Áp-ra-ham; và nghĩa là "chúng ta có mặt trên đời để làm gì"- để dự phần trong sứ mạng Đức Chúa Trời đã hứa là đem mọi người từ muôn dân trên đất bước vào phước hạnh giải cứu của Đức Chúa Trời qua Đấng Christ.

Tuy nhiên, trong phần "Những Thắc Mắc Nối Tiếp Nhau" chúng ta cũng hỏi: "Chúng ta cần là kiểu người nào?" Áp-ra-ham không chỉ được kêu gọi tin cậy Đức Chúa Trời mà còn phải vâng phục Ngài. Trở thành một dân được phước cũng có chiều kích đạo đức.. Đó là chiều kích sứ mạng của con dân Đức Chúa Trời mà chúng ta phải triển khai thêm trong các chương kế tiếp. Trong chương sau đây, chúng ta sẽ thấy rằng nó đã sẵn có trong tâm trí Đức Chúa Trời ngay cả khi Ngài lựa chọn và kêu gọi Áp-ra-ham.

Câu Hỏi Liên Quan

1. Từ "phước lành" thường khiến bạn nghĩ đến điều gì? Quan niệm của bạn thay đổi ra sao dựa theo chương này?
2. "Làm nguồn phước" dường như không mô tả đầy đủ "sứ mạng của con dân Chúa" (và thực sự bản thân ba chữ này không nói lên đầy đủ!), nhưng những khía cạnh nào trong sứ mạng của chúng ta được thách thức hoặc được cải thiện nhờ suy nghĩ về việc "làm nguồn phước" của Áp-ra-ham?
3. Áp-ra-ham được kêu gọi "rời bỏ và ra đi". Cho dù bạn có được kêu gọi rời quê hương và vượt đại dương làm nhà truyền giáo hay không, thì những yếu tố nào trong bối cảnh xã hội và văn hóa hiện tại mà bạn cần "rời bỏ" nếu muốn noi gương Áp-ra-ham trong tinh thần "tin cậy-vâng

lời"?
4. Với bạn, ý tưởng sứ mạng của hội thánh đòi hỏi sự vâng lời nghe có mang hơi hướng của chủ nghĩa luật pháp không? Ý tưởng có vẻ không hợp với Kinh thánh này có thể được sửa lại như thế nào cho đúng với Kinh thánh hơn?

5

Những Người Bước Đi Trong Đường Lối Chúa

Cách Đức Chúa Trời Tự Nhắc Nhở Mình

Bởi ta đã biết [chọn] người [Áp-ra-ham] nhằm mục đích để người sẽ dạy cho con cháu cùng nhà mình noi theo đường lối Đức Giê-hô-va bằng cách làm sự công chính và công bình, để Đức Giê-hô-va có thể mang lại cho Áp-ra-ham điều Ngài đã phán [hứa] với người.

Sáng Thế Ký 18:19 (bản dịch của tôi)

"Muôn dân [nước] trên đất sẽ được phước [hoặc sẽ tự chúc phước cho mình] qua ngươi" (Sáng 12:3). Đây là phạm vi bao la, rộng lớn trong lời hứa của Đức Chúa Trời dành cho Áp-ra-ham. Như đã tìm hiểu trong chương 4, nếu chúng ta hỏi sứ mạng của con dân Chúa là gì, thì điều đầu tiên Kinh thánh cho chúng ta biết, khi dân của Ngài còn chưa được thai dựng trong lòng Sa-ra, ấy là họ sẽ là một dân làm nguồn phước cho muôn dân. Thật vậy, Phao-lô nói đó là tin vui, là phúc âm (Ga 3:8). Chúc lành cho muôn dân là sứ mạng do Đức Chúa Trời công bố và là lý do Ngài kêu gọi dân này hiện hữu - để làm phương tiện mang sứ mạng của Đức Chúa Trời đến với muôn dân.

Lịch sử công tác cứu chuộc của Đức Chúa Trời bắt đầu bằng lời kêu gọi Áp-ra-ham và lời hứa rằng qua dòng dõi của ông, *phước hạnh sẽ đến với muôn dân trên đất.*

Nhưng bằng cách nào?

Đương nhiên, đó là câu hỏi chúng ta sẽ trả lời theo nhiều cách khác nhau khi chúng ta tìm hiểu nhiều chiều kích của công tác mà Đức Chúa Trời đặt trên vai con dân Ngài trong Kinh thánh. Nhưng ở đây, trong một câu Kinh thánh duy nhất này, theo ngôn ngữ vui tai của con người, Đức Chúa Trời tự nhắc nhở chính mình về điều Ngài đã nghĩ tới khi Ngài chọn Áp-ra-ham.

Sáng Thế Ký 18:19 là một câu Kinh thánh đáng lưu ý, bởi lẽ chỉ một câu mà tóm gọn cả việc Đức Chúa Trời *chọn* Áp-ra-ham, lẫn *đòi hỏi về đạo đức* mà Ngài mong đợi nơi cộng đồng của Áp-ra-ham cùng *lời hứa* của Đức Chúa Trời *dành cho* Áp-ra-ham (vốn đã được nói rõ trong câu 18, đó là "muôn dân trên đất sẽ nhờ người mà được phước"). *Sự chọn lựa, đạo đức* và *sứ mạng* trong chỉ một câu - đó chính là thần học thánh kinh cho cuộc sống! Trong chương này, chúng ta sẽ tìm hiểu ba chủ đề lớn này trong Kinh thánh không thể tách rời nhau như thế nào - đan kết thật chặt chẽ với nhau.

Áp-ra-ham sẽ là nguồn phước cho muôn dân bằng cách nào? Trước hết, như chúng ta thấy trong phần kết của chương 4, chỉ nhờ tin cậy và vâng lời Đức Chúa Trời mà thôi. Vì vậy điều đầu tiên chúng ta phải nói là, nếu chúng ta tôn Áp-ra-ham là cha của dân sự Chúa và là hiện thân sứ mạng của con dân Ngài, thì đó là vì ông nhắc chúng ta nhớ rằng sứ mạng của chúng ta phải bắt đầu bằng đức tin mang đến sự xưng công chính đặt nơi Đức Chúa Trời và sự vâng phục Đức Chúa Trời một cách thực tế. Đó là bài học quan trọng, nhưng mới chỉ là khởi điểm cho ý nghĩa về sứ mạng của Áp-ra-ham.

> Cần thận trọng lưu ý phạm vi mục đích của Đức Chúa Trời [trong việc nói cho Áp-ra-ham biết các kế hoạch của Ngài]. Ý muốn của Ngài, như đã bày tỏ cho Áp-ra-ham, ràng buộc toàn bộ dòng dõi Áp-ra-ham. Chắc chắn Đức Chúa Trời không bày tỏ ý muốn Ngài cho chúng ta để rồi sự hiểu biết đó về Ngài sẽ cùng chết theo chúng ta. Ngài đòi hỏi chúng ta phải làm chứng nhân về Ngài cho thế hệ mai sau, để tới lượt mình, họ cũng sẽ chuyển giao điều đã nhận lãnh từ chúng ta cho con cháu của họ... Theo đó, chúng ta phải rao truyền lẽ thật của Đức Chúa Trời. Lẽ thật ấy được ban không chỉ để chúng ta vui hưởng một mình; chúng ta phải giúp nhau mạnh mẽ thêm lên, theo sự kêu gọi cùng đức tin của chính mình.
>
> *John Calvin*[1]

Dù sao, Áp-ra-ham chỉ có duy nhất một cuộc đời để sống, thì làm sao đức tin cùng sự vâng phục *của ông* tạo nên phương tiện mang *phước lành cho muôn dân* được (tức là làm sao tạo ảnh hưởng truyền giáo), ngoài câu chuyện về gương mẫu của ông? Sáng Thế Ký 18–19 cho chúng ta câu trả lời. Sức mạnh trong gương mẫu của Áp-ra-ham cần được tăng cường và nhân rộng qua việc dạy dỗ trực tiếp và qua việc định hình nhân cách đạo đức. Gia đình của Áp-ra-ham, và cả gia tộc ông về sau - tức là toàn bộ cộng đồng dòng dõi Áp-ra-ham sẽ là con dân Chúa, phải được dạy bước đi trong đường lối Chúa, qua việc thi hành sự công bình và công lý.

Về mặt thần học thánh kinh, chúng ta đã nêu rõ rằng "cộng đồng Áp-ra-ham" bao hàm cả Y-sơ-ra-ên trong Cựu Ước cùng với những người ở trong Đấng Christ - tín hữu Do Thái lẫn Ngoại bang (Rô 4; Ga 3). Vì vậy phần nghĩa thuộc linh bao trùm của Sáng Thế Ký 18:19 thật sự rất rộng, kéo dài tới tận chỗ chính bạn và tôi hiện đang ngồi. Vì nếu chúng ta ở trong Đấng Christ, thì chúng ta ở trong Áp-ra-ham, những người thừa kế lời Đức Chúa Trời hứa với ông cùng với trách nhiệm Ngài giao cho ông. Và nếu chúng ta thừa hưởng phước hạnh của Áp-ra-ham, thì chúng ta cũng thừa kế sứ mạng của ông.

Vậy thì sứ mạng của con dân Chúa là gì? Theo bản văn ở đây thì đó phải là một cộng đồng sống theo tiêu chuẩn đạo đức là đường lối Đức Chúa Trời, để Ngài có thể làm trọn lời Ngài hứa với Áp-ra-ham và mang lại phước lành cho muôn dân. Đạo đức của chúng ta và sứ mạng của Đức ChúaTrời hoàn toàn ràng buộc nhau. Đó là lý do Đức ChúaTrời chọn chúng ta từ ban đầu.

Tuy nhiên, trước khi xem kỹ ý nghĩa trong thực tiễn, chúng ta cần chú ý ngữ cảnh của bản văn. Đoạn trao đổi qua lại giữa Đức Chúa Trời với chính Ngài ở đây xuất hiện ngay giữa câu chuyện Ngài đoán phạt Sô-đôm và Gô-mô-rơ, một câu chuyện tạo nên Sáng Thế Ký 18 và 19.

Vì vậy lời hứa *phước hạnh* toàn cầu của Đức Chúa Trời ở đây thực sự được gói trọn bên trong câu chuyện về một trường hợp đặc biệt nổi tiếng về sự *đoán phạt* mang tính lịch sử của Đức Chúa Trời. Đó là một ngữ cảnh quan trọng, nhắc chúng ta nhớ rằng sứ mạng của Đức Chúa Trời hành động trong thế gian sa ngã này, rằng lời hứa phước lành vinh quang nhất được đặt bên cạnh những lời nói cùng hành động đoán phạt kinh khiếp nhất, và dân sự Đức Chúa Trời được kêu gọi để sống giống như Áp-ra-ham trong một thế giới giống như Sô-đôm.[2]

Sô-đôm: Khuôn Mẫu Về Thế Giới Của Chúng Ta

Sự Bất Tuân Của Muôn Dân

Sô-đôm đại diện cho phương cách của thế gian sa ngã. Trong Kinh thánh, Sô-đôm là nguyên mẫu đầu tiên ai cũng biết về sự gian ác của nhân loại cùng sự phán xét của Đức Chúa Trời cuối cùng sẽ giáng xuống trên kẻ làm ác. Với Sô-đôm, dường như chúng ta gặp lại câu chuyện Tháp Ba-bên - những chuyện minh họa khả năng làm điều ác khủng khiếp của xã hội loài người, ngay từ Sáng Thế Ký 3. Đó là sự bất tuân của A-đam, Ê-va, Ca-in cùng dòng dõi họ nhân rộng ra tầm cỡ quốc gia.

Để làm sáng tỏ điểm này, chúng ta hãy nghiên cứu vắn tắt "thần học theo Kinh thánh về Sô-đôm" rồi truy nguyên chủ đề thông qua một số phân đoạn

---

[2]Phần giải thích Sáng 18:19 sau đó được rút ngắn từ bài thảo luận dài hơn nhiều, trong *Mission of God*, 358–69. Được phép sử dụng và trích dẫn.

Kinh thánh.

Bắt đầu trong *Sáng Thế Ký 18:20*, chúng ta nghe "tiếng kêu" (*zeaqah*) từ Sô-đôm thấu đến Đức Chúa Trời - một từ cho chúng ta biết rằng có sự tàn bạo và áp bức đang diễn ra tại đó.

Đức Giê-hô-va phán: "Tiếng than trách về Sô-đôm và Gô-mô-rơ thật quá lớn, tội lỗi các thành đó thật nghiêm trọng! Ta phải ngự xuống để xem chúng có làm như tiếng đã kêu thấu đến ta không." (Sáng 18:20–21)

Từ *zeaqah*, hoặc *seqaqah*, là thuật ngữ chỉ về tiếng kêu đau đớn, hoặc tiếng kêu cứu, từ người đang bị áp bức hoặc ngược đãi.[3] Đây là từ dùng để chỉ cảnh người Y-sơ-ra-ên kêu la dưới ách nô lệ tại Ai Cập (Xuất 2:23). Các tác giả Thi Thiên dùng từ này khi nài xin Đức Chúa Trời dủ nghe tiếng họ kêu la vì bị đối xử bất công (ví dụ: Thi 34:17). Sinh động hơn cả, đó là tiếng kêu cứu của người phụ nữ bị cưỡng hiếp (Phục 22:24, 27). Ngay từ Sáng Thế Ký 13:13, chúng ta được biết "đàn ông Sô-đôm rất gian ác và phạm tội nghiêm trọng với Đức Giê-hô-va." Ở đây tội đó được nhận diện là áp bức, do đó là nghĩa của từ "kêu cứu". Một số người sống tại hoặc gần Sô-đôm bị khốn khổ tới mức kêu cứu vì bị áp bức và đối xử tàn bạo.

Trong *Sáng Thế Ký 19*, chúng ta thấy thêm cảnh vô luân tình dục, thù hằn, trụy lạc trong nhân tính của "mọi người đàn ông từ khắp nơi trong thành Sô-đôm - cả trẻ lẫn già" (19:4).

Trong *Phục Truyền Luật Lệ Ký 29:23*, số phận tương lai của Y-sơ-ra-ên dưới cơn giận và phán xét của Đức ChúaTrời về tội thờ thần tượng của họ được ví với tội của Sô-đôm và Gô-mô-rơ, ngụ ý một phần tội lỗi của hai thành này là chìm đắm trong sự thờ thần tượng, kèm theo tội ác về mặt xã hội (xem Ca 4:6).

Ê-sai mô tả Giê-ru-sa-lem trong thời ông bằng những sắc màu của Sô-đôm và Gô-mô-rơ khi lên án thành này về việc làm đổ máu, tham nhũng và bất công (Ê-sai 1:9–23). Ông còn mô tả thêm sự phán xét của Đức Chúa Trời trong tương lai đối với Ba-by-lôn (một thành mẫu khác) vì sự kiêu căng của họ, như phản cảnh chiếu lại việc Đức Chúa Trời hủy diệt Sô-đôm và Gô-mô-rơ (Ê-sai 13:19–20).

Ê-xê-chi-ên càng châm biếm hơn khi so sánh một cách không mấy thiện cảm Giu-đa với Sô-đôm, mô tả tội của Sô-đôm là xấc xược, kẻ cả và chai đá trước những người cùng khốn. Họ quá tự cao, sống thừa mứa và vô tâm - một danh sách những lời buộc tội có vẻ rất hiện đại (Êxê 16:48).

Vì vậy, từ lời chứng Cựu Ước đầy đủ này, rõ ràng Sô-đôm được dùng làm mô hình - một khuôn mẫu tồi tệ nhất cho xã hội loài người. Đồng thời, tên gọi Sô-đôm nói lên sự phán xét toàn diện và không thể tránh được của Đức Chúa Trời trên cảnh gian ác như vậy. Sô-đôm là nơi ngập tràn áp bức, tàn ác,

---

[3]Xem Richard Nelson Boyce, *The Cry to God in the Old Testament* (Atlanta: Scholars Press, 1988).

bạo lực, sa đọa tình dục, thờ thần tượng, kiêu căng và tham lam tiêu thụ, là nơi không hề thương xót hoặc chăm lo cho người nghèo khó. Thật vậy, đó là mô hình của thế giới sa ngã mà chúng ta vẫn đang sống.

Khi chúng ta tiếp tục chủ đề này ở Tân Ước, chúng ta cũng gặp một "bảng liệt kê tội ác của Sô-đôm" tương tự trong mô tả của Phao-lô về sự gian ác của con người trong Rô-ma 1:18–32. Tuy Phao-lô không kể tên Sô-đôm, nhưng bảng liệt kê gây choáng váng của ông về tội lỗi nhân loại phản ánh đủ các hạng mục tội lỗi của Sô-đôm, và đó có thể là điều nằm trong tâm trí ông do ông sinh ra trong truyền thống Do Thái.[4] Quan trọng là, Phao-lô mở đầu bảng liệt kê của mình bằng câu "cơn thịnh nộ của Đức Chúa Trời từ trên trời được tỏ bày để chống lại" mọi hành vi như vậy, rồi ông kết thúc bằng câu "những kẻ làm những điều như thế, đáng phải chết". Thật vậy, lửa và mưa diêm sinh từ trời đã giáng sự chết trên Sô-đôm và Gô-mô-rơ (Sáng 19:24).

Nếu đó là thế giới mà Phao-lô chứng kiến trong thời của ông - một thế giới gồm những dân tộc mà Sô-đôm là điển hình - thì đó cũng là thế giới mà Phao-lô được kêu gọi dấn thân cho sứ mạng. Thật là một thế giới đầy gian ác! Vậy thì Phao-lô nhìn sứ mạng của mình ra sao trong một thế giới như thế? Ông nói với chúng ta hai lần, ngay đầu và cuối sách Rô-ma. Sứ mạng của Phao-lô không gì khác hơn là mang lại "sự vâng phục của đức tin... giữa vòng muôn nước" (Rô 1:5; 16:26).

Sự vâng phục giữa muôn nước

Chúng ta đã từng nghe nói như vậy bao giờ chưa? Như chúng ta đã nhấn mạnh trong chương 4, Phao-lô diễn đạt sứ mạng của mình bằng cách liên hệ đến sứ mạng của Áp-ra-ham. Sứ mạng của ông là thực thi điều Đức Chúa Trời truyền phán với Áp-ra-ham trong bản văn của chúng ta - để tạo nên những cộng đồng đức tin và vâng phục, những cộng đồng cam kết bước đi theo đường lối Chúa trong một thế giới muôn nước đều bước đi theo đường của Sô-đôm - những cộng đồng được biến cải sẽ phô bày nét tương phản rõ rệt với cảnh Sô-đôm chung quanh.

Do đó sứ mạng của Phao-lô mang nội dung đạo đức mạnh mẽ. Có một sứ mạng vượt ra ngoài phạm vi truyền giảng Phúc âm. Đó là sứ mạng dạy dỗ những cộng đồng mới, là biến cải đạo đức theo đường lối Đức Chúa Trời. Về cơ bản, đây là sứ mạng của Áp-ra-ham, và nó phù hợp với bản văn của chúng ta trong chương này.

Sứ mạng của chúng ta, cùng với sứ mạng của Phao-lô và Áp-ra-ham, cũng vậy. Và nó cũng đòi hỏi chừng đó ân điển biến cải diệu kỳ của Đức Chúa Trời

---

[4] Philip Esler ("The Sodom Tradition in Romans 1:18–32", *Biblical Theology Bulletin* 34 [2004]: 4–16) cho rằng danh mục liệt kê những việc xấu xa gian ác vốn là đặc điểm của Sô-đôm đã định hình suy nghĩ của người Do Thái khi nghĩ về tội lỗi, cùng sự phán xét, và Phao-lô đã biết quá rõ điều này.

qua Phúc âm để ngẫm suy về ý nghĩa của nó.

Thế giới chẳng thay đổi bao nhiêu kể từ thời Sô-đôm. Do đó, sứ mạng của con dân Chúa cũng không thay đổi. Chúng ta vẫn được gọi là những người học theo gương Áp-ra-ham và cam kết "bước đi trong đường lối Đức Giê-hô-va" bằng cách "làm sự công chính và công lý". Chúng ta sẽ nói thêm về ý nghĩa của mấy câu này sau. Nhưng còn bây giờ, điều quá rõ ràng không thể nào chối cãi từ bản văn này đó là đặc trưng đạo đức nổi bật của con dân Chúa là phần không thể thiếu trong vai trò họ được kêu gọi dự phần trong sứ mạng đem hạnh phước cho một thế giới, mà nếu không thì sẽ bị phán xét giống như Sô-đôm. Thật vậy, theo Sáng Thế ký 18:19, phẩm chất đạo đức của đời sống là một phần trong chính mục đích mà chúng ta được chọn trong Áp-ra-ham.

Để muôn dân được phước, con dân Chúa phải bước đi theo đường lối Ngài.

Áp-ra-ham: Khuôn Mẫu Sứ Mạng Của Đức Chúa Trời

Việc Đức Chúa Trời tự đối thoại với chính mình và với Áp-ra-ham trong Sáng Thế Ký 18 được đặt trong bối cảnh tội ác của Sô-đôm. Chính cảnh gian ác đó đã dẫn tới việc Đức Chúa Trời với hai thiên sứ Ngài đi xem xét, một cuộc xem xét dường như chắc chắn dẫn đến sự phán xét. Bắt đầu trong Sáng Thế Ký 18:18, Đức Chúa Trời tự nhủ với *chính mình* bằng việc nhắc lại lời hứa giao ước ban đầu: "Chắc chắn Áp-ra-ham sẽ trở thành một dân lớn và hùng mạnh, và muôn dân trên đất sẽ nhờ ông mà được phước".

Phán Xét Trước Mắt: Phước Hạnh Tối Hậu

Nhắc lại mục tiêu sứ mạng bao trùm toàn cầu này, Đức Chúa Trời muốn giải thích lý do vì sao Ngài vừa nhắc lại lời hứa với Áp-ra-ham và Sa-ra rằng họ sẽ có một con trai (điều mà Ngài đã giải thích trước đó một chút trong câu chuyện, qua bữa ăn tối; Sáng 18:10, 14). Bất kỳ điều gì Đức Chúa Trời sắp làm - phán xét Sô-đôm và Gô-mô-rơ, hoặc cho Áp-ra-ham và Sa-ra một con trai - cũng phải hiểu là có liên quan với mục đích này. Trong khi Ngài đang hành động để phán xét ngay tức khắc một xã hội gian ác *cụ thể*, Đức Chúa Trời dừng lại để tự nhắc nhở chính mình về mục đính tối hậu là ban phước *toàn cầu* cho muôn dân. Hầu như là Đức Chúa Trời không thể làm điều này (phán xét) mà không đặt trong bối cảnh của điều kia (cứu chuộc).

Nhu cầu cụ thể trước mắt là sự phán xét. Mục tiêu tối hậu mang tính toàn cầu là (như vẫn luôn luôn là) ban phước. Đây là phần quan trọng trong thần học thánh kinh về sứ mạng của chúng ta. Đừng bao giờ quên định nghĩa của Phao-lô về Phúc âm trong Ga-la-ti 3:8 - Đức Chúa Trời muốn cho muôn dân trên đất được hưởng phước. Đó là tin vui cần ghi nhớ ngay cả trong bối cảnh phán xét đáng sợ như ở đây.

Lời Hứa Cho Toàn Thế Gian

Thế là Đức Chúa Trời dừng lại để dùng bữa với Áp-ra-ham và Sa-ra. Dĩ nhiên, Đức Chúa Trời chẳng cần phải làm như vậy, cũng như chẳng cần phải "đi xuống" để tìm hiểu xem điều gì đang diễn ra tại Sô-đôm. Lý do khiến Đức Chúa Trời cùng hai thiên sứ của Ngài chọn dừng lại để dùng bữa với Áp-ra-ham, như thể họ là ba khách bộ hành (bởi lúc đầu Áp-ra-ham nghĩ như vậy, 18:2) không phải do ba vị khách biết Sa-ra là đầu bếp giỏi. Ấy là vì Đức Chúa Trời thấy trong chính cặp vợ chồng cao tuổi mà vẫn không con này, đóng trại ở đó bên những triền đồi bên trên các thành của vùng đồng bằng, chìa khóa cho mục đích mang tính sứ mạng đầy đủ cho lịch sử và cho toàn nhân loại.

Câu chuyện nhắc độc giả (giống như Đức Chúa Trời tự nhủ trong các câu 17–19) về vị trí trung tâm của Áp-ra-ham trong thần học thánh kinh liên quan đến sứ mạng của Đức Chúa Trời. Áp-ra-ham và Sa-ra sẽ có một con trai, Đức Chúa Trời hứa như vậy. Tại sao? Chẳng phải là sự đãi ngộ đặc biệt khi cả hai đều nghĩ mình đã quá tuổi để có con được (Sáng 18:10–13 có vẻ hài hước một cách có chủ đích). Không! Họ phải và sẽ có một con trai, bởi lẽ toàn bộ kế hoạch truyền giảng Phúc âm cho toàn cầu của Đức Chúa Trời nhằm mang phước hạnh đến cho muôn dân đều tùy thuộc vào đó. Dù sao đi nữa thì toàn bộ ý tưởng đó là con dân Chúa phải nhận sứ mạng làm nguồn phước cho muôn dân đều tùy thuộc vào việc một dân tộc như thế có thực sự hiện hữu hay không. Và điều đó không thể bắt đầu cho tới khi Áp-ra-ham và Sa-ra được chúc phước với đứa con trai theo lời hứa.

Vì vậy, chúng ta cần chú ý kỹ phạm vi toàn cầu của câu 17–19. Lời Đức Chúa Trời hứa với Áp-ra-ham là viên đá nền hay là động cơ cho toàn bộ sứ mạng của con dân Chúa xuyên suốt lịch sử.

- Khi các cá nhân đến với đức tin cứu rỗi trong Đức Chúa Trời của Y-sơ-ra-ên trong Cựu Ước (như Ru-tơ, Na-a-man, góa phụ Sa-rép-ta), Đức Chúa Trời đang giữ lời Ngài đã hứa với Áp-ra-ham.
- Khi Sa-lô-môn cầu xin cho mọi người khắp đầu cùng đất đều đến để được Đức Chúa Trời nhậm lời cầu xin trong đền thờ, ông đang cầu xin Chúa giữ lời Ngài đã hứa với Áp-ra-ham.
- Khi các tác giả Thi Thiên, các tiên tri, sứ đồ và tác giả các sách Phúc âm nhìn thấy tin mừng về tình yêu của Đức Chúa Trời được mở rộng ra cho Dân ngoại, họ biết rằng Đức Chúa Trời đang giữ lời Ngài đã hứa với Áp-ra-ham.
- Khi Phúc âm phát triển về hướng Bắc, tấn tới vùng Tiểu Á, sang Tây Âu, xuống Nam Phi, rồi tới Đông A-ra-bi (trong kỷ nguyên Tân Ước), Đức Chúa Trời đang giữ lời Ngài đã hứa với Áp-ra-ham.
- Qua nhiều thế kỷ, khi Phúc âm lan rộng thêm nữa tới đầu cùng đất (như quê hương tôi là Ai-len, từ góc nhìn của Y-sơ-ra-ên) thì Đức Chúa Trời

cũng đang giữ lời Ngài đã hứa với Áp-ra-ham.
- Và khi Phúc âm đến với bạn và tôi, kéo chúng ta vào cộng đồng đa quốc gia của đức tin và sự vâng lời của Áp-ra-ham, thì Đức Chúa Trời vẫn đang giữ lời hứa của Ngài.

Đó chính là điều tạo nên sứ mạng cho con dân Chúa - sau khi nhận phước hạnh của Áp-ra-ham, làm những người tiếp tục nhiệm vụ đến với những người chưa được tiếp xúc với phước hạnh đó.

Áp-ra-ham và Sa-ra có thể chưa nhìn thấy xa hơn cửa lều trại của họ cũng như xa hơn ao ước có được đứa con trai, nhưng Đức Chúa Trời đã có sẵn trong tâm trí Ngài khải tượng lâu dài đó trong bữa ăn trưa hôm ấy.

"đường Lối Đức Giê-hô-va": Khuôn Mẫu Cho Con Dân Chúa

Quay về với câu chìa khóa (Sáng 18:19), chúng ta tìm thấy *đạo đức học* ở ngay chính giữa câu, đầu câu là *sự tuyển chọn* (Đức Chúa Trời chọn Áp-ra-ham) còn cuối câu là *sứ mạng* (lời Chúa hứa với Áp-ra-ham). Vì vậy chúng ta cần xem xét ý nghĩa thật sự của các nhóm từ chìa khóa: "đường lối Đức Giê-hô-va" và "làm điều công chính và ngay thẳng." Sau đó, chúng ta sẽ lưu ý lô-gic mang tính sứ mạng mạnh mẽ xuyên suốt câu Kinh thánh này. Và chúng ta sẽ kết thúc bằng vài suy ngẫm thực tiễn nhưng đầy thách thức.

Giáo Dục Đạo Đức

Đức Chúa Trời phán Ngài đã chọn Áp-ra-ham làm thầy giáo, cụ thể là người thầy dạy đường lối Chúa và thầy dạy về sự công chính lẫn ngay thẳng. Giáo dục đạo đức này sẽ bắt đầu với con cháu ông rồi sau đó tiếp tục truyền lại cho "người nhà đời sau của ông." Có nghĩa là việc lưu truyền sự dạy dỗ xuyên suốt nhiều thế hệ phải được thực hiện - chính xác là điều chúng ta gặp trong Y-sơ-ra-ên Cựu Ước sau này (ví dụ, Phục 6:7–9). Hai nhóm từ tóm lược nội dung chương trình giáo dục gia đình của Áp-ra-ham:

"Đường Lối Đức Giê-hô-va"

Nhóm từ "gìn giữ đường lối Đức Giê-hô-va" hoặc "bước đi trong đường lối Đức Giê-hô-va" là cách nói ẩn dụ được ưa chuộng trong Cựu Ước để mô tả một khía cạnh cụ thể trong đạo đức học của Y-sơ-ra-ên. Ở đây ngụ ý một sự tương phản: nghĩa là, bước đi trong đường lối của *Đức Gia-vê* khác biệt hoàn toàn với đường lối của các thần khác hoặc đường lối của các nước khác hay đường lối của riêng mình hoặc đường lối của tội nhân. Ở đây, có sự tương phản rõ ràng giữa đường lối của *Đức Gia-vê* với đường lối của *Sô-đôm* theo ngay sau đó.

Ẩn dụ "bước đi trong đường lối Đức Giê-hô-va" dường như có thể gợi lên hai bức tranh trong tâm trí.

Một là đi theo một người khác trên một con đường, dõi theo từng bước và thận trọng đi theo đường người đó đã đi. Theo nghĩa này, ẩn dụ gợi lên việc bắt chước Đức Chúa Trời: bạn quan sát cách Ngài hành động và cố gắng theo sát. "Xin cho con đi đường Ngài, dạy con lối đi," như lời một thánh ca nói về việc bước theo Giê-xu. Đó là một cách nói về việc bắt chước Đức Chúa Trời, hay đúng hơn, phản ánh bản tính của Ngài.

Bức tranh kia là đi theo lời chỉ dẫn của người đã chỉ dạy bạn - có lẽ là một bản đồ đơn giản (nếu không quá sai về niên đại đối với Y-sơ-ra-ên ngày xưa), hoặc một loạt chỉ dẫn bảo đảm bạn đi đúng đường và không lang thang vào những lối sai lạc có thể dẫn tới ngõ cụt hoặc hiểm nguy. Việc dùng ẩn dụ này thường chỉ về việc vâng giữ mạng lệnh Đức Chúa Trời, vốn là một chiều kích phản ánh chính Ngài.

Mạng lệnh của Đức Chúa Trời không phải là những qui luật tùy tiện; mà chúng thường liên quan tới đặc tính hoặc giá trị hay những ước muốn của Đức Chúa Trời. Vì thế, vâng giữ mạng lệnh Đức Chúa Trời là phản ánh bản tính Đức Chúa Trời trong cuộc sống con người.

Một trong những thí dụ rõ nhất về sự vận hành của động lực này là Phục Truyền Luật Lệ Ký 10:12–19. Phân đoạn này mở đầu bằng việc sử dụng nhiều phép tu từ, giống như Mi-chê 6:8, tóm lược toàn bộ luật pháp chỉ trong một cung năm nốt: tôn kính, đi theo, kính mến, phục vụ và vâng phục:

> Vậy, hỡi Y-sơ-ra-ên, điều mà bây giờ Giê-hô-va Đức Chúa Trời đòi hỏi anh em là gì, nếu không phải là tôn kính Giê-hô-va Đức Chúa Trời, *đi trong đường lối Ngài*, hết lòng hết linh hồn mà kính mến và phục vụ Giê-hô-va Đức Chúa Trời, tuân giữ các điều răn và luật lệ của Đức Giê-hô-va mà tôi truyền cho anh em ngày nay, để anh em được phước? (Phục 10:12–13, chú ý in nghiêng)

Còn đường lối của Đức Gia-vê mà Y-sơ-ra-ên bước đi trong đó là gì? Câu trả lời trước tiên theo nghĩa bao quát. Đường lối Ngài là tình yêu hạ cố khi Ngài chọn Áp-ra-ham cùng dòng dõi ông (10:14–15), để Y-sơ-ra-ên đáp lại bằng sự ăn năn và khiêm nhường (10:16).

Nhưng khi phân đoạn này tiếp tục *cách cụ thể* khi định nghĩa đường lối của Đức Gia-vê là gì thì nó lại tập trung vào đặc tính và những việc làm của Ngài.

> [Ngài] không thiên vị và không nhận hối lộ. Ngài phân xử công minh cho kẻ mồ côi, người góa bụa, yêu thương người tha hương, ban cho họ bánh ăn áo mặc. *Vậy anh em phải yêu thương người tha hương,* vì chính anh em đã từng tha hương trong đất Ai Cập. (10:17–19, chú ý in nghiêng)

Vậy thì, bước đi trong đường lối Chúa có nghĩa là làm cho người khác những điều Đức Chúa Trời muốn làm cho họ, hoặc cụ thể hơn, làm cho người khác, điều mà (trong trường hợp Y-sơ-ra-ên) Đức Chúa Trời đã làm cho bạn (giải phóng ra khỏi tình trạng là khách lạ tại Ai Cập và cung ứng thực phẩm lẫn áo mặc trong hoang mạc). Bạn biết Đức Chúa Trời là Đấng như thế nào bởi vì bạn đã từng kinh nghiệm Ngài khi Ngài hành động thay cho bạn. Bây giờ bạn hãy đi và làm giống như vậy!

Sự tương phản với Sô-đôm đến đây lại càng rõ hơn. Bởi lẽ đây chính xác là điều dân Sô-đôm đã không làm được, khi họ chai lì áp bức và không hề quan tâm gì đến kẻ nghèo thiếu. Vì vậy Áp-ra-ham phải dạy cho con cái mình biết sống *khác biệt* từ trong bản chất. "Đi trong đường lối Đức Giê-hô-va" sẽ có nghĩa là từ bỏ đường lối của Sô-đôm. Ngày nay cũng vậy. Và đó chính là phần cơ bản trong sứ mạng của con dân Chúa mà chúng ta phải làm theo.

Bởi vậy, nhóm từ "đi trong đường lối Đức Giê-hô-va" đủ để bất kỳ độc giả Cựu Ước từng trải nào cũng hiểu được ý nghĩa trọn vẹn và phong phú của vấn đề Đức Chúa Trời muốn nói ở đây. Nhưng để bảo đảm tuyệt đối là chúng ta nắm vững sứ điệp, bản văn còn dùng thêm hai từ nữa để giải thích.

Làm điều công chính và ngay thẳng

Đây là cặp từ đứng ngay đầu bảng từ vựng đạo đức trong Cựu Ước. Mỗi từ riêng lẻ, ở dạng động từ, tính từ và danh từ xuất hiện cả hàng trăm lần và thường đứng cạnh nhau như ở đây. Chúng ta hãy xem hai từ gốc.[5]

(1) Từ đầu là gốc *sāq* được tìm thấy ở hai dạng danh từ chung, *seḍeq* và *seḍaqah*. Những từ này thường được dịch là "sự công chính" trong Kinh thánh Anh ngữ, nhưng từ đó, do mang trong mình hương vị tôn giáo, nên không chuyển tải hết được ý nghĩa của nó trong tiếng Hê-bơ-rơ. Nghĩa gốc có thể là "thẳng": điều gì đó cố định và hoàn toàn đúng như thực chất của nó. Vì vậy, từ này có thể mang ý nghĩa chuẩn hoặc tiêu chuẩn - tức cái được dùng đo lường các thứ khác.

Từ này được dùng theo nghĩa đen, chỉ các sự vật đúng như bản chất của chúng: ví dụ, những quả cân chính xác được gọi là "trái cân *seḍeq*" (Lê 19:36; Phục 25:15). Lối đi an toàn cho chiên là "lối đi *seḍeq*" (Thi 23:3). Do đó từ này dẫn tới nghĩa *đúng đắn*, tức là điều đúng như bản chất, điều khớp với tiêu chuẩn.

Khi áp dụng cho hành động và các mối quan hệ của con người, từ này nói về sự tuân thủ điều đúng hoặc điều được mong đợi. Nhưng nó không theo nghĩa trừu tượng hoặc tuyệt đối, mà theo những đòi hỏi của mối quan hệ hoặc hoàn cảnh cụ thể của đương sự. Nó có nghĩa là làm điều đúng trong mối quan hệ *này*, hoặc làm theo những ưu tiên cùng những

---

[5]Phân tích và thảo luận đầy đủ hơn mấy từ nầy với thư mục thích hợp, có thể tìm thấy trong tác phẩm *Old Testament Ethics for the People of God*, 253–80 của tôi.

mong đợi trong tình huống *này*. Đây không phải là một định chuẩn trừu tượng, mà là ý nghĩa cụ thể của việc làm điều đúng, ở vị trí là phụ huynh, là con trẻ, là quan án, là vua, là anh em, là nông dân, là người phối ngẫu, là bạn bè, là người thờ phượng, vân vân. Công chính là làm điều một người cần phải làm trong hoàn cảnh và mối quan hệ cụ thể.

(2) Thứ hai là gốc *špt*, có liên quan tới hoạt động tư pháp ở mọi mức độ. Có một động từ và danh từ được phái sinh từ gốc của nó. Động từ đó là *săpat*, chỉ về hành động pháp lý có phạm vi rộng lớn. Có thể mang ý nghĩa: hành động như người ban luật pháp; hành động như quan tòa bằng cách phân xử giữa các bên trong một vụ tranh chấp; dựa vào đó để tuyên án bằng cách thông báo ai có tội, ai vô tội; và thi hành phán xét trong việc thực hiện hậu quả pháp lý của phán quyết đó. Theo nghĩa rộng nhất, từ này có nghĩa "sửa lại cho đúng", can thiệp vào một tình thế sai trật, áp bức, hoặc mất kiểm soát, để sửa lại cho đúng. Vì vậy khi các tác giả thi thiên trông mong Đức Chúa Trời đến để "phán xét đất", họ không chỉ nghĩ tới việc lên án kẻ ác, mà tới việc Đức Chúa Trời lập lại trật tự những điều đã quá lạc sai trong xã hội và trong cõi thọ tạo.

Danh từ phái sinh *mišpat* có thể mô tả toàn bộ tiến trình tố tụng (một vụ kiện) hoặc kết quả sau cùng (bản án và việc thi hành). Cũng có thể chỉ về một sắc lệnh pháp lý, thường là một trường hợp xử án dựa trên các tiền lệ trong quá khứ. Xuất Ê-díp-tô Ký 21–23, được biết đến như Bộ Luật Giao Ước hoặc Quyển Sách Giao Ước, trong tiếng Hê-bơ-rơ được gọi là *mišpat.im*. Nhưng *mišpat* cũng có thể được dùng theo nghĩa cá nhân nhiều hơn, nói đến quyền hợp pháp của một người nào đó, nguyên nhân hoặc vụ án mà một người là đương đơn đem đến trước mặt các trưởng lão. Từ thường dùng, "*mišpat*. của trẻ mồ côi và góa phụ", có nghĩa là vụ kiện hợp lẽ của họ chống lại kẻ bóc lột họ, quyền lợi chính đáng của họ trong một thế giới bất công. Chính theo nghĩa sau cùng cụ thể này mà *mišpat* mang nghĩa "công bằng" rộng lớn hơn, theo nghĩa tích cực hơn, trong khi *sedeq/sedaqah* hơi có vẻ tĩnh tại hơn.

Giữa hai từ này có nhiều sự trùng lặp và thay thế, nhưng nếu có sự khác biệt nào, thì có thể nói như sau: *mišpat*. là điều cần phải *thực hiện* trong một tình huống nào đó, nếu con người cùng hoàn cảnh cần phải được phục hồi cho hợp với *sedeq/sedaqah*. *Mišpat* là một *loạt hành động* - tức việc bạn làm. *Sedeq/ sedaqah* là *tình trạng công việc* - tức điều bạn nhắm tới để đạt được. Nhưng thực sự cả hai từ đều có thể dùng chỉ về những hành động thực tiễn.

Ở đây trong Sáng Thế Ký 18:19, hai từ này đi chung với nhau, như vẫn thường thấy, để tạo nên một nhóm từ bao hàm tất cả. Cách ghép chung này về mặt chuyên môn được gọi là *phép thế đôi* - tức là một ý tưởng phức hợp đơn độc được diễn tả qua việc dùng hai từ đi chung với nhau (giống như "luật pháp và trật tự"). Có lẽ cách diễn đạt bằng tiếng Anh gần với cụm từ hai chữ tiếng Hê-bơ-rơ nhất là "công bằng xã hội" (social justice). Tuy nhiên, ngay cả nhóm từ này cũng có phần quá trừu tượng so với bản chất sinh động của cặp từ Hê-bơ-rơ này. Bởi lẽ *sedaqah* và *mišpat* là những danh từ cụ thể, không giống các danh từ trừu tượng Anh ngữ được dùng để dịch các từ này. Nghĩa là, theo cách nghĩ của Cựu Ước, sự công lý và công bằng là những hành động có thật mà bạn *làm*, chứ không phải những khái niệm bạn suy nghĩ tới hoặc một lý tưởng bạn mơ đến.

Vậy thì Áp-ra-ham phải dạy cho người nhà mình đường lối Đức Giê-hô-va và làm điều công chính lẫn ngay thẳng. Và nền giáo dục đạo đức này phải lưu truyền qua nhiều thế hệ. Đức Chúa Trời phán, đó là lý do ta đã chọn người.

Nhưng bản thân Áp-ra-ham đã học những điều ông phải dạy lại bằng cách nào? Ông học bài đầu tiên từ Đức Chúa Trời trong Sáng Thế Ký 18. Có ai dạy đường lối Chúa cùng ý nghĩa của đường lối đó giỏi hơn chính Đức Chúa Trời?

Điểm đầu tiên Đức Gia-vê thu hút sự chú ý của Áp-ra-ham chính là mối quan tâm của Đức Chúa Trời dành cho nỗi khổ của kẻ bị áp bức trong miền dưới tay Sô-đôm và Gô-mô-rơ. Trong ký thuật cẩn thận về cuộc đàm thoại, thì Sáng Thế Ký 18:17–19 là độc thoại - nghĩa là Đức Chúa Trời nói *với chính mình*. Nhưng câu 20, Đức Chúa Trời lại phán *với Áp-ra-ham*, và lời đầu tiên Ngài phán trong câu đó chính là: *zeaqah* ("kêu cứu"). Điều khơi mào cho sự tìm hiểu và hành động của Đức Chúa Trời không chỉ là tội lỗi đáng sợ của Sô-đôm mà chủ yếu là lời phản đối cùng tiếng kêu la của nạn nhân.

Đây chính là sự thấy trước điều thôi thúc Đức Chúa Trời trong các đoạn đầu của Xuất Ê-díp-tô Ký (xem Xuất 2:23–25). Đức Chúa Trời nghe tiếng kêu cứu của Y-sơ-ra-ên dưới ách nô lệ. Thật ra, sự kiện này trong Sáng Thế Ký mang tính kế hoạch rất cao ở phương diện là nó xác định bản tính, hành động lẫn những yêu cầu của Đức Chúa Trời. Khi Đức Chúa Trời hành động trong câu chuyện xuất Ai Cập, thì cách thức cũng sẽ giống như khi Ngài bảo cho Áp-ra-ham biết Ngài sắp hành động đối với Sô-đôm và Gô-mô-rơ, và cũng vì một lý do - đó là Ngài xót thương cảnh khốn khổ và giận dữ trước sự bất công của xứ.

Cho nên cách của Chúa mà Áp-ra-ham sắp chứng kiến để rồi sau đó dạy lại, ấy là làm sự công chính và công bằng cho những người bị áp bức cũng như chống lại kẻ áp bức. Tác giả thi thiên nói rằng Đức Chúa Trời dạy điều này cho Môi-se. Ông có thể dễ dàng nói thêm: "và cho Áp-ra-ham nữa."

> Đức GIÊ-HÔ-VA thi hành *sự công chính*
> *và công lý* cho mọi người bị áp bức.
> Ngài bày tỏ cho Môi-se *đường lối Ngài*,
> và cho Y-sơ-ra-ên biết các công việc Ngài.
> (Thi 103:6–7 chú ý in nghiêng)

Lập Luận Về Sứ Mạng

Quay trở lại với bản văn chính, chúng ta cũng cần lưu ý cấu trúc ngữ pháp và lập luận. Sáng Thế Ký 18:19 là lời nói mang tính thỏa thuận, và thứ tự các mệnh đề cùng mối liên kết các mệnh đề là điều quan trọng. Chúng ta hãy xem xét theo thứ tự:

Sáng Thế Ký 18:19 gồm ba mệnh đề, nối kết với nhau bằng hai từ chỉ mục đích - "để..."

"Ta đã biết người" - thường được dùng chỉ về việc Đức Chúa Trời chọn để đưa một hoặc nhiều người vào mối quan hệ thân thiết với chính Ngài (ví dụ, A-mốt 3:2). Đó là lý do thường dịch là "Ta đã chọn người."

Sau đó Đức Chúa Trời nói mục đích Ngài chọn Áp-ra-ham: "nhắm mục đích để⁶ người sẽ truyền/dạy con cháu cùng người nhà mình đi theo đường lối của Đức Gia-vê bằng cách làm điều công chính và ngay thẳng." Đây là điều chúng ta đã khảo sát tỉ mỉ trong phần trước.

Sau đây chúng ta có thêm một mệnh đề mục đích khác nữa: *"để Đức Gia-vê có thể mang lại cho Áp-ra-ham điều Ngài đã phán/hứa với người."* Đây là mệnh đề kết thúc, nói lên mục tiêu dài lâu của cả hai mệnh đề đi trước. Đức Chúa Trời dự tính giữ lời hứa ban phước cho muôn dân qua hậu tự của Y-sơ-ra-ên (vừa đề cập trong câu 18). Vì vậy Ngài đã chọn Áp-ra-ham, và do đó Áp-ra-ham phải dạy con cháu mình sống theo đường lối của Đức Giê-hô-va.

Như đã nói ở trên, về phương diện thần học thánh kinh, câu này liên kết *tuyển chọn, đạo đức* và *sứ mạng* thành một chuỗi đơn nhất trong ý muốn, hành động và ước ao của Đức Chúa Trời. Về cơ bản đây là câu tuyên bố *về sứ mạng, giải thích lý do tuyển chọn* và *giải thích mục đích của lối sống đạo đức*. Đây là câu cực kỳ phong phú và đầy ý nghĩa.

Chúng ta cần đặc biệt lưu ý cách *đạo đức* đứng ngay chính giữa sự lựa chọn và *sứ mạng*. Đạo đức là mục đích tuyển chọn và là nền tảng của sứ mạng. Có nghĩa là việc Đức Chúa Trời chọn Áp-ra-ham (dòng 1) nhằm sản sinh ra một cộng đồng được dạy dỗ và cam kết phản chiếu bản tính đạo đức của Đức Chúa Trời (dòng 2). Kết quả của một cộng đồng hiện hữu như thế sẽ là sự làm trọn sứ mạng của Đức Chúa Trời, tức trở thành nguồn phước cho muôn dân (dòng 3).

Điều này tạo nên mối liên kết chúng ta đã thấy trong chương 4 giữa việc chọn Áp-ra-ham làm nguồn phước cho người khác với lòng vâng phục của chính *cá nhân* Áp-ra-ham dành cho Đức Chúa Trời. Cả Sáng Thế Ký 22:18 và 26:4–5 đều có sự kết nối đó, tức gắn kết ý định Đức Chúa Trời ban phước cho muôn dân với lòng vâng phục đã qua thử nghiệm của Áp-ra-ham. Sự vâng phục này của cá nhân Áp-ra-ham phải là mẫu mực cho dòng dõi ông, khi lời

---

⁶Từ nói về mục đích được nhấn mạnh, vì các mệnh đề không chỉ nối kết với nhau nhờ liên từ *we* có mặt ở khắp nơi (dễ dàng như trong tiếng Hê-bơ-rơ), *mà còn nhờ liên từ chỉ mục đích là lema'an*, có nghĩa là "để"...hoặc "nhắm mục đích... "

hứa của Đức Chúa Trời tiếp tục được làm trọn. Nhưng ở đây, trong bản văn này, lòng vâng phục của cá nhân Áp-ra-ham phải được lưu truyền bằng việc dạy cho toàn bộ cộng đồng của ông. Họ sẽ trở thành một cộng đồng gương mẫu; học theo gương của chính Áp-ra-ham.

Một cách khác để làm sáng tỏ điều này là phương pháp lý luận về sứ mạng trong Sáng Thế Ký 18:19 từ đầu câu hoặc từ cuối câu. Dù bạn đọc theo cách nào, thì vấn đề đạo đức cũng nằm ngay chính giữa câu.

Đọc từ cuối câu:

- *Sứ mạng tối hậu của Đức Chúa Trời là gì?* Mang lại phước hạnh cho muôn dân, như Ngài đã hứa với Áp-ra-ham (**sứ mạng**).
- *Đạt được điều đó bằng cách nào?* Bằng sự hiện hữu của một cộng đồng trên đất, học biết sống theo đường lối Chúa trong sự công chính và ngay thẳng (**đạo đức**).
- *Nhưng cộng đồng như vậy hiện hữu bằng cách nào?* Nhờ Đức Chúa Trời đã chọn Áp-ra-ham làm cha sáng lập cộng đồng (**tuyển chọn**).

Hoặc đọc từ đầu câu:

- *Áp-ra-ham là ai?* Là người được Đức Chúa Trời tuyển chọn và biết rõ qua tình bạn riêng tư với Ngài (**tuyển chọn**).
- *Tại sao Đức Chúa Trời chọn Áp-ra-ham?* Để khởi đầu một dân cam kết theo đường lối Chúa cùng sự công chính và ngay thẳng của Ngài, trong một thế giới đi theo con đường của Sô-đôm (**đạo đức**).
- *Dân của Áp-ra-ham sống theo tiêu chuẩn đạo đức cao quý đó nhằm mục đích gì?* Để Đức Chúa Trời có thể làm trọn sứ mạng của Ngài là mang phước lành cho muôn dân (**sứ mạng**).

Do đó, đây là một phân đoạn khác cho chúng ta thấy mối liên kết quan trọng trong thần học thánh kinh của chúng ta, giữa hội thánh học với truyền giáo học. Chúng ta đã nêu rõ tầm quan trọng của việc nhìn nhận lý mang tính sứ mạng về sự hiện hữu của hội thánh trong tư cách dân của Đức Chúa Trời. Trong thời đại này, hội thánh phải mang tính sứ mạng, nếu không thì hội thánh không còn là hội thánh.

Nhưng đến đây chúng ta thấy rõ hơn mối liên kết giữa hội thánh với sứ mạng cũng mang tính *đạo đức* nữa. Cộng đồng mà Đức Chúa Trời tìm kiếm cho sứ mạng của Ngài phải là một cộng đồng được uốn nắn theo bản tính đạo đức của chính Ngài, đặc biệt lưu tâm tới sự công chính và ngay thẳng trong một thế giới dẫy đầy áp bức và bất công. Một cộng đồng như thế mới là nguồn phước cho muôn dân.

Với mối liên kết chặt chẽ như vậy, chẳng lạ gì khi Chúa Giê-xu đã dành nhiều thời gian đào tạo cộng đồng môn đồ của Ngài để họ hiểu rõ ý nghĩa của việc theo Ngài qua mọi lựa chọn về đạo đức trong cuộc sống - từ bỏ đường lối của các nền văn hóa chung quanh (ăn năn), thực hành đức tin nơi Ngài và vâng giữ lời dạy của Ngài. Vì vậy, khi Ngài sai phái họ đến với muôn dân, thì Ngài cũng vẫn nhấn mạnh *sự vâng phục* trong vai trò môn đồ: "Dạy họ giữ mọi điều Ta đã truyền cho các ngươi." Sứ mạng đến với muôn dân mang tính đạo đức ngay trong chính bản chất của nó vì nó đòi hỏi những cuộc đời cam kết vâng phục Chúa, trở thành bản sao của Ngài qua việc truyền bá Phúc âm (phép báp-têm) và đào tạo môn đồ (dạy dỗ).

Động lực kết hợp giữa động lực mang tính sứ mạng và động lực đạo đức của Đại Mạng Lệnh hoàn toàn khớp với điều chúng ta thấy chỉ trong một câu đơn nhất ở Sáng Thế Ký. Theo Sáng Thế Ký 18:19, *phẩm chất đạo đức trong cuộc sống của con dân Chúa là mối liên kết sinh động giữa sự kêu gọi họ với sứ mạng của họ*. Ý định ban phước cho muôn dân của Đức Chúa Trời không thể tách rời khỏi yêu cầu đạo đức của Ngài đối với dân do chính Ngài tạo dựng để làm tác nhân của phước hạnh đó.

Không thể có sứ mạng Cơ Đốc nếu không có đạo đức Cơ Đốc.

Tóm Lược

Than thở về tình trạng hội thánh trên khắp thế giới chẳng phải là chuyện mới mẻ. Ai cũng than. Tất cả chúng ta đều đau đớn nhận ra rằng Cơ Đốc nhân khắp nơi và các hình thức tổ chức Cơ Đốc khắp toàn cầu còn kém xa lý tưởng của chúng ta, huống chi là những điều Đức Chúa Trời đòi hỏi. Nhưng phần giải kinh và những tiêu chuẩn trong bản văn này càng khiến chúng ta đau lòng hơn, khi thấy chính tình trạng đạo đức của những người tự xưng là dân sự Đức Chúa Trời lại là mối cản trở chính cho sứ mạng chúng ta tự nhận mình đảm trách.

Lúc sống ở Ấn Độ, tôi thường được nghe chính các Cơ Đốc nhân Ấn Độ nói rằng trở ngại lớn nhất cho việc truyền giảng Phúc âm tại Ấn không phải là tình hình đất nước hoặc sự chống đối của người Hồi giáo mà là chính tình trạng của hội thánh.

Phân đoạn Kinh thánh này nói với chúng ta rằng Đức Chúa Trời đoán phạt Sô-đôm. Đúng vậy, và chúng ta có thể thấy dấu tích của Sô-đôm vẫn còn khắp chung quanh chúng ta. Nhưng Đức Chúa Trời kêu gọi Áp-ra-ham và dân tộc của ông phải sống *khác biệt*, phải sống theo tiêu chuẩn khác để phản chiếu Đức Chúa Trời là Đấng hoàn toàn khác hẳn mọi thần đầy khiếm khuyết của các dân. Vấn đề của chúng ta là quá nhiều lúc hội thánh *chẳng khác gì* thế gian, và trong vài lĩnh vực, còn tệ hơn thế gian.

Một hội thánh chia rẽ, phân tán và chống đối nhau thì không có gì để nói hoặc để chia sẻ với thế gian đầy bạo lực, đổ vỡ và ly tan. Một hội thánh vô luân thì chẳng có gì để nói với thế gian vô luân. Một hội thánh bị ảnh hưởng bởi tham nhũng, phân biệt giai cấp cùng nhiều hình thức áp bức xã hội, chủng tộc hoặc giới tính thì không còn gì để nói với đời, nơi không thiếu những chuyện như vậy. Một hội thánh với cấp lãnh đạo có vẻ bị thôi miên bởi của cải, quyền lực thì chẳng có gì để nói với một thế giới của những bạo chúa tham lam. Một hội thánh là tin xấu theo những cách như vậy thì không có tin gì vui để chia sẻ. Hoặc ít ra, cũng có tin vui, nhưng lời nói đã bị nhận chìm bởi lối sống mất rồi.

Chính điều này khiến việc nghiêm túc suy xét điều Đức Chúa Trời phán với Áp-ra-ham trong Đại Mạng Lệnh đầu tiên và điều Chúa Giê-xu đã phán với các môn đồ Ngài sau này là việc quan trọng. Con dân Chúa phải được dạy bảo và phải truyền lại lời dạy về ý nghĩa của việc bước đi trong đường lối Đức Chúa Trời và bày tỏ sự công chính lẫn ngay thẳng. Có một chiều kích đạo đức không thể tránh được trong sứ mạng của dân sự Đức Chúa Trời.

Đây là điều đang bị đe dọa trong tất cả mọi lựa chọn đạo đức chúng ta phải thực hiện trong cuộc sống - dù ở mức cá nhân hay cộng đồng dân sự Đức Chúa Trời. Điều này luôn được kết nối với tính hiệu quả của sứ mạng. Đây không hề là vấn đề chỉ của riêng tôi và lương tâm tôi với Đức Chúa Trời. Ngay giây phút chúng ta không bước đi trong đường lối Chúa, hoặc không sống cuộc đời chính trực, lương thiện và ngay thẳng, thì chúng ta không chỉ phá hỏng mối quan hệ giữa cá nhân mình với Đức Chúa Trời, mà còn đang thực sự cản trở Ngài giữ lời hứa với Áp-ra-ham. Chúng ta không còn là dân được phước đối với muôn dân nữa.

Chúng ta không thể khớp với dòng cuối của Sáng Thế Ký 18:19 nếu không khớp với dòng giữa. Chúng ta không thể làm trọn dòng 1 của Đại Mạng Lệnh nếu không vâng giữ dòng 3.

Dĩ nhiên điều này không có nghĩa (và tôi không hề có ý cho rằng) hội thánh phải toàn hảo về đạo đức thì thành viên của hội thánh đó mới có thể dự phần vào sứ mạng. Nếu vậy thì không có sứ mạng nào được thực hiện, bởi ngay cả hội thánh trong Tân Ước cũng đầy khiếm khuyết. Vấn đề là: Mục tiêu của chúng ta là gì? Tấm lòng của chúng ta ở đâu? Chúng ta có bị ám ảnh chỉ làm sao cho có thêm người mới tin, hay là chúng ta cam kết dạy cho con dân Chúa bước đi trong đường lối Ngài để muôn dân được phước?

Câu Hỏi Liên Quan

1. Việc xã hội hiện đại giống với hình ảnh Sô-đôm tác động thế nào đến nhận thức của bạn về nhu cầu của thế giới?
2. Mối liên kết giữa sứ mạng của hội thánh với đạo đức học tin kính thách thức chính đời sống cá nhân của bạn cùng nếp sống của hội thánh như thế nào?

3. Áp-ra-ham được kêu gọi "dạy" cho nhà mình cùng cộng đồng giữ theo đường lối Chúa bằng cách làm điều công chính và ngay thẳng. Việc dạy *đạo đức* tại hội thánh bạn có liên quan thế nào đến nhận thức của hội thánh về sứ mạng cùng sự kêu gọi?

4. Nếu đạo đức học đứng giữa sự kêu gọi và sứ mạng của chúng ta (trong Sáng 18:19), thì phải có khác biệt nào giữa cách chúng ta sống thường ngày trong thế gian với những lựa chọn, hành động, thái độ cùng những mối quan hệ của chúng ta?

5. Lịch sử về sứ mạng Cơ Đốc sẽ khác biệt ra sao nếu hội thánh quan tâm tới phần giữa của câu này (làm điều công chính và ngay thẳng - nghĩa là đạo đức của hội thánh) giống như phần cuối (làm trọn lời Đức Chúa Trời hứa ban phước cho muôn dân - nghĩa là truyền giảng Phúc âm)?

6

Những Người Được Cứu Chuộc Để Sống Rao Truyền Ơn Cứu Chuộc

"Bạn đã được cứu chưa?" là câu hỏi mà từng nhân sự hội thánh đặt ra cho những người hoàn toàn xa lạ trên các đường phố ở Belfast hoặc trên các xe buýt. Ở Bắc Ai-len thời tôi còn thiếu niên, điều lạ lùng là hầu hết mọi người đều biết bạn đang có ý nói về Phúc âm, về nhu cầu cần sự cứu rỗi cá nhân, về việc được cứu và lên thiên đàng. Đó là những ngày tháng mà "chuộc" vẫn còn là thuật ngữ Cơ Đốc, không phải điều gì đó bạn làm để nhận điểm thưởng trên tấm thẻ khách hàng thân thiết của siêu thị hay khách thường xuyên đi máy bay (trong trường hợp này, người Việt hay dùng chữ "tích điểm" chứ không phải chữ "chuộc" như ở Mỹ hay Anh – ND).

Nhưng cho dù nếu thời đó chúng ta nghĩ hội thánh là dân được Đức Chúa Trời cứu chuộc đi nữa, thì nhìn chung hội thánh cũng được xem như một tập thể những cá nhân được chuộc, không phải như một cộng đồng được chuộc cho một mục đích, được chuộc cho sứ mạng. Sứ mạng hồi ấy có nghĩa là giúp người khác được cứu chuộc; đối với họ, sứ mạng từ trong bản chất không được kết nối với toàn bộ mục đích của sự cứu chuộc.

Tuy nhiên, theo Kinh thánh, lần đầu tiên chúng ta gặp từ cứu chuộc[1] là từ miệng của Đức Chúa Trời phán ra một lời hứa cho toàn thể cộng đồng Y-sơ-ra-ên đang nô lệ ở Ai Cập (Xuất 6:6). Tiếp theo, chúng ta nghe từ này trên môi của Môi-se khi ca ngợi việc Chúa cứu chuộc toàn thể dân sự cho chính Ngài (Xuất 15:13). Rõ ràng đó là một tập thể - Đức Chúa Trời cứu chuộc toàn thể dân tộc Y-sơ-ra-ên ra khỏi Ai Cập. Và Ngài làm điều đó với mục đích rõ

---

[1] Ngoại trừ một ngoại lệ ở Sáng 48:16, Gia-cốp nhớ lại sự bảo vệ của Đức Chúa Trời trong suốt cuộc đời ông.

ràng - để họ trở nên dân của Ngài, cam kết với Ngài qua giao ước, nhận biết Ngài là Đức Gia-vê, và phục vụ Ngài trong vai trò thầy tế lễ thánh giữa các dân tộc khác. Y-sơ-ra-ên được cứu chuộc để thực hiện lời hứa Đức Chúa Trời đã lập với Áp-ra-ham, rằng muôn dân trên đất sẽ được phước nhờ dòng dõi ông. Y-sơ-ra-ên được cứu chuộc vì một lý do. Họ có một sứ mạng trong thế giới trong tư cách một dân được Đức Chúa Trời chuộc cho chính Ngài, cho sự vinh hiển của Ngài và cho sứ mạng của Ngài.

Vì vậy, trong chương này, chúng ta sẽ suy nghĩ trở thành dân sự được chuộc của Đức Chúa Trời có ý nghĩa gì. Chúng ta sẽ thấy rằng ý tưởng về sự cứu chuộc của Đức Chúa Trời được định hình từ cuộc xuất hành. Vì vậy, chúng ta cần hỏi trải nghiệm cứu chuộc đó có ý nghĩa gì đối với Y-sơ-ra-ên, và làm thế nào câu chuyện vĩ đại của Cựu Ước gắn với nền tảng thần học thánh kinh về thập tự giá, và qua đó, ảnh hưởng đến ý nghĩa khi Cơ Đốc nhân chúng ta nói rằng mình được cứu chuộc.

Thứ hai, chúng ta cần quan sát ảnh hưởng của cuộc xuất hành trên đời sống và đức tin của Y-sơ-ra-ên sâu và rộng như thế nào. Sự cứu chuộc không chỉ là sự kiện quá khứ, mà là một thực tế đòi hỏi một đáp ứng thực tiễn ở hiện tại. Hãy nhớ rằng cuộc xuất hành không bị giới hạn trong những nghi thức của lễ Vượt qua hằng năm, mà thực hiện những nhiệm vụ đầy quyền năng trong đức tin của Y-sơ-ra-ên - đôi khi bằng sự khiển trách nhưng cũng để khích lệ và gieo ra hy vọng.

Cuối cùng, chúng ta phải hỏi vậy thì sống với sứ mạng rao truyền sự cứu chuộc nghĩa là gì. *Chúng ta* được chuộc *cho điều gì?*

Kinh Nghiệm Sự Cứu Chuộc Của Đức Chúa Trời

Nếu nhà truyền đạo sốt sắng của Bắc Ai-len hỏi một người Y-sơ-ra-ên "Anh đã được cứu chưa?", thì câu trả lời ngay lập tức là "Có chứ!" Và nếu người Ai-len tốt bụng của chúng ta hỏi tiếp "Làm sao anh biết?" thì câu trả lời có lẽ không phải là một *lời chứng cá nhân* (dù nếu tình cờ người Y-sơ-ra-ên lúc đó đang viết một bài thi thiên, thì cũng có thể lắm), mà là một *sử thi dân tộc* – tức câu chuyện về cuộc xuất hành. Vì như đã lưu ý ở trên, cách sử dụng ngôn từ cứu chuộc lần đầu tiên và mạnh mẽ nhất trong Kinh thánh được áp dụng cho cuộc xuất hành.

> Tự thân bữa ăn [Bữa Ăn Cuối Cùng] nói lên hai điều rất cụ thể.
> Thứ nhất, giống như tất cả các bữa ăn lễ Vượt qua của người Do Thái, sự kiện ấy nói về việc ra khỏi Ai Cập. Với một người Do Thái ở thế kỷ thứ nhất, bữa ăn chỉ về cuộc hồi hương từ lưu đày, cuộc xuất hành mới, sự làm mới lại giao ước lớn được các tiên tri nói đến...

> Thứ hai, tuy vậy, bữa ăn ấy đem phong trào nước trời của chính Chúa Giê-xu lên đến đỉnh điểm. Nó ngụ ý rằng cuộc xuất hành mới, và tất cả ý nghĩa của nó, đang xảy ra *trong và qua chính Chúa Giê-xu*...
>
> Chúa Giê-xu muốn bữa ăn này tượng trưng cho cuộc xuất hành mới, sự đến của vương quốc qua số phận của chính Ngài. Tập trung vào hành động của Chúa Giê-xu với bánh và chén, bữa ăn kể câu chuyện lễ Vượt qua và câu chuyện của chính Chúa Giê-xu, cũng như đan kết cả hai câu chuyện ấy thành một.
>
> N.T. Wright[2]

Trong cuộc xuất hành, Đức Chúa Trời đã hành động trong vai trò Đấng Cứu Chuộc và bản thân sự kiện này được gọi là một hành động cứu chuộc. Trong cả hai khía cạnh (điều sự kiện ấy nói về Đức Chúa Trời và sự cứu chuộc thật sự là gì đối với Y-sơ-ra-ên), cuộc xuất hành đưa ra một trong những phương pháp chính mà qua đó Tân Ước giải thích thành tựu thập tự giá của Đấng Christ - ý nghĩa nhất là qua những hành động của chính Chúa Giê-xu trong bữa ăn cuối cùng với các môn đồ trước khi bị đóng đinh, mà tất cả các sách Phúc âm đều liên kết với lễ Vượt qua trên phương diện nào đó - kỷ niệm hành động cứu chuộc vĩ đại của Đức Chúa Trời.

Vì vậy, sự cứu chuộc trong cuộc xuất hành rõ ràng là một chủ đề chính của thần học thánh kinh cho đời sống, và chắc chắn nó ảnh hưởng đến sứ mạng của con dân Đức Chúa Trời. Với những người được cứu chuộc, họ được kêu gọi để sống rao truyền ơn cứu chuộc đó. Đây là một cách khác nữa mà trong đó cốt truyện Kinh thánh chúng ta đang theo dõi ảnh hưởng đến hiểu biết của chúng ta về sứ mạng của con dân Chúa. Chúng ta là ai và chúng ta ở đây để làm gì? Chúng ta là dân mà Đức Chúa Trời đã chuộc, và được chuộc cho một mục đích.

Đấng Cứu Chuộc- Nhà vô địch thực hiện mọi yêu cầu

Trước tiên chúng ta cần hỏi những từ này có nghĩa là gì. Khi áp dụng từ "cứu chuộc" vào hành động của Đức Chúa Trời trong cuộc xuất hành, Y-sơ-ra-ên dùng khái niệm và tập tục vốn là điều không thể thiếu trong văn hóa của họ và sử dụng nó như một ẩn dụ để nói về điều Đức Chúa Trời đã làm cho Y-sơ-ra-ên. Từ vựng Anh ngữ "cứu chuộc" trong gốc La-tinh có nghĩa là "mua lại" điều gì đó hay người nào đó. Ở Y-sơ-ra-ên, tập tục "cứu chuộc" có thể đòi hỏi việc mua lại đó, nhưng nó có ý nghĩa văn hóa rộng lớn hơn.

Động từ tiếng Hê-bơ-rơ là *ga'al* và danh từ chỉ người thực hiện hành động đó là *go'el*. Ở Y-sơ-ra-ên, người nào đó hành động như một *go'el* hễ khi họ tự nhận trách nhiệm sẽ hành động để bảo vệ một thành viên khác trong chính gia đình của họ, là người bị đối xử bất công hoặc đang đối diện với điều nguy hiểm hay bị đe dọa nào đó. Vì vậy, từ vựng này đôi khi được dịch là "người bà con bỏ tiền chuộc" hay "người bảo hộ gia đình". Ở đây có ba ví dụ về cách một người nào đó có thể trở thành một *goēl* trong Y-sơ-ra-ên thời Cựu Ước:

Đưa kẻ giết người ra tòa xét xử

Nếu ai đó bị giết, thì trách nhiệm của thành viên trong gia đình lớn của nạn nhân là tìm ra kẻ giết người và đưa người ấy ra trước các trưởng lão để xét xử. Điều này không cho phép người ta tự do trả thù và mang mối thù huyết; luật này được lập trên một hệ thống quy trình pháp lý cẩn thận, tính đến trường hợp vô ý giết người và trường hợp cần đưa ra tòa để quyết định khi có nghi ngờ (so sánh Dân 35:6–34, khi *goēl* được xem là "người báo thù huyết").

Giúp đỡ một thành viên trong gia đình trả nợ hay thoát cảnh nô lệ

Nếu ai đó đang vật lộn với hoàn cảnh kinh tế khó khăn và không có lựa chọn nào khác ngoại trừ việc phải bán đất đai, hoặc thậm chí bán những người sống phụ thuộc vào mình làm nô lệ để có thể trả nợ, thì trách nhiệm của thành viên trong gia đình là mua miếng đất đó để giữ tài sản cho đại gia đình hoặc trả nợ để những người trong gia đình phải đi làm nô lệ được tự do. Mức độ giảm dần của tình trạng nghèo khổ như thế và những luật lệ để đối phó với nó được trình bày ở Lê-vi Ký 25, là phân đoạn mà tại đây ngôn ngữ cứu chuộc hầu hết đều theo nghĩa đen. Nó đòi hỏi ai đó phải trả giá để lấy lại đất đai của anh em mình hoặc phục hồi sự tự do của gia đình.³

Duy trì dòng dõi gia đình của anh em mình

Nếu một người nam qua đời mà không có con trai để nối dõi và thừa kế tài sản, thì trách nhiệm đạo đức nặng nề (dù có vẻ như không phải là trách nhiệm bắt buộc về pháp lý) thuộc về người anh em trai hay một người nam bà con khác. Người đó phải lấy người nữ góa bụa và sinh con trai với nàng. Đứa con trai đó sẽ nối dõi và thừa hưởng tài sản của người anh đã khuất.

Phục Truyền 25:5–10 đề cập tục lệ này (dù không dùng từ vựng *ga'al*) và chỉ ra rằng có lẽ đó là một trách nhiệm không phổ biến. Ngược lại, câu chuyện về Ru-tơ cho thấy Bô-ô đã bày tỏ "lòng trung thành" khi hành động như một

---

³Xem thêm phần trình bày chi tiết Lê-vi Ký 25 với nhiều điều khoản khác nhau và ngữ cảnh rộng hơn trong nền kinh tế thời Cựu Ước và đạo đức học Cơ Đốc trong Christopher J. H. Wright, *God's People in God's Land: Family, Land and Property in the Old Testament* (Grand Rapids: Eerdmans and Carlise: Paternoster, 1990); và *Old Testament Ethics for the People of God*, 146–81.

go'el đối với Ru-tơ và Na-ô-mi, trong khi người bà con gần hơn đã thực hiện điều chúng ta có thể gọi là "quyền được từ chối trước". Việc làm của người bà con này cho thấy rằng nhận lấy vai trò của một *go'el* thật sự đòi hỏi phải trả giá không hề nhỏ và cả sự mạo hiểm (Ru 3:9–13; 4:1–8).

Vậy thì, khi Đức Chúa Trời hứa Ngài sẽ *ga'al* con dân Ngài (Xuất 6:6), và khi Môi-se vui mừng vì Ngài đã làm như vậy (Xuất 15:13), điều đó cho thấy cách đầy mạnh mẽ việc Đức Gia-vê nhận lấy vai trò quan trọng trong mối liên hệ với Y-sơ-ra-ên. Nó có nghĩa là Đức Chúa Trời cũng cam kết với con dân Ngài như một thành viên trong gia đình cam kết với một thành viên khác. Ngài chấp nhận mối quan hệ bà con với tất cả các bổn phận đi kèm. Đức Chúa Trời sẵn sàng thực hiện mọi yêu cầu, sẵn sàng trả bất kỳ giá nào để bảo vệ, bênh vực và giải phóng dân Ngài.

Phải chăng họ đang bị giết chết (vì họ ở dưới chính sách diệt chủng của người Ai Cập)? Ngài sẽ trả thù cho họ và nhìn xem công lý được thực hiện. Phải chăng họ đang mòn mỏi trong ách nô lệ về kinh tế, không có đất đai lẫn tự do? Ngài sẽ phục hồi cả hai cho họ. Có phải họ đang có nguy cơ bị tuyệt diệt không có con cháu nối dõi không (vì người Ai Cập giết tất cả con trai)? Ngài sẽ đem họ vào mối quan hệ giao ước với chính Ngài, là mối quan hệ sẽ bảo đảm rằng các thế hệ con trai đầu lòng trong tương lai đều thuộc về Ngài bởi quyền cứu chuộc (Xuất 13:1–16).

Đây là những phương diện giàu ý nghĩa, lấp đầy tâm trí của Y-sơ-ra-ên khi họ nói Đức Gia-vê là "Đấng Cứu Chuộc". Đức Chúa Trời là vị anh hùng của họ, là người bảo vệ, người giải phóng, người báo thù và bào chữa cho họ. Đó là nền tảng cho lời cầu nguyện và ngợi khen trong các Thi thiên (vd: Thi 19:14; 69:18; 72:14; 74:2; 77:15; 78:35; 103:4; 106:10; 107:2; 119:154). Và nó đạt đến đỉnh điểm trong các bài thơ của Ê-sai (vd: Ê-sai 41:14; 43:1,14; 44:6, 22–24; 48:20; 52:9; 2:12; 63:9).

Nhưng chính xác là Đức Chúa Trời đã làm gì khi Ngài hành động trong tư cách Đấng Cứu Chuộc? Ngài đã thực hiện cuộc xuất hành.

Vậy thì chúng ta cần xem xét cẩn thận sự kiện đó để thấy được các chiều kích của ý tưởng cứu chuộc của Đức Chúa Trời bằng hành động. Hãy nhớ, lý do chúng ta cần làm điều này là vì: nếu sứ mạng của chúng ta được kết nối với ơn cứu chuộc của Chúa, thì chúng ta phải hiểu sự dạy dỗ của Kinh thánh về ý nghĩa thật sự của sự cứu chuộc ấy. Điều đó sẽ ảnh hưởng đến cách chúng ta hiểu việc sống rao truyền sự cứu chuộc để đáp ứng sự cứu chuộc của Chúa có nghĩa là gì.

Cuộc xuất hành - Giải cứu khỏi bất kỳ điều gì bị nô lệ

Thật khó tưởng tượng được chuỗi sự kiện nào mang đến ảnh hưởng toàn diện hơn câu chuyện xuất hành được trình bày cho chúng ta trong sách Xuất Ê-díp-tô Ký. Bản văn mô tả ít nhất bốn phương diện của ách nô lệ mà Y-sơ-ra-ên cam chịu ở Ai Cập, đó là chính trị, kinh tế, xã hội và tâm linh. Và bản văn tiếp tục cho thấy cách Đức Chúa Trời cứu chuộc họ trong từng phương diện.

Chính trị

Người Y-sơ-ra-ên là dân nhập cư, dân tộc thiểu số trong một lãnh địa nguy nga rộng lớn. Ban đầu họ đến Ai Cập như những người tị nạn vì nạn đói và được tiếp đón niềm nở (như họ nhớ lại trong Phục 23:7–8). Nhưng chính sách của chính phủ đã thay đổi 360 độ vào thế hệ sau, và nơi họ đến tị nạn kinh tế đã biến thành nhà tù của lòng căm thù về chính trị, của những nỗi sợ hãi vô căn cứ, của sự bóc lột và phân biệt. Xuất Ê-díp-tô Ký chương 1 phản ánh những câu chuyện của nhiều dân tộc thiểu số như thế trong thời hiện đại, gánh chịu sự nghi ngờ và áp bức một cách có hệ thống của các nước chủ lãnh địa.

Công tác cứu chuộc của Đức Chúa Trời bao gồm việc kết thúc tình trạng nô lệ chính trị này khiến cho Y-sơ-ra-ên cuối cùng trở thành một dân tộc tự do bền vững. Việc tị nạn tạm thời để sống sót qua một thời gian ngắn giữ cho lời hứa với Áp-ra-ham được thực hiện. Nhưng ách nô lệ lâu dài dưới sự áp bức chính trị là không thể chịu được vì nó ngăn cản lời hứa với Áp-ra-ham tiếp tục được thực hiện. Vì vậy, để giải phóng họ, Đức Chúa Trời phải đương đầu với quyền lực của nhà nước đế quốc.

Sự cứu chuộc được thực hiện trên sân khấu chính trị.

Kinh tế

Nỗi đau rõ ràng nhất của sự áp bức là kinh tế. Người Y-sơ-ra-ên đang bị bóc lột như những nô lệ lao động, trong xứ sở không phải của họ, vì lợi ích kinh tế của nước chủ nhà, trong những dự án xây dựng và nông nghiệp (Xuất 1:11–14). Chính tiếng kêu khóc của họ (*seʻaqah*) trước hoàn cảnh này đã thúc đẩy sự can thiệp xuất phát từ lòng thương xót của Đức Chúa Trời trong vai trò *goʼel* của họ.

Nhưng đem Y-sơ-ra-ên ra khỏi Ai Cập để bước vào sự tự do mong manh trong đồng vắng thôi thì chưa đủ. Mục tiêu cứu chuộc họ (cũng được tuyên bố ở Xuất 6:6–8) là ban xứ để họ sở hữu - cùng với hệ thống kinh tế nhằm ngăn chặn sự áp bức như thế trong chính Y-sơ-ra-ên. Như chút nữa chúng ta sẽ thấy, người Y-sơ-ra-ên đặc biệt phải sống đời sống rao truyền ơn cứu chuộc để đáp lại những gì Đức Chúa Trời đã làm cho họ qua chính lĩnh vực kinh tế.

Xét về nội dung, rõ ràng sự cứu chuộc mang tính kinh tế.

Xã hội

Câu chuyện kinh dị ở Xuất Ê-díp-tô Ký chương 1 đi từ sự bóc lột kinh tế (như một công cụ kiểm soát dân số, nhưng đã thất bại), đến nỗ lực phá hoại từ bên trong (qua các bà mụ người Hê-bơ-rơ), và cuối cùng là sự diệt chủng được chính quyền đỡ đầu (chính quyền ra lệnh giết chết tất cả bé trai người Hê-bơ-rơ; Xuất 1:22). Do đó, thiếu tự do chính trị và chịu đàn áp kinh tế bây giờ được liên kết lại với nhau bởi sự xâm phạm vào đời sống gia đình bình thường một cách đầy ác ý và bởi việc từ chối những quyền cơ bản của con người. Một lần nữa, không cần phải tìm đâu xa, chúng ta có thể thấy Xuất Ê-díp-tô Ký 1 ngay trong thế giới hiện đại của chúng ta.

Vì vậy, khi Đức Chúa Trời cứu dân Ngài ra khỏi địa ngục đau khổ không thể chịu đựng nổi này, thì nó dẫn đến sự đăng quang của một xã hội mà trong đó sự giới hạn về quyền lực của nhà nước, sự tôn trọng mạng sống con người và các quyền cơ bản, và sự say mê công bằng xã hội được đưa vào các tài liệu lập quốc - dù điều đáng buồn là lịch sử của họ cho thấy sự suy sụp nhanh chóng so với những lý tưởng hậu xuất hành của giao ước Si-nai. Cứu chuộc là một sự biến đổi về xã hội.

Tâm linh

Tiếng Hê-bơ-rơ dùng cùng từ ʿ*abodah* để chỉ sự phục vụ của người nô lệ và sự thờ phượng. Từ này thường xuất hiện trong Xuất Ê-díp-tô Ký 1–2 để nói đến các nô lệ người Hê-bơ-rơ phục vụ cho Pha-ra-ôn. Nhưng khi Đức Chúa Trời nói với Pha-ra-ôn "Y-sơ-ra-ên là con Ta, con trưởng nam của Ta, nên Ta phán với ngươi rằng 'Hãy cho con Ta đi để nó thờ phượng Ta'" (Xuất 4:22–23), thì sự mơ hồ trở nên rõ ràng như chúng ta thấy trong các bản dịch Anh ngữ: một số bản dịch dịch từ cuối cùng là "phục vụ Ta", một số bản khác thì dịch là "thờ phượng Ta". Vì thật sự việc người Y-sơ-ra-ên làm nô lệ cho Pha-ra-ôn là một cản trở to lớn đối với việc họ thờ phượng Đức Chúa Trời của tổ phụ họ. Ách nô lệ của Y-sơ-ra-ên mang chiều kích tâm linh; chứ không chỉ là chính trị, kinh tế và xã hội.

Thật vậy, yêu cầu cụ thể của Môi-se đối với Pha-ra-ôn là người Y-sơ-ra-ên phải được phép ra đi để thờ phượng Đức Chúa Trời của họ, và Ngài đã bảo Môi-se rằng họ sẽ thờ phượng Ngài cũng trên ngọn núi mà ông đã nhận lãnh nhiệm vụ tại bụi gai cháy.

Câu chuyện tiếp tục và nó trở thành cuộc đối đầu quyền lực khủng giữa Đức Gia-vê và Pha-ra-ôn - người được tôn cao giữa vòng các thần của Ai Cập. Vì vậy, chiến thắng trước Ai Cập không chỉ ở mức độ kinh tế - xã hội và chính trị, mà là sự đoán phạt của Đức Chúa Trời trên "tất cả các thần của Ai Cập" (Xuất 12:12). Do đó, thời điểm quan trọng nhất là khi Môi-se tuyên bố tại đỉnh điểm bài ca của ông sau khi băng qua Biển Đỏ "Đức Giê-hô-va sẽ trị vì đời đời, mãi mãi" (Xuất 15:18) - với ngụ ý rõ ràng là "chứ không phải Pha-ra-ôn".

Vậy thì khi Đức Chúa Trời chuộc Y-sơ-ra-ên vào thời điểm xuất hành, thì không chỉ là chuộc *ra khỏi* các phương diện của ách nô lệ, mà còn là chuộc để *bước vào* mối quan hệ giao ước với chính Đức Chúa Trời. Không phải là Y-sơ-ra-ên bị bắt làm nô lệ nên cần được giải thoát (vì nếu vậy, Đức Chúa Trời hẳn đã dẫn họ ra khỏi Ai Cập rồi vẫy tay tạm biệt để cho họ bỏ trốn đến nơi nào đó mà họ tự chọn). Vấn đề không phải chỉ là người Hê-bơ-rơ là nô lệ, mà là họ làm nô lệ nhầm chủ nên cần được chuyển đổi sang phục vụ Đức Chúa Trời hằng sống.

Cuộc xuất hành không phải là một sự thay đổi từ nô lệ sang tự do, mà là từ nô lệ sang giao ước. Sự cứu chuộc là vì mối quan hệ với Đấng Cứu chuộc, để phục vụ cho lợi ích và mục đích của Ngài trong thế gian.

Sự cứu chuộc mang mục đích và kết quả thuộc linh rõ ràng.

Xuất Hành - Một Khuôn Mẫu Toàn Diện

Chính trị, kinh tế, xã hội, tâm linh – đây là những phương diện không thể thiếu đối với hành động cứu chuộc vĩ đại đầu tiên của Kinh thánh. Đức Chúa Trời đã làm bất kỳ điều gì cần thiết để cứu Y-sơ-ra-ên ra khỏi bất kỳ hình thức nô lệ nào.

Vì vậy, chuyện kể về cuộc xuất hành cho chúng ta biết một cách toàn diện *điều* Đức Chúa Trời đã làm khi Ngài cứu chuộc Y-sơ-ra-ên. Nhưng chuyện kể cũng cho chúng ta biết *vì sao* Ngài làm như vậy.

Động cơ rõ ràng của cuộc xuất hành được giải thích ở Xuất Ê-díp-tô Ký 1–2 gồm hai phương diện. Thứ nhất, đó là vì Đức Chúa Trời quan tâm thương xót đến những người đang đau đớn dưới ách áp bức quá tàn bạo – Đức Chúa Trời yêu mến sự công bằng. Thứ hai, đó là vì Đức Chúa Trời thành tín với những lời hứa trong giao ước của Ngài với Áp-ra-ham. Nói cách khác, đơn giản Đức Chúa Trời của Kinh thánh làm theo sứ mạng và hành động theo bản tính của Ngài.

> Trong cuộc xuất hành, Đức Chúa Trời đáp ứng *tất cả* mọi phương diện nhu cầu của Y-sơ-ra-ên. Hành động cứu chuộc quan trọng của Đức Chúa Trời không phải chỉ cứu Y-sơ-ra-ên thoát khỏi sự áp bức về chính trị, kinh tế và xã hội, rồi để họ tự tìm cách thờ phượng ai họ muốn. Đức Chúa Trời cũng không chỉ cho họ sự an ủi tâm linh khi hy vọng về một tương lai tươi sáng hơn nào đó trong một gia đình ở bên kia bầu trời dẫu hoàn cảnh lịch sử vẫn không thay đổi. Không hề như vậy! Cuộc xuất hành đã đem lại sự thay đổi thật sự trong hoàn cảnh lịch sử có thật của họ và đồng thời kêu

> gọi họ bước vào mối liên hệ mới có thật với Đức Chúa Trời hằng sống. Đó là đáp ứng toàn diện của Chúa trước toàn bộ nhu cầu của Y-sơ-ra-ên...
>
> Vậy thì ở đây, chúng ta có một tình huống thực tiễn căn bản, mở đầu, quan trọng và đáng tin cậy về Đức Chúa Trời Cứu chuộc, hành động trong lịch sử vì động cơ của chính Ngài, đạt được những mục tiêu toàn diện và gắn nhân thân cùng bản tính của chính Ngài vào chuyện kể ấy như một định nghĩa đời đời cho ý nghĩa của danh Ngài, Đức Gia-vê.
>
> *Chris Wright*[4]

Bây giờ, nếu sứ mạng của con dân Chúa bắt nguồn từ sứ mạng của Đức Chúa Trời, thì chúng ta học được gì từ câu chuyện cứu chuộc đầu tiên trong Kinh thánh về khuôn mẫu sứ mạng của chúng ta trong thế giới của Ngài?

Vậy nếu sự cứu chuộc được định nghĩa theo Kinh thánh trong ví dụ đầu tiên qua cuộc xuất hành, và nếu mục đích cứu chuộc của Đức Chúa Trời là trọng tâm của sứ mạng, thì nó cho chúng ta biết gì về sứ mạng mà chúng ta được kêu gọi dự phần? Kết quả rõ ràng chắc chắn là *sự cứu chuộc được định hình bởi cuộc xuất hành sẽ đòi hỏi sứ mạng được định hình bởi cuộc xuất hành ấy*. Và điều đó có nghĩa là cam kết của chúng ta với sứ mạng phải thể hiện sự quan tâm đầy đủ trọn vẹn như vậy đối với nhu cầu của con người mà Đức Chúa Trời đã bày tỏ trong việc Ngài làm cho Y-sơ-ra-ên. Và điều đó cũng có nghĩa là động cơ thôi thúc và mục tiêu chung của chúng ta trong sứ mạng phải phù hợp với động cơ và mục đích của Đức Chúa Trời như được tuyên bố trong câu chuyện xuất hành.[5]

Vậy thì cuộc xuất hành trong tư cách khuôn mẫu của sự cứu chuộc là một phần của nền tảng Kinh thánh để có được sự hiểu biết toàn diện về sứ mạng, mà đối với tôi sự hiểu biết này dường như đòi hỏi phải đọc Kinh thánh một cách toàn diện.

Chúng ta không nên rơi vào cách giải thích thiếu quân bình về cuộc xuất hành. Ví dụ, chúng ta có thể cố gắng thuộc linh hóa ý nghĩa của nó thành một "bức tranh" Cựu Ước về sự giải cứu cá nhân ra khỏi quyền lực của tội lỗi. Hoặc chúng ta có thể có khuynh hướng chính trị hóa thành bức tranh về hoạt động chính trị hay kinh tế vì sự công bằng mà không liên quan gì đến những đòi hỏi tâm linh là nhận biết và phục vụ Đức Chúa Trời hằng sống qua đức tin và sự vâng lời Chúa Giê-xu là Chúa.[6]

---

[5]Như trên, 275–76.

[6]Ở đây không có chỗ để thảo luận những cách giải thích thiếu sót này, nhưng tôi có nghiên cứu những cách giải thích này cùng những ảnh hưởng của chúng đối với tư tưởng và việc thực hành sứ mạng Cơ Đốc trong quyển *The Mission of God*, 253–80.

Cách tốt nhất để tránh cách giải thích thiếu quân bình như thế là hướng tư tưởng thần học thánh kinh của chúng ta theo cách Tân Ước nhìn cuộc xuất hành ấy, tức là Tân Ước tìm được sự tương ứng tối thượng của nó qua thập tự giá của Đấng Christ.

Thập tự giá - Chiến thắng của Chúa trước bất kỳ sự chống nghịch và đàn áp nào

Tân Ước trình bày sự chết chuộc tội của Chúa Giê-xu qua lăng kính của cuộc xuất hành. Cả con người lẫn sự kiện ấy đều khớp với bức tranh cứu chuộc ở Cựu Ước. Chúa Giê-xu trong vai trò Đấng Cứu chuộc là Đấng chiến thắng, sẽ làm bất kỳ điều gì cần thiết để giải cứu con dân Ngài. Và điều đó đòi hỏi chính sự sống của Ngài. Thập tự giá, thời khắc quan trọng nhất của sự cứu chuộc, là chiến thắng của Đức Chúa Trời trước tất cả những gì chống nghịch Ngài và bắt tạo vật Ngài làm nô lệ.

Lần nhắc đến cuộc xuất hành rõ ràng nhất trong các sách Phúc âm là khi Chúa Giê-xu gặp Môi-se và Ê-li trên Núi hóa hình. Theo Lu-ca "họ đang nói về cuộc xuất hành mà Ngài định hoàn thành ở Giê-ru-sa-lem" (Lu 9:31, bản dịch của tôi). Đáng tiếc là bản dịch Anh ngữ không giữ được ý nghĩa khi dịch từ Hy Lạp *exodos* là "sự xuất hành" hay "sự ra đi của Ngài" (làm sao bạn "hoàn thành" sự ra đi?). Hai con người vĩ đại đại diện cho Luật pháp và các Tiên tri hầu như không phải đang nói về sự chết của Chúa Giê-xu hoàn toàn như một "sự đi ra", mà đang nói về sự ứng nghiệm lời Kinh thánh có phần của họ trong đó. Đặc biệt, họ đang ám chỉ việc thực hiện "cuộc xuất hành" cho dân tộc Y-sơ-ra-ên dưới thời Môi-se, và bây giờ là cuộc xuất hành cho thế gian bởi Chúa Giê-xu. Sự chết gần kề và hoàn toàn được định trước sẽ là hành động cứu chuộc vĩ đại của Đức Chúa Trời. Qua Đấng Christ, Đức Chúa Trời sẽ trả giá để cứu toàn cõi tạo vật ra khỏi ách nô lệ của tội lỗi và điều ác, dẫn dân Ngài ra khỏi bóng tối của sự giam cầm để bước vào ánh sáng và sự tự do của Đức Chúa Trời.

Các trước giả Phúc âm khác lại thấy mô-típ xuất hành ở chỗ khác. Ma-thi-ơ nhìn thấy những sự kiện trong thời thơ ấu của Chúa Giê-xu như là cuộc xuất hành được chiếu lại (Mat 2:13–15). Mác sử dụng hình ảnh cuộc xuất hành mới của Ê-sai 40–55 trong cách ông hiểu về cuộc đời và thành tựu của Chúa Giê-xu (Mác 1:3; 4:35–5:13). Lu-ca cũng hiểu tương tự khi ghi lại bài ca của Xa-cha-ri, với niềm hân hoan vui sướng trong sự cứu chuộc được thấy trước của con dân Chúa ra khỏi sự bạo ngược của kẻ thù (Lu 1:67–79). Chúa Giê-xu chết vào lễ Vượt qua, cùng với ký ức về cuộc giải cứu lịch sử ra khỏi Ai Cập và niềm hy vọng rằng Đức Chúa Trời sẽ giải cứu dân Ngài một lần nữa.

Phao-lô sử dụng ngôn ngữ cứu chuộc, đôi khi với nghĩa đen chỉ về món tiền chuộc, mua sự tự do cho những người bị làm nô lệ (có lẽ với phong tục của Hy Lạp và La Mã là nô lệ có được sự tự do hoặc tù nhân chiến tranh được chuộc, vd: 1 Ti 2:6), nhưng thỉnh thoảng cũng mang ý nghĩa nền tảng của cuộc xuất hành trong Cựu Ước. Ví dụ, trong thư Rô-ma, ông trông mong đến ngày toàn cõi tạo vật được giải thoát khỏi cảnh nô lệ cho sự mục nát, như chúng ta thấy trước sự cứu chuộc thân thể mình vậy (Rô 8:18–25). Sự cứu chuộc vừa là thành tựu của Đấng Christ, có được qua sự chết của Ngài để chúng ta được tha tội (Êph 1:7; Côl 1:14), vừa là sự giải phóng trọn vẹn trong tương lai mà chúng ta đang trông mong (Êph 1:14; 4:30). Người Y-sơ-ra-ên đã nhìn lễ Vượt Qua thế nào, thì Cơ Đốc nhân cũng có thể nhìn ngược về thập tự giá như là sứ mạng giải cứu của Đức Chúa Trời trong lịch sử và hướng về sự cứu chuộc cuối cùng của chính chúng ta cùng cả tạo vật thể ấy.

Cuộc xuất hành là sự đánh bại quan trọng của Đức Chúa Trời trước những lời tuyên bố tiếm quyền và quyền lực của Pha-ra-ôn thế nào, thì thập tự giá là chiến thắng của Đức Chúa Trời trước những chức vương và thế lực thể ấy (Côl 2:15). Hình ảnh xuất hành có lẽ là hình ảnh mạnh mẽ nhất trong sách Cô-lô-se.

> Sự kiện xuất hành là một trong những chuyện kể nguyên mẫu trong Kinh thánh vì nó cho biết phần đầu, phần giữa và phần kết của ký thuật Kinh thánh về lịch sử cứu chuộc. Đức Chúa Trời thành lập quốc gia Y-sơ-ra-ên trong cuộc xuất hành ra khỏi Ai Cập. Ngài lập giao ước với dân tộc này tại núi Si-nai, đáp ứng nhu cầu của họ suốt bốn mươi năm trong đồng vắng, và cuối cùng dẫn họ vào Đất Hứa...
>
> Ở giữa kế hoạch cứu chuộc của Đức Chúa Trời là sự nhập thể, cuộc đời, sự chết và sự sống lại của Chúa Giê-xu Christ... Chuyện kể Phúc âm của bốn tác giả Phúc âm Tân Ước ít nhất cũng có các phần được trình bày theo ngôn ngữ và khuôn mẫu của cuộc xuất hành. Đấng Christ cũng thường dạy dỗ các môn đồ bằng kinh nghiệm của cuộc xuất hành và những việc Ngài làm giữa đoàn dân đông cũng có những ngụ ý về cuộc xuất hành... Chủ đề và khuôn mẫu của cuộc xuất hành giúp giải thích những sự kiện trong cuộc đời và sự chết của Đấng Christ.
>
> Đoạn cuối của lịch sử cứu chuộc là sách Khải Huyền. Giăng dùng những ám chỉ và những khuôn mẫu liên quan đến cuộc xuất hành trong Khải Huyền để kết thúc câu chuyện thánh kinh. Người Y-sơ-ra-ên cổ đại tiến vào Ca-na-an, miền Đất Hứa của họ. Cơ Đốc nhân thời Tân Ước bước vào sự yên nghỉ của sự cứu rỗi và sự tự do đối với tội lỗi mà họ được hứa. Đến cuối cùng, người được chuộc từ mọi thời đại sẽ bước vào Giê-ru-sa-lem mới và cuộc lưu đày cuối cùng cũng sẽ kết thúc. Họ sẽ trở về nhà. Cuộc xuất hành không còn quá xa lạ đối với độc giả của Cựu Ước lẫn Tân Ước.
>
> *Richard Patterson và Michael Travers*[7]

Vì [Đức Chúa Cha] đã giải thoát chúng ta ra khỏi quyền lực của bóng tối và đem chúng ta vào vương quốc của Con yêu dấu Ngài; trong Con ấy chúng ta được sự cứu chuộc, là sự tha tội. (Côl 1:13–14)

Nói cách khác, trong Cựu Ước lẫn Tân Ước, sự cứu chuộc là hành động Đức Chúa Trời đứng lên như một nhà vô địch vĩ đại của con dân Ngài, dùng sức mạnh phi thường của Ngài và trả giá đầy đủ để giải cứu họ ra khỏi tất cả những gì chống nghịch và đàn áp họ. Điều này bao hàm việc đánh bại tất cả những thế lực áp bức và đảo ngược mọi phương diện của ách nô lệ khiến dân sự khổ sở. Nó đem dân Ngài "ra khỏi cảnh khó khăn" và đem họ vào mối liên hệ mới với Đức Chúa Trời. Mối liên hệ mới đó đòi hỏi một đáp ứng thực tiễn là sống với sứ mạng rao truyền ơn cứu chuộc của Đức Chúa Trời trong thế gian.

Đáp Ứng Với Sự Cứu Chuộc Của Đức Chúa Trời

Được kêu gọi để vui mừng

Đáp ứng tự nhiên đầu tiên trước sự giải cứu qua cuộc xuất hành vĩ đại là bật lên tiếng hát vui mừng như Môi-se và Mi-ri-am đã làm (Xuất 15:1–21). Bài ca Môi-se ca ngợi Đức Chúa Trời là Đấng Cứu chuộc nhấn mạnh rằng Ngài đã giành chiến thắng to lớn trước kẻ thù, rằng không có thần của dân tộc nào có thể sánh so với Ngài, rằng Ngài đã chuộc con dân Ngài và các dân khác sẽ lấy làm xúc động khi nghe tin về sự kiện trọng đại này. Bài ca là lời chúc tụng quyền tể trị của Đức Chúa Trời được bày tỏ qua hành động cứu chuộc phi thường của Ngài.

Nhưng ta không được để cho niềm vui cứu chuộc nhạt phai dần như tiếng reo hò và tràng pháo tay sau một thành tích thể thao lớn, mà nó phải trở thành thói quen trong đời sống cá nhân cũng như được gắn chặt vào văn hóa Y-sơ-ra-ên. Trên một phương diện, sự cai trị xuất phát từ sự cứu chuộc của Đức Chúa Trời vẫn tiếp tục thực hữu trong đời sống thờ phượng của Y-sơ-ra-ên.

> Ngài là Đấng Thánh,
> Ngự trên (hay cư ngụ trong) những lời ca ngợi của Y-sơ-ra-ên.
> (Thi 22:3, bản dịch của tôi)

Đời sống của Y-sơ-ra-ên được thấm nhuần bởi số lần họ bày tỏ niềm vui trong Chúa như được ấn định trong niên lịch. Dĩ nhiên, lễ Vượt qua vào mùa xuân là dịp kỷ niệm rõ ràng nhất sự giải cứu qua cuộc xuất hành. Nhưng vụ gặt mùa thu cũng đem lại một cơ hội khác để kể lại câu chuyện xa xưa về Đức

Gia-vê và tình yêu của Ngài và hát vang những bài ca ca ngợi ơn cứu chuộc của Ngài (Phục 26:5–11).

Bởi đó, vui mừng trong sự cứu chuộc không chỉ là việc cá nhân mà còn là việc của cộng đồng (mọi thành phần xã hội phải được phép tham dự) và cũng là một mạng lệnh. Đây không phải là phần thêm thắt vào tùy theo cảm xúc mà là trách nhiệm và lợi ích cộng đồng phải được ghi nhớ (Phục 16:11; so sánh Nê 8:10–12). Người Y-sơ-ra-ên thời Cựu Ước hẳn sẽ đồng ý với lời cầu nguyện trong lễ Tiệc thánh của Anh giáo "Cảm tạ và ngợi khen Ngài mọi lúc mọi nơi không chỉ là điều đúng mà còn là bổn phận và niềm vui của chúng con…"[8]

Vậy thì, Phi-e-rơ đang rất trung thành với Kinh thánh và cũng đang thể hiện ông là người Y-sơ-ra-ên đích thực khi trích dẫn sách Xuất Ê-díp-tô Ký để nói với độc giả, hầu hết là những tín hữu Ngoại bang, rằng họ cũng đã có trải nghiệm xuất hành, rồi ngay tức thì ông nói thêm rằng đáp ứng thực tiễn đầu tiên của họ trước trải nghiệm này phải là sống đời sống rao ra sự ngợi khen. Họ đang sống trong bối cảnh Đức Chúa Trời là trọng tâm đời sống nên họ cũng phải sống thể hiện lòng nhân từ cách thiết thực ở giữa các dân tộc. Ngợi khen Chúa và thực hành nếp sống Cơ Đốc là hai trách nhiệm mang tính sứ mạng, và cả hai đều là điều chúng ta được kêu gọi thực hành để đáp ứng tình yêu cứu chuộc của Đức Chúa Trời.

Nhưng anh em là dòng giống được tuyển chọn, là chức tế lễ hoàng gia, là dân tộc thánh, là dân thuộc riêng về Đức Chúa Trời, để anh em rao truyền công đức vĩ đại của Đấng đã gọi anh em ra khỏi nơi tối tăm, đưa vào vùng ánh sáng diệu kỳ của Ngài. (1 Phi 2:9)

Chúng ta sẽ xem xét tầm quan trọng về mặt sứ mạng của sự ngợi khen và cầu nguyện trong chương 14.

Được kêu gọi để bắt chước

Cuộc xuất hành đã ngấm vào luật pháp và phong tục của Y-sơ-ra-ên. Cuộc xuất hành được nhắc đến nhiều lần như là động cơ để vâng giữ mọi yêu cầu trong xã hội. Đây là lúc từng trải về sự cứu chuộc được quyện chặt vào việc thực hành nếp sống rao truyền ơn cứu chuộc ấy.

Cuộc xuất hành không chỉ là một sự kiện trong lịch sử, mà nó trở thành kiểu mẫu cho hành vi. Là một dân được chuộc, Y-sơ-ra-ên phải sống bày tỏ những phẩm chất tương tự đã thúc đẩy Đức Gia-vê hành động trong tư cách là *go 'el* thiên thượng. Một phần sứ mạng của dân được chuộc của Chúa là phản chiếu bản tính của Đấng Cứu chuộc họ trong cách họ cư xử với người khác. Và điều đó đặc biệt có ý nói đến những điều quan trọng nhất người ta đòi hỏi nơi bất kỳ *go 'el* nào: lòng thương xót với giá trả rất đắt, cam kết giữ

---

[8] Câu này đã nắm bắt cách đúng đắn điều Kinh thánh nhấn mạnh, đó là tạ ơn vừa là một mạng lệnh chúng ta phải vâng theo ("bổn phận") vừa là niềm vui khiến chúng ta thích thú ("niềm vui").

sự công bằng, sự rời rộng đầy ân cần, hành động cứu chuộc hiệu quả. Đây là những điều phải có trong nếp sống rao truyền ơn cứu chuộc đó.

Phóng thích nô lệ

Cho nên, không có gì ngạc nhiên khi hai luật đầu tiên được ban cho Y-sơ-ra-ên –một nhóm nô lệ được giải thoát - ngay sau Mười điều răn có liên quan đến cách họ phải đối xử với những người đang làm việc để trả nợ ở hình thức nào đó (Xuất 21:1–11). "Nô lệ người Hê-bơ-rơ" có lẽ không phải là tộc người Y-sơ-ra-ên, mà là tầng lớp những người không có ruộng đất trong nền văn hóa Cận Đông cổ đại. Họ sinh sống bằng cách đi phục vụ như những người làm công, đi lính hoặc bất kỳ việc gì có thể. Luật Y-sơ-ra-ên yêu cầu sau sáu năm phục vụ họ phải được thả tự do - một điều khoản "xuất hành".

Luật tương tự khiến cho trải nghiệm của Y-sơ-ra-ên ở Ai Cập trở thành động cơ rõ ràng để *không* đối xử với người ngoại quốc đang sống với họ theo như cách họ đã chịu đựng tại Ai Cập (Xuất 23:9).

Phục Truyền 15:1–18 có lẽ là đoạn Kinh thánh ấm áp nhất trong Cựu Ước nói về nền kinh tế hào phóng. Phân đoạn này dạy phải thương xót người nghèo khó theo cách hết sức trân trọng các mối quan hệ.

> Nếu giữa anh em có người anh em nghèo khó, sống trong các thành của xứ mà Giê-hô-va Đức Chúa Trời anh em ban cho, thì chớ cứng lòng hoặc bo bo giữ của đối với những người lân cận nghèo khó của mình. Nhưng hãy mở rộng tay mình, cho người ấy vay bất cứ thứ gì họ cần... Vì trong xứ lúc nào cũng có người nghèo nên tôi truyền dặn anh em rằng: Hãy mở rộng bàn tay giúp đỡ người túng thiếu, nghèo khó trong xứ anh em. (Phục 15:7–11)

Lòng rộng rãi

Khi phân đoạn Kinh thánh ở Phục Truyền tiếp tục ngay sau đó với mạng lệnh phải tỏ lòng rộng rãi với những nô lệ được phóng thích, thì cuộc xuất hành được nói đến cách rõ ràng như là kiểu mẫu và động cơ cho cách đối xử hào phóng:

> Khi trả tự do cho họ, anh em đừng để họ đi ra tay không. Phải cung cấp cho họ đầy đủ chiên bò từ bầy gia súc, các sản phẩm từ sân đập lúa, từ hầm ép rượu, tức là từ những gì mà Giê-hô-va Đức Chúa Trời đã ban phước cho anh em. *Hãy nhớ rằng anh em đã từng làm nô lệ trong đất Ai Cập và Giê-hô-va Đức chúa Trời anh em đã cứu chuộc anh em. Vì thế mà hôm nay tôi truyền đạt cho anh em điều này.* (Phục 15:13–15, phần in nghiêng là chú ý của tôi)

Những người biết được cứu chuộc có nghĩa là gì sẽ phải sống rao truyền ơn cứu chuộc ấy cho người khác - đặc biệt những người hiện đang trong tình cảnh như Y-sơ-ra-ên lúc Đức Chúa Trời cứu chuộc họ.

Sự cứu chuộc và lễ kỷ niệm

Cách sử dụng ngôn ngữ cứu chuộc sát nghĩa nhất là ở Lê-vi Ký 25, khi áp dụng vào việc mua lại miếng đất đã được bán (hay sắp được bán) theo dạng vật thế chấp để vay và vào việc chuộc lại thành viên trong gia đình bị bán để làm việc trả nợ. Đan xen giữa những thủ tục cứu chuộc này là Năm Hân hỉ, với mục đích trả lại cho gia đình mảnh đất của tổ tiên họ và cho họ được tái dự phần hiệu quả vào cộng đồng.[9]

Tất cả những cơ chế này về cơ bản mang tính cứu chuộc và phục hồi theo nghĩa rộng hơn về kinh tế và xã hội - nhằm can thiệp và đảo ngược vòng xoáy ngày càng đi xuống không ngừng của nợ nần, đói nghèo và mất quyền sở hữu nếu không được can thiệp. Một lần nữa, chúng ta thấy được hành động cứu chuộc vĩ đại của Đức Chúa Trời, tức cuộc xuất hành, đóng vai trò kiểu mẫu và động cơ được lặp đi lặp lại cho cách cư xử như thế. Thần học và kinh tế không phải là hai vũ trụ tách biệt, nhưng kết hợp trong kinh nghiệm và việc thực hành ơn cứu chuộc theo Kinh thánh.

Mi-chê đã kết hợp cả hai lại với nhau với cách lập luận gây ấn tượng mạnh mẽ. Đọc Mi-chê 6:4–5:8 và chú ý cách phân đoạn chuyển từ lịch sử cứu chuộc đến sự khải thị của Đức Chúa Trời về những đòi hỏi đạo đức phổ quát và rõ ràng.

Sự tha thứ và nợ nần

Nguyên tắc tương tự của việc phản chiếu Đấng Cứu chuộc qua nếp sống rao truyền ơn cứu chuộc cũng tràn ngập khắp Tân Ước. Đã bao lần chúng ta đọc Bài Cầu nguyện chung nhưng lại không chú ý nguyên tắc này? "Xin tha tội cho chúng con, vì chúng con cũng tha kẻ mắc nợ chúng con" (Lu-ca 11:4).[10]

Trong phiên bản của Ma-thi-ơ, từ "nợ" được dùng trong cả hai phần của lời cầu xin, dù Chúa Giê-xu giải thích theo nghĩa là "những vi phạm" - khẳng định rằng sự tha thứ của Chúa đối với những vi phạm của chúng ta có liên quan với việc chúng ta sẵn lòng tha thứ những vi phạm của người khác. Nhưng trong một xã hội khi sự nghèo khổ và nợ nần là đặc trưng và là nguyên nhân chính khiến xã hội bất ổn, thì lời cầu nguyện xin Chúa "miễn nợ cho chúng ta" là tiếng chuông kinh tế mạnh mẽ, và cũng chỉ ra hiện thực tội lỗi của chúng ta trước Chúa. Chúng ta không cần phải chọn cách hiểu lời cầu nguyện này

---

[9]Để xem bài phân tích đầy đủ hơn về những phương sách kinh tế trong Y-sơ-ra-ên thời Cựu Ước, xin đọc quyển sách của tôi *Old Testament Ethics for the People of God*, 146–211, và *God's People in God's Land*, và phần thư mục được trích dẫn trong cả hai quyển.

[10]Không hiểu được vì sao bản NIV và bản TNIV thường dùng những từ tiếng Anh khác nhau cho cùng một từ gốc trong tiếng Hê-bơ-rơ hay Hy Lạp, và vì thế đánh mất *những sự nối kết* về mặt ngôn từ rất quan trọng trong nguyên văn. Ở đây hai bản dịch này sử dụng cùng từ tiếng Anh là "tội lỗi", trong khi bản văn gốc lại cố tình dùng những từ ngữ khác, và vì thế làm mất đi *sự khác biệt* quan trọng về mặt ngôn từ trong nguyên gốc.

chỉ trên phương diện tâm linh hoặc chỉ trên phương diện tài chính. Mối liên hệ giữa tội và nợ xuất hiện ở khắp nơi trong sự dạy dỗ của Chúa Giê-xu như chúng ta sẽ thấy.

Ý quan trọng hơn chúng ta đang muốn nói đến ở đây là: hành động tha thứ của Chúa và hành động thương xót của những người cầu nguyện với Ngài được liên kết chặt chẽ với nhau. Là những người nhận sự tha thứ của Chúa, chúng ta cũng phải tha thứ cho những người phạm lỗi với chúng ta - nhất là những người mắc nợ.

Niềm vui khi được tha nợ (một trong những ý nghĩa của sự cứu chuộc như chúng ta đã thấy) phải sản sinh ra thái độ sẵn sàng tha nợ cho người người khác, một hành động phản chiếu lòng rộng rãi của Đấng Cứu chuộc. Đây chính là ý nghĩa của ẩn dụ ở Ma-thi-ơ 18:21–33 mà Chúa Giê-xu đã kể để giải thích ý nghĩa triệt để và phạm vi của sự tha thứ trong vương quốc Đức Chúa Trời.

> Không phải là chúng ta có thể nỗ lực để có được sự tha thứ nhờ tha thứ cho người khác. Mà thay và đó việc chúng ta kinh nghiệm ơn tha thứ lớn lao của Chúa phải khiến chúng ta trở thành những người có lòng thương xót...
>
> Kinh nghiệm ân điển ấy biến đổi chúng ta thành những con người nhân từ. Đó không phải chỉ nói về xung đột giữa con người với con người. Đó là cách chúng ta đối xử với người khác. Nó là lòng rộng rãi về tiền bạc. Chúa tha *tội* cho chúng ta, nhưng chúng ta cũng phải tha cho *người mắc nợ* chúng ta. Lu-ca có thể đã dùng từ "tội lỗi" trong cả hai trường hợp, nhưng ông chọn nhấn mạnh hàm ý kinh tế trong lời Chúa Giê-xu nói...
>
> Trong Cựu Ước, những món nợ vào Năm Hân hỉ được xóa và nô lệ được trả tự do khi dân chúng kỷ niệm ân điển của Chúa dành cho họ bằng cách cung ứng sự chuộc tội (xem Lê 25 và Phục 15). Bây giờ Chiên Con của Đức Chúa Trời gánh lấy tội lỗi của thế gian đã đến. Nhờ sự tha thứ của Chúa, một kỷ nguyên mới của các mối liên hệ xã hội và kinh tế được bắt đầu giữa những người được tha thứ và được tự do bởi sự chết của Đấng Christ. Những người theo Chúa Giê-xu phải sống như những người nhận lãnh lẫn những người tham dự vào niềm vui vĩnh cửu.
>
> *Tim Chester*[11]

Kinh nghiệm sự cứu chuộc phải sinh ra nếp sống rao truyền sự cứu chuộc đó. Đây là dòng chảy mang tính sứ mạng bắt nguồn từ những gì Chúa đã làm cho chúng ta. Sứ mạng của con dân Chúa chứa đựng những chiều kích hết sức thực tiễn như thế.

Chúng ta có thể tìm thấy nguyên tắc phản chiếu kinh nghiệm ân điển cứu chuộc của Chúa qua cách chúng ta sống và đặc biệt là qua cách chúng ta cư xử với người khác xuyên suốt Tân Ước. Một vài ví dụ để làm rõ ý này:

- Hãy thương xót như Cha các con hay thương xót (Lu 6:36).
- Các con hãy yêu nhau, như Ta đã yêu thương các con (Giăng 15:12).
- Hãy cư xử với nhau cách nhân từ và dịu dàng, tha thứ nhau như Đức Chúa Trời đã tha thứ anh em trong Đấng Christ vậy (Ê-phê-sô 4:32).
- Vậy thì anh em hãy chấp nhận nhau như Đấng Christ đã chấp nhận anh em (Rô 15:7).
- Thì anh em cũng nên vượt trội trong việc từ thiện này... Vì anh em biết ân điển của Chúa chúng ta là Đức Chúa Giê-xu Christ, Ngài vốn giàu nhưng đã trở nên nghèo vì anh em, để bởi sự nghèo khó của Ngài, anh em trở nên giàu có (2 Cô 8:7–9).
- Bởi điều này, chúng ta biết được tình yêu thương: Ấy là Ngài đã hy sinh mạng sống vì chúng ta. Vậy chúng ta cũng phải hy sinh mạng sống vì anh em mình. Nếu ai có của cải đời này, thấy anh em mình đang túng thiếu mà chẳng động lòng thương thì làm thế nào tình yêu thương của Đức Chúa Trời ở trong người ấy được? (1 Giăng 3:16–17)

> Ngày xửa ngày xưa, có những ngân hàng, tuy hết sức dại dột, nhưng nhận ra mình có nguy cơ sụp đổ dưới hàng núi món nợ không có khả năng chi trả hoặc thậm chí cũng không hiểu từ đâu mà ra. Vì vậy, họ đến gặp chính phủ. Những người trong chính phủ thương xót họ và xóa nợ cho họ hàng nghìn tỷ đô-la từ ngân quỹ có được nhờ những người đóng thuế cho họ. Rồi những ngân hàng này tình cờ lại gặp chính những người mà tiền thuế của họ được dùng để giải cứu các ngân hàng ấy. Những người này mắc nợ ngân hàng món nợ nhỏ vài trăm đô-la, nhưng những ngân hàng này không hề tỏ ra thương xót những người mắc nợ này mà lại lấy đi nhà cửa của họ vì họ không thể trả nợ ngân hàng. Câu chuyện cho thấy sự cứu giúp, hay cứu chuộc, trong thế giới sa ngã này dường như chỉ dành cho người giàu và người có quyền thế nhưng không dành cho người nghèo. Khái niệm cứu chuộc của Chúa Giê-xu trong vương quốc Đức Chúa Trời vận hành theo cách hoàn toàn khác.

Sứ Mạng Sống Rao Truyền Ơn Cứu Chuộc

Vậy làm thế nào chúng ta có thể liên kết phần khảo sát một vài phương diện của thần học thánh kinh về sự cứu chuộc với nguồn gốc xuất hành của nó và sự ứng nghiệm tại thập tự giá của nó với đời sống thực hiện sứ mạng của con dân Chúa?

Chúng ta đã thấy rằng trong cả Cựu Ước lẫn Tân Ước, sự cứu chuộc không chỉ là sự kiện lịch sử trong quá khứ, cũng không phải trải nghiệm cá nhân phải được tận hưởng ở hiện tại, mà là một tình trạng phải được bày tỏ trong cách sống qua đáp ứng đạo đức. Dân sự được Chúa cứu chuộc được kêu gọi sống rao truyền ơn cứu chuộc đó ra trong thế gian. Và vì chúng ta đã hiểu cách đầy đủ bề rộng ý nghĩa của cuộc xuất hành khi Chúa hành động để cứu chuộc, nên phải có những hàm ý mở rộng tương đương cho sự hiểu biết của chúng ta về đặc tính của một sứ mạng nhắm đáp ứng, phản chiếu, và ở phương diện nào đó, làm hiện thân cho những mục đích cứu chuộc của Đức Chúa Trời.

Cuộc xuất hành đã được xem là nền tảng Kinh thánh ưu việt cho những ý tưởng thần học về sứ mạng vốn nhấn mạnh tầm quan trọng của mối quan tâm và hành động về mặt xã hội, chính trị và kinh tế, song song với các phương diện thuộc linh của sự tha thứ cá nhân. Hay đúng hơn là, và trung thành hơn với Kinh thánh đó là, cuộc xuất hành chính là nền tảng Kinh thánh cho sự kết hợp tất cả những chiều kích này ngay trong tin tốt lành toàn diện của Phúc âm theo Kinh thánh. Những hiểu biết toàn diện, hay trọn vẹn, như thế về sứ mạng chỉ về toàn bộ những gì Đức Chúa Trời đã làm cho Y-sơ-ra-ên trong sự kiện cứu chuộc mang tính kiểu mẫu - tức cuộc xuất hành. Và tôi tin đúng là như vậy.[12]

Luôn Đặt Thập Tự Giá Làm Trọng Tâm

Tuy nhiên, tôi có nhấn mạnh trong chương này rằng chúng ta phải xem xét cuộc xuất hành dưới ánh sáng của thập tự giá và ngược lại. Sự cứu chuộc của Đức Chúa Trời trong thực tế là một thành tựu cứu chuộc to lớn - dù trải dài hàng thế kỷ trong lịch sử con người. Người được chuộc trong sự tạo dựng mới hát bài ca của Môi-se và Bài Ca Chiên Con (Khải 15:3), vì về cơ bản, đó là bài hát ca ngợi một Đấng Cứu chuộc vĩ đại và một công tác cứu chuộc vĩ đại trong lịch sử.

Vì lý do này, khi chúng ta nghĩ đến sứ mạng của con dân Chúa theo nghĩa toàn diện hay trọn vẹn như mô tả ở trên, *thì điều quan trọng là thập tự giá phải là trọng tâm của từng phương diện của sứ mạng* mà chúng ta dự phần. Phần bên dưới được trích từ quyển *The Mission of God* mà trong đó tôi bày tỏ mối quan tâm sâu sắc đến vấn đề này, và tôi muốn trích lại ở đây vì tôi không nghĩ rằng tôi có thể trình bày hay hơn thế.

Mọi sứ mạng Cơ Đốc đều bắt nguồn từ thập tự giá - là nguồn, là năng lực và là điều xác định phạm vi của sứ mạng.

---

[12]Tôi đã trình bày sự hiểu biết toàn diện như thế về sứ mạng, đặc biệt nhắc đến cuộc xuất hành và năm hân hỉ, trong quyển *The Mission of God*, 265–323.

Điều tối quan trọng là chúng ta phải xem thập tự giá là trọng tâm và là điều không thể thiếu đối với mọi phương diện của sứ mạng toàn diện của Kinh thánh - tức là của tất cả mọi việc chúng ta làm trong danh Chúa Giê-xu bị đóng đinh và sống lại. Với tôi, thật là một sai lầm khi cho rằng công tác truyền giảng phải xoay quanh thập tự giá (tất nhiên như chúng ta vẫn làm), còn công tác xã hội và những hình thức thực tiễn khác của sứ mạng thì phải có nền tảng thần học hay nguyên cớ nào khác.

> Một hội thánh mà đạo đức xã hội của nó không được xây dựng trên khải tượng đạo đức của Kinh thánh với điểm nhấn là tính công bằng, thương xót và khiêm nhường trước mặt Đức Chúa Trời thì chắc chắn không thể tránh thái độ thờ ơ trước những vấn đề lớn ảnh hưởng đến nhân loại. Hội thánh đó khá lắm thì chỉ tập trung vào chủ nghĩa nghi thức và hệ thống đạo đức riêng rỗng tuếch, nhưng sẽ vẫn thờ ơ với tình trạng khốn khổ của người nghèo và với sự lạm dụng cõi tạo vật của Đức Chúa Trời. Tệ hơn cả, hội thánh ấy sẽ không nhận biết chính mình bị giam cầm trong hệ văn hóa - tư tưởng của chủ nghĩa tiêu dùng và sẽ bị những người có thế lực khác lạm dụng để đem lại sự hợp pháp hóa về mặt tôn giáo cho hệ thống chính trị và kinh tế xã hội bất công của họ và thậm chí cho cả chiến tranh.
>
> Rene Padilla[13]

Vì sao thập tự giá lại quan trọng đến vậy đối với toàn bộ cánh đồng truyền giáo? Vì trong mọi hình thức của sứ mạng Cơ Đốc nhân danh Đấng Christ, chúng ta đang đối đầu với quyền lực của điều ác và vương quốc của Sa-tan - với tất cả những hậu quả ảm đạm của nó trên đời sống con người và trên cõi tạo vật rộng lớn hơn. Nếu chúng ta phải rao truyền và bày tỏ thực tại về sự cai trị của Đức Chúa Trời qua Đấng Christ - tức là nếu chúng ta phải công bố rằng Chúa Giê-xu là Vua, trong một thế giới vẫn thích hát "chúng tôi chẳng có vua nào khác trừ Sê-sa" và nhiều vị vua kế vị, kể cả tiền tài - thì chúng ta sẽ xung đột hoàn toàn với quyền cai trị mà kẻ ác đã chiếm giữ, bằng vô số hình thức. Thực tại chết người của trận chiến chống lại các thế lực gian ác là lời chứng của những người đồng lòng đấu tranh cho sự công bằng, cho nhu cầu của người nghèo và người bị áp bức, cho người đau ốm và người dốt nát, và thậm chí cho cả những người nỗ lực chăm sóc và bảo vệ cõi tạo vật của Đức Chúa Trời trước những kẻ bóc lột và phá hủy cõi tạo vật đó, cũng là kinh nghiệm của những người (thông thường cũng lại là những người đó) đấu tranh để giúp con người tin Đấng Christ là Cứu Chúa, là Chủ của họ và mở mang hội thánh. Trong *tất cả* những công việc như thế, chúng ta phải đối đầu với thực tại của tội lỗi và Sa-tan. Trong tất cả những công việc như thế, chúng ta đang dùng ánh sáng và tin tốt lành của Chúa Giê-xu Christ cùng quyền cai trị của Đức Chúa Trời thông qua Ngài để thách thức sự tăm tối của thế gian.

Chúng ta có thể làm việc này bởi thẩm quyền nào? Chúng ta có thể giao chiến với các thế lực gian ác nhờ sức mạnh nào? Dựa trên cơ sở nào mà chúng ta dám thách thức xiềng xích của Sa-tan trong lời nói và hành động, trong đời sống tâm linh, đạo đức, thể xác và xã hội của con người? Chỉ nhờ thập tự giá mà thôi!

- Chỉ nhờ thập tự giá mới có sự tha thứ, sự xưng công bình và thanh tẩy cho tội nhân.

- Chỉ nhờ thập tự giá mới có thể đánh bại thế lực gian ác.

- Chỉ nhờ thập tự giá mới có thể giải thoát nỗi sợ sự chết cùng sự hủy diệt cuối cùng của nó.

- Nhờ thập tự giá thì kẻ thù cứng đầu nhất cũng được giải hòa.

- Chỉ nhờ thập tự giá, cuối cùng chúng ta sẽ chứng kiến sự chữa lành toàn thể cõi tạo vật.

Sự thật đó là: Tội lỗi và điều ác tạo nên tin dữ trong mọi lĩnh vực của sự sống trên hành tinh này. Công tác cứu chuộc của Đức Chúa Trời qua thập tự giá của Đấng Christ là tin mừng cho mọi phương diện của cuộc sống trên đất vốn đã bị tội lỗi tác động - nghĩa là mọi lĩnh vực của cuộc sống. Nói một cách thẳng thừng, chúng ta cần một Phúc âm toàn diện vì thế giới đang trong tình trạng hỗn độn toàn diện. Và bởi ân điển lạ thường của Đức Chúa Trời, chúng ta có một Phúc âm đủ lớn để cứu chuộc tất cả những gì đã bị tội lỗi và điều ác đụng đến. Và mọi phương diện của tin vui mừng đó đều là tin mừng tuyệt đối và chỉ có được nhờ huyết của Đấng Christ trên thập tự giá mà thôi.

Cuối cùng, tất cả những gì **sẽ** hiện diện trong cõi tạo vật mới mẻ, được chuộc đều sẽ hiện diện nhờ vào thập tự giá. Và ngược lại, tất cả những gì sẽ **không** hiện diện (sự đau khổ, nước mắt, tội lỗi, Sa-tan, bệnh tật, áp bức, đồi trụy, mục nát và sự chết), sẽ không hiện diện vì chúng sẽ bị thập tự giá đánh bại và tiêu diệt. Đó là bề dài, bề rộng, bề cao và bề sâu của khái niệm cứu chuộc của Đức Chúa Trời. Đây là tin tức cực kỳ tốt đẹp. Đây là căn nguyên của mọi sứ mạng.

Vậy nên, điều tôi hết sức tin chắc là sứ mạng toàn diện hẳn phải có một thần học toàn diện về thập tự giá. Điều đó bao gồm lòng tin chắc rằng thập tự giá phải là tâm điểm của hoạt động xã hội cũng như trong công tác truyền giảng của chúng ta. Không có sức mạnh nào, không có nguồn lực nào, không có danh nào để qua đó chúng ta có thể trình bày toàn bộ Phúc âm cho toàn thể con người và toàn cả thế giới cho bằng Chúa Giê-xu Christ đã bị đóng đinh và sống lại.[14]

Hội thánh là cuộc xuất hành và là cộng đồng hân hỉ

Nhưng dù chúng ta xem thập tự giá là yếu tố chính của tất cả những gì chúng ta muốn nói đến khi bàn về sứ mạng của con dân Chúa, thì chúng ta vẫn cần nhìn thập tự giá từ núi Hóa Hình, trong cuộc trò chuyện với Môi-se và Ê-li, là "cuộc xuất hành mà Chúa Giê-xu muốn thực hiện". Điều đó có nghĩa là chúng ta không xem thập tự giá là điều *thay thế* cho cuộc xuất hành (như thể các phương diện chính trị, kinh tế - xã hội của cuộc xuất hành hoàn toàn mất đi, chỉ còn lại ý nghĩa thuộc linh). Thay vào đó, chúng ta xem thập tự giá là *sự làm trọn* cuộc xuất hành, bao gồm trong chính toàn bộ thành quả cứu chuộc của nó, sự giải phóng tối thượng khỏi *tất cả* những gì đàn áp và bắt nhân loại cùng cõi tạo vật làm nô lệ. Dĩ nhiên, chúng ta chưa nhìn thấy sự hoàn tất công tác cứu chuộc trong lịch sử hiện tại, nhưng chúng ta mong đợi điều đó trong sự toàn vẹn cuối cùng của công tác đó, như Phao-lô mong đợi trong Rô-ma 8. "Ngày cứu chuộc" vẫn còn ở phía trước, mặc dù thành tựu cứu chuộc đã giành được chiến thắng tại thập tự giá.

Thần học Thánh kinh cho cuộc sống phải bao quát từ Tô-ra cho đến Khải Huyền.

Tóm Lược

Vậy thì chúng ta thấy rằng thần học thánh kinh về sự cứu chuộc mô tả Đức Chúa Trời là Đấng Cứu chuộc thiên thượng. Ngài là Đấng nhận trách nhiệm thực hiện những đòi hỏi và trả bất kỳ giá nào để giải cứu dân Ngài ra khỏi ách áp bức. Ngài là Nhà vô địch lớn đã giành chiến thắng để phóng thích con dân Ngài. Cuộc xuất hành cung cấp cho Cựu Ước khuôn mẫu cứu chuộc và cho thấy khi Đức Chúa Trời bước vào trong vai trò Đấng cứu chuộc thì sự việc trở nên rõ ràng và toàn diện ra sao. Tân Ước trình bày thập tự giá và sự sống lại của Chúa Giê-xu như cuộc xuất hành lớn *hơn hết* - thành tựu cao nhất của sức mạnh và ý muốn cứu chuộc của Đức Chúa Trời, chiến thắng của Ngài trên mọi thế lực, con người và ma quỷ chống nghịch Ngài và đàn áp con dân Ngài.

Vậy thì sứ mạng của con dân Chúa là gì? Chắc chắn đó là sống như những người đã kinh nghiệm quyền năng cứu chuộc của Đức Chúa Trời, và như những người mà đời sống họ - cá nhân lẫn tập thể - là bảng chỉ đường chỉ về sự giải phóng cuối cùng của toàn cõi tạo vật và nhân loại ra khỏi mọi hình thức áp bức và nô lệ.

---

[14]Wright, *The Mission of God,* 314–16.

Vì lý do đó, chúng ta sống nếp sống của người được chuộc, nỗ lực đem các phương diện khác nhau trong ý niệm cứu chuộc *của Đức Chúa Trời* - như được mô tả trong cuộc xuất hành và Năm Hân hỉ - để tác động đến mọi hình thức đàn áp như thế xung quanh chúng ta. Và đó là lý do chúng ta cũng phải trò chuyện với Môi-se và Ê-li, vì chính Luật pháp và các sách Tiên tri cung cấp cho chúng ta nhiều nguồn tài liệu để hiểu một cách thực tiễn ý nghĩa của đời sống rao truyền ơn cứu chuộc, do được cảm động bởi lòng thương xót, sự công bằng và rộng rãi trong một thế giới tàn bạo, bóc lột và tham lam.

Theo Phao-lô, đó là điều Kinh thánh (ám chỉ Cựu Ước) ủng hộ:

Cả Kinh thánh đều được Đức Chúa Trời cảm thúc, có ích cho sự dạy dỗ, khiển trách, sửa trị, và huấn luyện trong sự công chính, để người của Đức Chúa Trời được toàn vẹn và sẵn sàng cho mọi việc lành. (2 Ti 3:16–17).

> Cộng đồng Cơ Đốc vừa là dấu hiệu vừa là lời hứa về sự giải phóng của Đức Chúa Trời trong tương lai. Chúng ta là sự hiện diện của vương quốc đem lại sự giải phóng của Đức Chúa Trời trong thế giới đổ vỡ. Chúng ta là nơi người ta có thể tìm thấy sự giải phóng, cung cấp tổ ấm cho người bị lưu đày. Chúng ta phải chào đón những con người đau khổ, đến với một cộng đồng những người đang tuyệt vọng. Chúng ta là cộng đồng ở giữa những người mà sự giải phóng là một thực tại trong hiện tại - những con người hân hoan sống với các mối quan hệ kinh tế và xã hội mới mẻ. Chúng ta là ánh sáng của thế gian, là một thành trên ngọn đồi. Thách thức cho chúng ta là rao ra sứ điệp giải phóng của Chúa Giê-xu sao cho kết nối với kinh nghiệm của con người và cung cấp một nơi giải phóng trong cộng đồng Cơ Đốc.
>
> *Tim Chester*[15]

Tôi không có ý nói rằng hội thánh nên tìm cách diễn lại đúng y chang cuộc xuất hành như thế theo nghĩa đen hoặc thúc đẩy việc biến năm hân hỉ thành luật. Thay vào đó, chúng ta cần xem đây là khuôn mẫu cho hình thức đáp ứng sự cứu chuộc toàn diện đối với nhu cầu của con người mà chính Đức Chúa Trời đã ban hành và đòi hỏi ở con dân Ngài.

Ở nơi có bất công chính trị, bóc lột kinh tế, áp bức xã hội và nô lệ tâm linh thì những hành động nào là thích hợp đối với những người có cùng lòng thương xót và sự công bằng như Đức Chúa Trời, được thể hiện tại cuộc xuất hành?

Ở nơi con người bị tan nát vì nợ nần chồng chất và ngày càng đói rách hơn, cùng với tất cả sự nhục nhã và bị kỳ thị về mặt xã hội, thì những hành động nào phản chiếu các nguyên tắc thần học hân hỉ, với sự kiên định rằng nợ nần sẽ không còn mãi, rằng thất bại của thế hệ này không buộc các thế hệ tương lai vào trong nghèo khổ?

Nói cách khác, liệu chúng ta sẽ chọn cách định nghĩa sứ mạng của mình, ở một mức độ tương tự nào đó, với cách Chúa Giê-xu định nghĩa sứ mạng của chính Ngài, lấy ngôn ngữ của nhà tiên tri và niềm hy vọng về cuộc xuất hành cùng năm hân hỉ làm khung sườn, không?

> "Thánh Linh của Chúa ngự trên Ta,
> vì Ngài đã xức dầu cho Ta để truyền giảng Tin Lành cho người nghèo.
> Ngài đã sai Ta để công bố những người bị giam cầm được phóng thích,
> người mù lòa được sáng mắt, người bị áp bức được tự do;
> và công bố năm thi ân của Chúa." (Lu-ca 4:18–19)

Khi làm như vậy, chúng ta trở thành những cộng đồng giống như những tấm biển báo xuất hành và hân hỉ, chỉ hướng về công tác cứu chuộc của Chúa trong quá khứ và về hy vọng giải phóng duy nhất mà thế giới có được trong tương lai.

Những Câu Hỏi Liên Quan

1. Nhận biết rằng thập tự giá và sự sống lại của Chúa Giê-xu là sự ứng nghiệm của khuôn mẫu xuất hành tác động thế nào đến cách bạn hiểu sự cứu chuộc và sứ mạng của hội thánh?

2. Khi nghĩ đến việc "được chuộc", chúng ta thường đánh đồng với việc được tha tội. Điều này cũng đúng và tốt. Nhưng còn những phương diện nào khác của công tác cứu chuộc của Chúa (giải cứu, giải phóng) mà bạn có thể chỉ ra trong chính kinh nghiệm sống của mình, khi chúng ta xem xét công tác đó trong chương này?

3. Chúng ta cũng thường nghĩ đến sự cứu chuộc ở phương diện cá nhân (những người được chuộc). Nhưng khi nghĩ đến điều đó ở phương diện *cộng đồng* được chuộc thì nhận thức của bạn về hội thánh thay đổi ra sao? Hội thánh của bạn nên hoạt động như một cộng đồng được chuộc trong những phương diện nào để phản chiếu lòng thương xót và sự công bằng của Đức Chúa Trời trong thế giới xung quanh?

4. Hiểu biết của bạn về sứ mạng của con dân Chúa sẽ tạo nên sự khác biệt nào nếu ngày nay bạn tin rằng sứ mạng không phải chỉ là vấn đề gửi giáo sĩ đến các nước khác để người ta được cứu chuộc, mà còn bao gồm việc con dân Chúa khắp nơi sống rao truyền ơn cứu chuộc ra trong thế gian như những người phản chiếu và như những sứ giả của Đức Chúa Trời trong Đấng Christ, Đấng Cứu chuộc chúng ta?

7

Những Người Đại Diện Cho Đức Chúa Trời Trong Thế Gian

Nhớ Lại Câu Chuyện

Câu chuyện cho chúng ta lý do để sống

Chúng ta là ai và chúng ta sống trên đời để làm gì? Có thể nói đây là những câu hỏi mà chúng ta đang tìm kiếm câu trả lời trong toàn sách này: Sứ mạng của con dân Chúa là gì? Nhưng ngay cả ở cấp độ cá nhân, thì đây cũng là những câu hỏi đầy thách thức. Ý thức về nhân thân và mục đích hiện hữu trong thế giới này của bạn là gì?

Câu trả lời ấy tùy thuộc vào câu chuyện mà bạn nghĩ rằng mình góp phần trong đó. Tất cả chúng ta đều sống thể hiện những câu chuyện nhỏ của cuộc đời mình dựa trên giả định của một câu chuyện nào đó lớn hơn và có ý nghĩa đối với chúng ta, hoặc đủ ý nghĩa để cho phép chúng ta, khi cân nhắc kỹ, nghĩ rằng nó đáng cho chúng ta tiếp tục sống. Điều đó đúng ngay cả khi bạn phải tự tạo ra một câu chuyện cho chính mình thay vì thấy chính mình trong câu chuyện lớn vượt ra khỏi cuộc sống của chính bạn, và vượt ra khỏi thế giới vật chất. Đó chắc chắn là điều những người vô thần phải làm, dù có người sẽ thắc mắc liệu nó có thể khiến họ thỏa mãn hay không. Họ không có nhiều điều để kể trong câu chuyện đó.

Nếu một lần nữa chúng ta lùi lại với Cựu Ước, chúng ta có thể đặt ra những câu hỏi tương tự như vậy về người Y-sơ-ra-ên. *Họ* là ai, và *họ* ở đó để làm gì? Và cách chúng ta trả lời phải phát xuất từ câu chuyện lớn mà chúng ta dự phần. Vậy thì, tại điểm này, chúng ta bước thêm một bước nữa về phía trước để nhìn thấy ý nghĩa của câu chuyện vĩ đại của Kinh thánh mà chúng ta đã nghiên cứu trong chương 2. Đây là lý do việc nắm bắt được câu chuyện là điều hết sức quan trọng.

Thế thì, đây là câu trả lời của chính Đức Chúa Trời cho những câu hỏi của người Y-sơ-ra-ên thời Cựu Ước: "Chúng tôi là ai và chúng tôi ở đây để làm gì?" Câu trả lời nằm trong một trong những câu Kinh thánh có ảnh hưởng nhất.

Môi-se lên gặp Đức Chúa Trời. Từ trên núi, Đức Giê-hô-va gọi ông và phán: "Con hãy nói với nhà Gia-cốp, và bảo với con dân Y-sơ-ra-ên thế này: 'Các con đã thấy điều Ta làm cho người Ai Cập, Ta đã chở các con trên cánh đại bàng, và dẫn các con đến với Ta như thế nào. Vậy bây giờ nếu các con thật lòng vâng lời Ta và giữ giao ước Ta thì trong tất cả các dân tộc, các con sẽ là tài sản riêng của Ta; [5b] *Vì thật ra* cả thế gian đều thuộc về Ta, và các con sẽ trở thành một vương quốc thầy tế lễ và một dân tộc thánh cho Ta.' Đó là những lời con phải nói lại với con dân Y-sơ-ra-ên." Xuất 19:3–6 (chú ý in nghiêng, câu 5b được dịch từ nguyên văn)

Câu chuyện tạo nên ngữ cảnh trước mắt của những lời này dĩ nhiên là câu chuyện về cuộc xuất hành như chúng ta đã thấy trong chương 6. Nhưng ngay cả điều đó cũng không phải là câu chuyện đủ lớn. Đó chỉ là một phần trong vở kịch lớn của Đức Chúa Trời, tạo nên toàn bộ quyển Kinh thánh, bao trùm toàn cả vũ trụ, và bao gồm quá khứ, hiện tại cùng tương lai. Đó là những tình tiết đầu tiên của câu chuyện lớn kể cho người Y-sơ-ra-ên biết họ là ai.

Vào đầu năm 2009, một mẩu quảng cáo xuất hiện ở hai bên hông các xe buýt màu đỏ ở Luân-đôn được nhiều người ủng hộ chủ nghĩa nhân văn cùng các đoàn thể và cá nhân ủng hộ chủ nghĩa vô thần bảo trợ và trả tiền, chẳng hạn Richard Dawkins - nhà truyền đạo qua truyền hình của trào lưu vô thần chính thống (atheist fundamentalism): *"Có lẽ không có Đức Chúa Trời. Bây giờ đừng lo lắng nữa mà hãy tận hưởng cuộc sống."* Khi nhìn thấy câu này, tôi nghĩ thật là một sự hiểu lầm kỳ dị vì câu này ngụ ý niềm tin nơi Đức Chúa Trời chỉ khiến con người ta lo lắng hay phá hỏng niềm vui của họ. Thế nhưng tất cả các nghiên cứu và thống kê cho thấy những người có đức tin Cơ Đốc *ít* căng thẳng hơn bình thường và cảm thấy thỏa mãn trong cuộc sống hơn nhiều. Nhưng phản ứng chính của tôi trước câu khẩu hiệu ấy là "Đó không mấy mang hơi hướng của một câu chuyện. Thật ra, đó chẳng phải là câu chuyện gì cả. Nó không cho ai một lý do tích cực để sống (hay chết)." Nó trái ngược với Phúc âm. "Đức Chúa Trời yêu thương thế gian đến nỗi đã ban Con Một của Ngài, hầu cho hễ ai tin Con ấy, không bị hư mất mà được sự sống đời đời" (Giăng 3:16). Đây mới là câu chuyện! Câu chuyện này có một chủ đề, một vấn đề, một hành động, một giải pháp và một kết thúc có hậu.

Đó cũng là câu chuyện cho chúng ta biết *chúng ta* là ai và tại sao, vì đó là một phần của câu chuyện ban Chúa Giê-xu ở Na-xa-rét cho chúng ta và câu chuyện *của Ngài*. Thật vậy, đó là câu chuyện xác nhận với Chúa Giê-xu *Ngài* là ai và Ngài ở đó để trở thành ai và làm gì. Như chúng ta đã thấy trong chương 2, đây là câu chuyện đẩy hội thánh thời Tân Ước đi ra thực hiện sứ mạng của họ với thế gian.

Vậy thì, khi nghĩ về nhân thân của chúng ta là con dân Chúa, điều cần phải có để chúng ta có thể tham dự vào sứ mạng, thì một lần nữa chúng ta cần chú ý đến câu chuyện ấy - như Đức Chúa Trời đã xem xét trong phân đoạn Kinh thánh này.

Câu chuyện cho đến thời điểm này

Vậy khi chúng ta xếp lại chương này để nghiên cứu Xuất Ê-díp-tô Ký 19:3–6, hãy nhớ rằng suốt quyển sách này chúng ta đang xây dựng thần học thánh kinh cho đời sống - có nghĩa là thần học mà chúng ta tìm tòi được từ câu chuyện này và điều mà Chúa xác nhận có thể được áp dụng cho chính đời sống của chúng ta vì đây là một phần câu chuyện *của chúng ta*, một phần của câu chuyện lớn nói lên ý nghĩa và mục đích cuộc đời *chúng ta* trong vai trò con dân Chúa.

Chúng ta biết câu chuyện cho đến thời điểm này. Người Y-sơ-ra-ên bị áp bức như một tộc người thiểu số ở Ai Cập. Bởi lòng thương xót và sự thành tín, Đức Chúa Trời đã sai Môi-se đến giải cứu họ. Sau một chuỗi các tai vạ giáng xuống Pha-ra-ôn và Ai Cập, họ đã chạy thoát, và Đức Chúa Trời đã đánh dấu sự giải cứu bằng cuộc vượt biển diệu kỳ, được Môi-se và Mi-ri-am vui mừng ca ngợi trong Xuất Ê-díp-tô Ký 15. Rồi sau đó Đức Chúa Trời cung cấp thức ăn và nước uống cho họ, bảo vệ họ khỏi kẻ thù, và với một chút kinh nghiệm về tổ chức từ nhạc gia của Môi-se (Xuất 16–18).

Giờ đây, cuối cùng Đức Chúa Trời cũng có được người Y-sơ-ra-ên cho chính Ngài, có thể nói như vậy. Họ tập hợp tại chân núi Si-nai, như Ngài đã hứa với Môi-se (Xuất 3:12). Đã đến lúc phải giải thích. Đã đến lúc phải hiểu ý nghĩa của câu chuyện cho đến thời điểm này. Đến lúc phải giúp họ hiểu ý nghĩa của tất cả những việc này. Đến lúc phải nói cho họ biết họ là ai, và họ phải như thế nào và làm gì cho Chúa trong tình trạng thế giới mới mà họ thấy mình trong đó.

Đó là ý chính của Xuất Ê-díp-tô Ký 19:1–6. Bài diễn văn của Đức Chúa Trời tại thời điểm này là bản lề quan trọng nối câu chuyện cứu chuộc vĩ đại ở nửa đầu sách với phần lập giao ước, ban luật pháp và dựng đền tạm ở nửa phần sau của sách. Bài diễn văn vừa có tính giải thích, vừa chứa đựng sự khích lệ lẫn thách thức.

Trên hết tất cả, bản văn đem đến cho Y-sơ-ra-ên (và cho cả chúng ta, như chúng ta sẽ nhận thấy một khi đưa nó vào thần học thánh kinh) một nhân dạng, một vai trò và một sứ mạng trong thế gian, cùng với những đặc quyền lẫn trách nhiệm đi kèm.

Vậy thì, trong câu 4–6, Đức Chúa Trời chỉ về ba hướng. Ngài chỉ *ngược* về quá khứ gần đây của Y-sơ-ra-ên. Ngài *hướng đến* khải tượng trong tương lai cho mọi dân tộc. Và Ngài chỉ vào trách nhiệm trong *hiện tại* của Y-sơ-ra-ên. Ở mỗi hướng, chúng ta đều thấy ân điển của Chúa vận hành.

Ân Điển Quá Khứ: Sự Cứu Rỗi Của Đức Chúa Trời – Xuất Ê-díp-tô Ký 19:4

Những lời đầu tiên Đức Chúa Trời bảo Môi-se nói với người Y-sơ-ra-ên là một lời nhắc nhở: "Chính các con đã thấy điều Ta làm…" Và dĩ nhiên, họ đã thấy. Đó là một sự kiện mới đây thôi.

Chỉ ba tháng trước (19:1), họ còn là nô lệ ở Ai Cập, chịu nạn diệt chủng được chính phủ bảo trợ một cách có hệ thống vì là một dân thiểu số. Còn bây giờ, như chúng ta đã nghiên cứu trong chương trước, họ được giải phóng về mọi mặt. Có lẽ bàn chân hơi đau nhức và mỏi. Có lẽ hơi ngán ma-na một chút. Nhưng lại được tự do, sự đàn áp của người Ai Cập dần dần trôi vào quá khứ. Tất cả là vì Đức Chúa Trời đã hành động trước. Ngài đã hành động vì lòng thương xót, tình yêu thương và sự thành tín đối với lời Ngài đã hứa cùng tổ phụ họ.

Vì vậy Đức Chúa Trời chỉ ra điều này một cách rõ ràng ngay trong những lời đầu tiên. Ngài chỉ ra ân điển của Ngài thể hiện qua hành động, quan tâm đến họ đủ để giải phóng họ, giáng tay quyền năng và cánh tay giơ ra để đánh bại kẻ đàn áp họ và giải cứu họ ra khỏi chốn nô lệ và chết chóc. Ân điển của Đức Chúa Trời được tỏ ra trong lịch sử. Sự công bằng của Ngài được thực thi, kẻ mạnh bị hạ xuống còn người nghèo khó được cất nhắc lên. Đức Chúa Trời là Đấng giải cứu vĩ đại của họ, như chúng ta đã thấy trong chương 6.

Do đó, bất kỳ điều gì xảy ra tiếp theo trong câu chuyện (dĩ nhiên đó là điều độc giả chúng ta mới biết, chứ người Y-sơ-ra-ên trong câu chuyện thì chưa biết) đều sẽ được đặt trên ân điển của Chúa trong lịch sử. Chúng ta sẽ sớm đến với thế giới của Mười Điều Răn (chương 20), bộ luật rộng lớn hơn trong Sách Giao ước (chương 21–23) và việc lập giao ước Si-nai (chương 24). Nhưng tất cả những việc này là sự đáp ứng với ân điển cứu chuộc mà họ đã nhận được.

Tôi nhấn mạnh điểm này vì có một sự hiểu lầm vẫn còn phổ biến ngày hôm nay về sự khác nhau giữa Cựu Ước và Tân Ước. Nhiều Cơ Đốc nhân cho rằng có thể tóm tắt ngắn gọn bằng cách nói rằng con người thời Cựu Ước cố gắng vâng giữ luật pháp để được cứu, còn trong thời Tân Ước (cảm tạ Chúa), chúng ta biết chúng ta chỉ có thể được cứu nhờ ân điển bởi đức tin mà thôi. Nhưng ý đầu tiên là một sự xuyên tạc. Một hình thức tương tự của quan điểm này (dù không thẳng thừng như thế) được thể hiện trong điều Phao-lô đang tranh luận với một vài người Do Thái không đồng ý với tư tưởng thần học và hoạt động truyền giáo của ông. Nhưng như chính Phao-lô đã chỉ ra, ngay trong Cựu Ước, sự cứu rỗi luôn luôn là vấn đề của lời hứa và ân điển của Đức Chúa Trời, được đón nhận bằng đức tin (giống Áp-ra-ham).

Ân điển đến trước, tiếp theo là đức tin, và sự vâng giữ luật pháp là điều cần thiết thứ ba, như một đáp ứng của đức tin thể hiện qua hành động trước những điều Đức Chúa Trời đã làm.

Vậy nên, tại đây trong bản văn của chúng ta, Đức Chúa Trời nhắc người Y-sơ-ra-ên rằng Ngài đã giải cứu họ *rồi*, và chỉ khi đó Ngài mới nói "Bây giờ, chúng ta hãy nói về sự vâng phục của con để đáp lại những việc Ta đã làm". Chính cách sắp xếp của sách Xuất Ê-díp-tô Ký nói chung hậu thuẫn ngầm cho ý tưởng thần học được thể hiện rõ ràng trong bản văn này. Chúng ta có đến 18 chương nói về sự cứu rỗi trước khi đi đến một chương nói về luật pháp. Luật pháp là cách đáp ứng trước ân điển, chứ không phải phương tiện để có được ân điển.

> Trong Xuất Ê-díp-tô Ký 4:32, những con người này đã tin lời Phúc âm được Đức Chúa Trời phán qua Môi-se và cúi xuống thờ lạy Đức Gia-vê. Các tài liệu về lễ Vượt Qua tiếp tục chủ đề sự thờ phượng (12:27), và nó lên đến đỉnh điểm bằng hành động thờ phượng ở 15:1–21. Những người được giải cứu ra khỏi Ai Cập là dân tuyển chọn của Đức Chúa Trời, một cộng đồng đức tin đã thờ phượng Đức Gia-vê. Dân của Chúa chính là những người "kính sợ" và "tin cậy" Chúa (14:31). Những hành động giải cứu của Chúa, được thực hiện bởi sự chủ động từ Chúa, đã kéo cộng đồng ấy vào một quỹ đạo mới của sự sống và phước lành, mà dân sự đã đáp ứng bằng đức tin/sự thờ phượng. Trước khi nói bất cứ lời nào về việc vâng giữ luật pháp, thì những việc Chúa làm đã đầy ắp đời sống họ... Giao ước tại Si-nai là giao ước riêng biệt với một giao ước đã có [tức giao ước với Áp-ra-ham] với một cộng đồng được chọn, được chuộc, có lòng tin và đang thờ phượng Chúa.
>
> Terence E. Fretheim[1]

Đây cũng là nguyên tắc căn bản xuyên suốt thần học thánh kinh, đạo đức học và sứ mạng. Mạng lệnh đến sau ân điển. *Lòng rộng rãi* là mạng lệnh trong Phục Truyền, còn vâng giữ mạng lệnh đó được thúc đẩy bởi ơn phước đã nhận được. "Hãy cho họ như Giê-hô-va Đức Chúa Trời đã ban phước cho anh em" (Phục 15:14). *Yêu thương* là mạng lệnh Chúa Giê-xu truyền dạy, còn sự vâng lời của chúng ta bắt nguồn từ tình yêu của Ngài dành cho chúng ta: "Chúng ta yêu vì Chúa đã yêu chúng ta trước" (1Giăng 4:19). *Tha thứ lẫn nhau* là mạng lệnh do Phao-lô truyền dạy, còn chúng ta làm theo vì chính chúng ta đã được tha thứ: "Hãy tha thứ nhau như Đấng Christ đã tha thứ anh em" (Êph 4:32). Bởi lệnh truyền của Đấng Christ, chúng ta được *sai phái với một sứ mạng*. Nhưng thực tại trước đó là ân điển của Đức Chúa Trời khi ban Chúa Giê-xu đến thế gian (Giăng 17:18).

Nếu chúng ta phải chuyển những lời Chúa phán với Y-sơ-ra-ên vào bối cảnh thần học Tân Ước, thì nó sẽ như thể Đức Chúa Trời chỉ vào thập tự giá của Đấng Christ và nói với chúng ta:

"Các con đã thấy những việc Ta làm..." Sau đó, cho dù chúng ta chọn hành động nào, vâng lời trên phương diện đạo đức hay vâng phục sứ mạng, thì cũng đều là đáp ứng vì lòng biết ơn.

Cũng như người Y-sơ-ra-ên, chúng ta cần nhắc mình nhớ đến ân điển của Chúa trong quá khứ được bày tỏ trong sự cứu chuộc lịch sử, rồi sau đó mới hiểu được nhân thân và sứ mạng của chúng ta dưới ánh sáng đó.

Ân Điển Tương Lai: Sứ Mạng Của Đức Chúa Trời - Xuất Ê-díp-tô Ký 19:5B

Tôi tự hỏi quang cảnh nhìn từ đỉnh núi Si-nai như thế nào nhỉ? Theo ngôn ngữ hình tượng, ẩn dụ của câu chuyện, đó là nơi Đức Chúa Trời "ở". Đó là nơi Ngài phán. Đó là nơi Môi-se, và sau này là các trưởng lão, phải đi đến gặp Ngài (Xuất 24:9–11).

Dưới chân núi, những người duy nhất ở xung quanh là dân Y-sơ-ra-ên. Người A-ma-léc đã bị đánh cho tan tác. Có lẽ Y-sơ-ra-ên dễ dàng tưởng tượng rằng họ là dân duy nhất được Đức Chúa Trời quan tâm. Họ là những người đã được giải cứu, được ban thức ăn, ban nước uống, được bảo vệ và đem đến nơi này để có cuộc gặp gỡ tuyệt vời với Đức Chúa Trời hằng sống. Và dĩ nhiên, ở một mức độ, họ đã đúng.

Một dân đặc biệt, không phải dân duy nhất

Có một mối quan hệ thật sự đặc biệt và độc nhất giữa Đức Chúa Trời và những con người này, được thiết lập qua Áp-ra-ham. Như Đức Chúa Trời đã truyền cho Môi-se nói với Pha-ra-ôn, Y-sơ-ra-ên là "con trưởng nam Ta" (Xuất 4:22). Và Đức Chúa Trời củng cố mối quan hệ đặc biệt đó ở 19:5 ("tài sản riêng của Ta"), và sau đó biến mối quan hệ đó trở nên chắc chắn qua giao ước Si-nai ở một vài đoạn sau đó. Nhưng không hề nói họ là *độc nhất* với ý nghĩa Đức Gia-vê có thể đơn thuần được xem là vị thần địa phương của một dân đặc biệt.

Đức Gia-vê chưa bao giờ và không bao giờ là Đức Chúa Trời của chỉ một mình Y-sơ-ra-ên (so sánh Rô 3:29). Ngược lại, từ độ cao đầy phấn chấn trên đỉnh núi, có thể nói như vậy, Đức Chúa Trời nhìn bao quát "toàn thế giới", và "muôn nước", và tất cả đều thuộc về Ngài. Nói cách khác, mối quan hệ đặc biệt và độc nhất với Y-sơ-ra-ên phải được đặt trong khung phổ quát rộng lớn hơn về quyền sở hữu toàn cầu của Đức Chúa Trời.

Phải, Đức Chúa Trời vừa mới giải cứu *một* dân đặc biệt ra khỏi ách nô lệ. Nhưng mục tiêu tối hậu của Ngài là đem sự cứu rỗi đến cho *mọi* dân tộc. Phải, Đức Chúa Trời vừa mới bày tỏ quyền năng tối cao của Ngài trong *một* xứ cụ thể, xứ Ai Cập. Nhưng ngay cả khi làm điều đó, Ngài cũng đã nhắc đi nhắc lại một cách rõ ràng cho chính Pha-ra-ôn rằng Ngài muốn chứng minh *cả trái đất* đều thuộc về Ngài và quyền tể trị của Ngài không hề giới hạn (Xuất 9:14, 16, 29). Đây là phạm vi phổ quát của sứ mạng, như chúng ta đã nhiều lần nhìn thấy khi nghiên cứu.

Dĩ nhiên, bây giờ chúng ta có thể đồng ý rằng việc nhắc đến tất cả các dân tộc và cả trái đất trong Xuất Ê-díp-tô Ký 19:5 chủ yếu là nhằm nhấn mạnh địa vị, nhân thân và vai trò đặc biệt của *Y-sơ-ra-ên* trong ngữ cảnh rộng lớn hơn đó. Thế nhưng, trong một bối cảnh quan trọng như thế, vào lúc gay go như thế trong chuyến hành hương của Y-sơ-ra-ên, tại thời điểm then chốt như thế trong bài nói chuyện lịch sử của Chúa với họ, *hai lần nhắc đến* chiều kích phổ quát này ("các dân tộc", "cả thế gian") là điều rất ấn tượng.

Quang cảnh nhìn từ đỉnh núi Si-nai là góc nhìn rộng toàn cảnh, 360 độ. Tầm nhìn và ý định của Đức Chúa Trời trải rộng khắp cả trái đất và mọi dân tộc. Con người và địa điểm rất cụ thể (Y-sơ-ra-ên tại Si-nai). Đức Chúa Trời Đấng nói chuyện với họ là đáng kính sợ trên khắp vũ trụ. Chương trình của Ngài là chương trình toàn cầu.

Công tác chưa được hoàn tất

Chúng ta có thể thốt lên "Nhưng dĩ nhiên là như vậy rồi!" Bởi vì rốt cục thì Đức Chúa Trời, Đấng đang nói chuyện, là ai? Đây là Đức Chúa Trời, Đấng đã tự tỏ mình với Môi-se cũng tại chính nơi này, ngay chỗ bụi gai đang cháy ở núi Si-nai, bằng lời phán "Ta là Đức Chúa Trời của tổ phụ con, Đức Chúa Trời của Áp-ra-ham, Đức Chúa Trời của Y-sác, Đức Chúa Trời của Gia-cốp" (Xuất 3:6). Và bây giờ chúng ta biết đủ về Đức Chúa Trời của Áp-ra-ham để hiểu rằng ý định của Ngài bao gồm các dân tộc. Như chúng ta đã xem xét trong chương 4, đây là Đức Chúa Trời, Đấng đã nhắc đi nhắc lại trong Sáng Thế Ký lời Ngài hứa ban phước cho Áp-ra-ham và qua ông ban phước cho muôn dân trên đất.

Vậy thì, công tác của Chúa với Y-sơ-ra-ên thật sự là nhiệm vụ mà Ngài chưa hoàn tất với phần còn lại của thế giới, kể từ Sáng Thế Ký 10 và 11. Phần này của câu chuyện cũng không ngoại lệ, mà chỉ là phần tiếp theo của vở kịch lớn đó. Mặc dù tập trung chủ yếu vào vai trò đặc biệt của Y-sơ-ra-ên, nhưng Xuất Ê-díp-tô Ký 19:5b sẽ không để cho câu chuyện về Y-sơ-ra-ên tiếp diễn mà không nhắc lại chương trình lớn hơn của Đức Chúa Trời và phạm vi phổ quát tối hậu của quyền tể trị tối thượng của Ngài trong sự cứu chuộc.

Vậy nên, đó là bức tranh lớn. Đó là lời nhắc nhở về câu chuyện lớn, là câu chuyện thánh kinh dài hạn về việc Đức Chúa Trời đem mọi dân tộc vào phạm vi nhận lãnh ơn phước của Ngài. Đó là điều đã nói cho người Y-sơ-ra-ên biết họ là ai. Đó là điều đem lại ý nghĩa cho phần chuyện kể mà họ vừa kinh nghiệm, và đó là nền tảng cho điều mà Đức Chúa Trời hiện đang mong đợi nơi họ.

Đặt phần chính thứ nhất và thứ hai lại với nhau, chúng ta thấy ở đây *ân điển tương lai* trong sứ mạng tối hậu của Đức Chúa Trời cho các dân tộc bên cạnh *ân điển quá khứ* qua hành động cứu chuộc của Ngài trong lịch sử. Và cả câu chuyện về Y-sơ-ra-ên thời Cựu Ước được quàng giữa hai cây cột này.

Rồi câu chuyện của chính cuộc đời chúng ta, những môn đồ Đấng Christ trong từng thế hệ, cũng vậy. Đó là khuôn mẫu cho sứ mạng của con dân Chúa. Mọi đáp ứng về sứ mạng của chúng ta với Chúa đều nằm giữa quá khứ và tương lai, giữa ân điển và vinh quang, giữa sự cứu rỗi lịch sử và sứ mạng đang tiếp diễn, giữa việc Chúa đã làm và điều Ngài sẽ làm, giữa nơi chúng ta từ đó đi ra và nơi chúng ta đang đi tới.

Vậy thì, chúng ta là ai và chúng ta sống trên đời để làm gì? Chúng ta là dân (1) mà Đức Chúa Trời đã chuộc ra khỏi ách nô lệ và tội lỗi (quá khứ), và (2) qua chúng ta Đức Chúa Trời đang hành động để ban phước lành cho muôn dân trên đất (tương lai).

Về phần tôi, đó là câu chuyện mà trong đó tôi hiểu được ý nghĩa của phần nhỏ không gian, thời gian và vấn đề mà tôi gọi là cuộc đời của chính mình. Điều đó có ý nghĩa và đem lại tầm quan trọng hơn nhiều so với câu triết lý trên xe buýt ở Luân-đôn do Richard Dawkins và những người bạn vô thần của ông đề xướng. Nó mang lại ý nghĩa và mục đích cho gói ADN thông minh nhỏ bé này vì nó định vị sự hiện hữu của cá nhân tôi trong câu chuyện có Đức Chúa Trời ở phần đầu và phần kết. Đó là một câu chuyện đáng để sống theo. Đó là câu chuyện có một mục đích đáng để ta sống cho.

Nhưng, thế thì sao? Một vị trí như thế bên trong ân điển quá khứ và tương lai của Đức Chúa Trời có ý nghĩa gì đối với Y-sơ-ra-ên, và rộng hơn là đối với chúng ta? Giữa quá khứ và tương lai là hiện tại, vậy thì chúng ta đi tiếp đến phần quan sát thứ ba trong bản văn này.

Ân Điển Hiện Tại: Con Dân Chúa Trong Thế Giới Của Chúa - Xuất Ê-díp-tô Ký 19:6

"Các con sẽ trở thành một vương quốc thầy tế lễ và một dân tộc thánh cho Ta".[2]

Cụm từ này không khiến chúng ta ngay lập tức để ý đến. Trước tiên, "vương quốc" và "dân tộc" ít nhiều ở dạng trung lập. Đức Chúa Trời đang muốn nói "Dĩ nhiên các con sẽ trở thành một dân tộc và có lẽ là một vương quốc. Nhưng điều quan trọng là dân tộc và vương quốc *theo kiểu nào?*" Cho nên, ý nhấn mạnh là những từ ngữ miêu tả. Y-sơ-ra-ên phải thuộc *dòng dõi thầy tế lễ* và *thánh*. Đây là những từ ngữ chúng ta cần nghiên cứu để hiểu cho đúng.

Thuộc dòng dõi thầy tế lễ

Để hiểu ý nghĩa của việc toàn thể Y-sơ-ra-ên được gọi vào chức tế lễ của Đức Chúa Trời trong mối liên hệ với các dân tộc, thì chúng ta phải hiểu thầy tế lễ của Y-sơ-ra-ên có mối liên hệ gì với tất cả những người dân còn lại. Thầy tế lễ đứng ở giữa, một bên là Đức Chúa Trời và một bên là toàn thể dân sự. Ở vị trí trung gian đó, thầy tế lễ có một nhiệm vụ bao gồm hai phương diện, một công việc phải được thực hiện cả hai chiều:

Dạy luật pháp Đức Chúa Trời cho dân sự. Công việc của thầy tế lễ là dạy luật pháp Chúa cho dân sự (xem Lê 10:11; Phục 33:10; Giê 18:18). Họ được chọn để bày tỏ cho dân sự biết đường lối, lời phán và những mạng lệnh của Chúa. Qua thầy tế lễ, dân sự được biết về Đức Chúa Trời. Đó là lý do khi dân sự lầm lạc, thì các tiên tri nói đó là vì trong xứ không có sự nhận biết Đức Chúa Trời. Rồi họ khiển trách ai? Các thầy tế lễ, vì đã không dạy lời Chúa (Ô-sê 4:1–9; Mal 2:6–7).

Dâng tế lễ của dân sự lên cho Chúa (Lê 1–7, v.v…). Người Y-sơ-ra-ên nào phạm tội theo cách nào đó sẽ phải đem con sinh đến nơi thờ phượng, đặt tay trên đầu nó rồi giết nó đi. Thầy tế lễ sẽ lấy huyết đổ trên bàn thờ, tượng trưng cho Đức Chúa Trời. Rồi thầy tế lễ tuyên bố với người thờ phượng rằng tội của họ đã được chuộc và mối thông công trong giao ước với Đức Chúa Trời đã được khôi phục. Vậy thì nhờ thầy tế lễ và công tác chuộc tội của họ mà dân sự có thể đến với với Đức Chúa Trời.

---

[2] Đây là bản văn có sức ảnh hưởng lớn, không chỉ trong Cựu Ước mà cho cả dân tộc Do Thái bị tản lạc giữa các nước sau lưu đày. Bản văn khắc ghi niềm xác quyết rằng họ có một nhiệm vụ đạo đức đó là hấp dẫn các dân tộc không phải là người Do Thái, rằng đó là một phần "sứ mạng" của họ. Muốn xem phần trình bày đầy đủ về khái niệm này trong thời kỳ hậu Do Thái giáo Cựu Ước, đọc John P. Dickson, *Mission-Commitment in Ancient Judaism and in the Pauline Communities: The Shape, Extent and Background of Early Christian Mission* (WUNT 2.159; Tubingen: Mohr Siebeck, 2003), 51–60.

Do đó, công việc của thầy tế lễ là đem Đức Chúa Trời đến với dân sự, và đem dân sự đến với Đức Chúa Trời. Vậy bây giờ, với ý nghĩa phong phú như vậy, Đức Chúa Trời phán với Y-sơ-ra-ên trong tư cách một hội chúng nói chung:

> "Các con sẽ đại diện cho Ta trước tất cả các dân tộc còn lại như cách thầy tế lễ đại diện cho các con. Qua các con, thế gian sẽ biết đến Ta. Và qua các con, cuối cùng Ta sẽ kéo thế gian đến với Ta."

Đó là ý nghĩa của việc Y-sơ-ra-ên trở thành nước thầy tế lễ của Đức Chúa Trời ở giữa các dân. Là dân của Đức Gia-vê, họ có nhiệm vụ lịch sử là làm cho các dân tộc biết đến Đức Chúa Trời, và đem các dân tộc đến với Đức Chúa Trời qua sự đền tội.

Ngoài hai nhiệm vụ song hành này, *chúc phước cho dân sự* trong danh Đức Gia-vê cũng là đặc ân và trách nhiệm chính của thầy tế lễ (Dân 6:22–27). Vì vậy, nhiệm vụ trở thành nguồn phước cho muôn dân của dòng dõi Áp-ra-ham cũng là trở thành nước thầy tế lễ giữa muôn dân. Vai trò của thầy tế lễ là chúc phước cho Y-sơ-ra-ên như thế nào, thì nói chung vai trò của Y-sơ-ra-ên cuối cùng là trở thành nguồn phước cho muôn dân thể ấy.

> Y-sơ-ra-ên trong tư cách "nước thầy tế lễ" là Y-sơ-ra-ên tận hiến cho việc mở rộng mục vụ hiện diện của Đức Gia-vê khắp cả thế giới... một vương quốc không được cai trị bởi những nhà chính trị dựa vào sức mạnh và sự đồng lõa, mà bởi những thầy tế lễ dựa vào đức tin nơi Đức Gia-vê, một quốc gia với tinh thần tôi tớ thay vì một quốc gia cai trị.
>
> John I. Durham[3]

Sự dịch chuyển kép trong vai trò thầy tế lễ (từ Đức Chúa Trời đến với dân sự, và từ dân sự đến Đức Chúa Trời) được phản chiếu trong những khải tượng tiên tri về các nước, bao gồm cả chiều ly tâm lẫn hướng tâm. Sẽ có chiều từ Đức Chúa Trời đi ra, và chiều đi đến với Đức Chúa Trời. Một mặt, luật pháp hay công lý hay sự sáng của Đức Gia-vê sẽ từ Y-sơ-ra-ên hay từ Si-ôn đi ra đến với các dân (vd: Ê-sai 42:1–4). Mặt khác, các dân có thể được mô tả là đang đến cùng Đức Gia-vê, hay đến cùng Y-sơ-ra-ên hoặc Giê-ru-sa-lem/Si-ôn (vd: Ê-sai 2:2–5; 60:1–3; Xa 2:11).

Vậy thì, vai trò thầy tế lễ của con dân Chúa là một *nhiệm vụ mang tính sứ mạng*, tiếp nối sự chọn lựa Áp-ra-ham và tạo ảnh hưởng trên các dân tộc. Thầy tế lễ của Y-sơ-ra-ên được kêu gọi và lựa chọn để trở thành đầy tớ của Đức Chúa Trời và của dân sự Ngài như thế nào, thì Y-sơ-ra-ên nói chung cũng được kêu gọi và lựa chọn để trở thành đầy tớ của Đức Chúa Trời và của mọi dân tộc thế ấy. Xuất Ê-díp-tô Ký 19:4–6 phát triển ý định của Sáng Thế Ký 12:1–3 trong mục đích cứu rỗi của Đức Chúa Trời dành cho cả thế gian.

Vậy thì, sứ mạng của con dân Chúa bao hàm việc trở thành thầy tế lễ của Đức Chúa Trời trong thế gian. Chúng ta là một dân đại diện. Nhiệm vụ của chúng ta là đại diện cho Đức Chúa Trời hằng sống trong thế gian, và giúp thế gian nhận biết Đức Chúa Trời hằng sống. Điều này hoàn toàn khớp với cách Tân Ước nói đến trách nhiệm Cơ Đốc của chúng ta.

> Việc Xuất Ê-díp-tô Ký 19:3–8 là một hình thức viết lại Sáng Thế Ký 12:1–3 nhắc chúng ta rằng cách gọi này liên kết với vai trò chủ tể toàn thế giới của Đức Gia-vê và hướng đến việc bao gồm các dân tộc khác trên thế giới, thay vì loại trừ. Việc mở rộng chức thầy tế lễ nhà vua cho các dân tộc khác (Khải 1:6) phù hợp với khải tượng được ban cho Áp-ra-ham.
>
> *John Goldingay*[4]

Is this paragraph in the right place?Nếu ai đó đọc dòng chữ bên hông chiếc xe buýt ở London "Có lẽ không có Đức Chúa Trời...", thì họ phải nghĩ rằng "Điều đó không đúng. Tôi biết cô Sally. Cô ấy là người tin Chúa, và Chúa rõ ràng rất sống động và tốt lành trong đời sống cô ấy." Chúng ta được kêu gọi trở thành bằng chứng sống cho Đức Chúa Trời hằng sống, để đem Ngài đến với mọi người và đem mọi người đến với Ngài. Đó là chức thầy tế lễ của chúng ta. Đó là một phần sứ mạng của dân sự Đức Chúa Trời.

Chắc chắn, đây chính là cách Phao-lô nhìn cuộc đời mình như là một giáo sĩ cho Dân Ngoại - cho các dân tộc. Ông nhắc nhở người La Mã về ân điển Đức Chúa Trời đã ban cho tôi để trở thành đầy tớ của Chúa Giê-xu Christ cho Dân Ngoại. Ngài đã ban cho tôi *nhiệm vụ của thầy tế lễ* là rao truyền phúc âm của Chúa, để Dân Ngoại trở thành của lễ được Đức Chúa Trời chấp nhận, được Đức Thánh Linh thánh hóa. (Rô 15:15–16; chú ý in nghiêng)

Nói cách khác, Phao-lô nhận biết vai trò của mình là đem Đức Chúa Trời đến với các dân và đem các dân đến cùng Đức Chúa Trời, và ông mô tả mình như một thầy tế lễ. Dĩ nhiên, Phao-lô không bao giờ có thể làm thầy tế lễ tại Giê-ru-sa-lem. Ông thuộc chi phái Bên-gia-min, không phải Lê-vi. Nhưng ông nói ông thi hành chức tế lễ - không phải với ý nghĩa một công việc chuyên biệt được quy định *bên trong* hội thánh, mà là trong công tác truyền giáo ở giữa dân ngoại. *Rao truyền Phúc âm là công việc của thầy tế lễ.*

Nhưng chúng ta không được phép giới hạn công tác này cho các giáo sĩ đi truyền giáo ở nhiều nền văn hóa khác nhau mà thôi. Phi-e-rơ áp dụng chính phân đoạn Kinh thánh này (Xuất 19:6) cho mọi tín hữu (có lẽ ông đang viết cho các tín hữu Do Thái lẫn Ngoại bang bị tản lạc khắp các tỉnh trong vùng Tiểu Á). Hãy lưu ý trong phân đoạn Kinh thánh phong phú này cách Phi-e-rơ kết hợp nhiều câu tham chiếu từ Cựu Ước, trong đó có Xuất Ê-díp-tô Ký 19:6, và tiếp tục khẳng định rằng nó ảnh hưởng đến cách chúng ta phải sống giữa muôn dân.

> Anh em là dòng giống được tuyển chọn, là chức tế lễ hoàng gia, là dân tộc thánh, là dân thuộc riêng về Đức Chúa Trời, để anh em rao truyền công đức vĩ đại của Đấng đã gọi anh em ra khỏi nơi tối tăm, đưa vào vùng ánh sáng diệu kỳ của Ngài. Trước kia anh em không phải là một dân, nhưng bây giờ là dân Đức Chúa Trời; trước kia không được thương xót, mà bây giờ được thương xót.
>
> Thưa anh em yêu dấu, anh em như người khách lạ, kẻ tha hương, tôi khuyên nài anh em phải kiêng cữ những dục vọng xác thịt, là điều chống nghịch với linh hồn. [12] Hãy sống đời sống tốt đẹp giữa *các dân tộc*, để mặc dù họ cáo buộc anh em làm điều sai, nhưng họ vẫn nhìn thấy những việc tốt của anh em và tôn vinh Đức Chúa Trời trong ngày Ngài thăm viếng chúng ta. (1 Phi-e-rơ 2:9–12, tôi tự thêm vào phần in nghiêng và tự dịch câu 12).

Phi-e-rơ nói "*Anh em* [số nhiều] là chức tế lễ đó". Chúng ta là những người đại diện cho Chúa trong thế gian.

Nhưng làm thế nào chúng ta có thể thực hiện công tác này? Kiểu đời sống nào có thể sản sinh ra ảnh hưởng như vậy? Đó là lúc cụm từ thứ hai trở thành yếu tố quyết định.

Để thực hiện chức tế lễ của Đức Chúa Trời, chúng ta phải nên thánh.

Nên Thánh

Trong thuật ngữ Cựu Ước, thánh không có nghĩa là người Y-sơ-ra-ên phải trở thành một dân tộc đặc biệt *sùng đạo*. Về bản chất, từ "thánh" (tiếng Hê-bơ-rơ là qadoš) có nghĩa là *khác biệt* hay *riêng biệt*. Điều gì đó hoặc ai đó thánh khi họ được biệt riêng cho một mục đích riêng biệt liên quan đến Đức Chúa Trời và sau đó được giữ riêng để dùng cho mục đích đó mà thôi. Với Y-sơ-ra-ên, điều đó có nghĩa là trở nên khác biệt bằng cách phản chiếu một Đức Chúa Trời rất khác biệt mà Đức Gia-vê đã bày tỏ cho họ, so với các thần khác. Y-sơ-ra-ên phải trở nên khác biệt với các dân tộc khác như chính Đức Gia-vê khác biệt với các thần khác.

Trong Cựu Ước, có nhiều phương diện đối với sự thánh khiết của Y-sơ-ra-ên mà chúng ta phải hiểu trước khi xem xét những phương diện đó áp dụng cho các Cơ Đốc nhân chúng ta và cho sứ mạng của chúng ta như thế nào.[5]

---

[5] Có thể xem phần giải kinh và phần trình bày đầy đủ các ý trong phần tiếp theo một cách

Thánh Khiết - sự thật được định sẵn

Trước tiên, *thánh khiết là một yếu tố được định sẵn* - một sự thật về sự hiện hữu của Y-sơ-ra-ên. Điều đó có nghĩa là Đức Chúa Trời đã biệt riêng Y-sơ-ra-ên cho chính Ngài. Đó là sự chủ động và lựa chọn của Đức Chúa Trời: "Ta là Giê-hô-va Đức Chúa Trời của các con, Đấng đã thánh hóa các con" (Lê 20:24, bản dịch của tôi) - tức Đức Chúa Trời, Đấng đã khiến anh em trở nên thánh, riêng biệt, khác biệt với các nước. Cũng giống như việc lựa chọn Áp-ra-ham và kinh nghiệm cứu chuộc của cuộc xuất hành, sự thánh khiết là tặng phẩm đã có từ trước của ân điển Chúa. Các thầy tế lễ của Y-sơ-ra-ên được Đức Chúa Trời phân rẽ để trở nên thánh trong Y-sơ-ra-ên (Lê 21:8, 15, 23). Và trong mối liên hệ với các nước, điều này cũng áp dụng cho Y-sơ-ra-ên nói chung:

> Các con hãy nên thánh cho Ta, vì Ta là Đức Giê-hô-va, là thánh;
> và *Ta đã phân rẽ các con khỏi các dân tộc để các con thuộc riêng về Ta*.
> (Lê 20:26; phần in nghiêng là chủ ý của tôi; so sánh Lê 22:31–33)

Đối với các Cơ Đốc nhân thời Tân Ước cũng vậy, chúng ta là những người mà, trong ân điển của Đức Chúa Trời, Ngài đã chọn để "thánh hóa" (cùng một từ vựng căn bản), tức phân rẽ cho chính Ngài. Đây là ý nghĩa của từ vựng "thánh đồ" trong Tân Ước. Từ vựng này không đặc biệt ám chỉ những người sùng đạo hay những người có được địa vị cao hơn người khác nhờ ảnh hưởng thuộc linh mạnh mẽ hoặc nếp sống đạo đức tột bậc. Thánh đồ đơn giản có nghĩa là những người Đức Chúa Trời xem là thuộc về Ngài.

Thánh khiết - một nhiệm vụ được định sẵn

Nhưng thứ nhì, thánh khiết cũng là một mạng lệnh. Y-sơ-ra-ên được yêu cầu phải sống nếp sống bày tỏ những hàm ý thực tiễn về địa vị dân thánh của Đức Chúa Trời mỗi ngày. Sứ điệp đó là "Hãy là chính mình. "Hãy khác biệt!" Không có cách diễn đạt nào rõ ràng hơn hai câu Kinh thánh dưới đây:

> Các con đừng làm những gì người ta làm trong xứ Ai Cập, nơi các con đã kiều ngụ, cũng đừng làm những gì người ta làm trong xứ Ca-na-an, nơi Ta sắp đưa các con đến. Không được theo các thói tục của họ.
>
> Các con phải tuân theo các quy định và gìn giữ luật pháp của Ta. Ta là Giê-hô-va Đức Chúa Trời của các con (Lê-vi Ký 18:3–4)

đầy đủ hơn trong quyển *The Mission of God*, ch. 11, "The Life of God's Missional People", 369–75.

> Là một "dân thánh", Y-sơ-ra-ên tượng trưng cho chiều kích thứ ba trong ý nghĩa của việc hết lòng tin cậy Đức Gia-vê [nghĩa là ngoài việc thuộc riêng về Ngài và là vương quốc thầy tế lễ]: họ phải là một dân được biệt riêng, khác với tất cả các dân tộc khác về bản chất hiện tại và tương lai của họ- một dân trưng bày, một tủ chưng hàng cho cả thế giới biết ở trong giao ước với Đức Gia-vê làm thay đổi một dân tộc như thế nào.
>
> John I. Durham[6]

Việc nhắc đến hai đất nước không phải chỉ mang ý nghĩa địa lý. Đặc điểm của Ai Cập là sùng bái thần sức mạnh quân đội và đế quốc. Đức Chúa Trời nói với Y-sơ-ra-ên "Đừng bắt chước thế giới mà Ta đã giải cứu các con ra khỏi." "Đừng giống những người Ai Cập". Ca-na-an có đặc điểm là sùng bái thần sinh sản và mọi điều được cho là do Ba-anh đem đến qua con đường tình dục, thành công, thịnh vượng và những điều giống như vậy. "Đừng đi xuống con đường đó. Đừng giống những người Ca-na-an trong thế gian." Những kẻ thờ hình tượng này vẫn ở bên cạnh chúng ta với những hình thức đầy sức cám dỗ mãnh liệt, một phần sứ mạng của con dân Chúa là phải sống khác họ.

Cho nên, trong Tân Ước, thánh khiết là một sự kêu gọi. Nhiều lần các sứ đồ nói độc giả của mình phải sống đúng với bản chất của họ, bày tỏ nếp sống thánh khiết phù hợp với địa vị thánh của họ vì họ là con dân Chúa. Thư tín đầu tiên của Phi-e-rơ gần như là cả một bài luận về đề tài này.

Thánh khiết - trong toàn bộ đời sống

Đòi hỏi đạo đức thánh khiết trong Y-sơ-ra-ên thời Cựu Ước đồng nghĩa với việc sống liêm chính, công bằng và có lòng thương xót trong mọi phương diện - bao gồm đời sống cá nhân, gia đình, xã hội, kinh tế và cả phương diện quốc gia. Phân đoạn Kinh thánh đề cập rõ ràng đầy đủ nhất chiều kích đạo đức của sự thánh khiết trong Y-sơ-ra-ên là Lê-vi Ký 19.

Lê-vi Ký 19 là phần giải nghĩa Xuất Ê-díp-tô Ký 19:6 hay nhất mà chúng ta có. "*Các con phải thánh, vì Ta Giê-hô-va Đức Chúa Trời của các con là thánh*" (Lê 19:2). Câu mở đầu nêu lên đòi hỏi cơ bản của Đức Chúa Trời. Có thể dịch câu này theo cách thông tục là "Các con phải là một dân khác biệt, vì Đức Gia-vê là một Đức Chúa Trời khác biệt". Đức Gia-vê là Đức Chúa Trời hoàn toàn độc nhất và riêng biệt. Đức Gia-vê không đơn thuần là một trong các thần của các dân, và thậm chí cũng không giống các thần đó.

Vậy thì, Y-sơ-ra-ên phải thánh nghĩa là họ phải là một cộng đồng đặc biệt ở giữa các dân tộc. Hay nói chính xác hơn, Y-sơ-ra-ên phải "giống Đức Gia-vê", thay vì giống các dân tộc. Họ phải làm như Đức Gia-vê làm, chứ không như các dân tộc làm (Lê 18:3–4). Thánh với Y-sơ-ra-ên có nghĩa là phản chiếu sự thánh khiết siêu việt của chính Đức Gia-vê trên đất.

Thế thì sự thánh khiết được phản chiếu này có ý nghĩa gì với Y-sơ-ra-ên? Trong hoàn cảnh lịch sử và văn hóa của Y-sơ-ra-ên, thì nên thánh sao cho phản chiếu sự thánh khiết của Đức Gia-vê có ý nghĩa gì? Chúng ta mong đợi đọc được điều gì bên dưới tiêu đề nổi bật của Lê-vi Ký 19:2 "Các con phải thánh..."?

Có lẽ chúng ta nghĩ đó sẽ là một bảng liệt kê các lễ nghi tôn giáo. Nhưng chúng ta thấy chỉ có vài luật lệ "tôn giáo" trong đoạn này mà thôi. Phần lớn Lê-vi Ký 19 cho chúng ta thấy kiểu thánh khiết phản chiếu sự thánh khiết của chính Đức Chúa Trời là *hoàn toàn cụ thể, mang tính xã hội và rất thực tế*. Chỉ cần liệt kê nội dung của đoạn này cũng nêu bật được ý chủ đạo đó.

Thánh khiết trong Lê-vi Ký 19 bao gồm:

- Sự kính trọng trong gia đình và cộng đồng (19:3a, 32)

- Sự trung thành với một mình Đức Gia-vê; dâng sinh tế đúng cách (19:4, 5–8)

- Rộng rãi về mặt kinh tế trong nông nghiệp (19:9–10)

- Vâng giữ các điều răn liên hệ đến các mối quan hệ xã hội (19:11–12)

- Công bằng về kinh tế trong quy định với nhân viên (19:13)

- Thương xót người tàn tật (19:14)

- Liêm chính trong hệ thống pháp lý (19:12, 15)

- Thái độ và cách cư xử với láng giềng; yêu người lân cận như yêu bản thân (c. 19:16–18)

- Giữ gìn những kỷ vật mang tính biểu tượng cho sự khác biệt về niềm tin (19:19)

- Trong sạch trong tình dục (19:20–22, 29)

- Khước từ những tập tục sùng bái thần tượng hay tín ngưỡng huyền bí (19:26–31)

- Không ngược đãi các dân tộc thiểu số, mà pháp luật phải thể hiện sự bình đẳng về mặt chủng tộc và thể hiện tình yêu thương thực tiễn đối với người ngoại quốc như với chính mình (19:33–34)

- Trung thực trong mọi giao dịch buôn bán (19:35–36)

Và điệp khúc: "Ta là Đức Giê-hô-va" xuất hiện xuyên suốt cả đoạn như thể nói rằng "Chất lượng cuộc sống *của các con* phải phản chiếu bản tính *của Ta*. Đây là điều Ta đòi hỏi ở *các con* vì chúng phản chiếu *Ta*. Đây là những điều chính Ta sẽ làm."

Vậy thì, Y-sơ-ra-ên khác biệt với các dân tộc khác như thế đó. Sự khác biệt không chỉ ở chỗ họ thờ phượng một Đức Chúa Trời khác với các thần khác, mà là họ phải thật sự sống và cư xử một cách khác biệt trong mọi phương diện của đời sống cá nhân và xã hội.

Lời kêu gọi phải khác biệt cũng vang lên mạnh mẽ trong Tân Ước. Có lẽ ví dụ rõ ràng nhất và đơn giản nhất là lời Chúa Giê-xu bảo các môn đồ rằng họ phải là muối và ánh sáng.

> Các con là muối của đất, nhưng nếu muối mất vị mặn thì làm thế nào cho nó mặn lại được? Muối ấy trở nên vô dụng, phải ném bỏ đi và bị người ta chà đạp dưới chân. Các con là ánh sáng cho thế gian. Một cái thành xây trên núi thì không thể bị che khuất được. Không ai thắp đèn mà lại đặt dưới cái thùng, nhưng đặt trên chân đèn để nó soi sáng mọi người trong nhà. Cũng vậy, ánh sáng của các con phải chiếu sáng trước mặt mọi người, để họ thấy những việc làm tốt đẹp của các con và ca ngợi Cha các con ở trên trời. (Mat 5:13–16)

Muối và ánh sáng là hai thứ để phân biệt, thâm nhập và làm biến đổi – hoàn toàn tương phản với sự hư hoại và bóng tối. Người Cơ Đốc được kêu gọi trở nên giống như vậy, cũng như Y-sơ-ra-ên được kêu gọi nên thánh. Thế thì, một lần nữa, chúng ta thấy rằng phần thiết yếu trong sứ mạng của con dân Chúa không gì khác hơn là hãy là chính họ, hay hãy sống đúng bản chất của họ – bằng cách sống bày tỏ sự thánh khiết của Đức Chúa Trời trong nếp sống thực tiễn mỗi ngày. Sứ mạng không phải điều gì đó diễn ra khi bạn đi đến một nơi khác. Sứ mạng bắt đầu trong chính gia đình và hàng xóm của bạn. Đó là nơi chúng ta được kêu gọi phải nên thánh.

Nhưng một lần nữa, chúng ta đặt câu hỏi "Bằng cách nào?". Chúng ta phải trở nên một dân thánh như thế bằng cách nào?

Câu hỏi này đem chúng ta trở lại với bản văn, lần này là câu 5a. "Vậy, bây giờ, nếu các con thật lòng vâng lời Ta và giữ giao ước Ta..." (Xuất 19:5a). *Vâng lời* là bí quyết để có được bản chất thầy tế lễ và nên thánh.

Vâng phục giao ước

Dĩ nhiên, trong bối cảnh Cựu Ước, Xuất Ê-díp-tô Ký 19:5a muốn nói đến việc vâng giữ luật pháp của Chúa ngay sau đó (trong Mười Điều Răn và trong Sách

Giao ước). Luật pháp được ban cho trong lễ lập giao ước ở Xuất Ê-díp-tô Ký 24 (trong buổi lễ đó, Y-sơ-ra-ên thật đã cam kết làm theo tất cả mọi điều Chúa truyền cho họ, cùng một chút mỉa mai về lịch sử diễn ra sau đó).

Nhưng ở điểm này, điều quan trọng đó là chúng ta một lần nữa phải nhớ lại *ngữ cảnh ân điển kép* mà chúng ta đã thiết lập trong hai phần chính đầu tiên – ân điển qua hành động cứu rỗi của Đức Chúa Trời trong quá khứ và ân điển qua sự quan tâm của Chúa dành cho các dân tộc. Đó là ngữ cảnh cực kỳ quan trọng mà từ đó có lời kêu gọi vâng phục. Chúng ta được kêu gọi vâng phục vì có những điều Chúa đã làm và vì những gì Chúa muốn làm trong chúng ta và qua chúng ta.

Trên hết, chúng ta phải đọc câu 5 và 6 một cách cẩn thận và lưu ý sự vâng phục *không* phải là điều kiện để được cứu. Tức là Đức Chúa Trời không nói "nếu các con vâng lời Ta và giữ giao ước Ta, thì Ta sẽ cứu các con và các con sẽ là dân Ta." Ngài đã cứu họ và họ đã là dân của Ngài. Vâng giữ giao ước không phải điều kiện để nhận *sự cứu rỗi*, mà là điều kiện của *sứ mạng*.

Chỉ bởi vâng giữ giao ước và sự thánh khiết của cộng đồng mà Y-sơ-ra-ên mới có thể nhận lãnh hay làm trọn nhân thân cùng vai trò được ban cho họ. Sứ mạng làm chức tế lễ giữa muôn dân mang tính giao ước, và như chính giao ước, việc thực hiện và tận hưởng giao ước không tách biệt ra khỏi sự vâng lời về đạo đức. Chúa muốn nói rằng "nếu các con sống như thế này, thì các con có thể thực hiện vai trò này." Nói cách khác, với Y-sơ-ra-ên (cũng như với chúng ta), vâng lời là vấn đề ân điển và đáp ứng.

Điều chúng ta nhìn thấy trong những câu này là ân điển của sự vâng lời, đáp ứng trước ân điển cứu rỗi và sống trong ân điển của sứ mạng. Ở đây cũng như xuyên suốt Kinh thánh, vâng lời cuối cùng là vì mục đích của Đức Chúa Trời là đem sự cứu rỗi và phước hạnh đến cho muôn dân muôn nước.

Tóm Lược

Chúng ta là ai và chúng ta sống trên đời để làm gì? Đây là những câu chúng ta đã hỏi ngay từ đầu sách. Câu trả lời từ các phân đoạn Kinh thánh chúng ta nghiên cứu trong chương này giờ đây đã rõ ràng.

Cũng như Y-sơ-ra-ên thời Cựu Ước, chúng ta là dân đã kinh nghiệm ân điển quá khứ - hành động cứu chuộc của Chúa trong lịch sử, tại cuộc xuất hành và dĩ nhiên đỉnh điểm là tại thập tự giá.

Cũng như Y-sơ-ra-ên thời Cựu Ước, chúng ta là những người Đức Chúa Trời muốn sử dụng để thực hiện sứ mạng được thôi thúc bởi ân điển tương lai của Ngài - là đem dân từ các nước trên khắp đất vào gia đình đa quốc gia gồm những người biết Ngài, yêu Ngài và thờ phượng chỉ một mình Ngài.

Cũng như Y-sơ-ra-ên thời Cựu Ước, chúng ta là những người được kêu gọi sống đáp ứng ân điển đó, sống đại diện cho Đức Chúa Trời trước thế giới và thể hiện sự khác biệt giữa sự thánh khiết của Đức Chúa Trời hằng sống, đặc biệt được nhìn thấy khi đứng trước Chúa Giê-xu Christ, với sự xấu xí hèn mọn và bất lực của tất cả các thần giả mạo xung quanh chúng ta.

Nói cách khác, chúng ta đúng y như Phi-e-rơ mô tả, với cùng nhân thân, cùng sứ mạng, và cùng trách nhiệm đạo đức.

> Anh em là dòng giống được tuyển chọn, là chức tế lễ hoàng gia, là dân tộc thánh, là dân thuộc riêng về Đức Chúa Trời, để anh em rao truyền công đức vĩ đại của Đấng đã gọi anh em ra khỏi nơi tối tăm, đưa vào vùng ánh sáng diệu kỳ của Ngài. Trước kia anh em không phải là một dân, nhưng bây giờ là dân Đức Chúa Trời; trước kia không được thương xót, mà bây giờ được thương xót.
>
> Thưa anh em yêu dấu, anh em như người khách lạ, kẻ tha hương, tôi khuyên nài anh em phải kiêng cữ những dục vọng xác thịt, là điều chống nghịch với linh hồn. Hãy sống đời sống tốt đẹp giữa *các dân tộc*, để mặc dù họ cáo buộc anh em làm điều sai, nhưng họ vẫn nhìn thấy những việc tốt của anh em và tôn vinh Đức Chúa Trời trong ngày Ngài thăm viếng chúng ta. (1 Phi-e-rơ 2:9–12)

Phi-e-rơ đang trực tiếp áp dụng Xuất Ê-díp-tô Ký 19:4–6 cho các Cơ Đốc nhân. Ông nói: "Anh em đã kinh nghiệm cuộc xuất hành [ra khỏi sự tối tăm], anh em đã nếm biết ân điển và lòng thương xót của Chúa. Anh em là tài sản quý giá được Ngài giữ gìn, là dân thuộc riêng về Ngài. Vậy thì bây giờ, hãy sống bằng câu chuyện *đó*. Hãy sống bày tỏ nhân thân *đó*. Và sống tốt đẹp trong tinh thần vâng phục qua đó thu hút người khác đến với Đức Chúa Trời mà anh em thờ phượng, và cho dù họ có nói gì về anh em, họ cũng sẽ tôn vinh danh Ngài."

Câu Hỏi Liên Quan

1. Phi-e-rơ nói "Hãy sống tốt đẹp giữa các dân", lặp lại Xuất Ê-díp-tô Ký 19:4–6. Điều này có ý nghĩa gì trong bối cảnh của bạn? Làm thế nào để không rơi vào chủ nghĩa duy luật hoặc chủ nghĩa hình thức?

2. Chương này nhấn mạnh sự vâng lời trên phương diện đạo đức, nhưng từ chìa khóa xuyên suốt là "ân điển". Điều này có làm bạn ngạc nhiên không? Làm thế nào để bạn bày tỏ và sống theo chân lý kép đó là, ân điển một mặt thì đến trước đáp ứng vâng phục, nhưng mặt khác vâng phục là đáp ứng cần thiết không thể tách rời khỏi ân điển đã được nhận lãnh bằng đức tin?

3. Phần tóm lược về sự thánh khiết ở Lê-vi Ký 19 cho chúng ta biết cách mà sứ mạng phải được thực hiện như thế nào? Bạn thấy những mục nào trong bảng liệt kê ở chương 19 là thách thức nhất và phù hợp nhất với bối cảnh của chính bạn?

8

Những Người Thu Hút Người Khác Đến Với Đức Chúa Trời

Nếu tôi bảo rằng sứ mạng của con dân Chúa là làm *mỹ phẩm*, thì tôi sẽ bị hiểu lầm nghiêm trọng. Theo như cách dùng ngày nay, thì từ này chỉ về thứ đồ dùng bên ngoài và nông cạn, thứ chỉ giúp bạn trông đẹp thêm, nhằm đánh bóng hình ảnh của bạn mà thôi.

Nhưng nghĩa gốc của từ này, và từ gốc Hy Lạp (*kosmeo*) có nghĩa là tô điểm một món đồ hoặc ai đó cho trông đẹp đẽ và hấp dẫn. Đây chính là điều Phao-lô muốn nói, khi ông bảo người nô lệ Cơ Đốc phải cư xử tốt để nhờ đó mà sự dạy dỗ của họ về ơn cứu rỗi của Đức Chúa Trời trở nên hấp dẫn. Điều này mặc định người nô lệ ấy muốn chủ mình được cứu, vì vậy Phao-lô nói: "Đây là cách giúp điều đó dễ xảy ra hơn."

> Hãy khuyên các đầy tớ thuận phục chủ mình, làm hài lòng chủ trong mọi sự, không được bướng bỉnh, không ăn cắp, nhưng phải bày tỏ lòng trung thành trọn vẹn, để trong mọi lãnh vực, *đạo lý của Đức Chúa Trời, Cứu Chúa chúng ta, được rạng rỡ*. (Tít 2:9–10; theo nghĩa đen "để mọi điều đó tô điểm [*kosmosin*] cho lời dạy").

Trong các chương trước, chúng ta đã suy nghĩ nhiều về phương diện đạo đức trong sứ mạng của con dân Chúa. Chúng ta phải là một dân tận hiến cho việc chúc phước cho người khác (chương 4), bước đi trong đường lối Chúa, làm sự công chính và ngay thẳng (chương 5), hành động vì phước hạnh cứu chuộc toàn vẹn của kẻ bị áp bức (chương 6) và làm đại diện cho Đức Chúa Trời bằng cách sống thánh khiết thực tế trong thế gian (chương 7).

Dĩ nhiên, điều này không loại bỏ tầm quan trọng của việc làm chứng bằng lời, tức sứ điệp chúng ta phải công bố. Chúng ta sẽ đề cập đến vấn đề đó sớm thôi (trong chương 10). Nhưng cho đến lúc này chúng ta mới chỉ đề cập việc

Kinh thánh nhấn mạnh làm con dân Chúa thì phải như thế nào, chứ chưa nhấn mạnh điều họ cần phải nói. Chúng ta đã thấy toàn bộ yêu cầu thực tế này là một phần trong sứ mạng Đức Chúa Trời dành cho chúng ta là con dân Ngài trong thế gian.

Nhưng tại sao?

Một lý do quan trọng đó là phẩm chất của đời sống như thế sẽ vô cùng thu hút. Thật ra, trên một phương diện khác, thì điều này cũng làm cho người ta tránh xa và dẫn tới bắt bớ cũng như khổ đau, nhưng đây là chủ đề của một chương khác (chương 13). Điểm chính của chúng ta trong chương này là nghiên cứu, qua nhiều phân đoạn Kinh thánh, chủ đề con dân Chúa phải sống sao cho trở thành *những người thu hút* – không phải thu hút đến với mình, mà đến với Đức Chúa Trời họ đang thờ phượng.

> *Nguyện Đức Chúa Trời thương xót chúng con và ban phước cho chúng con* [Thi Thiên 67:1]. Ước gì phước hạnh của A-rôn trở thành sự thật! Ước gì Đức Chúa Trời đặc biệt ban phước cho họ, và chiếu ánh sáng nụ cười của Ngài trên họ và luôn ở với họ! Chắc chắn lúc ấy muôn dân sẽ tự nhìn thấy? Rồi muôn dân sẽ thấy bằng chứng rõ ràng về sự hiện hữu, hành động cùng ân sủng của Đức Chúa Trời? Rồi muôn dân sẽ học biết đường lối Ngài cùng sự cứu rỗi của Ngài...
>
> Nguyên tắc này cũng áp dụng cho ngày hôm nay. Những người không phải là Cơ Đốc nhân vẫn đang nhìn xem chúng ta. Chúng ta tự xưng mình biết, yêu mến và đi theo Chúa Giê-xu Christ. Chúng ta nói rằng Ngài là Cứu Chúa, là Chủ và Bạn hữu của mình. Người đời sẽ thắc mắc để tìm biết sự thật: "Ngài đã tạo sự khác biệt nào trong những Cơ Đốc nhân đó? Đức Chúa Trời của họ ở đâu?" Có thể nói mà không sợ mâu thuẫn rằng trở ngại lớn nhất cho việc truyền giảng Phúc âm trong thế giới ngày nay chính là hội thánh không cung cấp đủ bằng chứng về quyền năng cứu rỗi của Đức Chúa Trời từ chính cuộc sống cũng như từ việc làm của mình. Nguyện chúng ta cầu xin cho mình nhận được phước lành cùng sự nhân từ và ánh sáng từ mặt Ngài - không phải để được độc quyền ân sủng Ngài và tắm mình trong nắng ấm đặc ân của Ngài, nhưng để người khác có thể nhìn thấy trong chúng ta phước hạnh cùng vẻ đẹp của Ngài và chạy đến với Ngài, qua chúng ta.
>
> *John Stott*[1]

Đức Chúa Trời khao khát kéo mọi người đến với Ngài. Đức Chúa Trời tìm kiếm kẻ lạc mất, mời gọi khách lạ vô nhà. Nhưng phương tiện chính để Ngài làm điều này là bằng cách sống giữa con dân Ngài theo cách giúp họ thu hút người khác.

Điều này có thể diễn ra theo nhiều cách khác nhau, và những phân đoạn Kinh thánh được chọn sẽ minh họa cho sự đa dạng đó. Nhưng điều mà mọi bản văn này cho thấy đó là: một phần sứ mạng của con dân Chúa là Đức Chúa Trời phải ở ngay giữa trung tâm bản chất con người của họ cũng như trong mọi việc họ làm, để tạo ra lực hướng tâm, tức sức hút từ chính Đức Chúa Trời, kéo mọi người vào vùng phước hạnh của Ngài.

Lực hấp dẫn mang tính sứ mạng là chủ đề của chúng ta trong chương này.

Thu Hút Tính Hiếu Kỳ - Phục Truyền Luật Lệ Ký 4:5–8[2]

Phục Truyền Luật Lệ Ký trình bày Môi-se như một nhà truyền đạo, sốt sắng động viên dân Y-sơ-ra-ên đang tiến tới sát biên giới để vào Ca-na-an phải trung thành với Đức Chúa Trời khi vào xứ, qua việc gìn giữ luật pháp giao ước của Ngài. Quyển sách này có rất nhiều câu gọi là "mệnh đề động cơ" cho sự vâng lời. Phần lớn những động cơ này đề cập đến lợi ích của Y-sơ-ra-ên ("vì lợi ích của chúng ta") hoặc một khía cạnh nào đó trong việc làm của Đức Chúa Trời (ban phước hoặc trừng phạt) khiến Y-sơ-ra-ên phải quan tâm suy nghĩ.

Ở đây trong Phục Truyền Luật Lệ Ký 4, chúng ta thấy một sự thôi thúc đặc biệt trong nhãn quan bao quát hơn. Điều này đặt sự vâng lời của Y-sơ-ra-ên lên một sân khấu rộng hơn và mời gọi họ mường tượng *điều muôn dân sẽ nghĩ đến* khi quan sát đời sống của dân tộc có Đức Chúa Trời là Gia-vê.

> Này, tôi đã dạy cho anh em những mệnh lệnh và luật lệ đúng như Giê-hô-va Đức Chúa Trời tôi đã phán dặn tôi, để anh em tuân giữ trong xứ mà mình sẽ vào nhận làm sản nghiệp. Vậy anh em phải giữ và thực hành các mệnh lệnh và luật lệ này, vì nhờ vậy mà các dân tộc sẽ thấy sự khôn ngoan và hiểu biết của anh em. Khi nghe về các mệnh lệnh này họ sẽ nói: "Chỉ có dân tộc vĩ đại này mới thực sự là một dân tộc khôn ngoan và hiểu biết!" Vì có dân tộc vĩ đại nào có được một vị thần ở gần như chúng ta có Giê-hô-va Đức Chúa Trời ở gần chúng ta mỗi khi chúng ta cầu khẩn Ngài không? Có dân tộc vĩ đại nào có được những mệnh lệnh và luật lệ công minh như toàn bộ luật pháp mà ngày nay tôi đặt trước mặt anh em không? (Phục Truyền 4:5–8)

---

[2]Phần thảo luận đầy đủ hơn nhiều về toàn bộ Phục Truyền Luật Lệ Ký 4, mà phần bên dưới đây được trích ra từ đó, có trong quyển *The Mission of God*, 378–80.

Cởi Mở Với Việc Người Khác Nhìn Mình

Dân Y-sơ-ra-ên thời Cựu Ước sống trên một sân khấu lộ thiên. Mọi điều xảy ra trong lịch sử của họ đều bị các nước chung quanh quan sát và phản ứng - như bất kỳ cộng đồng quốc tế sôi nổi nào, chẳng hạn như vùng Cận Đông lúc trước. Trên một phương diện, đây chỉ là vấn đề địa lý, vì họ sống tại vùng đất là cầu nối giữa ba lục địa (Phi, Á và Âu), ngay giao điểm giữa các cường quốc lớn Đông-Tây, và vây quanh bởi các dân nhỏ hơn, giống như họ. Nhưng ở góc độ thần học, thì điều này lại có ý nghĩa lớn hơn. Với vai trò thầy tế lễ giữa muôn dân, họ lại càng "chứng tỏ" mình có liên quan với mọi việc xảy ra giữa họ và Đức Chúa Trời.

Việc phơi bày cho muôn dân như thế này có thể mang tính tích cực hoặc tiêu cực. Trong phân đoạn này, hy vọng nó sẽ tích cực. Nhưng thực tế hơn, Phục Truyền Luật Lệ Ký thấy trước rằng muôn dân sẽ bị choáng trước sự phán xét nghiêm khắc của Đức Chúa Trời trên Y-sơ-ra-ên khi Y-sơ-ra-ên từ bỏ đường lối Ngài và rơi vào sự thờ thần tượng (Phục 28:37; 29:22–28). Dù thế nào, trung thành hay bất trung, thì con dân Chúa vẫn là cuốn sách mở, phơi bày trước mắt thế gian.

Muôn dân được mô tả là đang quan tâm đến hiện tượng xã hội Y-sơ-ra-ên, với tất cả các chiều kích tôn giáo, chính trị, pháp lý, kinh tế và xã hội của Tô-ra. Và hệ thống xã hội đó sẽ dẫn muôn dân tới kết luận rằng Y-sơ-ra-ên có đủ điều kiện để trở thành một "dân lớn",³ được cho là "khôn ngoan và hiểu biết".

Nhưng tiếng tăm ấy dựa trên cơ sở nào? Trước hết (4:7), nó dựa trên cơ sở là *sự gần gũi của Đức Chúa Trời* với dân sự Ngài. Thứ hai (4:8) nó dựa trên *sự công chính của Tô-ra*. Y-sơ-ra-ên có sự thân mật với Đức Chúa Trời và công bằng xã hội mà không một dân nào khác sánh kịp. Đây là những sự thật bên trong tạo nên danh tiếng bên ngoài. Theo như muôn dân có thể thấy, điểm khác biệt của Y-sơ-ra-ên là sự khôn ngoan trong hệ thống xã hội của họ. Thực tại bên trong là sự hiện diện của Đức Chúa Trời cùng công lý trong Tô-ra của Ngài.

Ý chính ở đây là những người nằm ngoài phạm vi dân sự của Đức Chúa Trời *phải nhìn thấy điều gì đó*. Đây vốn là tầm nhìn của sứ mạng. Tính vô hình chẳng giúp được gì nhiều cho sứ mạng. Dĩ nhiên sứ mạng có nghĩa là mang lấy một thông điệp (như chúng ta sẽ thấy). Nhưng chính những người mang

---

³Bản TNIV có phần bóp méo ý nghĩa khi dịch "điều làm cho dân khác trở thành lớn, là có..." Thật ra bản văn nói rằng "Điều mà dân lớn khác có...?" Vấn đề không phải là không một dân nào khác *lớn hơn* Y-sơ-ra-ên. Đúng hơn là, bản văn cho rằng Y-sơ-ra-ên *là* một dân lớn giống như các dân khác, nhưng sau đó *định nghĩa* sự lớn lao ấy bằng những từ đáng ngạc nhiên – không phải là sức mạnh quân sự, cũng chẳng phải là kích thước địa lý hoặc số lượng, mà sự lớn lao của họ nằm ở sự gần gũi với Đức Chúa Trời hằng sống trong sự cầu nguyện, cùng công bằng xã hội trong hiến pháp và luật pháp của họ.

thông điệp phải được biến cải bởi thông điệp đó. Người ta chỉ được nghe thôi thì chưa đủ; người ta cũng cần được nhìn thấy chúng ta nữa.

Cởi Mở Với Việc Bị So Sánh

Tác dụng của hai câu hỏi tu từ trong câu 7 và 8 là nhằm *mời gọi sự so sánh*. Nhưng Môi-se chẳng sợ bất cứ điều gì có thể làm vô hiệu hóa lời tuyên bố của ông về Đức Chúa Trời và luật pháp của Y-sơ-ra-ên. Ông cho rằng không một dân nào có được một Đức Chúa Trời hoặc một hệ thống xã hội như vậy.

> Cuộc họp của Lausanne Committee về Truyền giáo Thế giới tại Pattaya, Thái Lan, vào năm 1980 với chủ đề "Họ Nghe Bằng Cách Nào?" (How Shall They Hear?). Có một lời nhận xét giữa vòng những người dấn thân cho vai trò của hội thánh trong việc bày tỏ sự công bằng và thương xót bên cạnh việc truyền giảng Phúc âm rằng hội nghị cũng cần đặt câu hỏi: "Họ *Thấy* Gì?" Tuy nhiên, nhu cầu phải cho người khác nhìn thấy sự khác biệt đã được thể hiện trong câu tuyên bố cuối cùng, ở phần kêu gọi sống *chính trực* - quan tâm tới "nhân cách cùng phẩm hạnh của người mang sứ điệp. Lời chứng của chúng ta mất đi tính đáng tin khi đời sống hoặc hành vi của chúng ta đối lập với sứ điệp chúng ta chia sẻ. Ánh sáng của chúng ta chỉ rạng ngời khi người khác có thể nhìn thấy việc lành của chúng ta (Mat 5:16). Tóm lại, nếu muốn trung thực khi nói về Chúa Giê-xu, thì chúng ta phải giống như Ngài."[4]

Lời tự xưng Y-sơ-ra-ên độc đáo về mặt xã hội được nói trên một khán đài đông đảo. Trên thế giới thời đó có vô số dân tộc tự nhận mình có hệ thống luật pháp đáng ngưỡng mộ. Chính Y-sơ-ra-ên cũng biết những truyền thống pháp lý cổ xưa được ca tụng của Mê-sô-bô-ta-mi, giống như bộ Luật Hammurabi. Thật ra, họ đã vay mượn và sửa đổi một số. Thế nhưng lời tuyên bố về luật Cựu Ước này vượt xa hơn: "Bạn không thể thấy luật nào hay hơn luật này."

Luật Cựu Ước công khai mời gọi - thậm chí là hoan nghênh - công chúng xem xét kỹ lưỡng và đối chiếu. Nhưng kết quả mong đợi từ việc so sánh như vậy đó là luật pháp của Y-sơ-ra-ên ưu việt hơn hẳn về độ khôn ngoan và công lý. Đây là lời tuyên bố vô cùng to tát. Lời tuyên bố này cho các nước và cho những người đọc phân đoạn Kinh thánh này, kể cả chúng ta, được tự do phân tích luật Cựu Ước so với các hệ thống xã hội khác, xưa và nay, để đánh giá các lời tuyên bố đó.

Thật vậy, tính nhân đạo và công bằng của toàn bộ hệ thống xã hội và pháp lý của Y-sơ-ra-ên từng được nhiều học giả nhận xét một cách đầy thiện cảm. Họ đã xem xét luật Cựu Ước một cách tỉ mỉ, so sánh với những bộ luật cổ xưa khác trong thế giới đương đại của thời Cựu Ước. Và ngay cả Cơ Đốc nhân chúng ta ngày nay cũng vẫn tiếp tục thấy luật Cựu Ước thích hợp về mặt xã hội.

Cởi Mở Với Việc Bị Thách Thức

Vậy thì vấn đề là nếu *Y-sơ-ra-ên* sống như Đức Chúa Trời mong đợi, thì *muôn dân* sẽ chú ý. Vì thế, thách thức mang tính sứ mạng như chúng ta đã thấy trong các chương trước ấy là: phẩm chất đạo đức của đời sống con dân Chúa (trong bối cảnh này là sự vâng giữ luật pháp) là yếu tố quan trọng để thu hút muôn dân đến với Đức Chúa Trời hằng sống - cho dù lúc đầu họ chỉ đến vì hiếu kỳ.

Nhưng dĩ nhiên sau đó thách thức ấy trở thành: liệu con dân Chúa *có* sống theo đường lối đó hay không? Đáng buồn là khi đi hết câu chuyện, chúng ta biết Y-sơ-ra-ên đã thất bại thảm thương trong vai trò này. Chẳng những họ *không* bày tỏ cho muôn dân biết Đức Chúa Trời đã ban cho họ những luật pháp công bình nào, mà họ còn không sống được theo tiêu chuẩn của các nước nữa cơ - theo như lời Ê-xê-chi-ên (Êxê 5:5–7).

Con dân Chúa ngày nay cũng đối diện cùng một thách thức. Chí ít, sứ mạng của chúng ta là làm cho mọi người chung quanh hiếu kỳ muốn biết về Đức Chúa Trời chúng ta đang thờ phượng và về cách chúng ta sống. Nhưng lưu ý rằng chính điều thứ hai (cách chúng ta sống) mới dẫn tới điều thứ nhất (muốn biết về Chúa).

Rút cục, muôn dân thật ra *thấy* được gì? Về bản chất, sự gần gũi của Đức Chúa Trời là điều không thấy được. Vậy thì điều gì sẽ *dễ thấy* hơn? Chỉ có thể là bằng chứng thực tế từ một xã hội được xây dựng trên luật pháp công chính của Đức Chúa Trời. Người đời sẽ chỉ chú ý đến lời chúng ta xưng nhận về Chúa (cũng như việc Ngài gần gũi, hiện diện với chúng ta như thế nào mỗi khi chúng ta cầu nguyện với Ngài) khi họ thấy chứng cứ rõ ràng qua cách sống rất khác lạ của chúng ta.

Hoặc, nói cách khác, thế gian sẽ chẳng thấy có lý do gì để quan tâm đến những lời tuyên xưng của chúng ta về Đức Chúa Trời vô hình nếu họ không nhìn thấy sự khác biệt rõ ràng giữa cách sống của những người tuyên xưng như vậy với những người không tuyên xưng gì cả.

Thu Hút Người Tìm Kiếm Chúa - 1 Các Vua 8:41 – 43, 60 – 61

Ngày vui đã tới. Phải chờ bảy năm mới xây xong, nhưng giờ thì đã hoàn chỉnh cả rồi. Đền thờ của Sa-lô-môn là một thực tại nguy nga, và bây giờ nó cần phải được cung hiến cho Chúa để mời Ngài hiện diện tại đó, ít nhất là qua danh Ngài. Sách 1 Các Vua chương 8 ký thuật lễ rước hòm giao ước, tiếp theo là lời cầu nguyện cung hiến nổi tiếng của Sa-lô-môn cùng lời khuyên bảo của ông dành cho dân chúng.

Trên nhiều phương diện, đây là đỉnh điểm trong giai đoạn trị vì của Đa-vít và Sa-lô-môn. Đền thờ này sẽ là nơi thay thế đền tạm trong hoang mạc và nơi thờ phượng tại Si-lô. Đây sẽ là nơi làm biểu tượng cho sự hiện diện của Đức Chúa Trời hằng sống ngay giữa dân sự Ngài, nơi mà họ có thể đến trước mặt Ngài để thờ phượng và cầu nguyện, để thanh tẩy cũng như điều chỉnh việc dâng của lễ cùng chức vụ của thầy tế lễ. Ngôi đền thờ này sẽ sản sinh ra một thần học và tạo ra cảm hứng để người ta sáng tác muôn vàn bài thi ca thờ phượng của niềm yêu thương và hy vọng trong những thế kỷ sau. Đây sẽ là nhịp đập trái tim cho đức tin độc nhất của Y-sơ-ra-ên đặt nơi Đức Gia-vê là Đức Chúa Trời của họ.

Vậy thì lời cầu xin của Sa-lô-môn nói lên điều gì nhân cơ hội vô cùng quan trọng này - lễ cung hiến đền thờ?

Đức Chúa Trời Giữ Lời Hứa (8:14 - 21)

Sa-lô-môn mở đầu giống như nhiều lời cầu nguyện trong Kinh thánh, bằng việc thừa nhận bản tính nào đó đáng được ngợi khen của Đức Chúa Trời. Trong trường hợp này, Sa-lô-môn tập trung vào cách Ngài đã giữ lời hứa với Đa-vít, rằng một trong những con trai của ông sẽ nối ngôi và sẽ xây đền thờ cho Đức Gia-vê. Ban đầu, ông ký thuật nó như lời chứng, hoặc lời xác nhận công khai (8:14–21).

Nhưng sau đó, khi bắt đầu thưa chuyện trực tiếp với Chúa trong lời cầu xin, Sa-lô-môn chuyển lẽ thật về Đức Chúa Trời này thành nét đặc trưng của Đức Gia-vê là Đức Chúa Trời của Y-sơ-ra-ên. Trong ngôn ngữ của Phục Truyền Luật Lệ Ký (xem Phục 4:35, 39), ông khẳng định:

> Lạy Giê-hô-va Đức Chúa Trời của Y-sơ-ra-ên, không có thần nào trên trời cao kia hoặc dưới đất thấp này giống như Ngài- Chúa giữ giao ước và lòng nhân từ với các đầy tớ Ngài, là những người hết lòng bước đi trước mặt Ngài. (1 Vua 8:23)

Dĩ nhiên, trong ngữ cảnh này, Sa-lô-môn đặc biệt nghĩ tới sự thành tín đối với giao ước mà Ngài đã lập với Đa-vít, nhưng sự cộng hưởng của những lời ấy thì mang tính phổ quát. Nếu chúng ta được đặc ân tháp tùng Sa-lô-môn trong yến tiệc sau đó và xin vua cho thêm thí dụ về việc Đức Chúa Trời "giữ giao ước yêu thương của Ngài", thì ắt hẳn ông sẽ chỉ ra giao ước tại Si-nai và trên hết là giao ước với Áp-ra-ham.

Ba yếu tố trong lời Đức Chúa Trời hứa với Áp-ra-ham đã được ứng nghiệm cách ngoạn mục vào thời điểm Sa-lô-môn cai trị, và ký thuật về sự trị vì của vua cha là Đa-vít đã làm nổi bật các yếu tố đó. Y-sơ-ra-ên đã trở thành một *dân lớn*, như Đức Chúa Trời đã hứa. Đức Chúa Trời đã *ban phước* dồi dào cho họ, như bạn hữu và ngay cả kẻ thù của họ cũng phải công nhận. Và Đức Chúa Trời ban cho họ sự an toàn trong *xứ* Ngài đã hứa cho họ.

Nhưng rồi, như chúng ta được nhắc nhở nhiều lần, lời hứa dành cho Áp-ra-ham bao gồm lời hứa rằng phước hạnh của Áp-ra-ham sẽ là phước hạnh được chia sẻ cho *muôn dân* – bằng cách nào đó chưa có thể thấy trước được. Liệu nhãn quan bao quát hơn về lời hứa giao ước của Đức Chúa Trời đó có chỗ trong lời cầu nguyện của Sa-lô-môn không? Chắc chắn là có.

Những Người Ngoài Chịu Tìm Kiếm Phước Hạnh Của Đức Chúa Trời (8:41–43)

Lời cầu nguyện của Sa-lô-môn liệt kê một số hoàn cảnh mà dân Y-sơ-ra-ên có thể cần phải tới đền thờ để cầu xin Đức Chúa Trời cứu giúp: tranh chấp, sau khi bại trận, gặp hạn hán, đói kém, bệnh tật hoặc bị bao vây. Và trong từng trường hợp, ông cầu xin Đức Chúa Trời lắng nghe lời cầu xin và đáp lời họ.

Nhưng rồi vua nói tiếp: "Đối với người ngoại quốc [từ vựng số ít], là người chẳng thuộc về dân sự Ngài..." Có lẽ chúng ta nghĩ mình sẽ được nghe câu: "Xin hãy đuổi họ ra ngoài, xa hẳn đền thánh thanh sạch và thánh khiết của Ngài." Nhưng không, lời thỉnh cầu cho người ngoại quốc của Sa-lô-môn vô cùng kinh ngạc. Kinh ngạc là vì chúng ta thường giả định sai về Cựu Ước, nhưng có lẽ không kinh ngạc sau khi đọc các chương cuối của cuốn sách này.

> Đối với người ngoại quốc là người chẳng thuộc về dân Y-sơ-ra-ên của Chúa, nhưng vì nghe danh Ngài nên từ xứ xa đến - vì họ đã nghe về uy danh của Chúa, về tay quyền năng và cánh tay giơ thẳng ra của Ngài- khi họ đến cầu nguyện trong đền thờ này, thì xin Chúa ở trên trời, là nơi Chúa ngự, lắng nghe và làm cho họ mọi điều họ cầu xin Ngài, để muôn dân trên đất nhận biết danh Chúa và kính sợ Ngài giống như dân Y-sơ-ra-ên của Ngài, và để người ta biết rằng danh Chúa được kêu cầu nơi đền thờ mà con đã xây cất. (1 Vua 8:41–43)

Lời cầu nguyện này chứa đựng một sự cởi mở, giàu lòng thương xót và nhãn quan kỳ lạ. Một nhà giải kinh còn đi xa hơn khi cho rằng (tuy tôi nghĩ là Ê-sai sẽ không đồng ý) đây "có thể là phân đoạn mang đặc điểm của sự cứu rỗi đại đồng kỳ diệu nhất trong Cựu Ước."[5] Tại đây, ngay điểm tập trung tính riêng biệt độc đáo trong mối liên hệ với Đức Chúa Trời cách cao độ nhất của Y-sơ-ra-ên, tại chính các bậc thềm của đền thờ, lời cầu nguyện của Sa-lô-môn đã tiên báo *các dân* sẽ được Đức Chúa Trời của Y-sơ-ra-ên ban phước và danh Đức Chúa Trời của họ vang dội khắp nơi.

---

[5] Simon J. DeVries, *I Các Vua* (Word Biblical Commentary, Waco, TX: Word, 1985), 126.

Bản văn ngắn ngủi này của chúng ta đáng chú ý vì các giả định, nội dung lẫn động cơ thôi thúc của nó.

Những Giả Định

Khi hỏi ông làm gì, Sa-lô-môn đưa ra những giả định tự thân nó đã quan trọng xét từ góc nhìn mang tính sứ mạng. Ông *giả định* rằng con người từ những xứ khác sẽ nghe danh tiếng Đức Gia-vê là Đức Chúa Trời của Y-sơ-ra-ên ("danh lớn của Ngài"). Ông *giả định* rằng những người từ rất xa sẽ bị thu hút đến thờ phượng Đức Chúa Trời của Y-sơ-ra-ên và tìm kiếm sự đáp lời cầu nguyện từ Đức Chúa Trời. Ông *giả định* rằng Đức Chúa Trời của Y-sơ-ra-ên có thể và sẽ nghe lời cầu xin của những người ngoại quốc đó và Ngài thực sự muốn nhậm lời họ.

Những giả định này được chứng minh là có thật trong lịch sử thánh kinh. Ngoại trừ sự kiện Giê-ru-sa-lem là một thành quốc tế từ thời Sa-lô-môn, với nhiều người nước ngoài sống tại đó vì các lý do thương mại hoặc chính trị, là những người chắc chắn sẽ tò mò muốn chứng kiến điều gì diễn ra trong đền thờ mới của Sa-lô-môn (Nữ hoàng Sê-ba là người nổi tiếng nhất trong số du khách viếng thăm Sa-lô-môn), thì chúng ta cũng có những câu chuyện Cựu Ước kể về các cá nhân được thu hút đến với Đức Chúa Trời của Y-sơ-ra-ên (như Ru-tơ hoặc Na-a-man). Và sau này, có một hiện tượng trải rộng nhiều nơi là hiện tượng các nhóm của những người được gọi là "những người kính sợ Đức Chúa Trời" rải rác khắp thế giới ở thế kỷ thứ nhất, gắn bó với các nhà hội Do Thái. Họ là Dân ngoại được thu hút đến với Đức Chúa Trời của Do Thái và đến với sự thờ phượng Ngài - những người như thầy đội La Mã trong Lu-ca 7:1–5, như Cọt-nây trong Công Vụ 10, hoặc những người vui mừng nghe Phao-lô trong Công Vụ 13:16, 46–48.

Khi chúng ta nghĩ về sứ mạng của con dân Chúa, thì những giả định như vậy cũng khích lệ chúng ta. Đức Chúa Trời hằng sống mà chúng ta thờ phượng có thể kéo mọi người từ đầu cùng đất đến với Ngài. Đức Chúa Trời *thu hút* sự thờ phượng cùng sự cầu nguyện - ngay cả của những người chưa biết trọn vẹn về Ngài theo toàn bộ mạc khải từ Kinh thánh. Và Đức Chúa Trời nghe cũng như đáp lời cầu xin của những người chưa từng thuộc về dân giao ước của Ngài. Nếu không đúng như vậy, thì Sa-lô-môn hẳn đã không thể cầu xin như vậy mà không sợ bị quở trách hoặc bị cho là nghịch lý.

Câu hỏi đặt ra là chúng ta có thấy đó là một phần sứ mạng *của chúng ta*, tức sứ mạng là gương mặt sinh động thật hấp dẫn đó của Đức Chúa Trời, kéo mọi người cùng tới để tìm kiếm Ngài cho chính họ, không? Đây chính là một thách thức chúng ta sẽ đề cập dưới đây.

Nội Dung

Điều Sa-lô-môn thực sự xin Đức Chúa Trời thực hiện cũng gây kinh ngạc không kém. Người Y-sơ-ra-ên biết Đức Chúa Trời nghe và đáp lời cầu nguyện. Thực sự đó là một biểu hiện cho tính đặc biệt của họ, như chúng ta đã thấy ở trên (Phục 4:7). Nhưng trong kỷ nguyên Cựu Ước, không có lúc nào Đức Chúa Trời hứa bằng nhiều từ ngữ như thế, rằng sẽ làm cho Y-sơ-ra-ên *bất kỳ điều chi họ cầu xin Ngài*. Khi Chúa Giê-xu phán với môn đồ Ngài theo cách này, thì có điều gì đó lạ lùng và tươi mới trong lời hứa của Ngài cũng chính vì lý do ấy (Giăng 15:7; 16:24).

Thế nhưng ở đây Sa-lô-môn lại cầu xin chính điều này, thật lâu trước thời Chúa Giê-xu, nhưng là cầu xin cho những người thậm chí không thuộc trong Y-sơ-ra-ên. Sa-lô-môn cầu xin Đức Chúa Trời làm cho người ngoại quốc điều Ngài thậm chí không hề bảo đảm sẽ làm cho Y-sơ-ra-ên. Và ai biết được những người ngoại quốc muốn xin điều gì! Ai sẽ kiểm soát hộp chứa những lời thỉnh cầu ấy? Đó là một lời cầu xin hoàn toàn mở trước một Đức Chúa Trời có đôi tay hoàn toàn rộng mở.

Lực Thôi Thúc

Và tại sao Đức Chúa Trời phải đáp lời cầu xin của Sa-lô-môn? Đây là một trong những nét đặc trưng của lời cầu xin trong Cựu Ước (thường gặp trong Thi Thiên), đó là con người thích gợi cho Đức Chúa Trời vài lý do tại sao việc Chúa ban cho con người điều con người đang kêu xin lại là vì ích lợi cao nhất của Ngài - phòng trường hợp lời cầu xin hơi có vẻ ích kỷ, chắc bạn hiểu điều đó. Trong trường hợp này, Sa-lô-môn gợi ý rằng nếu Đức Chúa Trời đáp lời cầu xin *của ông* bằng cách đáp lời cầu xin *của khách ngoại bang*, thì *danh tiếng của chính Đức Chúa Trời* sẽ lại càng lan rộng thêm - vốn là lý do đầu tiên khiến người ta kéo tới đền thờ.

Doanh nhân Sa-lô-môn nhìn thấy một cơ hội để nhân rộng số người lên. Đức Chúa Trời không hài lòng với chỉ một số ít người ngoại quốc dù là từ những vùng đất xa xôi tới, trong khi phạm vi mở rộng ấy lại không hề giới hạn cho đến khi *"toàn dân trên đất có thể biết đến danh Ngài"*. Suy cho cùng, đó chẳng phải là điều Ngài đã hứa với Áp-ra-ham sao?

Đây có phải là lời cầu xin mang tính sứ mạng, hay là lời gì khác? Tôi không có ý định cho Sa-lô-môn là "nhà truyền giáo" theo nghĩa của từ này. Những chọn lựa hôn nhân của ông hẳn đã khiến ông không đủ tiêu chuẩn để được ban tuyển chọn giao cho bất kỳ sứ mạng nào. Nhưng phạm vi khải tượng đã thôi thúc ông cầu xin ở đây mang hàm ý sứ mạng rõ rệt. Ông muốn cho toàn thế giới biết đến danh của Đức Chúa Trời hằng sống chân thật.

Và sứ mạng của con dân Chúa há không phải là như thế sao? Hay vì một lý do nào thấp kém hơn điều đó?

Chắc chắn sự thôi thúc lớn nhất cho sứ mạng chúng ta phải là vì danh Chúa. Với chúng ta có nghĩa là danh của Chúa Giê-xu Christ phải được đồn ra đầu cùng đất; Ngài phải là Đấng mọi người chạy đến bằng lời cầu xin, và từ Ngài họ nhận phước hạnh của lời cầu xin được nhậm, nhất là cầu xin sự tha thứ và cứu rỗi.

Nhưng nếu đó là động lực của chúng ta, thì thái độ cùng hành động của chúng ta cần phải khớp với nhau. Điều đáng buồn là không phải lúc nào Y-sơ-ra-ên cũng thực hành đúng theo tinh thần cởi mở trong lời cầu xin của Sa-lô-môn ở đây, mà họ có thái độ tiêu cực, thù địch và khước từ người nước ngoài. Một số người cho rằng các sách như Ru-tơ và Giô-na được viết ít ra một phần nhằm khai chiến với thái độ như thế và bày tỏ tấm lòng của Đức Chúa Trời một cách rõ ràng hơn. Tương tự, không phải lúc nào chúng ta cũng dễ dàng đồng ý với việc Đức Chúa Trời chấp nhận người ngoài. Ngay cả Chúa Giê-xu cũng đã gặp rắc rối tại quê nhà khi Ngài nói về việc này, với những tiền lệ trong Kinh thánh (Lu-ca 4:23–30).

Có lẽ cũng cần nhắc nhở rằng tất cả chúng ta đều bắt đầu như "người ngoài", những người đã được Đức Chúa Trời kéo lại gần và tiếp rước, như Phao-lô đã nói với các tín hữu Ngoại bang thuộc giới tinh hoa tại Ê-phê-sô (Êph 2:11–13). Cho nên chúng ta cần tìm những cách để có thể làm cho người khác điều Đức Chúa Trời đã làm cho chúng ta, kéo người khác vào sự thu hút của Ngài thay vì đẩy họ ra càng xa Ngài hơn.

Những Người Giữ Điều Răn Của Đức Chúa Trời (8:60–61)

Và đó là chỗ chúng ta quay trở lại, như vẫn thường làm, với đáp ứng đạo đức cần thiết nếu muốn thế gian nhìn thấy sự hấp dẫn của Đức Chúa Trời.

Sa-lô-môn kết thúc lời cầu xin và một lần nữa nói với dân Y-sơ-ra-ên. Ông nhắc lại điều ông đã nói về Đức Chúa Trời, rồi sau đó khuyên giục dân sự bước đi trong đường lối Ngài, cũng vì lý do mang tính sứ mạng nổi bật đó:

> để muôn dân trên đất biết rằng chính Giê-hô-va là Đức Chúa Trời chớ chẳng có ai khác. Vậy các ngươi hãy hết lòng trung thành với Giê-hô-va là Đức Chúa Trời chúng ta, bước đi trong luật pháp và tuân giữ điều răn của Ngài như các ngươi đã làm ngày nay. (1 Vua 8:60–61)

Giá mà điều Sa-lô-môn thúc giục dân sự làm cũng là điều chính bản thân ông làm theo! Đáng buồn thay, chúng ta biết là sự thật không phải như vậy, và sự áp bức tích tụ về kinh tế lẫn xã hội từ triều đại sau ông cuối cùng đã lấy đi hơn phân nửa vương quốc khỏi tay con trai ông là Rô-bô-am trong cuộc bạo loạn dưới thời Giê-rô-bô-am. Nhưng kỹ thuật này đã chống lại ông trước, gậy ông đập lưng ông.

Sự kết hợp sứ mạng (8:60) với đạo đức (8:61) thật rõ ràng – rõ như trong Sáng Thế Ký 18:19. Nếu thế gian cần phải biết Đức Chúa Trời là ai, thì bản tính của Đức Chúa Trời hằng sống phải được thấy rõ trong hành vi sống động của con dân Ngài. Chỉ khi phản ánh đúng bản tính cùng đường lối của Đức Chúa Trời, thì chúng ta mới thu hút người khác muốn tìm biết Chúa, bước tới cầu nguyện với Ngài.

Đức Chúa Trời *sẽ* giữ lời hứa của Ngài, và Ngài vẫn đã và đang làm như vậy từ lâu trước thời Sa-lô-môn. Người ngoài *sẽ* tìm kiếm phước lành từ Đức Chúa Trời, và chung quanh chúng ta mọi người thậm chí hiện cũng đang làm như vậy. Vấn đề là liệu chúng ta có thể đánh mất niềm vui cùng sự phấn khích của việc thu hút được người khác do không có tấm lòng hoàn toàn cam kết với Giê-hô-va Đức Chúa Trời trong nếp sống thực tế mỗi ngày theo đường lối cùng tiêu chuẩn của Ngài không. Bởi lẽ sứ mạng của chúng ta bắt đầu khi chúng ta tìm cách sống theo cách đó - tức là cách làm cho Đức Chúa Trời thu hút người ngoài đến với Ngài.

Thu Hút Lòng Ngưỡng Mộ - Giê-rê-mi 13:1–11

Lại là một ngày mua sắm nữa đối với Giê-rê-mi. Lần này thì không phải ở tiệm gốm (chương 18) mà là ở tiệm may. Ông cần một đai vải mới, và Đức Chúa Trời bảo ông mua loại đai nào.

> Đức Giê-hô-va phán với tôi thế này: "Con hãy đi mua cho mình một cái đai bằng vải gai và thắt vào lưng, nhưng chớ ngâm trong nước." Theo lời Đức Giê-hô-va truyền phán, tôi mua đai và thắt vào lưng. (Giê 13:1–2)

Từ "đai" trong bản TNIV không thực sự mô tả mảnh vải đang được nói đến. Đó là miếng vải khá lớn, buộc quanh thắt lưng và hông, bên ngoài phần dưới của y phục.[6] Làm bằng vải gai trắng tinh, hẳn nó rất thanh lịch và thu hút, và có lẽ không phù hợp tính của Giê-rê-mi. Dạo quanh Giê-ru-sa-lem với cái miếng đai ấy trên người hẳn rất thu hút sự chú ý, và có lẽ cũng nhận được chút ngưỡng mộ bất đắc dĩ nào đó.

Nhưng rồi Đức Chúa Trời bảo ông đi chôn trang phục đó dưới đất bên một con sông - ông cũng đã làm vì bổn phận, nhưng chắc chắn cũng lại miễn cưỡng! Nhiều tháng sau, ông được bảo phải đi đào cái đai lên lại, và dĩ nhiên là tấm đai vải một thời đẹp đẽ đã trở thành miếng giẻ bẩn thiu, mục nát, "tiêu

---

[6] Đây là từ khá hiếm (*'ezor*) và ở vài chỗ có thể chỉ về y phục lót, quấn quanh cơ quan sinh dục. Nhưng hàm ý trong câu 11, nơi ví sánh Y-sơ-ra-ên với mảnh y phục như điều gì đó "nổi tiếng được khen ngợi và tôn trọng", ngụ ý rằng trong ngữ cảnh ở đây, đó là đai thắt bên ngoài. Lối dùng ẩn dụ tương tự là Ê-sai 11:5, nơi Đức Chúa Trời mặc sự công chính như đai thắt lưng còn "sự thành tín là đai thắt lưng (*'ezor*) buộc quanh thắt lưng."

tan và hoàn toàn vô dụng." Ông sẽ không xuất hiện quanh thành trong y phục như thế - dù rằng có thể sứ điệp bây giờ ông phải rao giảng ngụ ý ông phải mang theo trang phục đó đi vòng quanh, phô bày sự ghê tởm cho dân chúng một thời từng ngưỡng mộ ông lúc nó còn mới (13:3–8).

Để làm gì?

> "Dân gian ác này không chịu nghe lời ta, cứ bướng bỉnh làm theo ý riêng của lòng dạ mình, chạy theo các thần khác mà phục vụ và thờ lạy, chúng sẽ trở nên vô dụng như cái đai thắt lưng này." Đức Giê-hô-va lại khẳng định: "Vì như cái đai thắt chặt vào lưng người ta thể nào, thì Ta cũng thắt chặt cả nhà Y-sơ-ra-ên và nhà Giu-đa vào Ta thể ấy, để chúng làm một dân tộc, một danh xưng, một lời ca ngợi, một niềm vinh dự cho Ta. Nhưng chúng không chịu lắng nghe." (Giê 13:10–11)

Hình ảnh này thật sống động. Đức Chúa Trời ví sánh giao ước của Ngài với Y-sơ-ra-ên như một người cột miếng vải quanh mình.

Đức Chúa Trời muốn mặc lấy dân sự Ngài!

Nhưng hình ảnh ấy còn xa hơn thế nữa. Đây không chỉ là trang phục lót hoặc đồ bảo hộ làm công xưởng. Đây là trang phục trình diễn. Đức Chúa Trời dùng ba từ ở đây - *danh xưng, lời ca ngợi và niềm vinh dự* - đi chung với nhau như bộ ba trong một dòng thơ khác, nói về chính Y-sơ-ra-ên. Đây là mục đích giao ước của Đức Chúa Trời với Y-sơ-ra-ên:

> Ngài [Đức Chúa Trời] đã phán rằng Ngài sẽ làm cho anh em [Y-sơ-ra-ên] được *khen ngợi, danh tiếng và tôn trọng* vượt trên mọi dân tộc mà Ngài đã tạo dựng và anh em trở nên một dân tộc thánh cho Giê-hô-va Đức Chúa Trời của anh em, như Ngài đã phán. (Phục 26:19)

Khi vợ tôi mặc chiếc áo mới thật đẹp, có thể tôi nói chiếc áo trông rất xinh, nhưng thực sự là tôi khen *nàng*, là người nhờ chiếc áo được tôn thêm vẻ đẹp. Nếu tôi khen chiếc áo, tức là tôi thực sự khen nàng. Vì vậy, nếu muốn dân ngợi khen Y-sơ-ra-ên, thì Đức Gia-vê mới thực sự là đối tượng được khen ngợi. Y-sơ-ra-ên chỉ là trang phục tô điểm được Đức Chúa Trời mặc vào để phô bày vinh quang cùng vẻ đẹp của chính Ngài.

Trong bản văn đó, danh tiếng là của Y-sơ-ra-ên, nhưng rõ ràng người hưởng lợi là chính Đức Chúa Trời. Dù danh tiếng, sự khen ngợi và vinh dự có thể đến với Y-sơ-ra-ên từ các dân tộc, nhưng thực sự chúng thuộc về Đức Gia-vê, Đức Chúa Trời - Đấng chọn họ làm dân giao ước của Ngài và muốn đẹp đẽ khi mặc lấy họ nơi công cộng, có thể nói như vậy. Hình ảnh ngụ ngôn trong Giê-rê-mi 13 được Giê-rê-mi diễn đạt điều này một cách rất hay. Đai thắt lưng mới, sáng bóng thật đẹp, nhưng mục đích của việc đeo đai ở đây là nhằm mang lại niềm vui cùng lời ca ngợi cho người đeo nó.

Điều này tạo thêm một góc nhìn thú vị nữa về sự tuyển chọn. Đức Chúa Trời đã chọn Y-sơ-ra-ên, đúng. Nhưng Ngài làm việc đó giống như một người chọn một trang phục cụ thể để mặc vào một dịp đặc biệt. Đó không phải là đặc ân cho bộ trang phục được chọn vì mục đích của nó là ở việc tạo vẻ đẹp cho người mặc nó. Khi tôi chọn mặc một chiếc sơ-mi nào đó, thì vấn đề không phải là tôi dành đặc ân cao nhất cho chiếc sơ-mi đó, so với các sơ-mi khác, mà chỉ vì chiếc áo đó thích hợp nhất với mục đích của cơ hội mà tôi sẽ mặc. Cũng vậy, khi chọn mặc Y-sơ-ra-ên, Đức Chúa Trời đã có một chương trình lớn, đó là tôn cao danh Ngài giữa vòng muôn dân, qua việc Ngài sẽ hoàn tất sau cùng, đó là "mặc lấy" Y-sơ-ra-ên.

Và chính vì mục đích rộng lớn đó của Đức Chúa Trời mà dân Y-sơ-ra-ên đang gây thất vọng qua sự bất tuân của họ. Họ đã trở nên băng hoại giống như chiếc đai thắt lưng mới bị vùi dập dưới đất suốt nhiều tháng – trở lại ẩn dụ do Giê-rê-mi nhập vai. Đơn giản là Đức Chúa Trời không thể đeo họ thêm được nữa. Thay vì mang lại sự khen ngợi cùng vinh dự, họ chỉ làm Ngài bị hổ thẹn và nhục nhã mà thôi.⁷ Làm sao Đức Chúa Trời có thể thu hút người khác ngưỡng mộ Ngài, khi Ngài mặc trang phục là những con người giống như miếng giẻ rách bẩn thỉu như vậy được? Sự mục nát của họ chỉ khiến Ngài bị khinh bỉ mà thôi.

Vì lý do đó, nếu mục đích của Đức Chúa Trời đối với muôn dân phải được thực hiện, thì trước tiên Ngài phải giải quyết vấn đề với Y-sơ-ra-ên trước. Và do đó, rất quan trọng khi chúng ta nhận biết rằng lần kế tiếp chúng ta gặp lại cặp ba từ, thì nó nằm trong một lời hứa - lời hứa rằng Đức Chúa Trời sẽ lại một lần nữa làm cho dân sự Ngài xứng hợp để mang lại lòng ngưỡng mộ cùng lời ngợi khen Ngài.

> Ta sẽ thanh tẩy mọi gian ác chúng đã phạm với Ta, tha thứ mọi tội lỗi mà chúng đã phạm cũng như tội nổi loạn chống lại Ta. Thành này [thành Giê-ru-sa-lem, chỉ về dân sự Đức Chúa Trời] sẽ đem lại cho Ta một *danh hiệu vui mừng, một lời ca ngợi và một niềm vinh quang* trước muôn dân trên đất, khi nghe mọi điều tốt lành mà Ta làm cho chúng, các dân tộc đều sẽ sợ hãi và run rẩy trước mọi phước lành và bình an mà Ta đã ban cho chúng. (Giê 33:8–9 phần in nghiêng là chủ ý của tôi; "vui mừng" được ghép thêm vào ba từ trong bản gốc, "danh hiệu/vui mừng; ca ngợi và vinh quang/vinh dự")

---

⁷Đây là điều Ê-xê-chi-ên ngụ ý trong Ê-xê-chi-ên 36 khi ông nói Y-sơ-ra-ên "làm ô danh Đức Gia-vê"-nghĩa là "làm cho Đức Gia-vê bị mang tiếng xấu".

Vì vậy chúng ta phải hỏi, sứ mạng của chúng ta trong vai trò con dân Chúa khớp ra sao với ẩn dụ này? Chúng ta có đang sống sao cho Đức Chúa Trời mà chúng ta xưng là mình tôn thờ thu hút lòng ngưỡng mộ từ mọi người chung quanh không? Hay là Đức Chúa Trời nhìn chúng ta rồi tự nghĩ: "Không thể để cho mọi người trông thấy Ta đang mặc một dân như thế được!"

"Thu hút lòng ngưỡng mộ". Tôi hy vọng chúng ta thấy rõ lòng ngưỡng mộ ấy *dành cho Đức Chúa Trời, không phải cho chúng ta*. Nhưng cũng vẫn phải nói rằng nếu về cơ bản chẳng có chút đáng ngưỡng mộ nào trong nếp sống của từng Cơ Đốc nhân hoặc trong lời chứng tập thể về hội thánh, thì ít có hy vọng thế gian sẽ tìm thấy điều gì để chiêm ngưỡng trong Đức Chúa Trời mà chúng ta làm đại diện, Đức Chúa Trời là Đấng muốn khoác chúng ta lên thân Ngài như bộ đồ dự tiệc hoặc chiếc áo dạ hội.

Thu Hút Thờ Phượng - Ê-sai 60

Ê-sai 60 là một chương bắt đầu (60:1–3) và kết thúc (60:19–20) bằng sự sáng. Đó là thứ ánh sáng vô cùng thu hút, bởi lẽ chương này mời gọi không chỉ khách bộ hành mệt mỏi mà muôn dân khắp toàn cầu trở về nhà. Đây là một chương sách giàu ý nghĩa, nói về ý định của Đức Chúa Trời đối với dân riêng của Ngài với hàm ý chỉ về toàn thế gian. Ý tổng quát của phân đoạn này là khi Đức Chúa Trời đến để cứu chuộc dân Ngài, thì muôn dân sẽ kéo đến tôn thờ Đức Chúa Trời, và toàn thế gian sẽ biết đến hòa bình và công lý.

> Tôi từng sống tại All Nations Christian College, trong một tòa nhà thuộc khuôn viên trường trong khu rừng rất rậm rạp. Mỗi lần về nhà vào ban đêm sau một chuyến đi, tim tôi đập dồn dập khi lái xe tới khúc quanh mà từ đó tôi có thể nhìn thấy ánh đèn nhà mình lập lòe xuyên qua tán lá, báo hiệu vợ con tôi đang ở nhà chờ đợi tiếp đón tôi về. Ánh sáng chứa đựng sự hấp dẫn. Ánh sáng kéo bạn ra khỏi bóng tối. Hãy hỏi chuyện bất cứ con bướm đêm nào! Cảm tạ Đức Chúa Trời vì ánh sáng từ sứ mạng của Chúa đã thu hút con người ra khỏi vùng tối để bước vào một miền khác hẳn vùng của loài bướm đêm.

Bởi thế Ê-sai 60 mang một thông điệp sứ mạng mạnh mẽ khi kết nối ánh sáng từ chính Đức Chúa Trời, ánh sáng của công dân Ngài trong thế gian, với thứ ánh sáng mà thế giới sẽ đến để sống và bước đi trong đó.

Đây là ánh sáng của sứ mạng. Chính ánh sáng của Đức Chúa Trời mới là điều thu hút sự tôn thờ của thế gian.

Đức Chúa Trời Đang Đến Với Dân Sự Ngài (60:1–2)

Để đánh giá đúng mức độ và phạm vi của chương Ê-sai tuyệt vời này, chúng ta cần lùi lại một chút và nhớ lại dòng chảy của sách Ê-sai cho tới thời điểm này.

Trong chương 1–39, sách nhấn mạnh đòi hỏi công chính của Đức Chúa Trời, việc Y-sơ-ra-ên đã hoàn toàn thất bại ở đòi hỏi này và kết quả là họ bị Đức Chúa Trời phán xét bằng cuộc lưu đày.

Trong chương 40–55, chúng ta vô cùng kinh ngạc trước hành động lớn lao của Đức Chúa Trời trong việc cứu chuộc và phục hồi dân sự Ngài, được phác họa như cuộc xuất hành mới, hứa hẹn đem họ trở về từ cảnh lưu đày Ba-by-lôn.

Từ chương 56 về sau, chúng ta thấy rằng ngay cả sau khi trở về từ lưu đày, dân Y-sơ-ra-ên vẫn sống trong tình trạng tội lỗi và thất bại. Đỉnh điểm của tình trạng này chính là lời mô tả dân sự thật thê thảm qua lời tiên tri trong 59:12–15.

> Vì trước mặt Chúa, sự vi phạm của chúng con thật nhiều,
> tội lỗi chúng con làm chứng nghịch cùng chúng con.
> Vì sự vi phạm của chúng con vẫn ở với chúng con
> và chúng con nhận biết sự gian ác mình:
> chúng con đã phản loạn và chối bỏ Đức Giê-hô-va,
> quay lưng không theo Đức Chúa Trời mình,
> chúng con nói điều bạo ngược và phản loạn,
> thốt ra những lời dối trá đã cưu mang trong lòng.
> Vì thế, công lý bị đẩy lui,
> sự công chính đứng cách xa;
> vì chân lý vấp ngã giữa quảng trường,
> và sự ngay thẳng không thể vào được.
> Chân lý đã không còn,
> ai lánh điều dữ thì bị cướp giật. (Ê-sai 59:12–15a)

Vậy thì còn hy vọng nào không? Chỉ trong Đức Chúa Trời mà thôi. Chỉ khi chính Đức Chúa Trời hành động dứt khoát trong sự công chính, để phán xét và cứu vớt. Đó chính là điều Đức Chúa Trời nói Ngài sẽ làm trong 59:15b- 20.

> "Đấng Cứu Chuộc sẽ đến Si-ôn, đến cùng những người thuộc về Gia-cốp đã từ bỏ tội lỗi,"
> Đức Giê-hô-va phán vậy. (Ê-sai 59:20)

Đức Chúa Trời sẽ đến và mang lại sự cứu chuộc cho một dân chắc chắn là không xứng đáng, nhưng sẵn lòng ăn năn và tiếp nhận.

Và đó chính là điều Ê-sai 60:1 thông báo – cuối cùng chính Đức Chúa Trời sẽ hiện đến. Trong khải tượng của tiên tri này, Đức Chúa Trời đã đến, ánh sáng đã chiếu rọi, mặt trời đã mọc, và vinh quang của chính Đức Chúa Trời đang được sẻ chia cho dân Y-sơ-ra-ên.

> Hãy đứng lên và tỏa sáng ra, vì ánh sáng ngươi đã đến
> và vinh quang Đức Giê-hô-va đã chiếu sáng trên ngươi.

Nhưng trái ngược với ánh sáng là bóng tối, cho nên nếu Đức Chúa Trời đã đến như ánh sáng mạc khải và cứu chuộc đối với *Y-sơ-ra-ên*, thì *thế gian còn lại* hẳn phải còn trong bóng tối ngu muội của tội lỗi. Nhưng trong tình trạng hiện nay, Y-sơ-ra-ên cần nhớ rằng lúc ấy họ cũng từng sống trong bóng tối, vì tất cả đều nhận biết điều đó khi đối diện với thực tế.

> Vì thế, công lý đã cách xa chúng ta,
> lẽ công chính cũng không bắt kịp chúng ta.
> Chúng ta trông mong ánh sáng, mà chỉ thấy bóng tối;
> trông mong sự chói sáng, mà bước đi trong tối tăm.
> Chúng ta mò mẫm dọc theo tường như người mù,
> mò mẫm như người không có mắt.
> Giữa trưa mà vấp chân như chạng vạng;
> giữa những kẻ mạnh mẽ mà mình như người chết. (Ê-sai 59:9–10)
>
> Y-sơ-ra-ên chẳng hơn gì các Dân ngoại chung quanh họ. Chẳng có gì khác; mọi người đều đã phạm tội, như Phao-lô sau này đã nói (Rô 3:22–23).

Cho nên, hy vọng duy nhất *cho Y-sơ-ra-ên và cho thế giới* là Đức Chúa Trời sẽ đến để cứu chuộc và cứu rỗi, mang lại ánh sáng từ bóng đêm cho cả hai. Và đó chính xác là điều nhà tiên tri hình dung:

> Này, bóng tối bao trùm mặt đất, mây mù che phủ các dân,
> Nhưng Đức Giê-hô-va chiếu sáng trên ngươi, vinh quang Ngài hiện ra trên ngươi. (Ê-sai 60:2)

Dĩ nhiên là Cơ Đốc nhân, chúng ta đọc bản văn này dưới ánh sáng của sự hiện đến của Chúa Giê-xu Christ. Thật vậy, đây là một trong số những bản văn Cựu Ước thường được đọc vào dịp Giáng Sinh, và được đọc nhiều hơn vào lễ Hiển Linh (Epiphany, tức sự mạc khải về Đấng Christ cho Dân ngoại, bằng sự xuất hiện của Ba Nhà Thông Thái).

Qua Chúa Giê-xu ở Na-xa-rét, chính Đức Chúa Trời đã đến để làm Đấng cứu rỗi cho dân sự Ngài. "Cánh tay của Chúa" đã được bày tỏ (Ê-sai 51:5, 9; 52:10; 53:1; 59:16) trong thân vị đầy tớ và Con Trai Đức Chúa Trời. Chúa Giê-xu phán, khi trích lời một phân đoạn gần với bản văn chúng ta đang nói đến: "Hôm nay, lời Kinh thánh mà các ngươi vừa nghe đã được ứng nghiệm" (Lu-ca 4:21, trích Ê-sai 61:1–3).

Để nhắc chúng ta về chương 2 thì đây chính là câu chuyện đó. Đây là câu chuyện của Y-sơ-ra-ên. Đây là câu chuyện của chúng ta. Câu chuyện về sứ mạng của Đức Chúa Trời và của dân sự Đức Chúa Trời cho tới ngày tận thế. Đây là câu chuyện kể về việc Đức Chúa Trời đến theo như đã hứa, để mang lại ánh sáng cứu rỗi.

Thế Gian Đang Đến Với Đức Chúa Trời (60:3–16)

Nhưng rồi nhà tiên tri lại tiếp tục nói đến điều hợp lý tiếp theo. Nếu Đức Chúa Trời đã đến để cứu dân sự Ngài, *thì muôn dân cũng sẽ đến với Đức Chúa Trời cứu rỗi này*. Bởi vì khi ánh sáng tiếp tục chiếu trên Y-sơ-ra-ên thì những ai còn trong bóng tối, sẽ bị thu hút đến với ánh sáng, nghĩa là đến với công tác cứu rỗi của Đức Chúa Trời đã được hoàn tất qua Y-sơ-ra-ên.

> Các nước sẽ tìm đến ánh sáng ngươi,
>
> và các vua sẽ hướng về ánh bình minh rực rỡ của ngươi. (Ê-sai 60:3)

Điều này vang vọng hai lời tiên tri trước đây trong Ê-sai: muôn dân kéo lên núi của Đức Giê-hô-va (Ê-sai 2:1–5), và sự sáng soi rọi trên những kẻ đang ngồi trong bóng tối (Ê-sai 9:2). Nhưng ở đây sự việc này diễn ra theo ba cách. Khi muôn dân đến với ánh sáng của Đức Chúa Trời, thì họ sẽ đến với con cháu Y-sơ-ra-ên, mang theo quà cáp, và mang theo sự thờ phượng.

Đến với con cháu Y-sơ-ra-ên từ muôn nước (60:4, 9a)

Cần nhớ, Y-sơ-ra-ên đã từng kinh nghiệm cảnh lưu đày và tan lạc giữa các dân tộc, cho nên nhà tiên tri mô tả bức tranh muôn dân đang mang con cháu họ (tức thế hệ sau) về nhà - thực sự là quá đông, khó có đủ chỗ cho họ (Ê-sai 49:19–22).

Nhưng theo quan điểm rộng lớn của Cựu Ước, *những con cháu của Y-sơ-ra-ên này*, những người đang kéo về Si-ôn, *là ai?* Không chỉ là chủng tộc Y-sơ-ra-ên, mà là dân từ mọi quốc gia, như Đức Chúa Trời đã hứa với Áp-ra-ham. Vì vậy, Thi Thiên 87, chẳng hạn, nhìn thấy người ta từ muôn nước đăng ký là công dân chính gốc của Si-ôn. Và sự kiện muôn dân kéo về này dĩ nhiên xảy ra trong Tân Ước khi Phúc âm lan rộng ra muôn dân và gom nhóm họ qua đức tin nơi Chúa Giê-xu lại thành gia đình của Áp-ra-ham (Ga 3:26–28).

Đến với quà tặng từ muôn dân (60:5, 9a, 11)

Nhà tiên tri vẽ lên bức tranh muôn dân từ khắp nơi trên địa cầu mang theo tài sản quí báu nhất của họ, với lòng biết ơn Đức Chúa Trời về sự cứu rỗi đã đến với họ - từ phương Bắc và phương Tây (ngành mậu dịch hàng hải của Phê-ni-xi, 60:5); từ phương Nam và phương Đông (Midia và Arabia, 6-:6–7); và từ các hải đảo đầu cùng đất (phải chăng [Đại Tây Dương?] bên kia Tarshish - có thể là Tây Ban Nha, 60:9). Chính khải tượng này mà hiện thân là Ba Nhà Thông thái khi họ mang quà tặng cho Giê-xu, tượng trưng cho quà tặng từ muôn nước. Có thể Phao-lô xem việc ông quyên góp giữa vòng dân ngoại cũng tượng trưng cho sự ứng nghiệm lời tiên tri này (Rô 15:25–29).

Tài sản của toàn thế giới cuối cùng thuộc về Đức Chúa Trời và một ngày kia sẽ tô điểm cho nơi ở của Ngài bằng dân được chuộc của Ngài. Vì vậy, sau sự phán xét và thanh tẩy muôn dân là viễn cảnh chuộc lại (không phải viễn cảnh xóa bỏ) toàn thể những gì mà nền văn minh, văn hóa, công việc cùng sự giao thương của nhân loại đã tạo ra. Nó sẽ được mang vào thành của Đức Chúa Trời như những quà tặng đã được thanh tẩy. Khải Huyền đưa các hình ảnh từ Ê-sai vào khải tượng riêng của sách về cùng một sự việc (Khải 21:23–27).

Đến với sự thờ phượng của muôn dân (60:6, 7, 9b, 13)

Chúng ta cần đọc các câu này để thấy rõ điểm nhấn đặt nơi sự thờ phượng *Đức Chúa Trời,* Chúa của Y-sơ-ra-ên. Muôn dân kéo tới không phải để tâng bốc *Y-sơ-ra-ên,* hoặc làm giàu cho Y-sơ-ra-ên, hoặc để làm nô lệ cho Y-sơ-ra-ên. Ngôn ngữ dùng ở đây có thể nghe hơi giống như vậy, nhưng chúng ta cần nhớ ngữ cảnh – nhiều năm dài bị lưu đày, áp bức và khổ đau. Vị tiên tri này nói rằng mọi điều đó sẽ bị đảo ngược. Nhưng điểm chính là: vì chính Đức Chúa Trời của Y-sơ-ra-ên là Đấng đã đem sự cứu rỗi cùng ánh sáng đến cho muôn dân, nên cũng chính Đức Chúa Trời của Y-sơ-ra-ên này là Đấng mà toàn thế gian sẽ đến trong lời ca ngợi và thờ phượng.

Và trên hết, kết quả sẽ là toàn thế gian sẽ biết ai là Đức Chúa Trời hằng sống – đây chính là mục tiêu cho toàn bộ sứ mạng của Đức Chúa Trời.

Ngươi sẽ biết rằng Ta, Đức Giê-hô-va, là Đấng Cứu Rỗi ngươi,

Đấng Cứu Chuộc ngươi là Đấng Toàn Năng của Gia-cốp.

(Ê-sai 60:16b)

Vì vậy, khi ánh sáng cứu rỗi soi rọi lúc Chúa Giê-xu đến, thì khải tượng của nhà tiên tri là: muôn dân sẽ bị thu hút hướng về ánh sáng đó như một cộng đồng đa quốc gia dâng lên Đức Chúa Trời hằng sống lời ngợi khen và sự thờ phượng. Và đó chính là điều đã diễn ra suốt hai ngàn năm qua kể từ ngày lễ Ngũ Tuần, thông qua sứ mạng của con dân Chúa đến với đầu cùng đất.

Hòa bình đang đến với thế gian (60:17–22)

Nhưng khải tượng ấy chưa chấm dứt, và thực sự, có một yếu tố vẫn còn ở phía trước chúng ta. Nếu Đức Chúa Trời đã đến để cứu chuộc dân Ngài, và nếu muôn dân đang đến với Đức Chúa Trời, thì sự biến cải đang đến với thế gian. Và như trong các khải tượng của Ê-sai 9, 11 và 32, chúng ta nghe thấy khi Đức Chúa Trời đến để cai trị thì sẽ như thế nào. Đây là bức tranh đầy vinh hiển về hòa bình và công lý (60:17b), về sự kết thúc bạo lực và chiến tranh (60:18), về sự hiện diện tô điểm của Đức Chúa Trời (60:19–20) và về sự tốt lành đạo đức của con dân Chúa (60:21).

Đây là bức tranh về thực tại của cuộc tạo dựng mới, mà theo chúng ta biết là vẫn chưa xảy ra. Như Đức Chúa Trời phán trong Ê-sai 60:22: "Ta sẽ nhanh chóng thực hiện điều đó đúng kỳ." Đó là lời bảo đảm mà nhờ đó chúng ta chờ đợi trong đức tin và hy vọng.

Có một ý nghĩa bí ẩn thú vị trong đó Ê-sai 60 bao trùm hết mọi sự hiểu biết của Tân Ước:

- *Câu 1–2* dẫn chúng ta vào các sách Phúc âm, sự Giáng Sinh và Phục Sinh: Đức Chúa Trời đã đến, ánh sáng đã soi rọi, sự cứu rỗi đã được hoàn tất qua Đấng Christ.
- *Câu 3–16* dẫn chúng ta tới Công Vụ Các Sứ Đồ và các thư tín, sứ mạng của hội thánh, Phúc âm vươn xa để mang ánh sáng đến với muôn dân, thu hút họ bước ra khỏi bóng tối và cùng đến thờ phượng Đức Chúa Trời cứu rỗi, hằng sống.
- *Câu 17–22* dẫn chúng ta tới Khải Huyền 21–22, kết thúc trật tự thế giới gian ác, bạo lực và bất công hiện tại và mở ra cuộc tạo dựng mới hoàn toàn bình an và công chính.

Nhưng điều này dẫn chúng ta tới đâu? Điều này cho chúng ta biết gì về sứ mạng của chúng ta trong tư cách con dân Chúa? Chúng ta phải chiếu ra ánh sáng của Đức Chúa Trời cho muôn dân.

Chúng ta quay lại ngay từ đầu để lắng nghe lại câu đầu tiên (Ê-sai 60:1). Đây không chỉ là lời tiên đoán mà là *lời hiệu triệu* -"*Hãy đứng lên! Sáng lòe* ra!" Con dân Chúa phải rạng soi ánh sáng của Đức Chúa Trời, phải sống bày tỏ sức hấp dẫn từ ánh sáng cứu rỗi của Đức Chúa Trời qua những cuộc đời đang được biến cải trong hiện tại. Đức Chúa Trời đã mang ánh sáng ấy đến; chúng ta phải chiếu sáng. Chúng ta thường hát: "Giê-xu, sáng soi, khắp nơi nơi" (trích trong bài "Jesus chiếu sáng" [Shine Jesus shine]). Đôi khi tôi nghe một tiếng nói từ thiên đàng thì thầm bên tai: "Chính con phải sáng soi, sao con lại không chiếu sáng đi?"

Ánh sáng mà chúng ta phải chiếu ra không chỉ là ánh sáng từ việc công bố Phúc âm bằng lời (tuy nó có bao gồm việc này, như chúng ta sẽ thấy), mà là ánh sáng của công lý và lòng thương xót được bày tỏ - như Ê-sai 58:8–10 đã trình bày vô cùng rõ ràng.

> Nếu ngươi vứt bỏ cái ách khỏi ngươi, không sỉ vả và không nói lời độc ác,
>
> nếu ngươi dốc lòng lo cho người đói, và đáp ứng nhu cầu kẻ khốn cùng,
>
> thì ánh sáng của ngươi sẽ chiếu ra trong bóng tối,
>
> *và sự tối tăm của ngươi sẽ sáng ngời như giữa trưa.* (Ê-sai 58:9–10; tôi chủ ý in nghiêng)

Đó là ý nghĩa của việc làm một dân thu hút người khác đến thờ phượng Đức Chúa Trời. Đó là một phần trong sứ mạng của con dân Chúa.

Thu Hút Sự Chấp Thuận

Từ Ê-sai 60 chỉ cần một bước ngắn nữa là tới Tân Ước rồi. Tại đó chúng ta cũng thấy phần sứ mạng của dân sự Đức Chúa Trời, là phải sống sao cho thu hút thế giới bên ngoài và kéo người khác đến tìm gặp Ngài.

Một hôm Chúa Giê-xu nói với một nhóm môn đồ lếch thếch và có lẽ khá kinh ngạc, rằng "Các ngươi là ánh sáng của thế gian." Hãy tưởng tượng sự ngạc nhiên mà câu Kinh thánh này mang lại trên nhóm người vốn biết những câu Kinh thánh như Ê-sai 58 và 60 rất rõ - chưa kể đến điều Đức Chúa Trời đã phán với Đầy tớ Ngài - người sẽ là hiện thân của chính sứ mạng dành cho Y-sơ-ra-ên ấy

> Ta cũng sẽ khiến con làm ánh sáng cho các nước,
>
> để đem sự cứu rỗi của Ta đến tận cùng trái đất. (Ê-sai 49:6)

Rồi Chúa Giê-xu tiếp tục giải thích chính xác ý Ngài muốn nói qua cụm từ làm ánh sáng đó. Sau đây là câu phát biểu về sứ mạng giống như bất kỳ câu phát biểu nào khác:

Các con là ánh sáng cho thế gian. Một cái thành xây trên núi thì không thể bị che khuất được. Không ai thắp đèn mà lại đặt dưới cái thùng, nhưng đặt trên chân đèn để nó soi sáng mọi người trong nhà. Cũng vậy, ánh sáng của các con phải chiếu sáng trước mặt mọi người, để họ thấy những việc làm tốt đẹp của các con và ca ngợi Cha các con ở trên trời. (Mat 5:14–16)

Môn đồ của Đấng Christ phải chiếu ra ánh sáng thấy được và hấp dẫn, ánh sáng đó được tạo thành từ những "việc lành". Phẩm chất của ánh sáng đạo đức ấy phải thu hút mọi người đến với chính Đức Chúa Trời, để Ngài được vinh hiển. Đó là toàn bộ động lực giống như trong các phân đoạn Cựu Ước chúng ta đã quan sát ở trên. Và cũng chính là lực thúc đẩy Phi-e-rơ, người đã từng nghe lời dạy từ Chúa Giê-xu, truyền lại trong thư tín của chính ông (1 Phi 2:12).

Dĩ nhiên, trong cùng một chương, Chúa Giê-xu cảnh báo các môn đồ Ngài rằng nếu họ sống nếp sống của vương quốc Đức Chúa Trời, thì họ cũng sẽ bị bách hại. Nhưng bên cạnh hiện thực là sự bách hại, chúng ta cũng phải đặt lời dạy về nét chói sáng đầy hấp dẫn của sứ mạng trong thế gian với tính chất giống như Đấng Christ về mặt đạo đức.

Hội thánh trong Công Vụ Các Sứ Đồ chắc chắn đã bị bách hại. Nhưng Lu-ca ký thuật rằng hội thánh đó cũng thu hút được sự chấp nhận và được sự ưu ái ở một vài khu vực. Và ông cụ thể để cập điểm này sau khi bình luận về phẩm chất cuộc sống xã hội lẫn kinh tế của nơi đó. Khi chăm lo cho nhau và bảo đảm không có người khó khăn giữa vòng họ, các tín hữu đầu tiên còn bày tỏ phẩm chất mới trong cách sống, tạo nên sức hấp dẫn mạnh mẽ. Chính phẩm chất của đời sống đã cũng cố cho lời truyền giảng Phúc âm của các sứ đồ, khiến càng thêm có đông người gia nhập hội thánh.

> Chúng ta được sai phái đi vào thế gian, giống như Chúa Giê-xu, để phục vụ. Bởi lẽ đây là cách vô cùng tự nhiên bày tỏ tình yêu của chúng ta đối với người lân cận. Chúng ta yêu thương. Chúng ta ra đi. Chúng ta phục vụ. Và trong việc làm này, chúng ta không hề có (hoặc không nên có) bất cứ động cơ kín giấu nào. Đúng, Phúc âm thiếu đi tính chất mắt thấy nếu chúng ta chỉ rao giảng, và thiếu tính đáng tin nếu chúng ta là người rao giảng lại chỉ quan tâm tới linh hồn mà không lo cho phúc lợi của thân thể con người, cho hoàn cảnh và cho cộng đồng. Thế nhưng lý do để chúng ta chấp nhận trách nhiệm xã hội trước tiên không phải nhằm mang lại cho Phúc âm tính mắt thấy hoặc tính đáng tin cậy, mà đúng hơn, mang lại tình thương giản đơn không màu mè, phức tạp. Tình yêu chẳng cần phải tự thanh minh, nó chỉ tự biểu lộ chính mình qua sự phục vụ bất cứ khi nào nó nhìn thấy nhu cầu.

John Stott[8]

Tất cả tín hữu đều hiệp lại với nhau và lấy mọi vật làm của chung. Họ bán hết tài sản, của cải mình có mà phân phát cho nhau tùy theo nhu cầu của mỗi người. Ngày nào họ cũng chuyên tâm đến đền thờ; và từ nhà này đến nhà khác, họ bẻ bánh và dùng bữa cùng nhau với lòng vui vẻ chân thành, ca ngợi Đức Chúa Trời và *được ơn trước mặt mọi người*. Mỗi ngày, Chúa thêm số người được cứu vào Hội thánh. (Công Vụ 2:44–47 tôi chú ý in nghiêng)

Phao-lô cũng xem hành vi Cơ Đốc là ánh sáng chiếu rọi trong thế gian tăm tối, có lẽ ông đang nghĩ tới điều Đa-ni-ên nói về các tín hữu khôn ngoan dắt đưa nhiều người về sự công chính (Đa 12:3):

Hãy làm mọi việc không một tiếng cằn nhằn hay lưỡng lự, để anh em trở nên không chỗ trách được và thanh sạch, là "con cái toàn hảo của Đức Chúa Trời giữa một thế hệ xảo quyệt và sa đọa." *Rồi anh em sẽ chiếu rạng giữa vòng họ như ngôi sao trên trời trong lúc anh em nắm chặt lời của sự sống* (Phi-líp 2:14–16 chú ý in nghiêng).

Phi-e-rơ không ngụ ý những người vợ Cơ Đốc có chồng chưa tin cần phải để cho mình *xấu xí*, khi bảo họ đừng xem sắc đẹp nằm ở việc thay đổi kiểu tóc hay đeo vòng vàng nữ trang. Đúng hơn, ông muốn sắc đẹp của họ (và ông bảo đảm là họ *đẹp*) chiếu sáng qua tâm tính cùng cách cư xử, để có thể "thuyết phục" chồng họ tin Đấng Christ (1 Phi 3:1–4). Đó mới chắc chắn là vẻ đẹp quan trọng nhất của họ.

Tóm Lược

Nhưng chúng ta phải kết thúc chương này nơi chúng ta đã bắt đầu, với những người nô lệ cùng sức mạnh đáng kể mà họ đã có, theo Phao-lô, để tô điểm lên giáo lý cứu rỗi (Tít 2:9–10). Một đặc quyền quá hấp dẫn! Công tác rao truyền Phúc âm của hội thánh dạy cho thế gian biết Đức Chúa Trời là Đấng Cứu Thế, chứ không phải hoàng đế La Mã (người tự xưng mình như vậy), còn Chúa Giê-xu là Đấng Mê-si-a của Y-sơ-ra-ên. Chuyện đùa chăng? Toàn bộ sự việc thật lố bịch đối với công dân sành điệu La Mã, cho tới lúc họ thấy có thay đổi trong đám nô lệ của mình (nhiều người đã cải đạo sang Cơ Đốc giáo thời đầu). Nếu nô lệ được biến đổi trong cách ứng xử, thì hẳn là có điều hấp dẫn trong lời dạy ấy.

Vì vậy, Phao-lô tiếp tục lời khuyên tổng quát gửi tới mọi Cơ Đốc nhân, bảo họ sống đáp ứng với ân điển cứu rỗi của Đức Chúa Trời khi chúng ta sống giữa hai lần "hiển linh" - tức là giữa lần "hiện ra" thứ nhất của Đấng Christ để cứu rỗi với lần "hiện ra" thứ hai của Ngài trong sự vinh hiển.

Vì ân điển của Đức Chúa Trời dành cho mọi người đã được bày tỏ. Ân điển đó dạy chúng ta từ bỏ sự không tin kính và dục vọng trần gian để sống một cách tiết độ, công chính và tin kính trong đời này, đang khi chờ đợi niềm hy vọng phước hạnh và sự xuất hiện vinh quang của Đức Chúa Trời vĩ đại, cũng là Cứu Chúa chúng ta là Đức Chúa Giê-xu Christ, là Đấng đã hi sinh vì chúng ta để chuộc chúng ta khỏi mọi gian ác, và tinh luyện chúng ta thành một dân thuộc riêng về Ngài là dân *sốt sắng làm các việc lành*. (Tít 2:11–14, chú ý in nghiêng)

Nhưng nó có hiệu quả không? Liệu việc lành có đủ năng quyền biến đổi và thu hút như Chúa Giê-xu, Lu-ca, Phao-lô và Phi-e-rơ nói với chúng ta hay không? Liệu việc lành có thực sự góp phần vào, chứ chưa nói tới tạo nên, sứ mạng hay không? Đây là ý kiến của John Dickson.

Nói theo cách con người, thì không ai nghĩ có thể khiến muôn dân thờ phượng Đức Chúa Trời chỉ nhờ việc lành. Trên đời này làm gì "việc lành" có thể thay đổi cả một vương quốc hùng mạnh như Đế quốc La Mã, nói gì đến toàn thế giới? Mặc dù khó có thể nghe lọt tai vào thời đó, nhưng lời kêu gọi làm ánh sáng trần gian của Chúa Giê-xu được các môn đồ Ngài tiếp nhận cách nghiêm túc. Họ đã sống tận hiến với những hành động tin kính vô cùng anh dũng. Họ yêu kẻ thù, cầu nguyện cho kẻ bách hại và chăm lo cho kẻ nghèo mỗi khi gặp.

Chúng ta biết rằng hội thánh Giê-ru-sa-lem lập một bảng phân công việc chăm lo, phân phát thực phẩm hằng ngày cho người cơ cực giữa vòng họ - không ít hơn bảy nhà lãnh đạo Cơ Đốc được chỉ định quản lý chương trình hỗ trợ này (Công 6:1–7). Sứ đồ Phao-lô, có lẽ là nhà truyền giáo/truyền giảng Phúc âm lừng danh nhất, đã rất gắn bó với những việc lành này. Để đối phó với cơn đói kém từng hoành hành Pa-lét-tin giữa năm 46–48 SC, Phao-lô đã một mình lãnh đạo chương trình cứu trợ quốc tế kéo dài cả một thập niên, để giúp người Pa-lét-tin nghèo đói. Đi tới đâu, ông cũng yêu cầu các hội thánh Ngoại bang đóng góp bất kỳ thứ gì trong khả năng cho người nghèo tại Giê-ru-sa-lem.

"Việc lành" Cơ Đốc giáo kéo dài thật lâu sau kỷ nguyên Tân Ước. Thí dụ, chúng ta biết khoảng 250 SC., cộng đồng Cơ Đốc nhân tại La Mã đã hỗ trợ cho 1.500 người khốn cùng mỗi ngày. Toàn bộ các hội thánh vùng Địa Trung Hải tổ chức các chương trình hỗ trợ thực phẩm, mở các bệnh viện và cô nhi viện. Những nơi này được lập ra nhằm giúp đỡ cho cả tín hữu lẫn người ngoại.

Đây là một sự đổi mới. Các sử gia thường chỉ vào Y-sơ-ra-ên thời xưa như là xã hội đầu tiên đưa ra một hệ thống phúc lợi toàn diện chăm lo cho người nghèo và thành phần cơ nhỡ bên trong cộng đồng. Cơ Đốc nhân được thừa hưởng truyền thống này nhưng mở rộng ra cho người Do Thái lẫn Ngoại bang, cho tín hữu lẫn người chưa tin.

Kết quả ra sao? Trong vòng hai thế kỷ rưỡi, Cơ Đốc nhân đã phát triển từ một nhóm vài trăm người Do Thái Pa-lét-tin thành một lực lượng xã hội trong lịch sử thế giới. Thật ra, ảnh hưởng của việc lành của người Cơ Đốc thật lớn lao tới mức vào thế kỷ thứ tư, hoàng đế Julian (331–363 SC) lo sợ rằng Cơ Đốc giáo có thể mãi mãi chiếm trọn thế giới nhờ việc lành.[9]

Đáng buồn là lo sợ của Hoàng đế Julian được minh chứng là không có cơ sở thực tế. Nhưng nếu ông đúng thì sao?

Câu Hỏi Liên Quan

1. Có người nói rằng trong khi Đức Chúa Trời muốn đời sống của dân sự Ngài thúc đẩy người ngoại thắc mắc, thì hội thánh ngày nay chỉ gây ra nghi ngờ. Bạn nghĩ người khác đang thắc mắc gì khi họ quan sát cuộc sống của bạn hoặc cách sống của hội thánh bạn?
2. Ai là người "ngoài" đối với cộng đồng của bạn? Bạn nghĩ họ đang "tìm kiếm Đức Chúa Trời" theo cách nào, cách có ý thức hay theo cách nào khác? Bài cầu nguyện của Sa-lô-môn dạy chúng ta điều gì về cách phải cầu nguyện cho cộng đồng đó và cách sống trong mối liên hệ với họ?
3. Hình ảnh Đức Chúa Trời "mặc" Y-sơ-ra-ên như một chiếc áo ảnh hưởng thế nào đến cách bạn hiểu về tầm quan trọng của việc Cơ Đốc nhân trung thành với giao ước?
4. Có thể Chúa Giê-xu nghĩ tới Ê-sai 58–60 khi Ngài mô tả môn đồ là "ánh sáng của thế gian" và bảo họ phải "chiếu sáng." Đọc lại Ê-sai 58 (nguyên cả đoạn, nhưng lưu ý các câu 8 và 10) rồi suy ngẫm ý nghĩa cơ bản của phân đoạn ngày hôm nay.

---

[9]John Dickson, *The Best Kept Secret of Christian Mission: Promoting the Gospel with More Than Our Lips* (Grand Rapids: Zondervan, 2010), 92–93.

Phần Tạm Ngưng: Dừng Lại Để Suy Nghĩ

Chúng ta đã đi được nửa đường trong hành trình qua sách này, cho nên đây có vẻ là lúc thích hợp để nghỉ mệt và nhìn lại quãng đường mình đã đi qua, nhớ lại quang cảnh mình đã ngắm và chuẩn bị cho quãng đường phía trước.

Chúng ta đã dùng tựa đề *Sứ Mạng Của Con Dân Chúa* để đặt ra hai câu hỏi nền tảng về bản thân: "Chúng ta là ai và có mặt trên đời để làm gì?" Cho đến lúc này, điểm nhấn chính yếu chúng ta tìm được trong rất nhiều phân đoạn Kinh thánh nói về con dân Chúa là việc họ được tạo dựng và được kêu gọi *sống* theo những cách cụ thể trong mối liên hệ với Đức Chúa Trời, với thế gian và với người khác.

Chúng ta đã học được điều gì cho đến giờ phút này?

Chúng ta bắt đầu trong chương 2 bằng cách nhận biết tầm quan trọng của việc đọc toàn bộ Kinh thánh như là câu chuyện về sứ mạng của Đức Chúa Trời, từ công cuộc tạo dựng cho tới công cuộc tạo dựng mới, và nhìn biết chúng ta hiện hữu trong tư cách dân của Chúa bên trong câu chuyện lớn đó, để phục vụ cho mục đích của Đức Chúa Trời trong chính công cuộc tạo dựng và giữa vòng muôn dân. Không hẳn là Đức Chúa Trời có một sứ mạng cho hội thánh của Ngài mà Đức Chúa Trời có một hội thánh cho sứ mạng của Ngài. Chúng ta hiện hữu để phục vụ sứ mạng của Đức Chúa Trời. Đó là lý do khiến việc nhận biết sứ mạng đó là gì dựa theo toàn bộ Kinh thánh Ngài đã ban cho chúng ta là điều quan trọng.

Sau đó, trong chương 3, chúng ta chú ý cách Kinh thánh mở đầu và kết thúc - bằng sự tạo dựng. Dù là dân của Đức Chúa Trời, chúng ta vẫn là con người, được ủy thác để phục vụ và săn sóc trái đất mà Ngài đã đặt chúng ta trong đó. Đó là một phần trong sứ mạng của chúng ta, phát xuất từ chính bản chất con người trong chúng ta. Nhưng phần đó cũng hướng lên và hướng tới sự cứu chuộc muôn vật. Chúng ta không được cứu *ra khỏi* cõi thọ tạo mà đúng hơn chính cõi thọ tạo sẽ được chuộc *cùng với chúng ta.*

Từ việc khám phá giao ước giữa Đức Chúa Trời với Áp-ra-ham trong chương 4, chúng ta biết rằng tác nhân chính trong sứ mạng của Đức Chúa Trời chính là con dân Chúa. Nhằm mang phước hạnh đến cho muôn dân, Đức Chúa Trời đã tạo ra một dân tộc cho Áp-ra-ham, và trong Đấng Christ, chúng ta thuộc về dân tộc đó. Lý do cho sự hiện hữu của chúng ta và sứ mạng được giao cho chúng ta trong vai trò Cơ Đốc nhân về nguyên tắc là một với lý do cho sự hiện hữu và sứ mạng của Y-sơ-ra-ên thời Cựu Ước.

Từ Sáng Thế Ký 18:19, chúng ta đã biết qua chương 5 rằng Đức Chúa Trời đòi hỏi dân tộc của Áp-ra-ham (bao gồm mọi người trong Đấng Christ) phải đi theo đường lối của Chúa bằng cách làm điều công chính và ngay thẳng để Đức Chúa Trời giữ lời hứa ban phước cho muôn dân. Cách chúng ta sống (đạo đức) là cầu nối giữa việc chúng ta chọn và việc chúng ta được dự phần vào sứ mạng của Đức Chúa Trời.

Từ câu chuyện xuất hành trong chương 6, chúng ta hiểu đầy đủ hơn về ý tưởng cứu chuộc của Đức Chúa Trời, và chúng ta không nên đánh mất các chiều kích khái quát đó khi chúng ta nhìn thấy Đức Chúa Trời, Đấng Cứu Chuộc, hoàn tất công tác giải phóng chúng ta cách toàn diện qua thập tự giá cùng sự sống lại của Đấng Christ. Những người được Đức Chúa Trời cứu chuộc, sau đó được kêu gọi, phản chiếu hành động cùng động cơ phía sau của Ngài bằng cách sống với tinh thần được chuộc trong thế gian qua cách chúng ta cư xử với người khác.

Dựa trên Xuất Ê-díp-tô Ký 19 và Lê-vi Ký 19, chúng ta thấy trong chương 7 *nhân thân* của Y-sơ-ra-ên (là một vương quốc thầy tế lễ) bao gồm một *sứ mạng* (ban phước lành cho muôn dân bằng cách đem Đức Chúa Trời đến cho muôn dân và đem muôn dân về với Đức Chúa Trời). Đó cũng là sứ mạng của con dân Chúa trong Đấng Christ, là bằng chứng sống động về Đức Chúa Trời hằng sống. Và *sứ mạng* của Y-sơ-ra-ên đòi hỏi *đạo đức* (làm một dân thánh, nghĩa là về cơ bản phải khác hẳn với các dân chung quanh). Đó cũng là đòi hỏi ẩn giấu trong sứ mạng của chúng ta. Chúng ta được kêu gọi là một dân khác biệt. *Không có sứ mạng Cơ Đốc nào không đòi hỏi đạo đức Cơ Đốc.*

Sống nếp sống phản chiếu bản tính của Đức Chúa Trời hẳn sẽ khiến con dân Chúa có sức thu hút, giống như chính Chúa vậy. Vì thế trong chương 8, chúng ta đã tìm hiểu nhiều chỗ trong Kinh thánh nói rằng con dân Chúa có nhiệm vụ thu hút người khác đến với Đức Chúa Trời, để nhận phước hạnh cùng sự cứu rỗi của Ngài. Ẩn dụ có tác động mạnh mẽ nhất là ánh sáng, được dùng vừa để làm dấu hiệu cho tin mừng vui hoan hỉ về sự cứu rỗi mà Đức Chúa Trời mang lại khi Ngài đến, vừa là hình ảnh về phẩm chất biến đổi thế gian trong nếp sống cùng việc làm của những người đến với và sống trong ánh sáng đó.

Bởi thế bây giờ đã quá rõ rằng sứ mạng của con dân Chúa trong Kinh thánh là: *trở thành* dân theo như Đức Chúa Trời định và để *làm* những việc

Đức Chúa Trời kêu gọi chúng ta làm. Chúng ta có một cuộc đời để sống, mà nếu chúng ta không sống đúng là dân của Chúa thì chẳng còn gì để nói thêm nữa.

Dĩ nhiên là chúng ta cũng được kêu gọi để lên tiếng và nói ra. Có một thông điệp cần được truyền đạt. Có một lời cần phải được nghe. Có một chân lý cần được biết đến và lưu truyền. Có một tin vui cần được chia sẻ!

Vậy là chúng ta đang đi đến nửa sau của cuốn sách, là một trong những chủ đề chính của chúng ta. Chúng ta sẽ tìm hiểu các chủ đề lớn về sứ mạng "làm chứng nhân" (chương 10) và "rao giảng Phúc âm" (chương 11), rồi sẽ khám phá (có lẽ trước sự kinh ngạc của chúng ta) ra rằng cả hai đều bắt nguồn từ Cựu Ước (đó là giá trị của việc nghiên cứu thần học thánh kinh cho đời sống). Những con người trong Kinh thánh được "sai phái" để làm cả hai công tác trên, kèm theo vô vàn "sứ mạng" khác - dù họ được sai phái trực tiếp bởi Đức Chúa Trời hay là bởi hội thánh.

Do từ *sứ mạng* bắt nguồn từ từ vựng La-tinh, mang nghĩa "sai phái", nên chúng ta sẽ cũng tìm hiểu về chủ đề này (chương 12). Nhưng trong trường hợp chúng ta vẫn cứ nghĩ sứ mạng chỉ dành cho các giáo sĩ (theo nghĩa đen là những người được sai phái đến một nền văn hóa khác), thì chúng ta cũng sẽ suy nghĩ về sứ mạng của tất cả mọi người (nghĩa là đa số chúng ta) đang sống và làm việc trong diễn đàn cuộc sống và công việc bình thường ngoài đời (chương 13). Sau cùng, trong phần này, chúng ta sẽ tự nhắc mình rằng mục tiêu của mọi sứ mạng vẫn là dâng vinh quang cho Đức Chúa Trời; cho nên trong chương 14 chúng ta sẽ thấy sự ngợi khen và cầu xin cũng là những hành động mang tính sứ mạng của con dân Chúa ra sao.

Tuy nhiên, nền tảng cho mọi chiều kích này trong sứ mạng của chúng ta vẫn là phải biết Đức Chúa Trời là Đấng chúng ta rao giảng và chúng ta phải hoàn toàn cam kết trung thành vô điều kiện với Ngài. Chúng ta sẽ thấy trong chương sau rằng đây là điều đòi hỏi ở Y-sơ-ra-ên thời Cựu Ước, và đã được minh chứng cách đắc thắng qua lời chứng can đảm của các sứ đồ về tính độc nhất vô nhị của Chúa Giê-xu Christ.

9

Những Người Biết Đức Chúa Trời Và Chúa Cứu Thế Hằng Sống Duy Nhất

Biết Đức Chúa Trời là một trong những chủ đề phổ biến trong thần học thánh kinh. Nhiều người từng viết cả một cuốn sách về đề tài này.[1] Nhưng chúng ta có thể bị cám dỗ thắc mắc điều đó có liên quan gì tới sứ mạng của con dân Chúa. Biết Chúa có vẻ liên hệ đến lòng tận hiến và kinh nghiệm thuộc linh cá nhân hơn là đến sứ mạng. Nhưng suy nghĩ như thế chỉ cho thấy chúng ta đã quá cá nhân hóa và xem đức tin Cơ Đốc là chuyện riêng tư, và do đó cần được thần học thánh kinh sửa sai - nhất là thần học thánh kinh áp dụng vào sứ mạng của con dân Chúa.

Trong Kinh thánh, đúng là biết Chúa là một kinh nghiệm cá nhân sâu sắc, nhưng không hề chỉ là việc riêng tư và không bao giờ chỉ là vấn đề thuộc linh mà thôi. Việc nhận biết Chúa vừa có thể tạo ra sự phấn khích, hân hoan vừa có thể gây ra sự tổn hại, tùy thuộc tình trạng cuộc sống của bạn khi cuộc gặp gỡ Chúa ấy diễn ra. Khi toàn bộ cộng đồng được kêu gọi biết Đức Chúa Trời, như Y-sơ-ra-ên thời Cựu Ước, thì đó là một mục tiêu xã hội bao quát, không chỉ là một huy hiệu tôn giáo trên danh nghĩa quốc gia.

Và trên hết, biết Chúa là một trách nhiệm. Hiểu biết này tạo ra một mục tiêu, một sứ mạng.

Điều liên quan đến tất cả kinh nghiệm về Đức Chúa Trời phù hợp với Kinh

---

[1] Dĩ nhiên, tác phẩm kinh điển ấy là của J. I. Packer, *Knowing God* (Downers Grove, IL: IVP, 1979). Xem thêm Christopher J. H. Wright, *Knowing Jesus through the Old Testament* (Oxford: Monarch, and Downers Grove, IL: IVP, 1992); cùng tác giả, *Knowing the Holy Spirit through the Old Testament* (Oxford: Monarch, and Downers Grove, IL: IVP, 2006); và cùng tác giả, *Knowing God the Father through the Old Testament* (Oxford: Monarch, and Downers Grove, IL: IVP, 2007).

thánh ấy là kinh nghiệm đó không bao giờ chỉ "mang tính nội động" (điều xảy ra cho bạn rồi dừng lại ở đó). Kinh nghiệm ấy luôn luôn có lực "ngoại động" (nó phải ảnh hưởng trên ai đó hoặc trên một điều gì khác). Chúng ta đã thấy điều này trong vài chương trước. Nếu Đức Chúa Trời ban phước cho bạn, ấy là để bạn có thể mang phước hạnh cho người khác. Nếu Đức Chúa Trời chuộc bạn, ấy là để bạn có thể bày tỏ ân điển cứu chuộc cho người khác. Nếu Đức Chúa Trời yêu bạn, ban cơm ăn áo mặc cho bạn, ấy là để bạn cũng ra đi và làm như thế cho người khác. Nếu Đức Chúa Trời đưa bạn vào vùng ánh sáng cứu rỗi, ấy là để bạn có thể chiếu ra ánh sáng thu hút người khác tới cùng một chỗ đó. Nếu bạn vui hưởng ơn tha thứ của Đức Chúa Trời, hãy bảo đảm bạn cũng tha thứ người khác. Và cứ tiếp tục như thế.

Theo ý nghĩa này, *toàn bộ* thần học thánh kinh của chúng ta đều, hoặc phải, mang tính sứ mạng. Trên định nghĩa, thần học thánh kinh là "thần học cho cuộc sống".

Cũng vậy, biết Chúa tức là nhận lấy thách thức tỏ bày về Chúa cho người khác. Đó là được ký thác với sự hiểu biết rằng Đức Chúa Trời muốn ta chia sẻ về Ngài. Đó là điều làm cho sự hiểu biết Đức Chúa Trời có tính sứ mạng. Bởi lẽ đằng sau toàn bộ sứ mạng của chúng ta là quyết định không chuyển lay để tỏ bày Chúa ra cho toàn thể tạo vật biết rằng Ngài là Đức Chúa Trời hằng sống. Ý muốn được mọi người biết đến của Đức Chúa Trời là điều khiến cho sứ mạng của chúng ta không chỉ mang tính mệnh lệnh mà còn mang tính khả thi.[2]

> Toàn bộ nỗ lực truyền giáo của chúng ta nhằm bày tỏ về Đức Chúa Trời phải được đặt trong bộ khung trước đó là ý muốn được mọi người biết đến của Đức Chúa Trời. Chúng ta đang tìm cách hoàn thành điều chính Đức Chúa Trời muốn xảy ra. Điều này vừa khiến ta hạ mình vừa làm ta an tâm. Hạ mình ở chỗ nó nhắc nhở chúng ta rằng mọi nỗ lực của chúng ta đều vô ích nếu nó không phải là quyết tâm để Chúa được biết đến. Chúng ta không phải là người khởi xướng sứ mạng bày tỏ Đức Chúa Trời cho muôn dân, cũng không có quyền quyết định cách nào để hoàn thành mỹ mãn sứ mạng này hoặc khi nào là đúng lúc để hoàn thành. Nhưng nó cũng làm chúng ta an tâm bởi lẽ chúng ta biết đằng sau mọi nỗ lực trong dò dẫm cùng cách truyền đạt luôn thiếu sót của chúng ta vẫn là ý muốn tối thượng của Đức Chúa Trời hằng sống, ý muốn chạm tới chúng ta bằng sự tự mạc khải , vui lòng mở mắt cho kẻ mù lòa và tỏ bày vinh quang Ngài qua kho báu Phúc âm dồn chứa trong những bình bằng đất, tức những chứng nhân của Ngài, một cách lạ thường.

---

[2]Quyết định của Đức Chúa Trời duy nhất hằng sống rằng toàn thể tạo vật phải biết đến Ngài là động lực chính cho sứ mạng theo Kinh thánh. Tôi có thảo luận chi tiết vấn đề nầy trong *The Mission of God*, 73–135.

Christopher Wright[3]

Vì vậy, trong chương này chúng ta sẽ xem xét hai phân đoạn Kinh thánh trong đó những người đã biết Đức Chúa Trời, hoặc biết điều gì đó thật độc đáo và thú vị về Đức Chúa Trời, đối diện với thách thức từ sự hiểu biết đó cùng những hàm ý sứ mạng trong việc làm quản gia của tri thức đó. Chúng ta cũng sẽ không làm như thường lệ là xem xét bản văn Cựu Ước trước, rồi mới chuyển qua Tân Ước. Lần này chúng ta sẽ xem đi xem lại thật kỹ càng hai bản văn này, tìm xem các mối liên hệ và sự cộng hưởng giữa Cựu và Tân Ước, rồi xây dựng thần học thánh kinh từ cả hai bản văn đó.

Hai bản văn ở đây của chúng ta là Công Vụ 4:1–22 và Phục Truyền 4:32–39. Sẽ hữu ích nếu đọc cả hai bản văn này, xong đoạn này rồi sang đoạn kia và cứ để mở cả hai đoạn. Như vậy sẽ ổn.

Ngữ Cảnh Đầy Thách Thức

Có thể chúng ta sẽ thắc mắc hai bản văn này có điểm chung nào với nhau hoặc với sứ mạng của con dân Chúa – khi đó hoặc bây giờ. Trả lời: ngữ cảnh của cả hai trường hợp là ngữ cảnh xung đột và thách thức. Có sự xung đột về ý tưởng, thế giới quan và lòng nhiệt thành tôn giáo.

Trong Công Vụ Các Sứ Đồ, một mặt xung đột này là xung đột giữa những người xưng nhận rằng Chúa Giê-xu ở Na-xa-rét là Đấng Mê-si-a, rằng dù đã bị đóng đinh chỉ một vài tuần đây thôi, thì nay Ngài đã sống lại và được tôn xưng là Chúa, còn mặt khác là những người bác bỏ ý kiến đó vì cho rằng nó là chuyện nhảm nhí tai hại.

Trong Phục Truyền Luật Lệ Ký, xung đột giữa đức tin của Y-sơ-ra-ên đặt trên Gia-vê là Đức Chúa Trời của giao ước và Chúa duy nhất của họ với tôn giáo và văn hóa đa thần của Ca-na-an ngay trước mắt họ.

Trong cả hai trường hợp, người phát ngôn trong cả hai bản kinh văn đều đang nói về những sự kiện độc nhất vô nhị mà người ta vừa chứng kiến và dẫn tới một kết luận cụ thể về Đức Chúa Trời - những điều cần được biết đến và cần được rao báo. Và trong cả hai trường hợp đều có lời tuyên bố hoặc về Chúa Giê-xu hoặc về Đức Chúa Trời của Y-sơ-ra-ên, được trình bày với nội dung dứt khoát và có ý nghĩa toàn cầu.

Trong thế giới ngày nay, bối cảnh sứ mạng của chúng ta cũng thách thức không kém. Đức tin Cơ Đốc đòi hỏi phải bày tỏ danh tính cùng tính độc đáo của nó trước mọi lời xưng nhận đối địch và trước mọi sự trung thành - từ các niềm tin tôn giáo khác, hoặc từ chủ nghĩa vô thần đang trỗi dậy.

Giống như trong thời các sứ đồ, ngày nay cũng có nhiều người không nhận Giê-xu là Cứu Chúa và là Chủ duy nhất. Thậm chí có nhiều người còn chưa từng nghe về Chúa Giê-xu, nói chi đến việc có thể đưa ra quyết định như thế về những lời tuyên bố của Ngài. Và giống như trong thời Phục Truyền Luật Lệ Ký, con dân Chúa bị vây quanh bởi nhiều nền văn hóa phô bày đủ loại thần tượng do con người nghĩ ra. Sức mạnh cám dỗ khốc liệt của thế gian chung quanh chúng ta khiến cho lòng trung thành với một Đức Chúa Trời hằng sống duy nhất trở thành một thách thức quá lớn. Giống như Y-sơ-ra-ên thời xưa, chúng ta còn không nhận ra được chủ nghĩa hòa đồng tôn giáo mà mình có thể dễ dàng ngã vào, hoặc nhận ra việc "thờ các thần của những người chung quanh" dễ dàng làm sao.

> Bây giờ tôi ước gì lúc đó mình đã đem nó tới quầy thanh toán, trả tiền xong, rồi đóng dấu vào đó trước khi rời khỏi nhà sách của một hội thánh Cơ Đốc nơi tôi nhìn thấy nó. Nó khiến tôi kinh hãi như một sản phẩm của thuyết hổ lốn báng bổ. Nó là một bức tượng thánh giá nhỏ, được gói bằng lá cờ Mỹ. Không rõ những người làm ra nó nghĩ gì? Người mua nó sẽ đọc thấy thông điệp nào từ bức tượng nhỏ này? Dường như bức tượng này muốn nói: "Bạn có thể có được thập tự giá của Chúa Giê-xu, và mọi tội của bạn đều được tha và nó còn được gói kín bằng lòng yêu nước nữa. Bạn không cần phải nghĩ rằng thập tự giá có thể cắt ngang chính điều mà lòng yêu nước của bạn tôn sùng, hoặc thập tự giá là nơi những nhà ái quốc thời Chúa Giê-xu treo những kẻ phản quốc và khủng bố lên."
>
> Hay tượng này muốn nói rằng: "Chúa Giê-xu đã chết cho người Mỹ." Đúng, nhưng chẳng phải Ngài cũng đã chết thế con người thuộc mọi dân tộc, mọi ngọn cờ cũng như mọi người chẳng thuộc ngọn cờ nào sao? Nói cách khác, ngay cả lối giải thích thân thiện nhất về một biểu tượng như thế cũng gây rắc rối. Đó là thuyết hổ lốn: pha trộn sự thờ phượng lẽ ra phải dành cho Đức Chúa Trời hằng sống của Kinh thánh với mọi thứ tình thương và lòng trung thành khác. Đây không phải là điều chỉ có ở nước ngoài, với "những tôn giáo khác" mà thôi.

Trong những bối cảnh như vậy, chúng ta được truyền phải nhận ra điều chúng ta biết và cả Đấng chúng ta biết, và trở thành chứng nhân cho cả hai. Đó chính là lý do khiến cho việc biết Đức Chúa Trời và đối với chúng ta là biết Chúa Giê-xu Christ trở thành một thực tại mang tính sứ mạng đúng nghĩa.

Công Vụ Các Sứ Đồ - Chúng Ta Vừa Thấy Một Người Đứng Dậy Được

Trong Công Vụ Các Sứ Đồ 3, Lu-ca kể cho chúng ta câu chuyện một người bị què suốt đời và sống bằng của bố thí từ những người đến đền thờ để thờ phượng đã được Phi-e-rơ và Giăng nhân danh Chúa Giê-xu chữa lành. Nắm bắt ngay cơ hội để truyền giảng Phúc âm trước sự kinh ngạc của đám đông, Phi-e-rơ phủ nhận công lao của bản thân cũng như của Giăng và giải thích rằng Chúa Giê-xu ở Na-xa-rét (không ai khác hơn là Đấng mà họ đã đóng đinh trước đó vài tuần) mới thực sự là Đấng Mê-si-a mà Đức Chúa Trời đã hứa với tổ phụ họ. Nhưng bây giờ Đức Chúa Trời đã minh oan cho Ngài bằng việc kêu Ngài từ kẻ chết sống lại, qua đó Ngài giữ lời hứa với Áp-ra-ham. Việc chữa lành người què là dấu chỉ về điều Đức Chúa Trời có thể làm cho họ về phương diện tâm linh ngay bây giờ. Ngay khi là dân Y-sơ-ra-ên thì phước hạnh của Áp-ra-ham cũng chỉ có thể đến với họ thông qua sự ăn năn và đức tin nơi Chúa Giê-xu.[4]

Công Vụ Các Sứ Đồ chương 4 mô tả chấn động mà sự việc này gây ra cho chính quyền lẫn giáo quyền Do Thái, những con người nghĩ rằng chắc chắn họ đã giải quyết xong kẻ gây rối quê ở Na-xa-rét bằng hành động tàn bạo nhưng lại rất hiệu quả đó. Bởi thế, họ gọi Phi-e-rơ và Giăng đến để kể lại việc đã làm, điều này lại tạo thêm cho Phi-e-rơ cơ hội thứ hai để giảng Phúc âm cứu rỗi qua Chúa Giê-xu Christ (chúng ta sẽ quay lại điểm này sau).

Nhưng một điều mà chính quyền không thể làm đó là phủ nhận chứng cứ mà chính mắt họ cùng toàn cư dân Giê-ru-sa-lem đều nhìn thấy. Anh chàng mà tất cả bọn họ đều thấy ngồi tại cổng suốt bao năm nay giờ đây lại chạy nhảy khắp phố phường và hiện *đang đứng đây* (một tư thế suốt cuộc đời anh, anh chưa bao giờ làm được) trước tòa!

Do nhìn thấy người đã được chữa lành này cùng đứng đó với Phi-e-rơ và Giăng, cho nên họ chẳng nói được gì cả. Thế là họ truyền giải tán phiên tòa để bàn bạc với nhau. Họ hỏi: 'Bây giờ chúng ta sẽ làm sao đây với mấy người này? Mọi người ở Giê-ru-sa-lem đều biết mấy người này đã làm một phép lạ hiển nhiên và *chúng ta không thể chối cãi được*' (Công 4:16; tôi chú ý in nghiêng).

Điều quan trọng trong chuyện kể ở đây chính là Phi-e-rơ rao giảng sự sống lại của Chúa Giê-xu dựa ngay trên việc chữa lành cho người què - nghĩa là một lời chứng từ một sự kiện có thật, không thể chối cãi được. Đối với Phi-e-rơ, việc Chúa Giê-xu sống lại là vấn đề lời chứng tai nghe mắt thấy, cũng giống y như việc người què được chữa lành vậy: "Anh em đã giết Chúa của sự sống,

---

[4]Công Vụ 3:25–26 là đoạn kinh văn quan trọng trong vấn đề tranh cãi ai là con cháu Áp-ra-ham ngày nay. Phi-e-rơ nêu điểm chính là ngay cả phước lành hứa cho Áp-ra-ham cũng chỉ đến với chủng tộc Y-sơ-ra-ên (tức là khi bạn cũng là người Do Thái giống ông) khi họ ăn năn và tin Chúa Giê-xu. Con cháu thuộc thể của Áp-ra-ham không hưởng được lời hứa này; mà đúng hơn là chỉ khi họ đầu phục Chúa Giê-xu thì mới nhận lãnh lời hứa.

nhưng Đức Chúa Trời đã khiến Ngài từ cõi chết sống lại. *Chúng tôi là những nhân chứng cho điều đó*" (Công 3:15; so với 4:2, 9–10, tôi chú ý in nghiêng).

Phi-e-rơ và Giăng nói: "Các ông đã thấy người *được chữa lành bệnh*, và các ông không thể chối cãi được." "Chúng tôi cũng đã thấy một người *từ kẻ chết sống lại*, và chúng tôi cũng không thể chối cãi được chuyện đó." "Vì chúng tôi không thể không nói về những điều mình đã thấy và nghe" (Công 4:20).⁵

Điều quan trọng cần nhớ là toàn bộ đức tin Cơ Đốc của chúng ta đều dựa trên lời chứng về kinh nghiệm lịch sử đã từng được công khai minh chứng, chứ không phải dựa trên suy đoán hay là học thuyết tôn giáo, cho dù có mang tính thuộc linh tới mức nào. Phúc âm là *tin mừng* về một sự kiện đã xảy ra; đó không phải là một *ý kiến hay* hoặc lời khuyên tốt. Chúng ta sẽ quay lại với "toàn bộ nội dung Kinh thánh" và tính năng động của Phúc âm trong vai trò tin mừng trong chương 11.

Phục Truyền Luật Lệ Ký - Bạn Đã Thấy Đức Chúa Trời Hành động

Phục Truyền Luật Lệ Ký trình bày bài giảng của Môi-se trước dân Y-sơ-ra-ên ngay lúc sắp vào đất hứa và nhắc nhở họ về những sự kiện họ đã chứng kiến trong lịch sử:

> Vậy, anh em hãy suy nghĩ về những ngày xa xưa, thời kỳ trước anh em, từ ngày Đức Chúa Trời tạo dựng loài người trên đất; hãy suy nghĩ từ chân trời này đến cuối chân trời kia, có bao giờ xảy ra việc vĩ đại như thế chưa, hay đã từng nghe việc gì tương tự như vậy không? Có dân tộc nào nghe tiếng một vị thần phán từ trong đám lửa, như anh em đã nghe, mà vẫn còn sống không? Hoặc có thần nào bỏ công đi chọn cho mình một dân tộc khác bằng những thử thách, bằng dấu lạ phép mầu, bằng chiến tranh, bằng cánh tay uy quyền dang rộng, bằng những việc kinh thiên động địa, như những gì Giê-hô-va Đức Chúa Trời đã làm cho anh em tại Ai Cập *ngay trước mắt anh em không?*⁶ (Phục 4:32–34, chú ý in nghiêng)

Một kế hoạch khảo cứu cán cân thật sự trong vũ trụ được mường tượng trong câu 32, gói trọn toàn bộ lịch sử nhân loại từ đó cùng toàn khoảng không gian của vũ trụ. Vì vậy mà Môi-se tin chắc rằng những câu hỏi ông sắp đưa ra trong câu 33 và 34 sẽ không có câu trả lời. Môi-se đề cập đến cả sự hiển linh

---

⁵Có lẽ ở đây là Giăng đang nói chứ không phải Phi-e-rơ vì "điều mình đã thấy và nghe" là cách làm chứng tiêu biểu của Giăng (1 Giăng 1:1, 3).

⁶Dĩ nhiên, nói đúng ra, sự việc đã không xảy ra ngay trước mắt của những người đang nghe Môi se nói (ngoại trừ những người lúc đó còn rất nhỏ), bởi lẽ đây là thế hệ sau thế hệ đã ra khỏi Ai Cập. Nhưng Cựu Ước xem các thế hệ như một trong ký ức về lịch sử, và điều chi bậc cha mẹ đã từng chứng kiến, thì bây giờ được xem như những sự kiện đã được công khai chứng nhận cho họ suy nghĩ.

tại Si-nai lẫn sự giải phóng ra khỏi Ai Cập, và ông tuyên bố rằng không điều nào như điều đó từng xảy ra. Điều Đức Chúa Trời đã làm trong sự kiện xuất Ai Cập và tại Si-nai là vô tiền khoáng hậu (nghĩa là Đức Chúa Trời chưa hề làm việc nào như vậy vào bất kỳ thời điểm nào) và vô song (Đức Chúa Trời chưa từng làm việc nào như vậy tại bất kỳ nơi đâu cho bất kỳ nước nào khác).

Như vậy, Môi-se nhấn mạnh rằng kinh nghiệm của Y-sơ-ra-ên là hoàn toàn độc nhất. Đức Gia-vê phán với Y-sơ-ra-ên theo cách chưa có dân nào khác từng kinh nghiệm (xem Thi 147:19–20) và Đức Gia-vê đã chuộc Y-sơ-ra-ên theo cách không một dân nào khác từng được nếm biết (xem A-mốt 3:1–2).

Dĩ nhiên hai sự kiện được Môi-se đề cập này là nền tảng cho địa vị dân giao ước được Đức Chúa Trời cứu chuộc của dân Y-sơ-ra-ên. Đó là sự kết hợp giữa sự kiện cứu rỗi và sự kiện mạc khải.

Cứu Rỗi

Xuất Ai Cập là kinh nghiệm không thể phủ nhận vĩ đại nhất trong tất cả các kinh nghiệm. Mặc dù họ từng làm nô lệ tại Ai Cập, nhưng bây giờ họ là dân tộc tự do đang đứng trên ngưỡng cửa của Đất Hứa. Bất kỳ điều gì họ biết về Đức Gia-vê, Đức Chúa Trời toàn năng giải cứu thì họ cũng đều biết dựa trên nền tảng của sự kiện này.

Sự Mạc Khải

Si-nai từng là kinh nghiệm choáng ngợp về việc Đức Chúa Trời tự mạc khải chính mình. Tại Si-nai, Đức Gia-vê khải thị danh Ngài, bản tính riêng của Ngài, những đòi hỏi đạo đức và cam kết với giao ước của Ngài. Tất cả những điều ấy đều là vấn đề tư liệu, và có một cái hộp khá quan trọng được bọc vàng do người Lê-vi khiêng theo cùng với hai bảng đá bên trong - tức hòm giao ước - là bằng chứng vật lý và là bằng chứng về điều đã xảy ra vào dịp đáng kinh sợ đó.

Vì vậy, *cả hai* bản văn đều liên quan tới dữ kiện, tới những kinh nghiệm đã được công khai chứng kiến, những sự việc không thể phủ nhận, làm nền tảng cho những lời công bố lẫn thách thức theo sau. Điều mà các môn đồ ngày nay biết về Chúa Giê-xu, điều mà dân Y-sơ-ra-ên ngày nay biết về Đức Gia-vê, tất cả đều bắt nguồn từ kinh nghiệm lịch sử.

Vậy thì, khi chúng ta nói về một phần sứ mạng của con dân Chúa, tức là việc chia sẻ điều họ biết về Đức Chúa Trời, thì đó không phải là họ đang đưa ra ý kiến bí truyền hoặc suy đoán cá nhân về Đức Chúa Trời hay đó là kết quả từ cuộc hành hương tâm linh kéo dài nào đó hay là bông trái của nhiều niên kỷ suy tư tôn giáo. Hễ điều gì biết được đều dựa trên cơ sở sự việc đã xảy ra cùng với hiểu biết về chúng được ghi lại cho chúng ta trong Kinh thánh.

Phúc âm mà chúng ta chia sẻ là tin mừng về những sự kiện có thật. Trọng tâm của Phúc âm là "tính chất đã xảy ra". Có câu chuyện để kể, về những con người có thật và trên hết là về thân vị có thật là Chúa Giê-xu ở Na-xa-rét.

Đây là một lý do cho thấy lòng tin quyết vào Kinh thánh cũng là điều quan trọng. Bởi lẽ Kinh thánh là nơi chúng ta có được lời chứng từ những người đã từng kinh nghiệm trực tiếp các sự kiện này. Phi-e-rơ và Giăng có thể nói về "điều chúng tôi đã thấy và nghe", vì họ có mặt tại đó. Chúng ta không thể nói chính xác giống như vậy. Cho nên chúng ta dựa trên lời chứng của họ, và lời chứng đó ở trong Kinh thánh - và thực ra đó chính là lý do mà Giăng viết sách Phúc âm của mình (Giăng 20:30–31; 21:24).

Những Lời Tuyên Bố Không Thỏa Hiệp

Cả hai bản văn đều đi từ sự kiện lịch sử không thể chối cãi ẩn bên dưới từng sự kiện sang lời công bố không thỏa hiệp được đưa ra theo ngôn ngữ không mơ hồ chút nào. Câu nói *"không có... nào khác"* là nét đặc trưng khác cho thấy điểm chung trong cả hai bản văn. Và kết cuộc là dù hai bản văn được viết cách nhau nhiều thế kỷ, thì về thần học thánh kinh, chúng cuối cùng vẫn nói về cùng một nhân vật.

Phục Truyền Luật Lệ Ký - Không Có Đức Chúa Trời Nào Khác

Các câu hỏi tu từ quan trọng của Môi-se đã khẳng định tính độc nhất trong kinh nghiệm của Y-sơ-ra-ên ở Phục Truyền 4:33–34 không nhằm luyến tiếc quá khứ hoặc an ủi để mình cảm-thấy-vui, mà chúng có một thông điệp rõ ràng. Có một điều mà bây giờ Y-sơ-ra-ên buộc phải biết, theo nghĩa họ phải tích cực nhìn nhận và chôn giấu trong lòng lẫn trong cuộc sống:

> Anh em đã chứng kiến những việc đó *để anh em nhận biết* rằng Giê-hô-va là Đức Chúa Trời; ngoài Ngài *không có chúa nào khác.* (Phục 4:35, chú ý in nghiêng)
>
> *Nhận biết* [nghĩa đen là "biết!"] và ghi lòng tạc dạ rằng trên trời cao kia hoặc nơi đất thấp này, Giê-hô-va là Đức Chúa Trời. *Chẳng có chúa nào khác.* (Phục 4:39, chú ý in nghiêng)

Tất cả mọi điều Y-sơ-ra-ên từng một mình kinh nghiệm là nhằm giúp họ học được một điều vô cùng cần thiết - đó là *danh tính* của Đức Chúa Trời hằng sống. Đức Gia-vê, và chỉ một mình Đức Gia-vê mà thôi, là Đức Chúa Trời, và không có chúa nào khác ở bất kỳ nơi đâu trong cõi vũ trụ này. Đây là món hàng mang tính thần học mà đầu máy kéo tu từ đang chuyên chở.

Vì chỉ một mình Y-sơ-ra-ên từng kinh nghiệm những hành động cứu chuộc độc đáo (xuất Ai Cập) cùng sự mạc khải của Đức Chúa Trời (Si-nai), cho nên họ có hiểu biết về Đức Chúa Trời, và sự hiểu biết đó cũng vô song: *"Các ngươi* [đại từ ở đây được nhấn mạnh] *được cho thấy những điều này để [các ngươi] biết."* Trong một thế giới gồm muôn dân *không* biết Đức Gia-vê là Đức Chúa Trời, thì giờ đây Y-sơ-ra-ên là một dân đã được tín thác cho hiểu biết thiết yếu đó.

Y-sơ-ra-ên thời Cựu Ước biết Đức Chúa Trời không giống như các dân khác, vì họ đã từng kinh nghiệm Đức Chúa Trời theo những cách mà không dân nào thời đó có được.

Tuy cách nói "không có thần nào khác" ngay lập tức cho chúng ta biết mình đang đề cập đến điều thường được gọi là "thuyết độc thần Cựu Ước", nhưng điều quan trọng là cần thấy rõ rằng bản văn không hoàn toàn khẳng định bản thân chủ nghĩa độc thần. Môi-se không nói: "Anh em được cho thấy những điều này để biết rằng chỉ có một Đức Chúa Trời." Vấn đề không chỉ là *số học* (có bao nhiêu thần?), mà là *nhân thân* (Đức Chúa Trời hằng sống thực sự là ai?). Tin rằng có một Đức Chúa Trời duy nhất là điều tốt, nhưng như thế thì bạn chẳng hơn gì ma quỉ, như Gia-cơ đã nói (Gia 2:19).

Đức Chúa Trời hằng sống và chân thật là Đức Chúa Trời được mạc khải là Đức Gia-vê, thông qua câu chuyện kể vừa được trải nghiệm. "Những sự việc này" (tức biến cố xuất Ai cập và Si-nai) bày tỏ Chúa, tức Đức Gia-vê, là Đức Chúa Trời của lòng thương xót và công bình, Đức Chúa Trời của sự cứu rỗi và mạc khải, Đức Chúa Trời đã từng cứu chuộc Y-sơ-ra-ên bởi ân điển Ngài và giờ đây kêu gọi họ chỉ yêu thương và phục vụ một mình Ngài mà thôi. Vậy thì câu chuyện không chỉ cho thấy Đức Chúa Trời thực sự là ai, mà còn cho thấy Đức Chúa Trời thực sự như thế nào. Câu chuyện không chỉ bày tỏ sự hiện hữu cùng nhân thân của Ngài mà còn cho biết bản tính của Ngài. Đức Chúa Trời này *là như thế này*, mà không thần nào khác giống như vậy. Làm sao bạn biết được điều đó? Nhờ vào điều chính Đức Chúa Trời (chứ không ai khác) đã làm trong lịch sử mà mọi người đều được chứng kiến.

Cốt lõi của các câu trong Phục Truyền 4 này được thấy rõ qua nhiều phân đoạn Cựu Ước khác, nơi chúng ta thấy sự kết hợp giữa lời khẳng định rằng Đức Gia-vê là *vô song* (không có thần nào khác *giống như* Ngài) với lời xác quyết rằng Đức Gia-vê là *độc nhất vô nhị* (thực sự không có thần nào khác ngoài Ngài, theo nghĩa thần tính siêu việt của Ngài). Vì cơ thần học thánh kinh của chúng ta, và cũng nhằm cảm nhận trọn vẹn tác động của lời Phi-e-rơ và Giăng đã bình tĩnh công bố về Chúa Giê-xu trong Công Vụ 4, rất đáng để ta dừng lại đọc các bản văn sau đây và để cho những lời công bố gây sững sốt ấy lắng đọng trong lòng chúng ta.

Môi-se khẳng định tính độc đáo của Đức Gia-vê chỉ đơn giản là qua câu hỏi: "Ai giống như Ngài?"

> Lạy Đức GIÊ-HÔ-VA, trong số các thần,
> có ai giống như Ngài?

> Ai so được với Ngài
> rạng ngời trong thánh khiết,
> đáng kinh sợ và tôn vinh,
> làm những việc nhiệm mầu? (Xuất 15:11)

Chỗ khác trong Cựu Ước cũng có cùng một câu hỏi tu từ như vậy, nhằm bày tỏ nỗi kinh ngạc lẫn ngưỡng mộ đối với Đức Gia-vê, Đức Chúa Trời không giống bất kỳ thần nào khác. Đức Gia-vê là vô song ("chẳng ai giống như Ngài"):

- bằng việc giữ lời hứa và làm trọn lời Ngài đã hứa (2 Sa 7:22)
- bằng quyền năng và sự khôn ngoan, đặc biệt như ta thấy trong cõi tạo vật (Giê 10:6–7, 11–12)
- qua sự hội họp trên trời (Thi 89:6–8)
- trong việc cai trị muôn dân (Giê 49:19; 50:44)
- trong việc tha thứ tội lỗi và xóa bôi những vi phạm (Mi-chê 7:18)
- trong quyền năng cứu rỗi vì cớ dân Ngài (Ê-sai 64:4)

Và vì có không ai giống như Đức Gia-vê, nên muôn dân cuối cùng sẽ kéo đến *thờ phượng Ngài* trong tư cách Đức Chúa Trời duy nhất chân thật (Thi 86:8–9). Vì vậy, lẽ thật quan trọng này đã hàm chứa một chiều kích sứ mạng. Điều chúng ta sẽ thấy Phi-e-rơ và Giăng khẳng định về Chúa Giê-xu là điều đã từng được nói về Đức Gia-vê từ nhiều thế kỷ trước và cũng với sự gần gũi, liên hệ đến sứ mạng.

Đây (trong Đức Gia-vê, trong Chúa Giê-xu) là nguồn cứu rỗi duy nhất và là điểm tập chú duy nhất của sự thờ phượng – cho muôn dân trên thế giới.

Nhưng Cựu Ước không chỉ nói rằng Đức Gia-vê không giống thần nào khác. Cuối cùng, lý do đơn giản vì sao không ai sánh kịp Đức Gia-vê ấy là vì chẳng điều chi trong thực tế có thể ví sánh với Ngài. Đức Gia-vê có đẳng cấp riêng của Ngài. Ngài không chỉ là một trong thể loại "các thần". Chỉ một mình Ngài chiếm địa vị thần siêu việt - là *Đức Chúa Trời*.[7]

Ngoài Phục Truyền Luật Lệ Ký 4:35 và 39, lẽ thật này còn được khẳng định ở nhiều chỗ khác, và dĩ nhiên nhấn mạnh sự thờ phượng và lời tiên tri về Y-sơ-ra-ên.

> Chẳng ai thanh sạch như Đức Giê-hô-va; chẳng có chúa nào khác ngoài Ngài;
> không có tảng đá nào khác như Đức Chúa Trời của chúng ta. (1 Sa 2:2)

---

[7]Thảo luận thêm vấn đề liệu "các thần" trong Cựu Ước có được xem như điều gì đó hoặc chẳng là gì cả, và được hiểu theo những ý nghĩa nào, xin xem phần phân tích đầy đủ hơn trong quyển Mission of God, 75–104, 136–90.

* * *

Để muôn dân trên đất biết rằng chính Giê-hô-va là Đức Chúa Trời chớ chẳng có ai khác. (1 Vua 8:60)

* * *

Ta là Đức GIÊ-HÔ-VA, không có Đấng nào khác; ngoài Ta không có Đức Chúa Trời nào khác. (Ê-sai 45:5, 6, 18)

* * *

Các con sẽ biết rằng Ta ở giữa Y-sơ-ra-ên, và biết rằng Ta là Giê-hô-va Đức Chúa Trời các con, chẳng có ai khác. (Giô-ên 2:27)

Công Vụ Các Sứ Đồ - Không Có Cứu Chúa Nào Khác

Nếu Môi-se khuyên Y-sơ-ra-ên về điều họ phải *"biết"* dựa trên những gì họ đã kinh nghiệm về quyền năng lạ lùng của Đức Chúa Trời, thì Phi-e-rơ cũng khuyên y hệt như vậy, dùng ngôn từ y chang như vậy. Liên quan đến phép lạ chữa lành, Lu-ca viết:

> Bấy giờ Phi-e-rơ được đầy dẫy Đức Thánh Linh, nói rằng: "Thưa các vị lãnh đạo và quí trưởng lão! Nếu hôm nay chúng tôi bị tra hỏi vì đã làm phước cho một người tàn tật, và bằng cách nào người này được chữa lành thì xin tất cả quí vị và toàn dân Y-sơ-ra-ên *hãy biết rằng* nhờ danh của Đức Chúa Giê-xu Christ người Na-xa-rét, Đấng mà quí vị đã đóng đinh trên thập tự giá, và Đức Chúa Trời đã khiến sống lại từ cõi chết; chính nhờ danh ấy mà người này được chữa lành." (Công Vụ 4:8–10; chú ý in nghiêng)

> Tại đây [tức Thi Thiên 96], chúng ta gặp phương trình nền tảng của sứ mạng, lực thôi thúc phía sau mọi nỗ lực khiến chúng ta đem tin tức về một Cứu Chúa chân thật đến với bạn bè và láng giềng mình: Nếu chỉ có một Chúa chung cho mọi người để tất cả phải bày tỏ lòng trung thành, thì con dân Chúa phải thúc đẩy thực tại này ra khắp nơi. Chủ nghĩa độc thần và sứ mạng truyền giáo có liên quan mật thiết với nhau. Sự hiện hữu của chỉ một Đức Chúa Trời khiến cho sứ mạng của chúng ta trở nên thiết yếu cho nhiều người.
>
> *John Dickson*[8]

Từ đó ông tiếp tục rút ra kết luận quan trọng về Phúc âm:

"Chẳng có sự cứu rỗi trong đấng nào khác, vì ở dưới trời chẳng *có danh nào khác* ban cho loài người, để chúng ta nhờ đó mà được cứu." (Công Vụ 4:12; chú ý in nghiêng)

Đây là một câu Kinh thánh nổi tiếng và nó đáng được nổi tiếng. Nhưng điều kinh ngạc ấy là *Phi-e-rơ đang nói về Chúa Giê-xu*. Vì dĩ nhiên, nếu "danh" mà ông ngụ ý ở đây là danh của *Đức Gia-vê*, thì Công Vụ 4:12 có thể dễ dàng là một câu trích từ Cựu Ước. Hãy đọc lại câu Kinh thánh này mà đừng nghĩ tới câu chuyện làm ngữ cảnh cho câu Kinh thánh đó. Bạn chẳng tưởng mình đang đọc Ê-sai sao? Thật sự là gần như đây chính là điều Ê-sai *đã* nói về Đức Gia-vê (hoặc là điều Đức Gia-vê nói về chính Ngài qua Ê-sai):

Ngoài ta, chẳng có Đức Chúa Trời nào khác,

là Đức Chúa Trời công chính và là Cứu Chúa;

ngoài ta, không có đấng nào khác.

Hỡi tất cả những ai ở các nơi tận cùng cõi đất,

hãy quay về với ta và được cứu rỗi,

vì Ta là Đức Chúa Trời, chẳng có Chúa nào khác. (Ê-sai 45:21–22)

Tất cả những người trong nhóm xét xử Phi-e-rơ ở Tòa Công Luận hẳn cũng đều đồng ý với lời Phi-e-rơ nói nếu ý ông muốn nói là: "Chẳng có danh nào khác dưới trời để nhờ đó chúng ta được cứu, ngoại trừ danh Đức Gia-vê là Đức Chúa Trời của Y-sơ-ra-ên."

"Chắc chắn như vậy. Không nghi ngờ gì về điều đó. Tất cả chúng ta đều biết Lời Kinh thánh. Hãy rao giảng đi, hỡi anh đánh cá."

Nhưng dĩ nhiên điều gây sốc và xúc phạm trong lời khẳng định của Phi-e-rơ, ấy là ông không nói về Đức Gia-vê. Hay là ông đang nói về Ngài? Ông đang nói về Chúa Giê-xu ở Na-xa-rét. Nhưng Phi-e-rơ cũng biết Kinh thánh, và ông không thể dùng ngôn từ như Công Vụ 4:12 mà lại hoàn toàn không biết mình đang làm gì. Ông đang nói đến những lẽ thật mà chính ông cùng mọi người trong phòng đều tin về *Đức Gia-vê*, và lặng lẽ áp dụng cho *Chúa Giê-xu*. Bây giờ *Chúa Giê-xu* chiếm vị trí Đấng cứu thế duy nhất của mọi người. "Giê-xu" bây giờ là danh mang quyền năng cứu rỗi thiên thượng duy nhất giống như danh "Giê-hô-va Đức Chúa Trời vạn quân".

Phi-e-rơ cũng đã từng tuyên bố giống như vậy. Trong sứ điệp của ông vào ngày Ngũ Tuần, ông khẳng định: "Đức Chúa Giê-xu này, Đấng mà anh em đã đóng đinh trên thập tự giá, đã được Đức Chúa Trời tôn làm Chúa và Đấng Christ" (Công 2:36). Về sau Phao-lô dùng các bản văn nói về Đức Gia-vê trong Cựu Ước để áp dụng cho Chúa Giê-xu. Trong 1 Cô-rinh-tô 8:4–6, ông đem Chúa Giê-xu Christ vào một câu Kinh thánh mang tính độc thần nhất trong số các câu Kinh thánh của Cựu Ước – câu *Shema* của Phục Truyền 6:4. Và trong Phi-líp 2:9–11, có lẽ ông trích dẫn bài thánh ca Cơ Đốc thuở ban đầu, trong đó những lời nguyên thủy do Đức Gia-vê nói về chính mình Ngài (trong Ê-sai 45:23) lại được ngân nga về Chúa Giê-xu, là Đấng mà "mọi đầu gối đều phải quì xuống ... và mọi lưỡi đều xưng nhận Giê-xu là Chúa, dâng vinh quang cho Đức Chúa Trời là Cha."

Lòng Trung Thành Không Lay Chuyển

Như vậy, ghép chung hai bản văn chính lại với nhau, chúng ta thấy Cựu Ước khẳng định tính độc nhất trong kinh nghiệm lịch sử của Y-sơ-ra-ên là nền tảng giúp Y-sơ-ra-ên biết Đức Chúa Trời hằng sống là ai, và biết Đức Gia-vê chính là Đức Chúa Trời độc nhất của toàn cầu. Cũng vậy, bằng ngôn ngữ tương tự, Tân Ước khẳng định Chúa Giê-xu ở Na-xa-rét là Đấng hiện thân cho tính độc nhất của Y-sơ-ra-ên (hiện thân là Mê-si-a) lẫn tính độc nhất của Đức Gia-vê (trong thân xác nhập thể là Chúa). Đây là điều chúng ta được kêu gọi phải biết và bày tỏ cho người khác.

> Thuyết độc thần vẫn là nền tảng cho sứ mạng. Lý do tối hậu vì sao Đức Chúa Trời "muốn cho *mọi người* được cứu và biết [cùng một] lẽ thật" ấy là vì "chỉ có *một* Đức Chúa Trời và một đấng trung bảo giữa Đức Chúa Trời và loài người, đó là Chúa Giê-xu Christ làm người, là Đấng dâng chính mình làm giá chuộc mọi người..." (1 Ti 2:4–6). Lý luận trong phân đoạn này dựa trên mối liên hệ giữa "mọi người" với "một Đức Chúa Trời". Lý do cho việc tìm kiếm sự trung thành của "mọi người" là vì chỉ có "một Đức Chúa Trời", và chỉ có "một đấng trung bảo" giữa Ngài với con người. Nếu không có sự hiệp nhất của Đức Chúa Trời và sự độc tôn của Đấng Christ thì không thể có sứ mạng Cơ Đốc.
>
> *John Stott*[9]

Đây là hiểu biết chúng ta được kêu gọi phải trung thành – nắm giữ điều đó cho chính mình và tỏ bày cho người khác, không chút thỏa hiệp. Sứ mạng của chúng ta là phản ánh lẽ thật độc thần theo Kinh thánh - tức là tính độc nhất của Đức Gia-vê trong Cựu Ước và tính độc nhất của Chúa Giê-xu trong Tân Ước (dĩ nhiên, chỉ về một và cùng một thực tại thiên thượng).

Cho nên, có một sự khẳng định không thỏa hiệp ngay trong trọng tâm của lời công bố cùng lời chứng của Kinh thánh. Nhưng đó không phải lời khẳng định về Cơ Đốc nhân hoặc Cơ Đốc giáo như một tôn giáo. Khi chúng ta đi vào thế gian, khẳng định Giê-xu là Chúa, là Christ và là Chúa Cứu Thế, thì đó không phải là tuyên bố xấc láo về *bản thân chúng ta* hoặc khoe khoang mình có một tôn giáo tuyệt vời. Đó chỉ là sự tiếp nhận lời chứng của cả Cựu lẫn Tân Ước về một Đức Chúa Trời hằng sống chân thật, và về phương cách, về nơi chốn, và về Đấng mà Đức Chúa Trời duy nhất đã hành động để đem sự cứu rỗi đến với chúng ta và cho toàn thế gian. Và lời chứng đó, trong cả hai Ước, đặt nền tảng trên các sự kiện lịch sử và một nhân vật lịch sử.

Đối với những người đã đến để chia sẻ kinh nghiệm không thể chối cãi về sự cứu rỗi và sự mạc khải của Đức Chúa Trời, cùng với lời công bố rõ ràng không thỏa hiệp về Đức Chúa Trời và Chúa Giê-xu, thì lòng trung thành không chuyển lay với chính Chúa sẽ tự khắc đến. Cả hai bản văn chúng ta đang xem xét đều có ý này. Và chính lòng trung thành ấy thêm nhiên liệu cho sứ mạng của con dân Chúa. Bởi lẽ khi biết rằng không có Đức Chúa Trời nào khác và không có danh nào khác thì cũng không có lựa chọn nào khác hơn là bày tỏ chính mình Ngài cho mọi người đều biết.

Công Vụ Các Sứ Đồ - Chúng Ta Không Thể Không Nói

> Hãy lưu ý lý do Chúa Giê-xu đưa ra cho việc gắn bó với sứ mạng này. Rõ ràng từ tối quan trọng là "vậy": Tất cả thẩm quyền trên trời dưới đất đã giao cho Ta. *Vậy* hãy đi khiến... trở nên môn đồ Ta" (Mat 28:18–19). Cụm từ "trên trời dưới đất" rõ ràng nhắc lại Sáng Thế Ký 1:1 và chỉ về mỗi phần trong cõi tạo vật. Một Đức Chúa Trời chân thật đã ban thẩm quyền trên toàn vũ trụ cho một Chúa chân thật, và vì lý do này, chúng ta phải làm cho khắp thế gian trở nên môn đồ Ngài. Chấp nhận bị cho là cái băng bị nhão, cứ nhai đi nhai lại, tôi xin phép nhắc lại phương trình của sứ mạng: nếu có một Chúa mà mọi người đều thuộc về và phải có bổn phận trung thành với, thì con dân vị Chúa đó phải thúc đẩy để thực tế này hiện diện khắp nơi.
>
> Chúng ta đẩy cho vinh quang Đức Chúa Trời tỏa ra tới đầu cùng đất, chủ yếu không phải vì *nhu cầu* của con người, mà cơ bản là vì chỉ một mình Đức Chúa Trời/Đấng Christ xứng đáng là Chúa của trời đất. Thúc đẩy Phúc âm lan ra toàn thế gian không chỉ là sứ mạng giải cứu (dù chắc chắn là như vậy); mà đó là một sứ mạng của thực tại. Chúng ta cầu xin cho mọi người đều nhìn biết rằng tất cả đều chỉ thuộc về một Chúa mà thôi.
>
> *John Dickson*[10]

Chẳng có gì ngạc nhiên khi giới chức tôn giáo bảo Phi-e-rơ và Giăng không được nói gì về Chúa Giê-xu. Vì nếu điều hai ông nói là đúng, thì sẽ thay đổi mọi chuyện trong thế giới của họ. Nó đồng nghĩa phải kết thúc toàn bộ hệ thống chính quyền mà nhờ đó họ có được quyền lực cùng địa vị.

Nhưng Phi-e-rơ và Giăng sẽ không phản bội hoặc chối bỏ lẽ thật về điều họ đã từng kinh nghiệm. Và vì vậy, họ dõng dạc đáp lại: "Xin các ông hãy suy xét, trước mặt Đức Chúa Trời có nên vâng lời các ông hơn là vâng lời Đức Chúa Trời chăng? Vì chúng tôi không thể không nói về những điều mình đã thấy và nghe" (Công 4:19–20).

Nếu Đấng Christ đã chịu đóng đinh vì chúng ta, nếu Christ đã từ cõi chết sống lại, nếu Đức Chúa Trời qua Đấng Christ giải hòa thế gian với Ngài, thì những thực tại làm thay đổi thế giới như thế không thể nào bị bịt miệng.

Chúa Giê-xu hoặc là Đấng Cứu thế duy nhất và là Chúa hoặc không là gì cả. Còn nếu Ngài đúng như vậy, thì cùng với Phi-e-rơ và Giăng, chúng ta được mời gọi đứng về phía Ngài với lòng trung thành tuyệt đối và lời chứng không dao động.

Phục Truyền Luật Lệ Ký - "Ngươi Phải Kính Mến Giê-hô-va Đức Chúa Trời Ngươi"

Những lẽ thật quan trọng trong Phục Truyền Luật Lệ Ký 4 mà Y-sơ-ra-ên phải "biết và giữ trong lòng", được kết hợp trong lời khẳng định và mạng lệnh chặt chẽ ở Phục Truyền Luật Lệ Ký 6:4–5: câu Shema:

> Hỡi Y-sơ-ra-ên! Hãy nghe: Giê-hô-va Đức Chúa Trời chúng ta là Giê-hô-va có một không hai. Anh em phải hết lòng, hết linh hồn, hết sức lực mà kính mến Giê-hô-va Đức Chúa Trời.

Tình yêu như thế là sự gắn bó tuyệt đối của tâm trí, ý chí, tình cảm cùng sức lực. Một Chúa, một tình yêu, một lòng trung thành - đó là thách thức của Phục Truyền Luật Lệ Ký. Một Chúa, một danh, một Đấng cứu thế - đó là thách thức của Công Vụ Các Sứ Đồ.

Tóm Lược

Vậy thì Phúc âm theo Kinh thánh công bố cho chúng ta câu chuyện về những kinh nghiệm không thể phủ nhận của các sự kiện nổi bật, mà đỉnh điểm là cuộc đời, sự chết và sự sống lại của Chúa Giê-xu ở Na-xa-rét. Phúc âm này vẫn tiếp tục đưa ra lời tuyên bố không thỏa hiệp rằng qua các biến cố này, Đức Chúa Trời hằng sống đã hành động để cứu vớt nhân loại và cứu chuộc toàn bộ cõi tạo vật, và không có chúa hoặc nguồn nào khác cho con người sự cứu rỗi như thế cả. Vì vậy Phúc âm đó đòi hỏi lòng trung thành tuyệt đối từ những trái tim, khối óc cùng cuộc đời của những người biết những việc này.

Sứ mạng của Đức Chúa Trời có gì khác hơn là làm chứng cho những thực tại trọng đại đó? Điều này sẽ được đề cập tiếp trong chương sau.

Câu Hỏi Liên Quan

1. "Trung thành tuyệt đối". Trong bối cảnh văn hóa của bạn, những điều nào đang đe dọa lòng trung thành của bạn đối với Đức Chúa Trời chân thật duy nhất cùng tính độc tôn của Chúa Giê-xu Christ? Bây giờ bạn nhận biết có những hình thức thuyết hỗ lốn khó thấy nào?

2. Chương này kêu gọi cực lực khước từ việc bác bỏ những lời tuyên xưng của Đấng Christ, cho dù bị đe dọa. Những áp lực nào – áp lực văn hóa, thế tục, hay tôn giáo - có thể cám dỗ bạn làm điều đó? Những bản văn đã nghiên cứu trong chương này giúp bạn ra sao trong việc kháng cự cám dỗ đó?

3. Bằng cách nào bạn kết hợp thách thức trong chương này là trung thành với địa vị độc tôn của Đấng Christ trước mọi tôn giáo khác, với lời kêu gọi trong các chương trước là làm dân mang phước hạnh, tình yêu và lòng thương xót đến cho muôn dân, kể cả những người có các niềm tin khác? Trong bối cảnh đa nguyên về tôn giáo, làm thế nào chúng ta có thể đồng thời duy trì tình yêu đối với mọi người mà vẫn trung thành với lẽ thật?

10

Những Người Làm Chứng Về Đức Chúa Trời Hằng Sống

Có lẽ bạn đang nghĩ "Cuối cùng cũng tới! Tại sao chúng ta phải chờ đợi quá lâu như thế trước khi đi đến chương bàn về nhiệm vụ cơ bản của sứ mạng - đó là rao giảng Phúc âm? Chắc chắn, sứ mạng thật sự của con dân Chúa là đi ra rao truyền Lời Chúa, làm chứng, truyền bá Phúc âm, nói cho người khác về Chúa Giê-xu và phương cách để được cứu rỗi."

Sứ mạng của chúng ta chắc chắn bao gồm những việc như vậy, và chương này sẽ chỉ ra vai trò quan trọng của lời chứng như thế trong Kinh thánh. Ngay cả Đại Mạng Lệnh cũng không tập chú hoàn toàn hay chủ yếu vào nhiệm vụ *công bố*. Chúa Giê-xu phán "Hãy đi khiến muôn dân trở nên môn đồ Ta", rồi ngay lập tức giải thích môn đồ hóa bao gồm "làm báp-tem cho họ... và *dạy họ giữ mọi điều Ta đã truyền cho các con*" (Mat 28:19–20; chú ý in nghiêng).

Cần phải có môn đồ để đi môn đồ hóa, nên Chúa Giê-xu đã dành ba năm để dạy các môn đồ ý nghĩa của việc làm môn đồ. Đó là những bài học hữu ích và thực tế về cuộc sống, thái độ, hành vi, lòng tin cậy, sự tha thứ, tình yêu thương, lòng rộng rãi, vâng phục Chúa Giê-xu và những hành động không thỏa hiệp với văn hóa thế tục. Đó là ý nghĩa của việc sống trong vương quốc Đức Chúa Trời - ngay hôm nay.

Tóm lại, bạn phải *sống* dưới sự cai trị của Đức Chúa Trời nếu muốn đi *rao giảng* về quyền cai trị của Ngài.

Điều tương tự cũng đáng để chúng ta chú ý trong chiến lược phát triển và gây dựng hội thánh của Phao-lô. Giảng Phúc âm là niềm đam mê của chính Phao-lô (và chúng ta sẽ xem xét điều đó cách chi tiết trong chương 11), nhưng trong các thư tín gửi cho các hội thánh mà ông đã thành lập, ông nói khá ít về nhiệm vụ *của họ* trong sứ mạng truyền giáo là giảng Phúc âm cho người chưa tin. Điều này không hề ngụ ý rằng Phao-lô không muốn họ làm việc đó; rõ ràng là Phao-lô mong muốn các hội thánh trở thành trung tâm truyền bá Phúc âm. Phao-lô cũng biết rằng sứ điệp Phúc âm cần được thể hiện qua những người có đời sống hoàn toàn được thay đổi bởi Phúc âm. Vì vậy, mọi lời dạy của Phao-lô về nếp sống của người tín hữu không chỉ là chuyện "cuối cùng cũng phải kèm thêm chút đạo đức vào cho đủ bộ", mà là phần cơ bản trong công tác biến đổi của chính Phúc âm. Lời chứng cho Phúc âm phải xuất phát từ sự biến đổi nhờ Phúc âm.

Tuy nhiên, trở lại với thứ tự của quyển sách này: tôi đang cố gắng đi theo trật tự của chính Kinh thánh khi trả lời những câu hỏi *Là tín hữu, chúng ta có mặt trên đời để làm gì? Sứ mạng của con dân Chúa là gì?* Và khi chúng ta truy nguyên vấn đề dọc theo chính câu chuyện thánh kinh, thì cho đến thời điểm này, chúng ta đã có được danh sách những câu trả lời rất hay:

- Chúng ta là những con người sống trên đời để chăm sóc công trình sáng tạo của Đức Chúa Trời.
- Chúng ta được lựa chọn trong Áp-ra-ham để trở thành một dân mà qua chúng ta phước hạnh của Đức Chúa Trời đến với mọi dân tộc.
- Chúng ta được kêu gọi bước đi trong đường lối Chúa, trong sự ngay thẳng và công chính, trong một thế giới thối nát.
- Chúng ta phải bày tỏ động lực của sự cứu rỗi trong đời sống qua cách đối xử đầy lòng thương xót với người khác.
- Chúng ta phải đại diện cho Đức Chúa Trời trong thế gian và kéo thế gian đến với Đức Chúa Trời.
- Chúng ta phải là những người có đời sống thể hiện bản tính của Đức Chúa Trời và thu hút người khác đến với đức tin nơi Ngài.
- Và trên hết, chúng ta phải biết Đức Chúa Trời hằng sống và một lòng trung thành với Cứu Chúa Giê-xu Christ trong sự thờ phượng và làm chứng.

À, cuối cùng cũng xuất hiện chữ *làm chứng!* Đúng như vậy! Vì như chúng ta đã chỉ ra trong chương trước, những người biết Đức Chúa Trời phải làm cho mọi người khác cũng biết về Đức Chúa Trời. Và điều đó đòi hỏi phương tiện là lời nói lẫn hành động. Có những điều phải được nói ra; có những câu chuyện cần được kể; có những lời xác nhận và khẳng định lẽ thật, có những những lời cảnh báo và thách thức, có những lời thông báo và lời kêu gọi.

Vì thế chúng ta đi đến chương này và chương tiếp theo để xem xét phương diện lời nói trong sứ mạng của con dân Chúa. Chúng ta sẽ làm việc này bằng cách xem xét hai thuật ngữ chính mà Kinh thánh sử dụng khi nói đến sứ mạng tập chú vào lời nói như thế: *làm chứng* (chương 10) và *loan tin mừng* (chương 11). Và như trước đây, chúng ta sẽ bắt đầu nghiên cứu bằng việc xem xét cẩn thận các bản văn Cựu Ước vang lên thanh âm mạnh mẽ trong Tân Ước.

"Không phải tất cả chúng ta đều được kêu gọi để trở thành nhà truyền đạo, nhưng tất cả chúng ta đều được kêu gọi để trở thành chứng nhân." Đó là điều tôi thường nghe khi mới tin Chúa. Câu này có ý nói là mặc dù một số Cơ Đốc nhân được ban ơn đặc biệt cho chức vụ rao giảng Phúc âm, nhưng không phải là tất cả (như Phao-lô nói trong Ê-phê-sô 4:11, và được ngụ ý trong 1 Cô 12:29–30). Tuy nhiên, ngay cả những người không được kêu gọi trở thành nhà truyền đạo trong vòng chúng ta thì cũng được kêu gọi để trở thành những chứng nhân trung thành với Cứu Chúa Giê-xu Christ và sẵn sàng nói về Ngài khi có cơ hội.

Những lời giáo huấn của Chúa Giê-xu cho các môn đồ trên Núi Thăng thiên cung ứng sự hỗ trợ ban đầu để hiểu câu này: "Các con sẽ làm chứng nhân cho Ta tại thành Giê-ru-sa-lem, cả xứ Giu-đê, xứ Sa-ma-ri cho đến cùng trái đất" (Công 1:8). Giống câu Kinh thánh song hành ở Lu-ca 24:48, có lẽ câu này chủ yếu nói đến nơi chốn đặc biệt mà các môn đồ/sứ đồ ban đầu làm *nhân chứng* về cuộc đời, sự chết và sự sống lại của chính Chúa Giê-xu.[1]

Tuy nhiên, tôi được dạy (tôi nghĩ là đúng) rằng cho dù chứng nhân sứ đồ có một chức năng đặc biệt trong việc xác nhận Cơ Đốc giáo thời Tân Ước, thì làm chứng về Đấng Christ là điều không phải chỉ dành cho các sứ đồ. Mọi thế hệ tín hữu theo sau đều được kể trong trách nhiệm vẫn còn tiếp diễn là làm chứng cho cùng một Cứu Chúa Giê-xu Christ, là Đấng họ đã tin qua lời chứng của các sứ đồ. Chúng ta đã trích dẫn 2 Ti-mô-thê 1:8 để hậu thuẫn cho ý này, và dĩ nhiên (là những người trẻ được dạy dỗ chu đáo), chúng ta biết từ có nghĩa "người tuận đạo" trong Khải Huyền cũng chính là từ "chứng nhân" (cho nên làm chứng nhân có vẻ không dễ).

Điều tôi không được học trong những năm tháng thanh xuân là mối liên hệ (mà tôi tin rằng có chủ ý) giữa những lời *Chúa Giê-xu* nói với các môn đồ trong cả hai trường hợp ở Lu-ca 24 và Công Vụ 1 với những lời của *Đức Gia-vê* nói với Y-sơ-ra-ên trong sách Ê-sai (Ê-sai 43:10, 12; 44:8). Nhưng nghiên cứu thần học thánh kinh cho đời sống giúp chúng ta có thể nhận ra mối liên hệ đó ngay tức thì và rút ra những hàm ý cho sứ mạng làm chứng nhân của mình. Vì rốt cục, theo Lu-ca, Chúa Giê-xu có làm điều gì khác nữa đâu (Lu 24:27, 45–47) nếu không phải là thần học thánh kinh cho đời sống - cuộc đời vẫn tiếp diễn của các môn đồ Ngài đối với mọi thế hệ tương lai?

Vậy thì, từ sự sống lại của Đấng Mê-si-a, chúng ta hãy quay trở về thế giới của sách Ê-sai và nghiên cứu bản văn chính, trong đó có nói đến khái niệm con dân Chúa là nhân chứng cho Ngài, tức Ê-sai 43:8–13:

Hãy đem dân này ra, là dân có mắt mà mù,
là dân có tai mà điếc.

---

[1] Đó là cách từ này được dùng trong nửa đầu sách Công Vụ các Sứ Đồ. Xem Công 1:22; 2:32; 3:15; 4:33; 5:32; 10:39–41; 13:31.

Tất cả các nước hãy tập hợp lại với nhau

các dân hãy quy tụ lại.

Ai trong họ có thể rao truyền điều này?

và nói cho chúng ta biết những điều từ trước?

Họ hãy đem nhân chứng ta để chứng minh họ là đúng,

và cho người ta nghe mà nói rằng: "Ấy là thật."

Đức Giê-hô-va phán *"các con là nhân chứng của Ta,*

và là đầy tớ Ta đã chọn,

để các con được biết và tin Ta,

và hiểu rằng Ta là Đấng ấy.

Chẳng có thần nào được tạo thành trước Ta,

và cũng chẳng có thần nào sau Ta nữa.

Ta, chính Ta là Đức Giê-hô-va.

Ngoài Ta, không có Cứu Chúa nào khác.

Chính Ta đã rao truyền, đã cứu rỗi và đã chỉ bảo,

chẳng có thần lạ nào giữa các con."

Đức Giê-hô-va phán: *"Các con là nhân chứng của Ta,*

và Ta là Đức Chúa Trời.

Phải, từ thuở xa xưa Ta là Đức Chúa Trời;

chẳng ai có thể thoát khỏi tay Ta.

Khi Ta hành động, ai có thể ngăn cản Ta được?" (Ê-sai 43:8–13; chú ý in nghiêng)

Chúng ta phải đặt những câu này vào bối cảnh lịch sử của chúng.

Nan Đề Kép Đối Với Đức Chúa Trời

Câu chuyện của Y-sơ-ra-ên thời Cựu Ước đã chạm đến điểm thấp nhất từ trước đến giờ - sự lưu đày sang Ba-by-lôn. Sau nhiều thế kỷ các thế hệ nối tiếp nhau nổi loạn chống lại Đức Gia-vê, bất trung với giao ước giữa Đức Chúa Trời và Y-sơ-ra-ên, không vâng theo luật pháp Ngài, và xem thường những lời cảnh báo của các tiên tri, sự kiên nhẫn của Đức Chúa Trời cũng kết thúc. Trong thảm kịch năm 587 TC., người Ba-by-lôn chiếm giữ và phá hủy Giê-ru-sa-lem, thiêu hủy đền thờ của Đức Gia-vê và đem phần lớn dân Y-sơ-ra-ên lưu đày sang Ba-by-lôn.

Hai thế hệ đã qua đi. Dường như mọi hy vọng đã tan biến. Nhưng những lời trong phần trọng tâm của sách Ê-sai (đặc biệt đoạn 40–55) nói với những người lưu đày một sứ điệp về ân điển diệu kỳ. Đức Gia-vê lại đang hành động! Thời gian của Ba-by-lôn gần hết. Sẽ có một cuộc xuất hành mới khi một lần nữa Đức Chúa Trời giải cứu dân Ngài ra khỏi tình trạng nô lệ, và sứ mạng của Ngài là đem phước lành đến cho toàn thế giới qua con cháu Áp-ra-am sẽ đi đến cực điểm.

Tuy nhiên, có hai vấn đề lớn cản trở kế hoạch vĩ đại của Đức Chúa Trời.

Sự ngu muội của các dân

Xuyên suốt những đoạn này, Đức Gia-vê tham gia vào cuộc tranh luận liên tục với các dân tộc và các thần của họ. Theo những giả định văn hóa vào thời đó, thần của các dân tộc lớn và hùng mạnh thì lớn hơn và hùng mạnh hơn thần của những dân tộc nhỏ bé bị họ đánh bại. Thế nên, giả định tự nhiên là nếu Ba-by-lôn đã đánh bại và xâm chiếm *Y-sơ-ra-ên*, thì *Gia-vê* Đức Chúa Trời của Y-sơ-ra-ên cũng bị đánh bại và tiêu diệt.

Nhưng các tiên tri bảo rằng không hề như vậy! Gia-vê là Đức Chúa Trời hằng sống tối cao duy nhất, và Ngài tể trị trên những sự kiện dẫn đến cuộc lưu đày và Ngài cũng chấm dứt cuộc lưu đày. Các thần của các dân là không có thật, do những người thờ phượng chúng tạo nên với những ảo tưởng về sức mạnh và sự vĩ đại, nhưng cuối cùng chẳng có quyền năng để làm điều tốt hay điều xấu gì cả, nói gì đến việc hành động trong sự giải cứu tối thượng, như Đức Gia-vê sắp thực hiện (Ê-sai 41:21–24).

Bây giờ chúng ta biết rằng Đức Chúa Trời của Áp-ra-ham muốn đem phước hạnh đến cho muôn dân. Và đỉnh điểm của những chương này là sự háo hức mong chờ cả nhân loại (nghĩa đen là "mọi xác thịt") sẽ nhìn thấy vinh quang của Đức Chúa Trời (Ê-sai 40:5), nhận biết Đức Chúa Trời (45:6), và được Chúa cứu (45:22). Nhưng lòng trung thành mù quáng của các dân dành cho những vị-thần-khôngphải-là-thần của họ đã ngăn cản điều đó (44:9–20). Sự ngu muội cần phải được đâm thủng. Các thần cần phải bị vạch mặt và truất phế hoàn toàn và sức mạnh đàn áp của những kẻ nhờ cậy chúng phải bị hạ xuống tận cùng (Ê-sai 46 và 47). Các nước cần thấy và nghe lẽ thật. Nhưng bằng cách nào?

Đó là lúc Y-sơ-ra-ên xuất hiện, vì ý định của Đức Chúa Trời ngay từ ban đầu là qua Y-sơ-ra-ên, Ngài sẽ cho các dân tộc biết đến Ngài để họ nhận phước lành và sự cứu rỗi. Thật vậy, đó là lý do Ngài đã chọn và gọi Y-sơ-ra-ên trở nên đầy tớ của Ngài (Ê-sai 41:8–10), một đầy tớ với sứ mạng trở thành "ánh sáng cho Dân ngoại"- tức cho muôn dân (Ê-sai 42:6; 49:6b).

Nhưng giải pháp đó, cũng chính là sứ mạng dài hạn của Đức Chúa Trời kể từ khi Ngài phán hứa với Áp-ra-ham, dường như chẳng đem lại kết quả gì.

Và đó là nan đề lớn thứ nhì của Đức Chúa Trời: chính Y-sơ-ra-ên dường như cũng chẳng tốt hơn các dân khác.

Sự mù lòa của Y-sơ-ra-ên

Ê-sai 42, phần mở đầu trực tiếp cho bản văn trong phần này, giới thiệu một nghịch lý tệ hại. Hãy cẩn thận xem sự tương phản rõ rệt giữa phần mở đầu (42:1–9), và phần kết thúc (42:18–25). Đầy tớ của Đức Gia-vê, Đấng hiện thân cho nhân thân và sứ mạng của Y-sơ-ra-ên (Ê-sai 41:8), được mô tả ở 42:1–9 với một sứ mạng tuyệt vời về sự công bằng, lòng thương xót, sự khai sáng và giải phóng. Nhưng đầy tớ *thật sự* của Đức Gia-vê vào thời điểm đó, tức Y-sơ-ra-ên lịch sử đang bị lưu đày, thì đui và điếc!

Ê-sai 42:18–25 vẽ lên một hiện thực kinh khủng: Y-sơ-ra-ên bị lưu đày, "bị cướp bóc và cưỡng đoạt", vì sự đoán phạt của Đức Chúa Trời giáng trên họ do họ bất tuân. Đức Chúa Trời đã cho họ nhìn thấy nhiều điều (tất cả những hành động giải cứu trong quá khứ), nhưng họ cố tình đui mù. Đức Chúa Trời cho họ nghe nhiều (mọi sự dạy dỗ và luật pháp của giao ước được mạc khải), nhưng họ cố tình làm ngơ. Phần Kinh thánh này rõ ràng ngân vang khải tượng về sự kêu gọi Ê-sai ở Ê-sai 6:9–13. Mọi lời giảng của các tiên tri thời tiền lưu đày đều bị làm ngơ, và ngay cả trong khi lưu đày, tình trạng của họ dường như cũng không mấy thay đổi.

Vậy thì, mọi hy vọng cho *các dân* đều phải phụ thuộc, không phải vào khả năng đáp ứng và vâng lời cách tự nhiên *của Y-sơ-ra-ên*, mà là vào phép lạ của ân điển cùng quyền năng chữa lành, biến đổi của Đức Chúa Trời. Nhưng phép lạ như thế thật sự là điều đã được tiên báo khi chính Đức Chúa Trời sẽ trở lại và làm việc lớn lao mới mẻ của Ngài bằng quyền năng cứu rỗi:

> "...Đức Chúa Trời của anh em sẽ đến với sự báo thù,
>
> Tức là sự báo trả của Đức Chúa Trời.
>
> Chính Ngài sẽ đến và cứu anh em!"
>
> Bấy giờ, mắt người mù sẽ thấy được,
>
> tai người điếc sẽ nghe được. (Ê-sai 35:4–5

Và đó dường như chính là điều xảy ra tiếp theo. Đức Chúa Trời triệu tập người mù và người điếc đến tòa (Ê-sai 43:8) - *trong vai trò nhân chứng!*

Vai Trò Kép Dành Cho Y-sơ-ra-ên

Thật vậy, đây là cảnh tòa án được tưởng tượng trong Ê-sai 43:8–13 (như đã thấy nhiều lần trong các đoạn này). Đó là hình ảnh ẩn dụ mà qua đó nhà tiên tri mô tả một thực tế rằng có sự xung đột giữa Đức Gia-vê và các thần của các nước.

Một cuộc hội họp lớn của các nước được mô tả trong câu 9. Những nước này có nhiều thần. Nhưng làm sao tòa án có thể quyết định thần nào là "có thật" hay "ở bên đúng"? Đức Gia-vê chọn vị trí cao trọng nhất của mình, và cũng giống như trong vụ án trước đây ở Ê-sai 41:21–24, tức là khả năng báo trước tương lai, thông giải quá khứ và giải thích hiện tại một cách tường tận trong sự tể trị tối cao và xuyên suốt nhiều thế kỷ.

Vậy thì các thần khác được mời đem nhân chứng đến, nếu có, để đưa ra bằng chứng họ có quyền năng làm những việc tương tự và vì thế "chứng minh họ là đúng" (43:9; nghĩa đen là "biện hộ cho họ"). Nhân chứng cho các thần của các dân tộc là chính những dân đó, nhưng họ không có gì để nói, vì dĩ nhiên, các thần mà họ sẽ bênh vực "chẳng ra gì" (Ê-sai 41:24).

Vậy, ai sẽ nói cho Đức Gia-vê trong phiên tòa quốc tế quan trọng này của các dân tộc và các thần được cho là thần? Ai sẽ làm chứng về quyền năng và tính thực hữu của Ngài? Cú sốc gây ra bởi từ tiếp theo thật ấn tượng. Đức Gia-vê quay sang nói với những người Ngài vừa mới mô tả là đui và điếc rằng *"Còn các con!"* [từ được đặt đầu tiên để nhấn mạnh, không có trong bản Việt ngữ], "các con là nhân chứng *của Ta*" (43:10).

Nhân chứng của Ta

Làm một nhân chứng là một vấn đề nghiêm trọng trong Y-sơ-ra-ên thời Cựu Ước. Người ta nói nhiều về trách nhiệm của nhân chứng. Không lên tiếng và làm chứng về điều bạn đã thấy hoặc nghe thật sự được xem là tội nếu đang ở trước tòa (Lê 5:1). Trách nhiệm của nhân chứng được trình bày cách nghiêm túc (Xuất 23:1–3). Nhân chứng phải nhận trách nhiệm chính trong việc phán quyết bản án của tòa (Phục 17:7), và việc khai man trước tòa có thể khiến nhân chứng mất mạng (Phục 19:16–21). Đây là hai luật sẽ ngăn chặn những lời buộc tội sai trật. Làm chứng dối nằm trong số những tội vi phạm giao ước nghiêm trọng nhất - bị ngăn cấm trong điều răn thứ chín (Xuất 20:16). Và làm chứng dối là một trong những điều Đức Chúa Trời gớm ghiếc nhất (Châm 6:19).

Nhưng cho dù không ở trước tòa, thì nhân chứng cũng là người quan trọng nhất trong việc xác minh tính chính xác của lời trình bày hay lời tuyên bố, nhằm không gây tranh cãi (vd: Ru 4:9–11; Giê 32:10–12). Trong phần đầu sách Ê-sai, chính nhà tiên tri đã sử dụng nhân chứng là những người sau này có thể xác nhận tính chính xác về thời điểm con trai ông được đặt cho cái tên mang ý nghĩa tiên tri rất quan trọng, và là người sẽ làm chứng cho sứ điệp của ông vào thời điểm sứ điệp được ứng nghiệm sau này (Ê-sai 8:1–2, 16–18).

Vì vậy, ở đây Đức Chúa Trời đang triệu tập dân Y-sơ-ra-ên lại trước tòa án quốc tế gồm các dân tộc và các thần, để thực thi trách nhiệm đã ăn sâu vào nền văn hóa trong chính xã hội của họ - nhiệm vụ làm nhân chứng.

Không chỉ sốc, mà còn hết sức phi lý. Vì một trong những lý do chính mà Y-sơ-ra-ên bị đi lưu đày dưới sự đoán phạt của Đức Chúa Trời chính là vì họ không sống theo tiêu chuẩn công bình ở tòa án mà luật pháp theo giao ước đòi hỏi. Thay vào đó, hệ thống pháp luật của họ trở thành sân chơi cho những kẻ làm chứng dối - đến nỗi A-mốt còn phải nổi giận mà nói rằng "chúng ghét người quở trách chúng nơi cổng thành và ghê tởm kẻ dám nói ra sự thật" (A-mốt 5:10).

Vậy mà bây giờ Đức Gia-vê mời con cháu của những kẻ dối trá như thế làm nhân chứng *cho Ngài*? Phép lạ của lòng thương xót chỉ có thể làm bạn đồng hành với sự liều lĩnh khi Đức Chúa Trời nhắm mắt mà tin vào những con người như thế. Nhưng không hề có Kế hoạch B, vì một điều khác về Y-sơ-ra-ên được nói đến ở đây trong Ê-sai 43:10.

Đầy tớ Ta

"…và là đầy tớ Ta đã chọn". Phần giữa của Ê-sai 43:10 cố ý nhắc lại điều Đức Chúa Trời đã phán về Y-sơ-ra-ên ở 41:8–10. Toàn bộ nội dung của những câu này được tái xác nhận tại đây. Y-sơ-ra-ên trong vai trò đầy tớ của Đức Chúa Trời đã được chọn qua Áp-ra-ham, và Chúa không rút lại lời hứa cùng những cam kết của Ngài trong quá khứ. Vì vậy, việc lặp lại từ ngữ quan trọng "đầy tớ" này nhấn mạnh rằng, bất chấp mọi thực tế không mấy sáng sủa được mô tả ở 42:18–25, sứ mạng ban đầu của Đức Chúa Trời vẫn không thay đổi.

Y-sơ-ra-ên là đầy tớ của Đức Chúa Trời, để hoàn thành mục đích của Đức Chúa Trời, cho tương lai của Đức Chúa Trời và vì vinh hiển của Đức Chúa Trời. Sứ mạng của Ngài vẫn tiếp tục. Vì vậy, sứ mạng của Y-sơ-ra-ên cũng phải tiếp tục.

Sứ mạng của con dân Chúa không phải là vấn đề chúng ta vĩ đại ra sao khi làm việc cho Chúa, mà Đức Chúa Trời nhẫn nại và kiên trì thế nào khi làm việc qua chúng ta.

Tuy nhiên, cấu trúc song hành trong Ê-sai 43:10 mang nghĩa: làm đầy tớ của Chúa và nhân chứng cho Chúa giờ đây được hợp nhất với nhau. Hay nói cách khác, lý do Đức Chúa Trời chọn và gọi Y-sơ-ra-ên làm *đầy tớ* của Ngài là để họ là *nhân chứng* cho Ngài.

Làm chứng cho lẽ thật Gia-vê là Đức Chúa Trời hằng sống chân thật duy nhất là trọng tâm của vai trò và sứ mạng của người đầy tớ ấy - luôn luôn là như vậy.

Và người đầy tớ ấy là con dân Chúa - Y-sơ-ra-ên/Gia-cốp, con cháu Áp-ra-ham. Vậy thì, sứ mạng của con dân Chúa, theo phân đoạn Kinh thánh này, là làm chứng nhân cho Đức Chúa Trời hằng sống trong một thế giới đầy những lời tự xưng đua tranh nhau của nhiều vị thần. Đây là nhiệm vụ chính mà bởi đó họ được chọn. Chúng ta được lựa chọn *để* làm những đầy tớ làm nhân chứng về Đức Chúa Trời hằng sống.

Tinh thần tôi tớ thể hiện qua việc làm chứng nhân, tuy nhiên ý chính của Ê-sai 43:10 không chỉ trình bày *nội dung* của vai trò người đầy tớ, mà còn mô tả *phẩm chất* của chứng nhân. Lời chứng về Đức Gia-vê phải được đưa ra, không phải bởi những người vận dụng sức mạnh đế quốc và rêu rao ta đây có người chống lưng (nói cách khác, không giống như Ba-by-lôn hay Sy-ri), mà qua bản tính dịu dàng, không ép buộc của người đầy tớ được mô tả là trái ngược với nền văn hóa ở Ê-sai 42:2–3. Vậy thì, chấp nhận vai trò đầy tớ của Đức Chúa Trời nhất thiết phải bao hàm việc làm nhân chứng cho Ngài. Và công tác làm chứng nhân phải được thực hiện trong tinh thần tôi tớ - làm tôi tớ của Đức Chúa Trời, của con dân Chúa và của thế gian đang trông chờ Ngài.

Đây là sự kết hợp mà sứ đồ Phao-lô đã thấy rõ và giải thích trong chính sứ mạng và chức vụ của mình. Thật vậy, ông ghi lại rằng đây chính là hai từ mà Chúa Giê-xu đã dùng để tóm tắt sứ mạng dành cho ông. "Nhưng hãy trỗi dậy và đứng lên, vì Ta đã hiện ra với ngươi để lập người làm *đầy tớ và nhân chứng* về những điều ngươi đã thấy nơi Ta" (Công 26:16; tôi chủ ý in nghiêng). Cả hai từ này liên quan triệt để và sâu sắc với việc thực hành sứ mạng của chúng ta , và nó chỉ về điều chúng ta cần thảo luận thêm trong phần 3.

Mục Đích Kép Của Nhân Chứng

Rồi Y-sơ-ra-ên được triệu tập trong vai trò đầy tớ Đức Chúa Trời để nhân danh Ngài làm chứng. Nhưng những nghịch lý ấy vẫn tiếp tục. Ai đó có thể nghĩ rằng mục đích của việc làm chứng phải là thuyết phục *các dân tộc* tin Gia-vê là Đức Chúa Trời. Đúng, nhưng có một mục đích ưu tiên khác.

Khôi phục lòng tin nơi Đức Chúa Trời

Chính các nhân chứng cần được thuyết phục, và hành động làm chứng sẽ tạo ra lòng tin đó trong nhân chứng:

> để *các con* thừa nhận và tin cậy Ta
>
> và biết rằng Ta là Đấng ấy. (Ê-sai 43:10, bản dịch của tôi)

Ba động từ trong câu này đều quan trọng và ngân vang nhiều lần trong sách Ê-sai. Điều Đức Chúa Trời than phiền về Y-sơ-ra-ên chính là việc họ không chịu *thừa nhận* Ngài, ngay cả khi đón nhận quà tặng ân điển từ Ngài (Ê-sai 42:20–21) hay khi bị Ngài trừng phạt (42:23–25). Từ ban đầu, nhà tiên tri đã nhắc Y-sơ-ra-ên, với một chút ngạc nhiên, về những việc họ lẽ ra phải *biết* thế mà phải nói lại cho họ từ đầu (40:21,28). Và trong suốt sách Ê-sai, việc Y-sơ-ra-ên không *tin cậy* Chúa là nguyên nhân chính khiến Ngài và nhà tiên tri đau lòng (7:9; 30:1–5, 15–18; 31:1–3). Việc họ thiếu *hiểu biết* về Chúa khiến cho ngay cả những con thú ngu xuẩn nhất cũng có vẻ khôn ngoan (1:3).

Tuy nhiên, thất bại đó chính là điều Ê-sai đã thấy trước. Trong đoạn khó hiểu theo sau khải tượng về sự kêu gọi Ê-sai ở Ê-sai 6, Đức Chúa Trời đã chỉ ra rằng con người đang trong tình trạng nổi loạn đến mức sự hiện diện của nhà tiên tri ở giữa họ cũng chỉ để làm nổi bật sự khước từ, không chịu thừa nhận cũng không chịu hiểu của họ mà thôi (động từ ở Ê-sai 43:10 cũng được dùng ở 6:9–10). Tình trạng đó sẽ tiếp tục qua sự đoán phạt dẫn đến sự tiêu diệt khủng khiếp của cuộc lưu đày (6:11–12).

Nhưng bây giờ, Đức Chúa Trời nói trong Ê-sai 43:10, một việc mới đang xảy ra. Buổi bình minh mới và lệnh triệu tập được làm cho tươi mới lại đối với Y-sơ-ra-ên. Họ được nhắc về sứ mạng ban đầu là làm chứng nhân cho Đức Gia-vê, và trong nhiệm vụ đó chính họ sẽ được khôi phục để nhận biết Đức Chúa Trời của họ, đặt lòng tin nơi Ngài và hiểu biết Ngài. Đức Chúa Trời kêu họ quay lại với nhiệm vụ của mình như một cách kêu gọi quay về với chính Ngài.

Ý chính của câu này là: sức mạnh của lời chứng không chỉ nằm ở điều nó thực hiện trong lòng của những người nghe lời chứng ấy mà còn ở điều nó làm cho chính đức tin của người làm chứng. Nhiệm vụ thuyết phục người khác cũng cố lòng tin quyết của nhân chứng.

Xác chứng lẽ thật về Đức Chúa Trời

Vậy thì cốt lõi của lời chứng mà con dân Chúa phải làm chứng trước các dân tộc là gì? Ba lẽ thật chính được lồng vào những lời xưng nhận quan trọng mà Đức Gia-vê đưa ra trong Ê-sai 43:10b, 11 và 12. Hãy mở Kinh thánh trước mặt bạn rồi đọc tiếp.

> [Ê-sai phác họa] ý định của Đức Gia-vê là Gia-cốp - Y-sơ-ra-ên thực hiện chức năng là nhân chứng trước thế giới. Đó là vì lợi ích của thế giới, đó là để giúp thế giới nhìn biết lẽ thật, vì Đức Gia-vê để mọi người thừa nhận thần tính độc nhất của Đức Gia-vê; nhưng cũng vì ích lợi của Gia-cốp-Y-sơ-ra-ên, đó là để họ có lòng tin chắc qua việc được chọn làm nhân chứng. Nghịch lý thay, không phải họ đã có sự tin quyết rồi thì họ mới có thể làm nhân chứng. Họ được chọn làm nhân chứng để họ có thể có sự tin quyết.
>
> *John Goldingay*[2]

Chỉ Một Mình Đức Gia-vê Là Đức Chúa Trời Siêu Việt, Đời Đời

"Ta là Đấng ấy" (43:10) - "Ta là Đức Chúa Trời" (43:12). Đây là lời khẳng định quan trọng của thuyết độc thần Cựu Ước: không chỉ là khái niệm trừu tượng rằng chỉ có một thần duy nhất, mà chỉ một mình Gia-vê là "Đức Chúa Trời". Ngài là Đấng đời đời, vì không có thần nào hiện hữu trước Ngài, cũng không có thần nào đến sau Ngài. Cách nói "Chẳng có thần nào được tạo thành trước Ta" thật mỉa mai, vì nó thừa nhận sự thật rằng trong nền văn hóa xung quanh Ba-by-lôn, các thần thật ra chỉ "được tạo thành", tức là được dựng nên.

Điều này rõ ràng không phải chỉ đúng với thần tượng và tượng của các thần, mà còn đúng với chính nguồn gốc của các thần. Các thần thoại cổ xưa có nhiều câu chuyện phong phú về nguồn gốc các thần theo cách này hay cách khác. Do đó, điều Đức Gia-vê muốn nói có hai mục đích. Chỉ một mình Ngài *không* được tạo thành. "Tạo thành" là động từ mà chỉ Đức Gia-vê mới có thể làm chủ ngữ của nó (như được lặp đi lặp lại trong tường thuật về sự sáng tạo và các thi thiên về sự tạo dựng), không bao giờ làm bổ ngữ cho nó cả. Cũng vậy, trước khi tất cả các thần khác được tạo thành (con người tạo nên chúng), thì đã có Đức Gia-vê - Đức Chúa Trời có trước tất cả các thần.

Chỉ Một Mình Đức Gia-vê Toàn Quyền Tể Trị Dòng Lịch Sử

Lời khẳng định của Ê-sai 43:9 – rằng chỉ một mình Đức Gia-vê là Đấng đã giải nghĩa quá khứ và công bố tương lai - được lặp lại trong câu 12, nhưng với ý nhấn mạnh thêm rằng không có thần lạ nào ở giữa họ ban cho Y-sơ-ra-ên sự mặc khải lịch sử như thế. Chuỗi "đã rao truyền", "đã cứu rỗi", "đã chỉ bảo" phản chiếu câu chuyện kể vĩ đại về sự giải cứu mang tính kiểu mẫu của Y-sơ-ra-ên - tức cuộc xuất hành. Khi ấy, trước tiên Đức Chúa Trời bày tỏ điều Ngài dự định thực hiện; rồi Ngài thực hiện; sau đó Ngài cắt nghĩa, giải thích và dạy dân sự về nền tảng cho sự thành tín của Ngài đối với lời Ngài hứa và sự ứng nghiệm thật sự của lời hứa cứu rỗi đó. Chỉ Đức Chúa Trời - Đấng thật sự tể trị các sự kiện từ đầu đến cuối - mới có thể tuyên bố Ngài nắm vững toàn bộ lịch sử cùng ý nghĩa của nó như thế. Chuyện kể ấy là câu chuyện của Đức Chúa Trời vì đó là câu chuyện Ngài đang viết. Tác giả điều khiển câu chuyện.

Chỉ Một Mình Đức Gia-vê Là Chúa Cứu Thế

Dĩ nhiên, quyền năng cứu rỗi của Đức Gia-vê đã được chứng minh trong lịch sử Y-sơ-ra-ên trong quá khứ, nhưng liệu có thể tin cậy quyền năng đó trong tương lai, trước sự thất bại rành rành vào năm 587 TC. và cuộc lưu đày hay không? Tương lai chỉ phụ thuộc vào quyền năng giải cứu của Đức Gia-vê giống y như trong quá khứ. Đó là lý do mà lời khẳng định "ngoài Ta không có cứu chúa nào khác" tiếp theo ngay sau lời quả quyết "cũng chẳng có [thần] nào sau Ta nữa".

> Đức Chúa Trời nhấn mạnh rằng Y-sơ-ra-ên đã chứng kiến bằng chứng cho thấy chỉ một mình Ngài là Đức Chúa Trời. Bằng chứng đó là gì? Lời hứa khiến Áp-ra-ham trở thành một dân lớn; lời hứa giải cứu con cháu ông ra khỏi Ai Cập; lời hứa ban cho họ xứ Ca-na-an; lời hứa làm cho triều đại Đa-vít được vững trên ngai ở Giê-ru-sa-lem, v.v... Sự ứng nghiệm những lời hứa này lặp đi lặp lại đòi hỏi gì? Sự giải cứu, thường là trong hoàn cảnh bất khả thi. Trong quá trình bày tỏ danh tính là Đức Gia-vê cho dân sự, Ngài đã nhiều lần chứng minh cho họ thấy ước muốn và khả năng giải cứu của Ngài. Điều Y-sơ-ra-ên đã chứng kiến và không thể lẩn tránh đó là nhận thức rằng "Gia-vê" nghĩa là "Đấng Cứu Thế", rằng, vì Gia-vê là Đức Chúa Trời duy nhất, nên Ngài cũng là Đấng Cứu Thế duy nhất. Trong phần đầu sách, Ê-sai đã cho thấy rằng chỉ một mình Đức Chúa Trời là Đấng đáng tin cậy, rằng mọi nguồn lực khác, đặc biệt là các dân tộc, sẽ chẳng giúp ích được gì. Bây giờ, ông đang cho thấy rằng khi chúng ta không tin cậy và nhận lãnh hậu quả tất yếu của những sự nương dựa sai trật, thì chỉ một mình Đức Chúa Trời có thể giải cứu.
>
> <div align="right"><i>John N. Oswalt</i>[3]</div>

Nói cách khác, đây không phải là vấn đề hy vọng vị thần nào đó sẽ đến sau Đức Gia-vê để giải cứu Y-sơ-ra-ên (hay bất kỳ ai) ra khỏi mớ rối rắm mà tội lỗi đã đẩy họ vào. Không, Đức Chúa Trời công chính đã đưa họ vào chỗ lưu đày cũng là Đức Chúa Trời (duy nhất) sẽ giải cứu họ ra khỏi chốn lưu đày. Không có thần cứu rỗi nào khác, vì không hề có Đức Chúa Trời nào khác, chấm hết. Lẽ thật mà Y-sơ-ra-ên cần được học cũng áp dụng cho mọi dân tộc khác, những dân mà nhà tiên tri sẽ sớm mời gọi họ quay lại, từ bỏ các thần giả không thể cứu họ, và đến với Đức Chúa Trời duy nhất là Đấng có thể và sẽ cứu họ (Ê-sai 45:20–22).

Vậy thì, đây là những lẽ thật quan trọng về Đức Gia-vê mà Y-sơ-ra-ên phải làm chứng. Thật vậy, đây là những lẽ thật quan trọng nhất trong vũ trụ. Có điều chi quan trọng hơn danh tính, quyền tể trị tối thượng và quyền năng cứu rỗi của một Đức Chúa Trời hằng sống chăng?

Thế nhưng – nghịch lý lớn hơn hết thảy – Đức Chúa Trời này lại giao một lẽ thật lớn lao liên quan đến cả cõi vũ trụ vào môi miệng của những nhân chứng con người - những chứng nhân mà Ngài đã phải chịu đựng sự không đáng tin cậy của họ suốt ngàn năm. Có một sự mỏng manh và liều lĩnh không thể tin được tại đây - không phải trong mối liên hệ với bản thân Đức Chúa Trời hay sự sống còn của Ngài, mà trong kế hoạch lớn là cho thế gian biết những lẽ thật này.

Làm thế nào các nước biết đến một Đức Chúa Trời hằng sống, tự mặc khải, ban sự giải cứu, là Đấng tạo dựng nên họ, Đấng tể trị, thẩm phán và là Cứu Chúa của họ? Đức Chúa Trời phán với một cộng đồng mù và điếc thuộc linh, đang mòn mỏi trong cảnh lưu đày *"Các con là nhân chứng của Ta"*. Chỉ có quyền năng diệu kỳ đem lại sự biến đổi và ban sự sống của Thần Linh Đức Chúa Trời mới có thể ban cho một dân tộc như thế chút hy vọng về tương lai, huống hồ là nhắc lại sự kêu gọi trở nên đầy tớ và nhân chứng được Chúa lựa chọn. Nhưng đó chính là điều Đức Chúa Trời hứa (Ê-sai 42:1; 44:3). Và khi Thánh Linh đến, thì nó gần như là một sự sống lại, sống lại để bước vào sự hiểu biết chắc chắn về Đức Chúa Trời (Êxê 37:1–14).

Vai Trò Kép Của Các Nhân Chứng Trong Tân Ước

Chúa Giê-xu phục sinh nói với nhóm người không mấy triển vọng *"Các con sẽ làm nhân chứng cho Ta"*. Ngài đã sống với những lầm lỗi và thất bại của họ trong ba năm và gánh chịu cái chết đau đớn nhất. Một trong những người Chúa Giê-xu chọn làm nhân chứng đã hoàn toàn khước từ sự hiểu biết Ngài! Những người còn lại vừa mới chạy trốn. Thế nhưng họ lại được Đấng Christ chọn và kêu gọi cho chính mục đích này, ấy là thực thi vai trò đầy tớ của Y-sơ-ra-ên, làm ánh sáng cho muôn dân để sự cứu rỗi của Chúa sẽ đi đến đầu cùng đất. Và đó là sự lựa chọn cho sứ mạng mà Chúa Giê-xu sẽ không hủy bỏ, như chính Đức Chúa Trời đã không hủy bỏ việc Ngài đã chọn Y-sơ-ra-ên vì thất bại của họ. Thay vào đó, giống như trong Cựu Ước, Chúa Giê-xu củng cố sự lựa chọn này bằng lời hứa tương đương về việc ban tặng và năng quyền của Thánh Linh Đức Chúa Trời để họ được năng lực thực hiện sứ mạng ấy (Lu 24:49; Công 1:8).

Vì có lẽ thật nào khác trong vũ trụ quan trọng hơn danh tính, quyền tể trị và quyền năng cứu rỗi của Cứu Chúa Giê-xu Christ chăng?

Trên Núi Thăng Thiên, Chúa Giê-xu đã bình tĩnh nhận lấy địa vị của Đức Gia-vê qua những lời được trích trực tiếp từ Phục Truyền 4:39: "Mọi quyền phép trên trời và dưới đất đều được giao cho Ta. Vậy hãy đi..." Như thế Chúa Giê-xu nói với họ:

> Bây giờ *các con* biết Ta là ai rồi; *các con* biết danh tính của Ta là Đấng đã đến (như Đức Gia-vê phán Ngài sẽ đến) và đã hoàn thành mọi việc chỉ có Đức Gia-vê mới có thể thực hiện. *Các con* biết rằng Ta là Đấng đó. Và các con là nhân chứng cho những sự kiện minh chứng cho những điều này - cuộc đời, sự chết và sự sống lại của Ta.
>
> Vậy thì làm thế nào *muôn dân* mà Đức Chúa Trời đã hứa ban phước cho kể từ thời Áp-ra-ham nhận biết những chân lý cứu rỗi về Ta?

Các con là nhân chứng *của Ta*. Các con đứng vào chỗ của Y-sơ-ra-ên, làm chứng nhân cho Đức Gia-vê, làm chứng nhân cho Đấng là hiện thân cho Đức Gia-vê, Đấng cầm quyền và Cứu Chúa.

Vậy khi Tân Ước triển khai chủ đề phong phú của Cựu Ước về con dân Chúa trong vai trò chứng nhân của Đức Gia-vê, thì Tân Ước thực hiện theo hai cách, mà cả hai đều vô cùng quan trọng đối với sứ mạng của chúng ta là con dân Chúa ngày hôm nay.

Nhân Chứng Mắt Thấy Tai Nghe Đầu Tiên Của Chúa Giê-xu Lịch Sử

Chúa Giê-xu phán: "Các con là những nhân chứng về các việc đó" (Lu 24:48). Những việc gì?⁴

Những sự kiện vừa được mô tả - sự xuất hiện của Đấng Mê-si, sự đau đớn, sự chết và sống lại của Ngài. Một trong những đặc ân và trách nhiệm chính của chức sứ đồ chính là đây: biết Chúa Giê-xu ở Na-xa-rét trong thời gian Ngài sống và thi hành chức vụ trên đất và làm nhân chứng cho sự chết và sống lại của Ngài. Cho nên, khi các môn đồ cần người thay thế Giu-đa Ích-ca-ri-ốt sau sự kiện phục sinh, họ dứt khoát rằng ứng viên phải đạt yêu cầu tối thiểu sau:

> ... điều cần thiết là chọn một trong những người từng ở với chúng ta trong suốt thời gian Chúa là Đức Chúa Giê-xu đi lại giữa chúng ta, từ khi Ngài được Giăng làm báp-tem cho đến ngày Ngài được cất lên khỏi giữa chúng ta, phải có một người cùng với chúng ta làm chứng về sự sống lại của Ngài. (Công 1:21–22)

Và trong chương 9, chúng ta thấy lời chứng mắt thấy tai nghe quan trọng thế nào đối với sự dạy dỗ ban đầu của các sứ đồ. Họ nhắc đi nhắc lại điều đó:

> Anh em đã giết Chúa của sự sống, nhưng Đức Chúa Trời đã khiến Ngài từ cõi chết sống lại; chúng tôi là những nhân chứng cho điều đó. (Công 3:15)

> Về phần chúng tôi, chúng tôi không thể không nói về những điều mà đã thấy và nghe. (Công 4:20)⁵

---

⁴Khi Chúa Giê-xu vô tư hỏi hai môn đồ trên đường Em-ma-út, trong phần hẳn phải là một trong những ghi chép hết sức mỉa mai - thậm chí khôi hài - trong Kinh thánh: Chúa Giê-xu, Đấng từng là tâm điểm của tất cả những gì đã xảy ra tại Giê-ru-sa-lem vào cuối tuần lễ đó, giả vờ như Ngài không hề biết họ đang nói về việc gì. Thật đúng là "Việc gì vậy?" (Lu 24:19)

⁵Xem thêm Công 1:22; 2:32; 4:33; 5:32; 10:39; 13:31.

Cũng chính Phi-e-rơ và Giăng đó, hai người trình bày phẩm chất nhân chứng mắt thấy tai nghe của mình ngay từ buổi ban đầu trong chức vụ sứ đồ, đã không hề đánh mất điều tuyệt diệu của đặc ân đó. Phi-e-rơ mô tả bản thân không chỉ là "một trưởng lão trong anh em" (nói đến điểm giống nhau giữa ông và độc giả), mà còn là "nhân chứng về sự thương khó của Đấng Christ" (điều khiến ông khác với họ trong tư cách sứ đồ, mà không có ý nói đến thứ bậc; 1 Phi 5:1; cũng so sánh với 2 Phi 1:16–18). Giăng thì nhấn mạnh tính chất hiển nhiên, có thể nghe và thấy của lời chứng về Đấng Christ:

> Nói về Lời sự sống, là điều đã có từ ban đầu, điều chúng tôi đã nghe, điều mắt chúng tôi đã thấy, điều chúng tôi đã chiêm ngưỡng và tay chúng tôi đã chạm đến. Sự sống này đã được bày tỏ, chúng tôi đã thấy và làm chứng, nên chúng tôi công bố cho anh em sự sống đời đời vốn ở với Đức Chúa Cha, và đã được bày tỏ cho chúng tôi. Chúng tôi lấy điều đã thấy, đã nghe mà công bố cho anh em. (1 Giăng 1:1–3)

Chúng ta có thể nghĩ rằng việc này rõ ràng quan trọng với những giáo sĩ đầu tiên rao giảng Phúc âm của Chúa Giê-xu Christ. *Họ* có thể đứng lên nói rằng "Chúng tôi đã ở đó. Chúng tôi biết Ngài. Chúng tôi thấy Ngài chết. Chúng tôi đã thấy Đức Chúa Trời khiến Ngài sống lại. Chúng tôi là nhân chứng của những việc này." Còn *chúng ta* không thể nói như thế. Vậy thì điều này có liên quan gì với sứ mạng của dân sự Chúa ngày hôm nay?

Đây là điều hết sức quan trọng, vì tất cả lời chứng của các nhân chứng mắt thấy tai nghe về Chúa Giê-xu cuối cùng là ở đâu? Dĩ nhiên là ở trong Kinh thánh. Nguồn gốc và tính xác thực của các tư liệu Tân Ước được truy nguyên từ những nhân chứng đầu tiên này. Và vì mọi lời chứng của chúng ta về Phúc âm đều đặt nền tảng trên Kinh thánh, nên điều quan trọng là chúng ta phải tin chắc vào tính đáng tin cậy của những tư liệu này.

Thật thế, chúng ta có thể tin chắc như vậy. Lu-ca cho chúng ta biết rằng ông đã nghiên cứu cẩn thận và kiểm tra các nguồn nhân chứng một cách chính xác để chúng ta có thể tin cách chắc chắn vào điều chúng ta tin:

> Nhiều người đã cố gắng biên soạn một bản tường thuật về những việc đã được thực hiện giữa chúng ta, đúng như *những người đã từng chứng kiến* và phục vụ đạo Chúa từ ban đầu truyền lại cho chúng ta. Vì thế, sau khi cẩn thận tra cứu mọi việc từ đầu, tôi thiết tưởng cũng nên theo thứ tự mà viết cho ngài, để ngài biết *những điều mình đã học là chắc chắn*. (Lu-ca 1:1–4; tôi chủ ý in nghiêng)

Điều đúng với Lu-ca thì chắc chắn cũng đúng với những người tổng hợp những sách Tân Ước mà ngày nay chúng ta cầm trong tay. Thật vậy, Richard

Bauckham đã tranh luận với lòng tin chắc cùng với các nghiên cứu lớn của giới học giả rằng ảnh hưởng từ lời chứng của nhân chứng đương đại trên các tư liệu về Tân Ước lớn lao hơn rất nhiều so với nhiều người nghĩ. Chắc chắn ông làm nổ tung bức tranh biếm họa phổ biến cho rằng mọi câu chuyện về cuộc đời và những lời phán của Chúa Giê-xu đều được thêu dệt bởi những điều tưởng tượng được tự truyền miệng theo năm tháng trước khi chúng được viết xuống.[6]

Mọi lời chứng về Cứu Chúa Giê-xu Christ và quyền năng cứu rỗi của Phúc âm đều phụ thuộc vào tính đáng tin cậy của Kinh thánh. Kinh thánh chỉ về Ngài. Thật thế, chính Chúa Giê-xu đã dùng ngôn ngữ làm chứng để nói về Kinh thánh mà ngày nay chúng ta gọi là Cựu Ước: "Các ngươi tra cứu Kinh thánh vì nghĩ rằng trong đó có sự sống đời đời. Chính Kinh thánh làm chứng về Ta" (Giăng 5:39). Cựu Ước xác nhận Đấng đã đến để thực hiện lời hứa của Đức Chúa Trời. Tân Ước làm chứng về Ngài qua những "nhân chứng Đức Chúa Trời đã chọn - tức là những người đã ăn uống với Ngài sau khi Ngài từ cõi chết sống lại", theo cách Phi-e-rơ nói (Công 10:41).

Vậy thì, sứ mạng của con dân Chúa, là sứ mạng làm chứng - cung cấp bằng chứng về Cứu Chúa Giê-xu Christ. Nhưng tất cả lời chứng của chúng ta được xác nhận bởi lời chứng của những người là nhân chứng do chính Đức Chúa Trời chọn. Và lời chứng của họ ở trong tay chúng ta - Lời Đức Chúa Trời qua ngôn từ của họ - tức là Kinh thánh.

Lời chứng vẫn tiếp tục về Phúc âm của Đấng Christ

Vậy những nhân chứng đầu tiên là những người đã nghe và thấy Chúa Giê-xu trên đất. Tuy nhiên, như Chúa Giê-xu đã chỉ cho Thô-ma thấy, "phước cho những người không thấy mà tin" (Giăng 20:29). Chúa Giê-xu không chỉ cầu nguyện cho các môn đồ đầu tiên của Ngài, mà còn cho "những người nhờ lời họ mà tin Con nữa" (17:20). Vì vậy, Chúa Giê-xu hình dung cách rõ ràng rằng công tác chứng nhân của cộng đồng Ngài sẽ tiếp tục, không dừng lại ở thế hệ nhân chứng đầu tiên, mà tiếp tục với lời chứng đang tiếp diễn của những người sẽ tin nhận. Đức tin đến từ việc nghe lời chứng của những người đã thấy và nghe; nhưng đức tin cũng đòi hỏi phải được lưu truyền qua lời chứng liên tục.

Chúa Giê-xu cũng cảnh báo các môn đồ rằng họ sẽ đối diện với sự bách hại và bắt giữ bởi những lãnh đạo tôn giáo và chính trị, nhưng điều này sẽ cho họ càng có thêm cơ hội để làm chứng về Chúa Giê-xu cách công khai. Hoặc đó sẽ là một trong những cách mà qua đó Đức Thánh Linh sẽ làm chứng về Chúa Giê-xu qua lời nói của các môn đồ Ngài trong lúc xét xử. Thật vậy, đó sẽ là một phương cách mà nhờ đó Phúc âm lan rộng đến các dân tộc (Mác

---

[6]Richard Bauckham, *Jesus and the Eyewitnesses: The Gospels as Eyewitness Testimony* (Grand Rapids: Eerdmans, 2008).

13:9–11; xem thêm Mat10:17–20; Lu 21:12–15). Vậy, Chúa Giê-xu đã hình dung rõ ràng đây là lời chứng đang tiếp diễn của cộng đồng tín hữu sau thế hệ các môn đồ, những chứng nhân đầu tiên.

Mục vụ của sứ đồ Phao-lô có vẻ rơi vào cả hai loại này. Ông biết rõ rằng ông không nằm trong số các môn đồ đầu tiên của Chúa Giê-xu trong thời gian Chúa thi hành chức vụ trên đất, ông cũng không có mặt tại thập tự giá hay khi Chúa sống lại. Vì vậy, việc ông được kể vào hàng các sứ đồ đầu tiên phải được xác nhận bởi cuộc gặp gỡ cá nhân, trực tiếp với Đấng Christ phục sinh trên đường Đa-mách. Ông xem sự kiện đó như lời công nhận chức sứ đồ của mình bên cạnh những người từng chứng kiến những việc đã xảy ra đó.

Nhưng Phao-lô cũng biết rõ trách nhiệm làm chứng về Chúa Giê-xu qua cách ông mô tả sự ủy thác ông nhận lãnh khi cải đạo (Công 22:14–15; 26:16) và cách ông tóm tắt tham vọng cuộc đời mình: "Nhưng tôi chẳng kể sự sống mình là quý, miễn sao hoàn tất cuộc đua và nhiệm vụ tôi đã nhận lãnh nơi Chúa là Đức Chúa Giê-xu, để làm chứng cho[7] Tin Lành về ân điển Đức Chúa Trời" (Công 20:24).

Giăng cũng thích khái niệm làm chứng. Toàn bộ Phúc âm của ông được viết ra như lời chứng của một người có mặt tại thập tự giá và ngôi mộ trống và là người chứng kiến để những người khác có thể tin lời ông nói (Giăng 19:35; 20:8; 21:24). Ông nhấn mạnh vai trò của Giăng Báp-tít trong việc làm chứng về danh tính của Chúa Giê-xu là Đấng Mê-si-a (Giăng 1:7–8, 15, 19, 32, 34). Và ông mô tả Chúa Giê-xu tham gia vào cuộc tranh luận kéo dài với những lãnh đạo Do Thái về phạm vi lời chứng về nhân thân của Ngài (Giăng, Cha Ngài, công việc của Ngài, Kinh thánh, chính Ngài).

Giăng cũng cung cấp hai phân đoạn Kinh thánh "làm chứng" vốn cung cấp một khuôn mẫu và sự khích lệ cho chúng ta - người đàn bà Sa-ma-ri và Đức Thánh Linh.

Người ta thường nói rằng người đàn bà Sa-ma-ri bên giếng nước trong Giăng chương 4 là nhà truyền đạo đầu tiên. Và điều này càng đáng kinh ngạc hơn nữa khi bà dường như thiếu hụt đến ba tiêu chuẩn cho một vai trò như thế - người ngoại quốc, người nữ (lời làm chứng của người nữ không được xem là có giá trị trong tòa án Do Thái thời bấy giờ) và là người có vấn đề đạo đức và xã hội nghiêm trọng.[8] Nhưng bà đã làm điều mà bất kỳ nhân chứng nào cũng phải làm - không hơn không kém. Bà đã đi nói cho cả làng về Chúa Giê-xu. Và năng lực từ lời chứng của bà trở thành một sức mạnh truyền giáo

---

[7]"Làm chứng" là cách dịch khác trong Anh ngữ mang ý nghĩa "cung cấp bằng chứng". Trong tiếng Hy Lạp, những từ ngữ tương tự được dùng với chút khác biệt (*martyreo* và *diamartyromai*).

[8]Bà thường bị lên án là có đến năm đời chồng và hiện đang sống với người không phải là chồng mình. Dĩ nhiên, không có cách nào để bà sống ngoài chịu sự sỉ nhục trong xã hội. Nhưng trong văn hóa thời đó và theo tục lệ ly hôn, thì rất có thể đây là trường hợp bị những người chồng ngoại tình lạm dụng hơn là người đàn bà phóng túng sống lang chạ.

tự nhân bản. Có vẻ rõ ràng Giăng cố tình xem đây là kiểu mẫu cho tất cả những người tin Chúa:

> Nhiều người Sa-ma-ri ở thành đó tin Ngài *vì người phụ nữ đã làm chứng* rằng "Ngài đã nói ra hết mọi điều tôi đã làm." Vì vậy, khi đến với Ngài, những người Sa-ma-ri xin Ngài ở lại với họ, và Ngài đã ở lại đó hai ngày. Qua lời của Ngài, số người tin càng đông hơn nữa.
>
> Họ nói với người phụ nữ rằng "Bây giờ không còn phải nhờ những gì chị nói mà chúng tôi tin, vì chính chúng tôi đã nghe, và biết rằng Ngài thật là Cứu Chúa của thế gian." (Giăng 4:39–42; chú ý in nghiêng)

Chúa Giê-xu đang hầu tòa, không phải trước Bôn-xơ Phi-lát, mà là tại tòa án dư luận. "Thế gian", từ mà trong ngôn ngữ Kinh thánh có nghĩa là thế tục, bất kính, xã hội phi Cơ Đốc, đang trong vai trò thẩm phán. Thế gian đang không ngừng xét xử Chúa Giê-xu, đưa ra nhiều phán quyết khác nhau về Ngài. Ma quỷ buộc tội Ngài bằng nhiều lời nói dối xấu xa và tập hợp cả trăm nhân chứng giả. Đức Thánh Linh là *Parakletos*, luật sư cho bị cáo, và Ngài kêu gọi chúng ta làm nhân chứng cho vụ án của Ngài. Người giảng đạo Cơ Đốc có đặc ân làm chứng về và cho Chúa Giê-xu Christ, bênh vực Ngài, ca ngợi Ngài, đem đến tòa bằng chứng mà tòa án phải nghe và xem xét trước khi tuyên án.

Người Cơ Đốc phải phản ứng thế nào khi đối diện với sự bách hại của thế gian? Chắc chắn không được trả thù. Cũng không phục hồi sức lực bằng sự tự thương hại. Không rút lui vào một nơi hẻo lánh an toàn và được che chắn, tách biệt khỏi sự thù địch khó chịu của thế gian. Không! Người Cơ Đốc phải can đảm làm chứng về Chúa Giê-xu trước thế gian bằng năng quyền của Đức Thánh Linh. Thế gian là như thế - đôi khi thờ ơ và lãnh đạm ngoài mặt nhưng hết sức hung hăng và chống nghịch bên trong. Làm thế nào để họ nghe, hiểu, ăn năn và tin nhận? Làm sao để họ đưa ra bản án có lợi cho Chúa Giê-xu đang bị xét xử trước mặt họ? Câu trả lời là: qua lời chứng của chúng ta. Chính vì sự chống đối của thế gian vô tín đối với Đấng Christ mà lời chứng của Hội thánh về Đấng Christ trở nên cần thiết.

John Stott[9]

Phân đoạn "làm chứng" thứ hai của Giăng, cũng với mục đích truyền giảng rất rõ ràng, là phần ký thuật lời Chúa Giê-xu phán về vai trò của Đức

Thánh Linh:

> Nhưng khi Đấng An Ủi đến, là Đấng mà Ta sẽ từ Cha sai đến với các con – tức là Thần Chân Lý ra từ Cha - chính Ngài sẽ làm chứng về Ta. Các con cũng làm chứng về Ta, vì các con đã ở với ta từ lúc ban đầu (Giăng 15:26–27).

Ngữ cảnh trước mắt của phân đoạn này là lời cảnh báo của Chúa Giê-xu về sự căm thù và bắt bớ của thế gian đối với môn đồ của Ngài. Vì vậy, bầu không khí ấy là tăm tối với đầy những xung đột và những lời buộc tội. Như trong Ê-sai, bối cảnh ẩn dụ là tòa án, đây là lần duy nhất Chúa Giê-xu ở ghế bị cáo. Chúa Giê-xu bị phỉ báng, bị tấn công và bị căm ghét. Ai sẽ đứng lên bảo vệ Ngài? Chúa Giê-xu quả quyết Đức Thánh Linh sẽ làm điều đó vì đó là nhiệm vụ chính của Ngài - làm chứng cho Chúa Giê-xu.

Trong chương tiếp theo, Chúa Giê-xu sẽ mô tả Đức Thánh Linh trong vai trò của luật sư khởi tố, và thế gian ngồi ghế bị cáo, bị buộc tội trước sự xét xử công bình của Đức Chúa Trời (Giăng 16:8–11). Còn ở đây, trong Giăng 15, công tác tố tụng của Ngài là làm nhân chứng cho Chúa Giê-xu *qua lời chứng của các môn đồ*. Một lần nữa, chúng ta thấy việc đề cập đến những người từng chứng kiến cuộc sống trên đất của Chúa Giê-xu ("ở với Ta từ lúc ban đầu"), nhưng chắc chắn rằng việc làm chứng cho lẽ thật về Chúa Giê-xu, bằng quyền phép của Đức Thánh Linh, là đặc ân và trách nhiệm đang tiếp diễn của tất cả những người trung tín theo Ngài trải qua các thế hệ.

Tóm Lược

Trong chương 9, chúng ta thấy một phần trong sứ mạng của con dân Chúa là một lòng trung thành với Đức Chúa Trời mà chúng ta nhận biết qua Cứu Chúa và là Chủ của chúng ta trong Đấng Christ như thế nào. Trung thành bao gồm sẵn sàng đứng về phía Ngài nơi tòa án công cộng, giống như các sứ đồ, có thể nói như vậy. Trong chương này, chúng ta đã tìm hiểu điều đó có nghĩa là gì qua phần giải thích về việc làm nhân chứng trong Kinh thánh. Chúa Giê-xu đặt trách nhiệm này trên các môn đồ, nhưng Ngài lấy ý tưởng và nội dung từ Kinh thánh - tức Cựu Ước.

Trong một thế giới nơi các quốc gia loài người tạo nên các thần cho chính họ và không hề biết đến Đức Chúa Trời hằng sống, thì con dân Chúa được triệu tập để làm nhân chứng cho tính độc nhất, quyền tể trị tối thượng và công tác cứu rỗi của Ngài. Đó là lý do cơ bản mà chúng ta được lựa chọn và là một phần ý nghĩa của việc trở thành đầy tớ Đức Chúa Trời. Nhưng nhiệm vụ làm nhân chứng không chỉ vì lợi ích của những người chưa biết Chúa, mà có còn củng cố đức tin và nhận thức của chính người làm chứng.

Vậy nên, sứ mạng của con dân Chúa bao gồm lời chứng bằng lời, đứng lên nói ra lẽ thật về Đấng thật sự là Đức Chúa Trời và về những việc Đức Chúa Trời đã làm qua Cứu Chúa Giê-xu Christ để đem sự cứu rỗi đến cho muôn dân. Nhiệm vụ trở thành một "đầy tớ và một chứng nhân" tiếp tục định nghĩa sứ mạng của chúng ta cũng như của Y-sơ-ra-ên, của Phao-lô trước kia và của tất cả những người mà lời chứng của họ bao gồm cả sự tử đạo "vì lời của Đức Chúa Trời và lời chứng của Đức Chúa Giê-xu" (Khải 1:9).

Nội dung lời chứng của chúng ta trước hết là tin mừng. Và điều đó dẫn chúng ta đến chương tiếp theo để tìm hiểu tin mừng là tin gì và làm sứ giả rao tin đó có nghĩa là gì.

Câu Hỏi Liên Quan

1. Cụm từ "làm chứng" gợi cho bạn suy nghĩ gì? Những thói quen thường thấy liên quan thế nào đến điều Kinh thánh muốn nói trong từ "làm chứng"? Làm thế nào để tránh khuynh hướng "làm chứng" về chúng ta thay vì về những lẽ thật lớn của Đức Chúa Trời trong Đấng Christ?
2. Bạn có thể chỉ ra những cách mà trong đó công tác làm chứng khiến cho đức tin và hiểu biết của chính bạn được mạnh mẽ hơn không?
3. Đôi khi tòa án nói về người nào đó là "nhân chứng đáng tin" (hoặc không đáng tin). Điều gì tạo nên một "nhân chứng đáng tin" cho Đấng Christ?

11

Những Người Rao Giảng Phúc Âm Của Đấng Christ

Truyền giảng Tin lành, nhà truyền giảng Tin lành, mang tính Tin lành, Tin lành hóa - đều là những từ quen thuộc trong từ vựng của nhiều Cơ Đốc nhân, nhưng lại bị hiểu lầm và lạm dụng rất nhiều trong cộng đồng thế giới nói chung.

Chúng ta thích nói chúng ta là "người theo Phúc âm," và việc chia sẻ Phúc âm bằng mọi cách có thể được xem là cốt lõi của sứ mạng của con dân Chúa. Và đa số chúng ta đều biết rằng từ "gospel" trong tiếng Anh có nghĩa là "tin mừng" hay "phúc âm", từ này cũng là gốc của những từ "evangel-" trong tiếng Hi Lạp của Tân Ước.

> "Phúc âm" là một trong những từ cơ bản, cốt yếu trong nếp sống Cơ Đốc đến nỗi nó có thể bị xem là đương nhiên. Từ này có thể trở thành thuật ngữ ám chỉ bất kỳ điều gì trong đức tin Cơ Đốc. "Phúc âm" có thể chứa đầy ý nghĩa mà *tôi* muốn đưa vào đến nỗi nó có thể trở nên trống rỗng, chẳng mang ý nghĩa gì cả. Giống như từ "yêu" trong âm nhạc đại chúng, "Phúc âm" có thể mang đầy ý nghĩa và đồng thời cũng có thể chẳng có nghĩa gì cả. Tôi từng nghe người ta mô tả nhiều hội chúng là "hội thánh Phúc âm", và người phục vụ là "người Phúc âm", khi thực sự ý họ muốn nói là "dựa trên Kinh thánh" hoặc "chúng tôi thích những người ấy".
>
> *John Dickson*[1]

Sứ mạng của con dân Chúa là đem tin *vui* cho một thế giới nơi mà tin *buồn* vốn thường gây lo ngại khắp nơi.

Đến đây chúng ta có thể đi ngay vào khảo sát việc dùng gốc *"evangel-"* trong Tân Ước, là nơi từ này xuất hiện như động từ và danh từ khoảng một trăm lần, và tạo nên chân dung đủ thuyết phục về sự ủy thác cùng phương pháp truyền giảng Phúc âm của chúng ta. Tuy nhiên, do chúng ta đang chú trọng vào thần học thánh kinh cho đời sống, cho nên chúng ta sẽ đi theo cách trước tiên là quay lại với Cựu Ước. Và có hai lý do chính đáng để chúng ta làm điều này.

Lý do thứ nhất đó là Phao-lô cho chúng ta biết rằng Phúc âm là "theo lời Kinh thánh" (1 Cô 15:1–4), nghĩa là sứ điệp Phúc âm về sự chết và sống lại của Chúa Giê-xu phải được hiểu dựa trên Cựu Ước. Phao-lô còn có thể nói rằng Phúc âm đã *được giảng* trong Cựu Ước. Ông nói, Kinh thánh "đã rao truyền trước cho Áp-ra-ham" - khi Đức Chúa Trời hứa với ông rằng muôn dân sẽ nhờ ông mà được phước (Ga 3:8).

Phúc âm thánh kinh bắt đầu trong Sáng Thế Ký, không phải trong Ma-thi-ơ. Điều này ắt hẳn đưa "Phúc âm" vào khuôn khổ của thần học thánh kinh.

Lý do thứ nhì là dường như *từ vựng* Tân Ước về Phúc âm và truyền giảng Phúc âm thực sự bắt nguồn từ Cựu Ước, nhất là trong sách Ê-sai (và một số trong thi thiên, như chúng ta sẽ thấy sau). Thật ra, từ "Phúc âm" bắt nguồn từ tin vui mừng đã đến với dân lưu đày tại Ba-by-lôn.

Tin Vui Cho Người Bị Lưu Đày

Như đã thấy trong chương 10, chúng ta cần quay về thời đó trong lịch sử Y-sơ-ra-ên, khi điều không thể nghĩ tới lại đã xảy ra - đó là cảnh lưu đày, mất đất, mất thành, mất đền thờ và không còn hy vọng. Lúc ấy, Y-sơ-ra-ên cần nghe tin mừng. Và đó là điều họ nghe trong những lời vang vọng được ghi lại trong Ê-sai 40–55.

Bốn lần trong các chương đó chúng ta nghe về "tin mừng" đang tới. Hãy kiểm tra xem, vì đó là nguồn gốc của Phúc âm: Ê-sai 40:9; 41:27; 52:7; và 61:1. Trong mỗi trường hợp, từ Hê-bơ-rơ là *baśar*, và trong ba trường hợp các dịch giả Hy Lạp trong các bản văn Bảy Mươi (Septuagint) đã chọn động từ *euangelizomai*. Dĩ nhiên, đây là từ bắt đầu được dùng trong Tân Ước, đặc biệt khi các bản văn đó được Chúa Giê-xu hoặc các sứ đồ trích dẫn. Tin vui mà nhà tiên tri mong chờ thực sự đã tới khi Chúa Giê-xu xuất hiện. Vì vậy từ "tin vui" hoặc "phúc âm" sử dụng động từ của bản Septuagint từ Kinh thánh Cựu Ước và cho chúng ta toàn bộ một loạt các từ "evangel-" trong Tân Ước.

Baśar có nghĩa là mang đến hoặc loan tin vui. Đây là từ rất thông dụng trong nếp sống thường nhật của Y-sơ-ra-ên thời Cựu Ước. Có lẽ cách dùng gây phấn khích và dễ thấy nhất là trong 2 Sa-mu-ên 18:19–32 - câu chuyện kể về tin Giô-áp thắng Áp-sa-lôm được báo cho Đa-vít - tin vui nhưng buồn đối với Đa-vít vì chính cái chết của Áp-sa-lôm.² Vậy thì phân từ *mebaśśer* có nghĩa là ai đó thông báo tin vui, một sứ giả mang tin *vui* (khác với từ bình thường dùng cho sứ giả nói chung – *mal'ak*).

Và một sứ giả báo tin *mừng* như thế chính là người mà chúng ta gặp trong câu mở đầu phân đoạn đặt nền móng cho bài chúng ta nghiên cứu trong chương này, Ê-sai 52:7, một câu được trích dẫn rất nhiều khi nói đến hy vọng của người Do Thái trong khoảng thời Chúa Giê-xu và cũng như trong Tân Ước - ngoại trừ việc trong Tân Ước, đó không còn là hy vọng cho tương lai mà là vui vẻ ăn mừng một sự kiện cuối cùng đã tới.³

> Bàn chân của những người rao truyền sự bình an,
>
> loan báo tin lành, công bố sự cứu rỗi,
>
> và nói với Si-ôn rằng: "Đức Chúa Trời ngươi trị vì!"
>
> Bàn chân của họ trên các núi xinh đẹp biết bao!
>
> Những kẻ canh gác của ngươi cất tiếng hát,
>
> họ cùng nhau reo mừng.
>
> Vì họ sẽ tận mắt thấy, Đức Giê-hô-va trở lại Si-ôn,
>
> Hỡi những nơi đổ nát của Giê-ru-sa-lem,
>
> Hãy trỗi giọng hát mừng rập ràng.
>
> Vì Đức Giê-hô-va đã an ủi dân Ngài,
>
> đã chuộc lại Giê-ru-sa-lem.
>
> Đức Giê-hô-va để trần cánh tay thánh của Ngài
>
> trước mắt mọi nước,

---

²Các thí dụ khác về cách dùng thông thường của từ liệu *ba'sar*, mang tin vui, bao gồm: 1 Sa 31:9; 2 Vua 7:9- một câu dẫn tới ý kiến cho rằng truyền giảng Phúc âm giống như việc một người hành khất nói cho nhiều hành khất khác biết nơi kiếm bánh ăn. Một trường hợp thú vị là Thi 68:11, dường như nói về một chiến thắng lớn, có được nhờ lời quả quyết của Đức Chúa Trời, được phát ra bởi những người rao tin vui về chiến thắng đó. Thật ra "nhóm người loan tin đó" là *giống cái* dạng số nhiều của _____, gợi ra bức tranh những phụ nữ vui mừng báo tin vui đắc thắng, sau khi chiến trận đã kết thúc và phe nam giới của họ đã thắng (xem ESV). Đây là một điểm tinh tế trong ngữ pháp dường như vượt quá sự hiểu biết của người trưởng nhóm sốt sắng nhất của giáo hội Brethen mà tôi thường tham dự lúc còn ở đại học. Anh này thích dùng câu trong bản dịch của Sách Cầu Nguyện Chung (the Book of the Common Prayer): "Giê-hô-va ban lời; những người rao giảng lời thật vĩ đại" như là lý do thỏa đáng để có nhiều diễn giả trong các buổi nhóm. Anh có thể bị sốc khi biết rằng những "người rao giảng" trong bản văn này là phụ nữ. Nhưng hồi đó, anh ấy cũng như tôi, chẳng ai biết tiếng Hê-bơ-rơ cả.

³Để biết phần trình bày đầy đủ về ảnh hưởng của bản văn này trong Do Thái giáo hậu Cựu Ước và về cách Phao-lô hiểu Phúc âm, xin xem John P. Dickson, *Mission-Commitment in Ancient Judaism and in the Pauline Communities*, 153–77.

Mọi nơi tận cùng trái đất

đều thấy sự cứu rỗi của Đức Chúa Trời chúng ta. (Ê-sai 52:7–10; tôi tự dịch câu 7; sứ giả ở số ít trong tiếng Hê-bơ-rơ)[4]

Bàn chân có thể không phải là hình ảnh đẹp đẽ. Giê-rê-mi đã có lần tưởng tượng Ra-chên rửa chân các con, tức những phu tù đang lê bước ngang qua mộ nàng. Hình ảnh trái ngược ở đây là những bàn chân mang tin vui, được ngụ ý trong sự việc đó là những bàn chân xinh đẹp. Những người đã phạm tội bằng đôi chân (Châm 1:16), thì đôi chân của họ bị phạt (Giê 13:16), nhưng bây giờ lại được an ủi nhờ đôi chân.

John Goldingay[5]

Vì thế, chúng ta trở về với dân lưu đày tại Ba-by-lôn. Chương này, Ê-sai 52, mở đầu với việc kêu gọi Si-ôn thức dậy và tin rằng những ngày xấu của cảnh hoang tàn và lưu đày đang kết thúc. Và trong câu 7, nhà tiên tri kêu gọi dân lưu đày (và chúng ta, những độc giả sau này) sử dụng trí tưởng tượng. Chúng ta thấy mình trở về với đống đổ nát của Giê-ru-sa-lem, lo lắng nhìn về phương Đông, nơi dân lưu đày đang mòn mỏi trong cảnh giam cầm, từng ngày mong ngóng tin Đức Chúa Trời chiến thắng như Ngài đã hứa, và dân lưu đày đang quay về cố hương.

Cuối cùng, trong câu 7, chúng ta thấy một sứ giả nhanh chân chạy băng qua các rặng núi về hướng Đông, tới Giê-ru-sa-lem. Chỉ *đơn độc* một sứ giả đang chạy sẽ ngụ ý là tin vui thắng trận thay vì nguyên cả một đạo binh thất trận bị bỏ lại sau, khập khiễng lê chân quay về. Và thực tế đúng là như vậy.

Tin vui của sứ giả gồm ba từ đầu trong câu 7, có thể để trình bày trong ngoặc kép như lời anh ta thều thào khi đang tiến lại gần: "Hòa bình rồi!" "Tốt rồi!" "Chúng ta được cứu rồi!" cho tới cuối cùng anh tới sát cổng thành và hô to cho mọi người bên trong đều nghe: "Đức Chúa Trời các anh đang cai trị!"

Đức Chúa Trời Trị Vì (Ê-sai 52:7)

Đây là sứ điệp chủ yếu, và là lẽ thật giải thích cả ba mục khác trong tin vui mừng của sứ giả. Bởi lẽ có nghĩa gì khi nói rằng Gia-vê, tức Giê-hô-va Đức Chúa Trời của Y-sơ-ra-ên, cai trị? Vương quốc của Đức Chúa Trời mang theo tin vui gì? Sứ giả đã nói hết mọi điều, nhưng tất cả đều kèm theo tiếng vang từ Cựu Ước.

---

[4] So sánh cùng một hình ảnh được dùng trước đây trong Na-hum 1:15, nơi sứ điệp nói về việc Đức Chúa Trời chiến thắng dân A-si-ri (Ni-ni-ve).

> Sự cai trị của Đức Chúa Trời đưa đến điều gì? Đó là tình trạng mọi thứ đều có mối liên hệ đúng mức với nhau, không rời rạc, dở dang hoặc chưa hoàn chỉnh (*hòa bình, šalom*); dẫn đến tình trạng mọi mục đích tạo dựng đều được thể hiện (*tốt đẹp, tob*); dẫn đến tình trạng tự do thoát khỏi mọi ràng buộc, mà chủ yếu là ràng buộc do tội lỗi (*sự cứu rỗi, yešu'ah*). Nơi nào Đức Chúa Trời cai trị, thì có mọi điều này. Dĩ nhiên, chính xác đây là điều tương hợp với những gì được đức tin Cơ Đốc cho là tin vui (*euangelion*). Đây là nội dung Đấng Christ truyền dạy môn đồ Ngài rao giảng từ làng này sang làng kia (Mat 10:1–7): là điều Ê-sai 52:7–10 đã nói, nay hiện đang tới gần. Cơ Đốc giáo chính là điều Ê-sai đang nói đến, công bố tin vui về quyền cai trị toàn cầu của Đức Chúa Trời trên thế gian, với sự hòa bình, tốt lành và sự cứu rỗi.
>
> *John Oswalt*[6]

Sự Trị Vì của Đức Chúa Trời Có Nghĩa "Shalom"

Đó sẽ là sự trị vì hòa bình. Nó sẽ có nghĩa là chấm dứt bạo lực và xung khắc, cùng mọi đổ vỡ và xâu xé gây ra chiến tranh. Sự trị vì của Đức Chúa Trời sẽ mang lại sự toàn vẹn và tuôn tràn sức sống, khi mọi thứ đều đúng như ý Đức Chúa Trời mong đợi, khi chúng ta hòa thuận với Đức Chúa Trời, với chính mình và với thế gian.

Đây là niềm mong đợi và khải tượng của Cựu Ước[7] dĩ nhiên diễn tả ước muốn theo nghĩa đen là kết thúc chiến tranh bằng gươm giáo súng đạn. Nhưng nó còn xa hơn thế, nó nói về việc phục hồi sự hòa thuận và hòa hợp trong mọi mối quan hệ, và theo nghĩa đó, hình ảnh của sứ giả "rao truyền hòa bình" có nguồn gốc sâu xa từ hy vọng của người Do Thái và nói lên hiểu biết của Tân Ước về công việc của Đấng Christ, như chúng ta sẽ thấy (Công 10:36; Êph 2:17).

Sự Trị Vì của Đức Chúa Trời Có Nghĩa Là "Tốt Đẹp"

Khi Đức Chúa Trời hành động theo cách vị tiên tri đã nói, thì đó sẽ là tin vui mừng cho toàn thể tạo vật, bởi lẽ tạo vật sẽ được phục hồi trở lại như Đức Chúa Trời đã nói khi Ngài mới tạo dựng nó: "Rất tốt lành." Khi Đức Chúa Trời cai trị toàn thể tạo vật cùng toàn nhân loại, thì mọi sự đều tốt lành, vì Đức Chúa Trời là tốt lành.

---

[7]Xem Thi 46:9–10; Ê-sai 9:5–7.

Sự Trị Vì Của Đức Chúa Trời Đồng Nghĩa Với "Sự Cứu Rỗi"

Chiến thắng của Đức Chúa Trời có nghĩa là kết thúc mọi thứ cầm giữ con người trong cảnh nô lệ. Đó sẽ là sự giải cứu, giải phóng lớn lao - từ cảnh giam cầm dân lưu đày Y-sơ-ra-ên theo nghĩa đen dưới mọi hình thức áp bức, nghiện ngập và nô lệ. Sự trị vì của Đức Chúa Trời phá vỡ mọi xiềng xích của điều ác, tội lỗi cùng Sa-tan và xóa bỏ những mối hiểm họa sau cùng là sự phán xét và sự chết. Sự cứu rỗi là một từ ngữ vô cùng phong phú và phức tạp xuyên suốt Kinh thánh. Đó là bản tính nổi bật mô tả Đức Gia-vê trong Cựu Ước và là danh xưng cá nhân Giê-xu trong Tân Ước.[8]

Vì vậy, khi Đức Chúa Trời cai trị, sẽ có hòa bình, cuộc sống sẽ tốt đẹp và chúng ta sẽ được cứu. Đây là nội dung tóm lược của "evangel" được mang trên đôi chân đẹp đẽ của sứ giả mà Chúa sai phái. Đó là lẽ thật của Phúc âm.

Đức Chúa Trời Trở Lại (Ê-sai 52:8)

Trong câu 8, giọng nói đơn lẻ của sứ giả mang tin vui được hòa lẫn trong lời đồng diễn của lính canh. Họ là những lính gác tưởng tượng, trên các tường thành sụp đổ của Giê-ru-sa-lem. Giờ đây họ cùng gia nhập trong khúc đồng ca vui mừng. Vì sao? Vì giờ đây họ có thể nhìn thấy phía trước và phía sau vị sứ giả, và điều họ thấy chính là Đức Gia-vê.

Đức Giê-hô-va đang trên đường trở về! Và vì vậy, Đức Chúa Trời trị vì chính là Đức Chúa Trời quay trở lại. Đức Chúa Trời đang quay trở lại thành của Ngài - quay về lại và quay về với dân sự của Ngài.

Khi Nê-bu-cát-nết-sa hủy phá Giê-ru-sa-lem và bắt dân đi lưu đày, thì họ không phải là những người duy nhất rời thành phố. Trên một phương diện, chính Đức Chúa Trời cũng đã ra đi. Ê-xê-chi-ên, trong một khải tượng khủng khiếp có thể là điểm thấp nhất trong toàn bộ chức vụ của ông (chỉ thấp hơn so với lúc vợ ông qua đời), đã chứng kiến vinh quang của Đức Gia-vê rời khỏi đền thờ và dời đi chỗ khác, rời bỏ thành (Êxê 8–11). Đức Chúa Trời đã rời khỏi đền thờ. Liệu có bao giờ Ngài quay lại không?

Ê-sai đã cho câu trả lời trong Ê-sai 40:3. Đức Chúa Trời hiện đang di chuyển - vì thế, hãy dọn đường. Thật ra, điều này đã được rao báo là "tin vui cho Si-ôn" (Ê-sai 40:9). Bây giờ lính canh tại Giê-ru-sa-lem đang ca hát vì họ nhìn thấy Ngài đang đi! Đức Chúa Trời đang quay lại Si-ôn!

Thật Ngài đã quay lại, khi dân lưu đày trở về vào năm 538 TC, nhờ sự cho phép cùng sự bảo trợ của vị vua mới là Si-ru của Ba Tư. Thành đã có người ở. Đền thờ được xây cất. Sự thờ phượng được khôi phục.

Ngài sẽ quay trở lại Si-ôn, theo cách có ý nghĩa hơn, khi Đức Giê-hô-va vào đền thờ Ngài trong ngày Chúa Nhật Lễ Lá đầu tiên.

---

[8]Để đọc bài nghiên cứu về chiều rộng của sự cứu rỗi theo Kinh thánh, xem Christopher J. H. Wright, *Salvation Belongs to Our God* (Nottingham: IVP, and Downers Grove, IL: IVP, 2007).

Và Ngài sẽ còn làm điều đó, khi Chúa trở lại để công bố toàn bộ cõi tạo vật là đền thờ của Ngài và để mãi mãi ở với nhân loại được chuộc của Ngài. Nhưng thần học thánh kinh của chúng ta thì đang đi trước chúng ta. Đó chính là điều xảy ra khi bạn nhìn thấy những mối liên kết cùng tiếng vang này trong Kinh thánh.

Đức Chúa Trời Cứu Chuộc (Ê-sai 52:9 – 10)

Bài ca này dễ lây lan. Từ Phúc âm hổn hển của một sứ giả đơn độc đang chạy bộ (52:7), bài ca lan rộng tới một ca đoàn nhỏ gồm những lính canh (52:8). Nhưng bây giờ thì đống đổ nát của Giê-ru-sa-lem được nhân cách hóa với giọng ca, ca ngợi sự cứu chuộc của mình (52:9), và trong câu 10, tiếng ca như gợn sóng lan ra đầu cùng đất. Còn chủ đề của bài ca thì vẫn là thế - chính Giê-hô-va Đức Chúa Trời, Đấng không chỉ cai trị và trở lại, mà còn cứu chuộc nữa.

Điều này có nghĩa gì? *An ủi* và *cứu chuộc*.

Có nghĩa là được an ủi và phóng thích. Hai từ mô tả việc Đức Chúa Trời đã làm cho con dân Ngài (lưu ý lối song hành ở đây làm sáng tỏ rằng "Giê-ru-sa-lem" không chỉ về thành, mà chỉ về "dân sự" - tức dân được chuộc của Đức Chúa Trời) là sự lặp lại những cụm từ đã được tiên tri dùng với ý nhấn mạnh và ý nghĩa thật phong phú. Những từ mở đầu Ê-sai 40, lặp lại hai lần "hãy an ủi, an ủi dân ta", rồi mở rộng ra bằng những từ "hãy nói cách dịu dàng", theo nghĩa đen là "hãy nói cho thấu lòng". An ủi mang lại sự xoa dịu niềm đau lẫn nỗi buồn, tang chế cùng sầu não. Dân lưu đày đã phải gánh chịu nỗi mất mát lớn lao và chấn thương lâu dài đủ rồi. Đức Chúa Trời đang tuôn đổ sự an ủi của Ngài trên họ (Ê-sai 49:13; 51:3).

Nhưng chỉ an ủi thôi thì có thể cũng không hiệu quả - chỉ là lời nói suông thôi, như chúng ta vẫn nói. Cho nên, từ thứ nhì là tối quan trọng. Đức Chúa Trời đã *chuộc cứu* dân Ngài. Một lần nữa, đây là một từ (*gaËl*) đã được dùng vài lần (Ê-sai 41:14; 43:1, 14; 44:22, 24; 48:17, 20). Từ này bắt nguồn từ đời sống kinh tế của Y-sơ-ra-ên, như chúng ta thấy trong vài chi tiết ở chương 6. Trong chương đó, chúng ta thấy từ "chuộc" trong Y-sơ-ra-ên nói về sự cam kết của một thành viên trong gia đình, đứng ra mạnh mẽ bênh vực các thành viên khác trong gia đình đang gặp hoàn cảnh mất mát, hiểm nguy hoặc bị đe dọa. Từ này hàm ý hành động dứt khoát, mạnh mẽ, trả bất kỳ giá nào (theo nghĩa đen hoặc chỉ về nỗ lực), và việc giành được tự do, phóng thích hoặc hồi phục.

Đây chính là từ vựng và vai trò được Đức Gia-vê áp dụng cho chính Ngài nhiều lần vì cớ Y-sơ-ra-ên - nhất là trong các chương này của Ê-sai. Đây là một từ mang hương vị xuất Ai Cập, bởi lẽ cách dùng đầu tiên của từ theo nghĩa thần học với Đức Gia-vê là chủ ngữ, xuất hiện trong lời công bố của Đức Chúa Trời về ý định "chuộc" Y-sơ-ra-ên ra khỏi Ai Cập (Xuất 6:6–8), và trong bài ca Môi-se ăn mừng sự kiện đó (Xuất 15:13). Sự quay về từ kiếp lưu đày sẽ là cảnh xuất Ai Cập được tái diễn - Đức Chúa Trời chuộc con dân Ngài ra khỏi cảnh giam cầm.

Điều này được thực hiện bằng cách nào? Bởi "cánh tay thánh" của Đức Giê-hô-va. Câu 10 gợi ý cách Đức Chúa Trời sẽ hoàn thành công việc cứu chuộc lớn lao này. "Đức Giê-hô-va sẽ giơ thẳng tay thánh khiết của Ngài ra." Chúng ta biết ngay đây là phép nhân hóa. Bạn xắn tay áo lên, để làm một công việc tốn nhiều công sức. Hoặc giả hình ảnh này có thể bắt nguồn từ chiến trường, khi người lính cởi áo khoác, phơi trần cánh tay phải để chiến đấu với quân thù.

Đúng thế, nhưng thực sự chúng ta đã gặp "cánh tay của Đức Giê-hô-va" trước đây trong lời tiên tri này rồi, và có những sắc thái khác trong ẩn dụ này.

- Trong Ê-sai 40:10–11, cánh tay của Đức Giê-hô-va là sự kết hợp quyền năng tối thượng với lòng thương xót dịu dàng - lòng thương xót của người chăn bồng ẳm những con chiên run rẩy trên tay và ôm chúng sát vào lòng.
- Trong Ê-sai 51:9, cánh tay của Đức Giê-hô-va được nhận diện là chính là Đức Gia-vê trong việc bày tỏ quyền năng giải cứu khi đem dân Y-sơ-ra-ên ra khỏi Ai Cập và vượt qua biển.
- Tuy nhiên, trong Ê-sai 51:5, cánh tay Đức Giê-hô-va được mô tả bằng chính những từ ngữ đã được dùng để chỉ về đầy tớ của Đức Giê-hô-va trong 42:1–4, gợi ý rằng Đức Chúa Trời sẽ làm trọn việc cứu chuộc của Ngài qua người đầy tớ đó; người đầy tớ sẽ là cánh tay của Chúa được nhân cách hóa.
- Trong Ê-sai 53:1, cái được gọi là Bài Ca thứ tư về người Đầy Tớ theo ngay sau bản văn của chúng ta, ấn tượng này được gia tăng khi cánh tay của Đức Giê-hô-va được đồng hóa với người đầy tớ chấp nhận sống cuộc đời bị khước từ và chết cái chết của sự bất công khủng khiếp - nhưng cuối cùng được Đức Chúa Trời minh oan và làm cho vinh hiển. Người Đầy Tớ là cánh tay của Đức Giê-hô-va.

Vì vậy, đó là bức tranh thật phong phú. Tin vui mừng ấy là Đức Chúa Trời sẽ hành động và sẽ hoàn thành việc chuộc dân sự Ngài. Trên một phương diện, Ngài sẽ làm việc đó chẳng cần ai giúp đỡ, hành động chỉ nhờ quyền năng của chính cánh tay Ngài, như trong cuộc xuất Ai Cập. Thế nhưng, chúng ta được dẫn tới chỗ mong đợi rằng cánh tay của Đức Giê-hô-va sẽ được hợp nhất trong người đầy tớ mà sự kêu gọi, phục vụ, chịu khổ và chiến thắng của đầy tớ ấy tràn ngập khắp các chương này.

Ai sẽ được hưởng lợi? Muôn dân.

Từ chỉ một người chạy tới đầu cùng đất, tin vui được lan rộng. Câu 10 làm chính công việc của nhà tiên tri một cách vô cùng đặc trưng - đó là mở rộng lời hứa ấy của Đức Chúa Trời từ một lời trực tiếp dành cho dân lịch sử của

Ngài (Y-sơ-ra-ên bị lưu đày trong Cựu Ước) thành một lời mang tầm cỡ cùng sức mạnh toàn cầu. Câu 10 dùng một từ ngữ nhằm mang lại hy vọng cho dân lưu đày, nhiều thế kỷ trước Đấng Christ, và trở thành một lời hứa cứu rỗi cho thế giới, trích nguyên văn từng lời như đã làm từ Thi Thiên 98:3.

Chẳng lạ gì từ đó được mô tả là "Phúc âm". Đây là *tin vui mừng cho thế giới*, không chỉ cho Y-sơ-ra-ên. Phúc âm của Y-sơ-ra-ên là Phúc âm cho muôn dân - như từ lâu nay vẫn vậy (điều mà Phao-lô sẽ xây dựng thành chính thực chất của Phúc âm ông đã rao giảng cho Dân ngoại).

Giờ đây vì cớ chúng ta đang nghĩ về Ê-sai 52:7–10 cụ thể như là một lời công bố "*phúc âm*" (do cách dùng động từ *baśar* cùng ảnh hưởng của việc dùng này trên từ vựng phúc âm của Tân Ước, qua bản Bảy Mươi *euangelizomai*), nên cũng đáng để đề cập Thi Thiên 96, nơi cùng một ngôn ngữ được sử dụng. Đáng chú ý là từ được dùng với cùng một ý phổ quát- rao truyền tin vui về Đức Gia-vê cùng mọi lời nói của Ngài cho muôn dân.[9]

> Hãy hát cho Đức Giê-hô-va một bài ca mới;
> hởi cả trái đất, hãy ca ngợi Đức Giê-hô-va.
> Hãy ca ngợi Đức Giê-hô-va, chúc tụng danh Ngài;
> từng ngày hãy *rao truyền* sự cứu rỗi của Ngài.
> Hãy thuật lại vinh quang Ngài giữa các nước,
> công bố những việc diệu kỳ của Ngài cho muôn dân. (Thi 96:1–3; chú ý in nghiêng)

"Rao truyền" là *baśar* và bản Bảy Mươi dịch là *euangelizesthe*- "*rao truyền điều này như là tin vui mừng*". Sứ điệp về danh hiệu, sự cứu rỗi, vinh quang cùng những việc lạ lùng của Đức Gia-vê tạo nên tin vui, một *thông điệp phúc âm* mà muôn dân cần nghe. Thi Thiên 96 tiếp tục phơi bày tính phù phiếm trong sự thờ thần tượng của muôn dân và kêu gọi họ từ bỏ các thần hư không để cùng thờ phượng Đức Chúa Trời hằng sống duy nhất trong vẻ đẹp thánh khiết của Ngài.

Và nội dung của "bài ca mới" này là gì mà phải hát lên giữa vòng muôn dân? Chẳng gì khác hơn cùng một lẽ thật chúng ta thấy trong bản văn Ê-sai

---

[9] Nhiều thi thiên dùng những động từ khác, nhưng cùng một chủ đề là sự rao truyền phổ quát cho muôn dân về công việc của Đức Gia-vê, hoặc chúc tụng Đức Gia-vê ngay giữa muôn dân, hoặc mời muôn dân cùng ca ngợi Đức Gia-vê; ví dụ: Thi 9:11 (được liên kết với việc Đức Chúa Trời phán xét muôn dân); 22:27–28; 47:8–9; 49:1; 57:9–10; 66:8; 67; 68:32; 87; 98:2–3; 102:21–22; 105:1–2; 108:3; 117; 126:2; 138:4–5; 148:11. Số lượng đáng kể các thi thiên đem muôn dân vào quỹ đạo ngợi khen của Y-sơ-ra-ên đáng được chúng ta lưu ý nhiều hơn (đáng buồn là ở đây chúng ta chỉ có thể đưa vào phần lời chú thích cuối trang. Nhưng bạn có thể bù lại bằng việc đọc thật kỹ danh sách tham khảo này và đắm mình trong phạm vi toàn cầu đầy kinh ngạc ấy). Muốn đọc bài phân tích sâu về mối tương quan với thần học Cựu Ước của muôn dân và sứ mạng của Đức Chúa Trời đối với họ, xin xem Wright, *Mission of God*, 454–500.

"Đức Gia-vê cai trị" (Thi 96:10). Và nếu Đức Gia-vê cai trị thì trật tự cũ của thế giới bị đảo ngược, biến toàn thể tạo vật thành một nơi đáng tin cậy, công chính và vui mừng (Thi 96:10–13).

Khi đó, chân lý Phúc âm được sản sinh trong các sách tiên tri cùng thi thiên của Y-sơ-ra-ên. Đó là điều chúng ta có được cho đến ngày hôm nay.

Tin vui mừng về nước Đức Chúa Trời ấy là phải ra đi cho tới đầu cùng đất, mang theo sự an ủi cùng niềm vui cho muôn dân, là tin vui của Đức Chúa Trời hằng sống, Đấng cai trị, Đấng quay về với di sản hợp pháp của Ngài, và là Đấng chuộc toàn thế gian. Rồi Đức Chúa Trời sẽ hoàn thành mọi điều này qua cánh tay mạnh sức của Ngài - Cánh Tay của Ngài (Đầy Tớ của Ngài) dang rộng với lòng thương xót dịu dàng, rộng mở trong tình yêu chịu khổ, và dang rộng trong chiến thắng của hoàn vũ.

Phúc âm đang trên đường tiến bước.

Tin Vui Trong Chúa Giê-xu

"Hãy lên núi loan tin Chúa Giê-xu Christ được sinh ra," là bài ca Giáng Sinh phổ biến bắt nguồn từ hình ảnh sứ giả rao báo trên núi trong bản văn của chúng ta và ở Ê-sai 40:9. Và trực giác trong lời ca đó là đúng. Vì bên kia chân trời của người lưu đày là chân trời của sự xuất hiện trọng đại của Đức Chúa Trời ở giữa con dân Ngài trong thân vị Chúa Giê-xu ở Na-xa-rét. Và cả ba phần của Phúc âm theo vị sứ giả của Ê-sai trong 52:7–10 là tin vui mừng càng vinh quang hơn trong Đấng Christ.

Chúa Giê-xu Đã Và Vẫn Là Đức Chúa Trời Đang Cai Trị

Phúc âm thứ nhất mở đầu bằng câu "khởi đầu tin vui [*euangelion*] về Chúa Giê-xu là Đấng Mê-si-a" (Mác 1:1) và tiếp tục trích dẫn từ Ê-sai 40. Mác xem Giăng Báp-tít là người rao báo đầu tiên, mang đến tin vui, nhưng cả Mác và Giăng đều nhanh chóng nói rõ rằng Giăng không phải là người đã làm ứng nghiệm các lời tiên tri - cả hai cùng chỉ về Giê-xu trong vai trò đó.

Như vậy, khi bắt đầu công khai phục vụ, Chúa Giê-xu thực hiện vai trò của một sứ giả mang tin vui, thông báo tin vui đã tới. Đức Chúa Trời đang bắt đầu cai trị - bằng sự xuất hiện của chính Ngài (Mác 1:14–15).

Lu-ca ghi lại rằng trong số những công việc đầu tiên của Chúa Giê-xu là việc Ngài nhận lấy vai trò người rao truyền tin vui mà chúng ta gặp trong Ê-sai, chỉ sau vài chương của bản văn chúng ta, sử dụng cùng một động từ (Ê-sai 61:1–3).

> [Chúa Giê-xu] đứng dậy để đọc, có người trao cho Ngài cuộn sách tiên tri Ê-sai. Ngài mở ra, tìm thấy chỗ có chép:
>
> "Thần của Chúa ngự trên ta,

vì Ngài đã xức dầu cho ta

để *truyền giảng tin vui*[10] cho người nghèo,

Ngài đã sai ta để công bố những người bị giam cầm được phóng thích

người mù được sáng mắt,

người bị áp bức được tự do,

và công bố năm thi ân của Chúa." (Lu-ca 4:16–19; chú ý in nghiêng)

Lời Kinh thánh đó đã được đọc lên bao nhiêu năm trong nhà hội đó rồi? Đã bao nhiêu lần các ra-bi ở địa phương khích lệ dân sự tiếp tục cầu xin và tin tưởng ngày mà nhân vật được đề cập đến ấy sẽ tới để làm tất cả những điều đó? Lạy Chúa! Xin hãy mau đến. Mang tin vui này cho chúng con ngay trong thời của chúng con. Có lẽ là ngày mai…

Thế rồi một sáng ngày Sa-bát, con trai của người thợ mộc làm cả thị trấn sửng sốt bằng một từ như điện giật: "*Ngay hôm nay!*" Không phải chờ đợi nữa! Điều các ngươi hy vọng và mong chờ suốt bao năm đây rồi, qua nhân vật đang đứng trước mặt các ngươi. Giọng tiên tri trong bản văn ngày xưa đã trở thành tiếng nói dội vang của nhân vật đang đọc cho quí vị nghe. "Hôm nay lời Kinh thánh này đã được ứng nghiệm *ngay khi quí vị đang nghe*"(Lu-ca 4:21; chú ý in nghiêng).

Và những điều bản văn nói đến chính là những điều Giê-xu đã nêu rõ như là chứng cứ cho thấy nước Đức Chúa Trời thực sự đã tới rồi. Đức Chúa Trời đang cai trị trong và qua Chúa Giê-xu, qua mọi lời nói cùng việc làm của Ngài: "Nếu ta nhờ ngón tay của Đức Chúa Trời mà đuổi quỉ, thì vương quốc của Đức Chúa Trời đã đến với các ngươi rồi" (Lu 11:20). Khi Giăng Báp-tít tự hỏi có khi nào ông đã ủng hộ một Mê-si-a giả không, thì Chúa Giê-xu cũng vẫn chú tâm vào cùng những sự việc đó, lần này được hậu thuẫn bởi một phân đoạn Kinh thánh khác trong Ê-sai (Ê-sai 35:5–6), nhưng thêm vào những lời đầy ý nghĩa: "và tin vui được rao báo cho kẻ nghèo" (nghĩa đen: "và người nghèo được nghe '*giảng tin mừng*' "; Mat 11:4–5).

Và sự cai trị đó của Đức Chúa Trời, được khởi sự bởi Chúa Giê-xu và thực sự được thể hiện trong Ngài, vẫn tiếp tục hành động trong lịch sử nhân loại theo những cách Chúa Giê-xu đã nói - như hạt giống nảy mầm, như men dậy lên, như cá bị mắc câu. Vương quốc của Đức Chúa Trời đang vận hành trong và thông qua cuộc đời của những người đã "bước vào" vương quốc đó, nghĩa là, qua cuộc đời của những người được Đức Chúa Trời cai trị thông qua việc ăn năn và tin nơi Đấng Christ, qua những người kết ước với đường lối của Chúa Giê-xu Christ bằng sự thuận phục Ngài là Chúa, qua những người trước hết

---

[10]Từ ở đây là baśar trong nguyên ngữ Hê-bơ-rơ; euangeliasthai trong tiếng Hy Lạp của Lu-ca, theo bản Bảy Mươi.

tìm kiếm nước Đức Chúa Trời và sự công bình của Ngài, qua những người đói khát công lý.

Tóm lại, sự cai trị của Đức Chúa Trời được nhìn thấy giữa vòng những người hiểu sứ mạng của mình, tạo nên *hòa bình*, làm điều *thiện lành* và rao giảng sự *cứu rỗi* của Đức Chúa Trời ra. Vì như sứ giả báo tin mừng trong Ê-sai đã rao to lên, đó chính là những điều tạo nên tin vui đó là "Đức Chúa Trời chúng ta cai trị". Phúc âm là *tin vui về Đức Chúa Trời*, là nền tảng của tất cả những gì khiến Phúc âm trở thành *tin vui cho chúng ta*.

> Trọng tâm sứ điệp Phúc âm (trong Cựu và Tân Ước) là ý niệm về quyền cai trị của Đức Chúa Trời trong tư cách một vị vua, nói cách khác, là vương quốc của Ngài. Khi những Cơ Đốc nhân đầu tiên rao giảng Phúc âm về vương quốc, họ không bắt chước "Phúc âm" của đế quốc La Mã; họ phơi bày phúc âm của đế quốc La Mã ra như một sự lừa đảo. Chính Đức Chúa Trời chứ chẳng phải một vị vua loài người nào điều khiển mọi sự. Đây chính là chủ đề trọng tâm của Phúc âm Cơ Đốc.
>
> Ý niệm quan trọng nhất và duy nhất dẫn chúng ta đến với sứ mạng toàn cầu đó là gì?... Câu trả lời liên quan đến chủ nghĩa độc thần (một Đức Chúa Trời) hoặc nói đúng hơn, thuyết độc thần Cứu Thế học - địa vị chủ tể của một Đức Chúa Trời chân thật qua Đấng Mê-si-a của Ngài... Nói đơn giản và thực tế, mục tiêu của việc rao giảng Phúc âm - và thúc đẩy sự tấn tới của Phúc âm - là để giúp láng giềng của chúng ta nhận biết và thuận phục vương quyền của Đức Chúa Trời hay để Ngài làm Chúa cuộc đời họ.
>
> [Tuy nhiên] Phúc âm Cơ Đốc không chỉ loan báo khái niệm "Đức Chúa Trời cai trị"; mà phác họa cách chính xác quyền cai trị đó đã được bày tỏ cho thế gian như thế nào... nội dung chính của Phúc âm là công tác của Chúa Giê-xu, vị vua được xức dầu của Đức Chúa Trời. Qua sự giáng sinh, những phép lạ, lời dạy, sự chết cùng sống lại của Ngài, nước Đức Chúa Trời đã được bày tỏ (và sẽ được hoàn tất khi Ngài tái lâm). Do đó, kể về "Phúc âm" bao hàm việc kể lại những việc làm của Chúa Giê-xu, Đấng Mê-si-a.
>
> *John Dickson*[11]

Vậy thì, tin vui chủ yếu là tin vui về sự cai trị của Đức Chúa Trời. Đó là tin vui Y-sơ-ra-ên hằng mong chờ suốt nhiều thế kỷ. Họ biết nước Đức Chúa Trời mang ý nghĩa *gì*; vấn đề là *khi nào* nước ấy tới? Chúa Giê-xu loan báo tin vui: 'Nước đó tới rồi!"

Đó cũng là tin vui mà thế giới vẫn đang mong chờ. "Và tin lành về vương quốc Đức Chúa Trời sẽ được rao giảng khắp đất để làm chứng cho muôn dân; bấy giờ, sự cuối cùng sẽ đến" (Mat 24:14).

Chúa Giê-xu Đã Và Vẫn Là Đức Chúa Trời Đang Trở Lại

Bản văn trích từ Ê-sai của chúng ta không phải là chỗ duy nhất trong Cựu Ước chứa đựng lời Đức Chúa Trời hứa rằng Ngài sẽ đến hoặc trở lại. Đó là một chủ đề xuất hiện ở nhiều chỗ khác nhau, nhất là trong giai đoạn hậu lưu đày khi có cảm tưởng rằng tuy đền thờ đã được xây lại, nhưng chính Đức Chúa Trời chưa bao giờ thực sự kết thúc cảnh lưu đày bằng việc quay về với đền thờ của Ngài và thực hiện mọi lời hứa mang tính tiên tri quan trọng của Ngài. Nhưng Ngài sẽ làm điều đó, và sẽ sai một sứ giả dọn đường để Ngài quay về (Xa 9:9; Mal 3:1; 4:5).

Chính Chúa Giê-xu đã nhận biết Giăng Báp-tít là người làm trọn vai trò của Ê-li phải đến (Mat 11:14). Nhưng vì có Ê-li phải đến trước khi chính Đức Gia-vê đến, và nếu Giăng là Ê-li, thì ai là Chúa Giê-xu (Đấng mà mọi người đã biết đến sau Giăng)? Ngày của Chúa đã tới, vì chính Chúa đang ở đây trong thân vị của Chúa Giê-xu.

Kết quả là, trong một vở kịch tiên tri đầy kịch tính và hoàn toàn có tính chủ tâm, Chúa Giê-xu đã cưỡi lừa bước vào Si-ôn. Vì đã đi bộ tít từ Ga-li-lê, nên Ngài không cần phải cưỡi lừa qua vài trăm mét cuối cùng làm gì. Ngài làm cho sự việc trở nên rõ ràng đối với tất cả những ai có mắt để nhìn và biết lời Kinh thánh. Đức Vua đang trở về, đem theo sự công chính và cứu rỗi của Đức Chúa Trời.

> Nhưng khi soạn bài giảng trong Ê-sai 52:7–10 và suy nghĩ về bản văn trong lúc bách bộ (như tôi vẫn thường làm), tôi tự hỏi mấy câu này có ý nghĩa gì đối với *họ*. Lúc ấy tôi đang tản bộ trên con đường Tottenham Court, gần nhà tôi, và tôi nghĩ: "Còn hàng ngàn người trên các nẻo đường phố Luân Đôn này thì sao? Việc Giê-xu là Chúa đang cai trị của dòng lịch sử, là vua muôn loài đang trở lại và là Đấng Cứu Chuộc và Cứu Chúa của thế gian, thì có ý nghĩa gì đối với họ?
>
> Và câu trả lời dường như dội ngược lại: *Chẳng có nghĩa lý gì cả*. Chẳng có gì cả. Làm sao có ý nghĩa gì nếu họ chẳng biết gì về điều đó, nếu họ chưa từng nghe về Chúa Giê-xu, nếu chưa có ai từng nói cho họ biết?
>
> Và thế là chính bản văn của tôi dường như cũng dội ngược lại bức tường, chỉ có điều lần này nó mới dội lại thông qua mấy lời của Phao-lô nói, mà ở đó Phao-lô trích dẫn Ê-sai 52:7 giữa một loạt những câu hỏi tương tự.

> Không có sự phân biệt giữa người Do Thái và người Hi Lạp, vì cùng chung một Chúa là Chúa của mọi người, Đấng ban ơn dư dật cho mọi người kêu cầu Ngài, vì "Ai kêu cầu danh Chúa đều sẽ được cứu."
>
> Nhưng họ chưa tin Ngài thì kêu cầu sao được? Chưa nghe nói về Ngài thì thế nào mà tin? Không có người rao giảng thì nghe cách nào? Nếu chẳng có ai được sai đi thì làm sao rao giảng? Như có lời chép: "bàn chân của những người rao truyền Tin Lành thật đẹp đẽ biết bao!" (Rô 10:12–15)
>
> Thực ra bàn chân thì chẳng có gì đẹp đẽ cho lắm. Điều duy nhất khiến bàn chân trở nên xinh đẹp là khi bàn chân ấy đi đôi giày Phúc âm (Êph 6:15). Lúc ấy là bàn chân của những người sẵn lòng:
>
> - "Ra đi, nói cho núi đồi" – núi kiêu ngạo của con người, rằng Chúa Giê-xu Christ đã giáng sinh và đang cai trị;
> - "Ra đi, nói cho núi đồi" – núi tuyệt vọng của con người, rằng Chúa Giê-xu Christ đã giáng sinh và sắp tái lâm.
> - "Ra đi, nói cho núi đồi" - núi giam cầm, biết rằng Giê-xu Christ đã giáng sinh, và là Đấng Cứu chuộc, Đấng Cứu thế và là Chúa.
>
> *Christopher Wright*[12]

Vì vậy, tầm nhìn của bản văn chúng ta trải dài trước nhất là cho tới khi Chúa trở về Giê-ru-sa-lem cùng với dân lưu đày, nhưng sau đó là cho tới sự trở lại của Chúa trong thân vị Giê-xu Christ trong lần hiện đến đầu tiên. Và dĩ nhiên phần còn lại của Tân Ước chỉ về một chân trời xa hơn, khi "Giê-xu này, Đấng đã rời khỏi các ngươi để về trời, sẽ trở lại theo cách các ngươi đã thấy Ngài về trời" (Công 1:11).

Phúc âm là tin mừng của Đức Chúa Trời, Đấng đã đến, đã quay về như Ngài đã hứa lúc đầu, và Ngài sẽ trở lại, mang theo sự phán xét dành cho những kẻ khước từ Ngài, cùng sự cứu rỗi cho những ai lưu ý lời Ngài kêu gọi ăn năn và nhận lấy tin vui.

Chúa Giê-xu Đã và Đang Là Đức Chúa Trời Cứu Chuộc

Danh Giê-xu có nghĩa là "cứu rỗi", hoặc "Đức Gia-vê là sự cứu rỗi." Và các sách Phúc âm tô điểm câu chuyện giáng sinh cùng chức vụ của Chúa Giê-xu bằng những câu trích từ Kinh thánh nhằm phô bày ý nghĩa trọn vẹn của nó. Thực sự Ngài là "Đấng sẽ cứu chuộc Y-sơ-ra-ên" (Lu 24:21), dù hai người trên đường về Em-ma-út nghĩ rằng những hy vọng đó đã tan tành tại Gô-gô-tha, trong khi thực sự thì chúng đã trở thành hiện thực tại đó.

Vì tại Bết-lê-hem "cánh tay của Chúa" đang xăn tay áo lên để chuẩn bị cho sự kiện Gô-gô-tha. Cuối cùng Ngài đã tới Gô-gô-tha và cánh tay của Chúa thực sự đã dang ra tại đó, dang rộng trên thập tự giá để cứu chuộc thế gian.

Nhưng Đức Chúa Trời đã kêu Ngài từ cõi chết sống lại, dứt khoát nói "Không" với tử thần và nói "đồng ý" với Chúa Giê-xu, nói "đồng ý" với tạo vật, và nói "đồng ý" với những người mà Đấng Christ phục sinh là trái đầu mùa từ cõi chết. Trong Christ, "chúng ta có sự cứu chuộc, sự tha tội" (Côl 1:14).

Nói cách khác, Phúc âm từ sứ giả của Ê-sai trở thành Phúc âm của Đấng Christ, dĩ nhiên cũng là Phúc âm của Đức Chúa Trời[13], như Phao-lô đã nói cách một rõ ràng. Tin mừng của Ê-sai trở thành hiện thực trong Đấng Christ.

Chúa Giê-xu Christ là Đức Chúa Trời cứu chuộc, Đức Chúa Trời đang trở lại, và Đức Chúa Trời đang cai trị. Đức Chúa Trời giữ lời Ngài đã hứa.

Tin Mừng Đối Với Phao-lô

Vậy thì Phao-lô nghĩ và nói gì về Phúc âm?

Làm sao ông không nói cho được! Việc tóm lược chính xác những phương cách phong phú, sinh động và mạnh mẽ mà Phao-lô sử dụng cho từ "Phúc âm" trong nhiều ngữ cảnh khác nhau hầu như là điều không thể. Nhưng chí ít, trong lúc cố gắng tóm lược như thế, chúng ta có thể loại bỏ những định nghĩa quá sơ sài, quá nông cạn, không đúng với ý của Phao-lô. Và chắc chắn chúng ta sẽ có nền tảng vững vàng hơn cho điều chúng ta hiểu là sứ mạng của con dân Chúa vì cớ Phúc âm.

Trong lúc tìm lời giải đáp cho câu hỏi này, tôi có đọc qua toàn bộ thư tín của Phao-lô, lưu ý từng cách ông dùng từ "phúc âm". Phân tích kỹ điều này, tôi nghĩ Phao-lô dùng từ "phúc âm" như một kiểu tốc ký cho ít nhất sáu điều sau đây.

Phúc Âm Là Câu Chuyện Về Chúa Giê-xu Trong Ánh Sáng Của Kinh thánh

Trước tiên, đối với Phao-lô, Phúc âm trên hết là mọi sự kiện lịch sử về Giê-xu ở Na-xa-rét, mà qua Ngài, Đức Chúa Trời hoàn tất sự cứu rỗi. Phúc âm là ký thuật ghi lại các biến cố về sự chết cùng sống lại của Chúa Giê-xu, hiểu theo

---

[13] Phao-lô nói về "Phúc âm của Đức Chúa Trời" bảy lần, và "Phúc âm của Đấng Christ" mười lần.

ánh sáng của Kinh thánh Cựu Ước. Tin vui mừng ấy là điều Đức Chúa Trời đã hứa trong Kinh thánh và sau đó được hoàn tất trong Chúa Giê-xu.

Phao-lô cho chúng ta biết ông "đã tiếp nhận" điều này - nghĩa là đây không phải ý kiến riêng của ông mà đúng hơn, ông được hiểu về ý nghĩa cuộc đời, sự chết cùng sống lại của Chúa Giê-xu ở Na-xa-rét, là những điều từng được nhắc đến trong cộng đồng đầu tiên của những người theo Chúa Giê-xu, tuy ông bảo là ông "đã nhận được", không phải cách gián tiếp từ chính họ, có thể nói như vậy, mà là nhờ sự mạc khải trực tiếp từ Đức Chúa Trời, và về sau được xác nhận qua các cuộc họp giữa ông với các tín hữu tại Giê-ru-sa-lem:

> Thưa anh em, tôi muốn nhắc lại cho anh em Tin Lành tôi đã rao giảng và anh em đã tiếp nhận, cũng như đang đứng vững trong đó. Nhờ Tin Lành đó, anh em được cứu rỗi nếu anh em giữ vững điều tôi đã rao giảng. Bằng không, anh em có tin cũng vô ích.
>
> Trước hết, tôi đã truyền đạt cho anh em điều chính tôi đã nhận lãnh: ấy là Đấng Christ chịu chết vì tội lỗi chúng ta theo lời Kinh thánh, Ngài đã bị chôn, đến ngày thứ ba, Ngài đã sống lại theo lời Kinh thánh... (1 Cô 15:1; so với Ga 1:11–2:10)

Ý Phao-lô muốn nói "theo lời Kinh thánh" được tóm gọn trong các câu mở đầu thư ông viết cho người La Mã, nói rõ rằng đối với Phao-lô, "Phúc âm" về cơ bản đồng nhất với Kinh thánh (nghĩa là Cựu Ước), chuyện kể về Chúa Giê-xu và việc Ngài đã hoàn tất (Rô 1:2–4; so với 2 Ti 2:8).

Về cơ bản, đúng với mọi điều chúng ta đã thấy từ phần khảo sát Cựu Ước, trong thực tế, Phao-lô công bố Phúc âm của mình, khi nói rằng:

> Đức Chúa Trời của Y-sơ-ra-ên, là Đức Chúa Trời hằng sống và chân thật duy nhất, đã trung thành với lời hứa giao ước của Ngài, lúc đầu hứa với Áp-ra-ham, rồi sau đó mở rộng và được minh chứng xuyên suốt Luật pháp cùng các Tiên tri (Rô 3:21). Trong và qua Đấng Mê-si-a, Chúa Giê-xu của Na-xa-rét, Đức Chúa Trời đã quyết định hành động để xử lý vấn đề về tội lỗi và sự chia rẽ của con người (Sáng 3 và 11). Nhờ sự chết và sống lại của Chúa Giê-xu, theo lời Kinh thánh, Đức Chúa Trời đã mang tội lỗi chúng ta và đánh bại hậu quả của tội lỗi - là sự thù nghịch cùng sự chết. Và trong việc tôn cao Đấng Christ ở bên hữu Đức Chúa Trời (vị trí quyền lực), sự cai trị của Đức Chúa Trời hiện nay đang vận hành cách tích cực trên thế giới, để chúng ta ngày nay được sống dưới vương quyền của Christ, không phải của Sê-sa. Chúa Giê-xu, Đấng Mê-si-a của Y-sơ-ra-ên, là Chúa, Đức Chúa Trời và Cứu Chúa của thế gian. Vì vậy, hãy từ bỏ các thần hư không, để quay

về với Đức Chúa Trời hằng sống, Đấng duy nhất có thể cứu bạn, hãy ăn năn tội lỗi và tin nhận Giê-xu.

Do đó, Phúc âm đối với Phao-lô bắt nguồn từ lời Kinh thánh và được thành hình nhờ vương quốc Đức Chúa Trời. Phúc âm bao gồm thành quả của Chúa Giê-xu là Mê-si-a trong việc hoàn thành điều thứ nhất và thể hiện điều thứ hai. Tin vui mừng ấy là sự cai trị của Đức Chúa Trời, được hứa và định nghĩa trong lời Kinh thánh, nay được thể hiện qua thân vị cùng việc làm của Giê-xu Đấng Mê-si-a. Điều này không chỉ có trong thư tín của Phao-lô mà còn trong cách Lu-ca kết thúc sách Công Vụ Các Sứ Đồ, mô tả chức vụ phúc âm tiếp nối của Phao-lô là chức vụ rao giảng vương quốc của Đức Chúa Trời bằng cách dạy về Chúa Giê-xu Christ (Công 28:23, 30–31).

Phúc Âm Là Một Nhân Loại Mới Được Cứu Chuộc, Một Gia Đình Độc Nhất Của Đức Chúa Trời

Và thưa anh Lu-ca, Ngài đang làm điều đó tại đâu? Tại La Mã! Ngay tại trung tâm của đế quốc này, là nơi mà từ đó hầu hết muôn dân trên thế giới thời bấy giờ đều bị cai trị. Và tại đó, trong chỗ của vương quốc hùng mạnh nhất đời này, Phao-lô vui vẻ dạy về "một vua khác, gọi là Chúa Giê-xu" (Công 17:7). Bởi lẽ thực sự tin vui về Chúa Giê-xu là sứ điệp toàn cầu cho muôn dân. Như chúng ta đã thấy rõ, điều đó cũng có gốc rễ sâu xa trong Cựu Ước. Kế hoạch của Đức Chúa Trời, được thông báo cho Áp-ra-ham, luôn luôn là để đem phước hạnh cho muôn dân trên khắp thế giới qua Y-sơ-ra-ên. Nhưng nan đề lớn trước giờ vẫn là – bằng cách nào? Làm sao muôn dân trên khắp *thế giới* có thể bước vào lãnh địa phước hạnh của Đức Chúa Trời thông qua *Y-sơ-ra-ên* được?

Có thể dường như muôn dân hoàn toàn nằm bên ngoài và bị cách ly với trung tâm là gia đình của Đức Chúa Trời. Đức Chúa Trời đã bước vào giao ước với *Y-sơ-ra-ên*, đã chuộc họ, đã ban cho họ luật pháp của Ngài, đã cho họ lời hứa và hy vọng, đã cúi xuống làm nơi ở giữa họ. Ngược lại, muôn dân có thể được Phao-lô mô tả cách chính xác như sau:

> Vậy, hãy nhớ lại rằng, trước kia anh em là dân ngoại theo phần xác, bị những kẻ tự xưng là "người được cắt bì" (trong thân xác, bởi tay con người), gọi anh em là kẻ "không cắt bì" - cũng hãy nhớ lúc ấy, ở trần gian này, anh em không có Đấng Christ, không có quyền công dân Y-sơ-ra-ên, xa lạ đối với giao ước của lời hứa, không có hy vọng, không có Đức Chúa Trời. (Êph 2:11–12)

Nhưng tình trạng đau buồn của sự phân cách trong vô vọng này chính là điều Phúc âm đã làm cho chấm dứt đối với những người thuộc bất kỳ dân tộc nào đặt đức tin trong Giê-xu Christ cùng huyết báu của Ngài:

> Nhưng trong Đấng Christ Giê-xu, anh em là người trước kia xa cách, bây giờ đã được gần gũi nhờ huyết của Đấng Christ.
>
> Vì Ngài là sự bình an của chúng ta, Ngài đã kết hợp hai nhóm [Do Thái và Ngoại Bang] thành một, phá đổ bức tường ngăn cách vốn gây thù địch. Qua thân xác mình, Ngài đã hủy bỏ luật pháp với các điều răn và quy tắc, để từ hai nhóm, Ngài tạo dựng thành *một nhân loại mới* trong chính Ngài, như vậy sự bình an được thực hiện, và qua thập tự giá, Ngài hòa giải cả hai cho Đức Chúa Trời trong một thân thể; bằng cách đó, sự thù địch bị tiêu diệt. Ngài đã đến rao giảng bình an [theo nghĩa đen, "truyền giảng Phúc âm bình an" - trích dẫn Ê-sai 52:7] cho anh em là những người ở xa, và bình an cho những người ở gần. Vì nhờ Ngài mà cả hai nhóm chúng ta đều có thể đến với Đức Chúa Cha trong một Thánh Linh. (Ê-phê-sô 2:13–18; tôi chú ý in nghiêng và thêm vào phần bổ sung).

Việc thấy công tác "giảng hòa" của thập tự giá - hòa giải người Do Thái với Dân ngoại và tạo nên một nhân loại mới - *không chỉ là sản phẩm phụ* của Phúc âm, mà là *trái tim* của chính Phúc âm (Êph 3:6). Phao-lô đưa nó vào công việc của thập tự giá. Nói cách khác, Phao-lô không chỉ nói rằng hiện nay nhiều tội nhân riêng lẻ thuộc nhiều dân tộc khác nhau đã được cứu và đang trên đường về thiên đàng, họ thực sự phải cố gắng sống hòa thuận với nhau trong khi chờ đợi. Ông muốn nói rằng tạo nên một nhân loại mới, là tin vui cho thấy Đấng Christ đã đến để hoàn tất điều này. "Bình an" là một phần trong tin vui ấy - đúng y như Ê-sai 52:7 đã loan báo. Và Phao-lô nói rằng Chúa Giê-xu *là* sự hòa bình của chúng ta, *làm nên* hòa bình và *rao giảng* hòa bình (trong ngữ cảnh hẳn phải chỉ về việc các sứ đồ rao giảng về Đấng Christ).

Đức Chúa Trời chỉ có một gia đình (Rô 3:29; 4; Ga 3:26–29; và có thể là Êph 3:14). Trong thời Cựu Ước, gia đình đó chỉ là chủng tộc Y-sơ-ra-ên, "nhà/gia đình Y-sơ-ra-ên" mà thôi. Nhưng từ nay về sau, nhờ công tác của Đấng Christ, một gia đình đơn nhất đó bao gồm mọi người từ muôn dân - như Đức Chúa Trời đã hứa. Và đó là Phúc âm - tin vui mừng cho muôn dân.

Vì vậy Phúc âm là "quyền năng của Đức Chúa Trời để cứu *mọi* kẻ tin: trước là người Do Thái, sau là dân ngoại" (Rô 1:16 theo tôi nghĩ nhằm cho thấy ý Phao-lô muốn nhấn mạnh). Và Phao-lô có thể trình bày quyền năng cứu vớt đó của Phúc âm theo nhiều cách khác nhau nhưng quen thuộc với chúng ta. Bởi ân điển Đức Chúa Trời, qua sự chết và sống lại của Chúa Giê-xu, tín hữu được bảo đảm có đủ "mọi phước hạnh thuộc linh trong Đấng Christ" (Êph 1:3).

- *Chúng ta được xưng công chính;* nghĩa là ngay bây giờ chúng ta nhận được lời tuyên án trước của Đức Chúa Trời vào ngày phán xét, ấy là

chúng ta được kể trong số những người sẽ được xưng công chính nhờ tin nơi Chúa Giê-xu cùng sự vâng phục của Ngài cho đến chết.
- *Chúng ta được cứu;* nghĩa là chúng ta được giải thoát khỏi cơn thịnh nộ sắp tới, được cứu khỏi cơn giận của Đức Chúa Trời vì có mọi sự gian ác và bội nghịch.
- *Chúng ta được giảng hòa:* nghĩa là sự thù nghịch giữa chúng ta với Đức Chúa Trời đã được xóa bỏ, vì chính Đức Chúa Trời đã gánh tội lỗi chúng ta trên thân vị của chính Con Ngài trên thập tự giá.
- *Chúng ta được tha thứ;* nghĩa là Đức Chúa Trời chọn "mang" (từ Hê-bơ-rơ thường dịch là "tha thứ") tội lỗi chúng ta, thay vì trả chúng về lại cho chúng ta, bởi vì mọi tội đều được Chúa Giê-xu "mang" trên thập tự giá. Những tội đó sẽ không còn được xem là tội của chúng ta.
- *Chúng ta được chuộc;* nghĩa là Đức Chúa Trời đã giải thoát chúng ta khỏi mọi ràng buộc của tội lỗi, như Ngài đã cứu dân Y-sơ-ra-ên ra khỏi Ai Cập, nhờ huyết sinh tế của Christ.
- *Chúng ta được nhận làm con nuôi;* nghĩa là Đức Chúa Trời kể chúng ta là con cái Ngài, hay nói chính xác hơn, cư xử với chúng ta như những con trưởng nam (dù chúng ta là nam hay nữ) và do đó chúng ta là người thừa kế, chia sẻ gia tài thuộc về Đấng Christ.
- *Chúng ta được sống lại;* nghĩa là từ tình trạng chết trong tội lỗi, chúng ta được ban cho sự sống mới, sức sống phục sinh của chính Đấng Christ.
- *Chúng ta có Thánh Linh;* nghĩa là nhận được lời hứa Đức Chúa Trời đã lập với Y-sơ-ra-ên, lời hứa mang lại sự đổi mới, "sự sống lại" và lòng vâng phục (thí dụ như trong Ê-xê 37) bây giờ được tuôn đổ trong chúng ta, kết quả là nếp sống được đổi mới.

Phúc Âm Là Sứ Điệp Cần Được Chuyển Tải Cho Toàn Thế Giới

Tin vui mừng mang lại sự biến cải toàn vẹn như thế không thể đem chôn giấu được! Thật vậy, chính bản chất của "Phúc âm" nói lên rằng một tin vui như thế thì phải được loan báo, như chúng ta thấy trong gốc của từ này ở Ê-sai 52:7. Bởi thế, Phúc âm phải được nghe như "lời chân lý" (Êph 1:13; Côl 1:5, 23) và khi được nghe, thì Phúc âm cũng cần phải được tiếp nhận và tin theo đúng bản chất của Phúc âm đó (1 Tê 2:13). Sứ điệp này phải được giảng ra cho muôn dân, vì như chúng ta đã thấy, muôn dân đều ở trong tầm ngắm của điều Đức Chúa Trời đã thực hiện trong Đấng Christ để làm trọn lời Ngài hứa với Áp-ra-ham.

Vậy thì, "việc làm của Phúc âm" (Phil 2:22) dường như chủ yếu chỉ về công tác loan tin vui bằng mọi phương tiện có thể và bằng bất cứ giá nào. Về bản chất, phương diện lời nói gắn liền với Phúc âm. Phúc âm là câu chuyện cần được kể lại để người khác có thể hiểu lẽ thật cùng ý nghĩa của câu chuyện ấy.

Theo hiểu biết của riêng Phao-lô, cuộc gặp gỡ giữa ông với Chúa Giê-xu trên đường tới Đa-mách không chỉ là sự qui đạo mà hơn thế nữa, là sự sai phái rao giảng Phúc âm cho muôn dân. Ông có ý nói đến điều này khi ông kể lại sự kiện ấy (Công 22:14–15; 26:16–18; so với Ga 1:15–16; 2:7). Các thư đầu tiên của ông nêu nhiều chứng cứ cho thấy khao khát cùng cam kết đã thúc giục Phao-lô trong sứ mạng truyền giảng, được hậu thuẫn bởi công việc lao động tay chân và bằng sự chịu khổ đắt giá. Đó là việc làm suốt cả đời (Ga 4:13–14; 1 Tê 2:8–9).

Rõ ràng Phao-lô cũng có cái nhìn trên phương diện địa lý về ý nghĩa của việc rao giảng Phúc âm cho muôn dân. Lời mô tả say sưa về công tác truyền giáo tính tới thời điểm viết thư tín cho người Rô-ma của ông cho thấy rằng ông cảm thấy mình đã hoàn thành công tác rao giảng Phúc âm cho phần tư miền Đông Bắc lưu vực Địa Trung Hải, và ông đang dự tính tiến sang bờ Tây (và có lẽ hoàn tất "vòng tròn các nước" bằng cách trở về qua hướng Bắc Phi chăng?). Cho dù ý định chính xác của ông là gì, thì Phao-lô vẫn xem công tác rao giảng Phúc âm là công tác không ngừng "đi xa hơn," tới những nơi chốn và dân tộc chưa được biết về Đấng Christ (Rô 15:19–21; lại trích dẫn từ một phân đoạn Kinh thánh được yêu thích, Ê-sai 52).

Phúc Âm Là Sự Biến Cải Về Mặt Đạo Đức

Chúa Giê-xu phán: *"Hãy ăn năn* và tin nhận Tin lành" (Mác 1:15). Đời sống thay đổi triệt để thường song hành với đức tin đặt nơi tin lành. Cả hai không thể tách rời. Khi dân chúng hỏi Giăng Báp-tít ăn năn nghĩa là gì, ông tỏ ra thực tế một cách lạnh lùng (Lu 3:7–14).

Phao-lô đồng tình. Phúc âm đòi hỏi cởi bỏ áo quần dơ bẩn của con người cũ và mặc vào y phục mang hương thơm của đời sống giống Đấng Christ. Thật ra, Phao-lô dùng chính cụm từ "nhân loại mới" (*kainos anthropos*) để chỉ sự hiệp nhất giữa Do Thái với Ngoại Bang trong cùng một gia đình mới, đa quốc gia của Đức Chúa Trời, có được nhờ thập tự giá (Êph 2:15) và để chỉ nếp sống mà cộng đồng này phải bày tỏ (Êph 4:24).[14]

Đây không phải trường hợp một lối sống là lối sống "phúc âm" còn lối sống khác là lối sống "đạo đức". Cách tóm lược thường thấy của hai "nửa" Ê-phê-sô dễ bị hiểu sai - như thế có thể tách phần tin giáo lý Phúc âm ra khỏi phần nếp sống đạo đức là một phần của Phúc âm. Cả hai đều nội tại trong chính Phúc âm, bởi lẽ "nhân loại mới" thứ hai được mô tả là "được tạo dựng giống như Đức Chúa Trời trong sự công chính và thánh khiết đích thực", vốn là công việc của Phúc âm ân điển (xem Êph 2:10). Phúc âm nói về sự cứu rỗi *nhờ ân điển* và *dẫn tới việc lành*. Ân điển tới trước và được tiếp nhận bởi đức tin. Còn đức tin minh chứng sự thực hữu của nó qua sự vâng phục.

---

[14] Một sự kiện mà ngay cả bản ESV cũng bị tối nghĩa khi dịch ý trước là "người mới," còn ý sau là "cái tôi mới."

Vì vậy, mục tiêu truyền giáo của Phao-lô không chỉ là truyền giảng Phúc âm theo nghĩa truyền đạt một sứ điệp để nhận được sự đồng thuận trong tâm trí. Đúng hơn, mục tiêu của ông không ngoài việc biến cải đạo đức giữa vòng người tiếp nhận sứ điệp và đáp ứng bằng đức tin. Ông rút gọn điều này trong câu nói đáng chú ý được ông dùng để mở đầu và kết thúc thư gửi cho người Rô-ma: "Sự vâng phục của đức tin vì danh Ngài [Đấng Christ] giữa vòng muôn dân" (Rô 1:5; 16:26).

"Sự vâng phục của đức tin". Đây là cách nói dạng sở hữu đơn nhất đáng chú ý - "sự vâng phục của đức tin" - nhưng đáng tiếc bị nhiều bản dịch tách rời thành hai động từ khác nhau ("tin và vâng lời"), khiến có thể dẫn đến tình trạng làm điều trước mà không làm điều sau. Ý của Phao-lô triệt để hơn và thực sự cũng thiết yếu không kém điều chúng ta thấy trong Gia-cơ 2. Chính sự vâng phục chứng minh tính thực hữu của đức tin.

> Tuy chúng ta không thể được cứu nhờ việc lành, nhưng cũng không thể được cứu nếu không có việc lành. Việc lành không phải là con đường cứu rỗi, nhưng lại là bằng chứng đích thực và cần thiết cho sự cứu rỗi. Đức tin không bày tỏ qua việc làm là đức tin chết.
>
> *John Stott*[15]

Hãy so sánh cụm từ này với cách nói "hơi sống" hay "hơi thở của sự sống". Làm sao bạn biết ai đó có sự sống hay không? Phải kiểm tra xem họ có còn thở không! Không có hơi thở là không có sự sống. Không vâng phục là không có đức tin. Đức tin không có việc làm, như Gia-cơ nói, thì chết giống như xác không có hơi thở. Cảm nhận được hơi thở, thì hãy vui vì có sự sống. Chứng kiến sự vâng phục, thì hãy vui vì họ là tín hữu.

Đó chính là cách Phao-lô nhìn nhận đáp ứng thực tiễn từ những tín hữu Cô-rinh-tô khi họ dâng tiền cho nhu cầu của tín hữu Giê-ru-sa-lem. Đó là bằng cớ của đức tin đích thực. Phúc âm đã được xưng nhận cách đúng đắn vì đã được tuân phục trong tinh thần hi sinh dâng hiến (2 Cô 9:12–13).

Thực sự kinh ngạc trước số lần Phao-lô nói về việc *"vâng phục phúc âm"*, chứ không chỉ là tin mà thôi. Thật ra, sự vâng phục Đức Chúa Trời như thế là việc làm của chính Đấng Christ, trong và qua sự phục vụ toàn diện bằng lời nói, việc làm cùng những dấu lạ của Phao-lô. Và chính Cơ Đốc nhân tại La Mã cũng thuộc trong số những người mang lại niềm vui cho ông qua sự vâng phục của họ (Rô 15:18–19; 16:19).

Ngược lại, cơn thịnh nộ của Đức Chúa Trời không chỉ giáng trên người không *tin* theo nghĩa tri thức, mà là trên những kẻ bất *tuân phục* - là những người "không vâng giữ Phúc âm của Chúa Giê-xu chúng ta" (2 Tê 1:8). Sự đoán xét kép ấy của họ là sự phản ánh theo nghĩa tiêu cực đòi hỏi kép của Phúc âm là đức tin cùng sự vâng phục: "Tất cả những người *không tin* chân lý nhưng ưa thích *sự gian ác*" đều sẽ bị kết án (2 Tê 2:12; tôi chú ý in nghiêng).

Phi-e-rơ (Công 5:32; 1 Phi 4:17), Gia-cơ (Gia 2:14-26), Giăng (1 Giăng 2:3; 3:21-24; 5:1-3), và tác giả thư Hê-bơ-rơ (Hê 5:9) và dĩ nhiên, chính Chúa Giê-xu (vd: Mat 7:21-27; 28:20; Lu 11:28; Giăng 14:23-24) đều có cùng sự hiểu biết như thế về Phúc âm. Đó là Phúc âm mang bản chất đạo đức, là vấn đề vâng phục chứ không chỉ là tin. Cần dừng lại để đọc tất cả các câu Kinh thánh này. Khi đọc xong hết, có thể nào bạn vẫn cho rằng Phúc âm chỉ là chuyện cầu nguyện tin Chúa đơn thuần không?

> Dựa trên lời dạy rõ ràng của Chúa Giê-xu, của Phao-lô cùng các tác giả khác của Tân Ước, làm cách nào để giải thích tính nhị nguyên Phúc âm- Đạo đức vốn là đặc trưng của Cơ Đốc giáo?
>
> Sao trong các hội thánh trên khắp thế giới, bản Tín Điều Nicene hoặc bài tín điều tương đương thường được đọc thuộc lòng hoặc được nhắc lại trong khi chẳng có lời ám chỉ nào nhắc lại Bài Giảng Trên Núi, vốn là cốt lõi trong lời dạy của Chúa chúng ta? Sao vẫn có những người nam người nữ sẵn sàng bị đày ải, bị tống giam vào ngục tù, bị tra tấn, thiêu sống nơi dàn hỏa thiêu hoặc chịu khốn khổ cho đến chết chỉ để giữ vững lập trường giáo lý khác với giáo lý mà những người đang nắm giữ quyền lực ủng hộ? Tương tự, sao "Cơ Đốc nhân" có thể bị mô tả chủ yếu bằng những đặc điểm như tham lam bạc vàng của người khác một cách vô độ, giết người, diệt chủng, cùng trộm cắp các lục địa nhưng lại nhân danh Đấng Christ để theo đuổi niềm say mê thần tượng? Và làm sao mọi việc này có thể thực hiện theo lệnh và sự ủng hộ hết mình của cấp lãnh đạo "Cơ Đốc"? Làm sao mà những người tự nhận mình là Cơ Đốc nhân đó lại có thể suy ngẫm về địa vị Chúa Giê-xu trong Ba Ngôi, tôn kính Ngài trong lễ Tạ Ơn, mà lại chẳng mấy lưu tâm tới điều Ngài thực sự *bảo* họ phải làm? Sao các nhà truyền giảng Phúc âm luôn miệng nói "Lạy Chúa, Lạy Chúa" mà lại làm ngơ ý muốn Chúa trong cuộc sống hằng ngày của người theo Ngài (Mat 7:21) được?
>
> *Jonathan Bonk*[16]

Cho nên, mặc dù toàn bộ hiểu biết của Phao-lô về Phúc âm là sự cứu rỗi hoàn toàn là việc làm do ân điển của Đức Chúa Trời, được tiếp nhận chỉ bằng đức tin nơi Đấng Christ, chứ không bởi công sức riêng của chúng ta, nhưng ông cũng một mực cho rằng toàn bộ vấn đề ân điển hành động trong chúng ta là nhằm sản sinh kết quả từ những đời sống đã được biến cải - biến cải về phương diện tiêu cực là từ bỏ điều ác, còn mặt tích cực là không mệt mỏi làm điều lành (Êph 2:8–10). Phao-lô nhìn thấy trong sự biến đổi về mặt đạo đức mà Phúc âm hoàn tất là việc làm của ân điển Đức Chúa Trời - ân điển hành động kể từ lần hiện đến đầu tiên của Đấng Christ và ân điển uốn nắn chúng ta sống đạo đức trong ánh sáng lai thế học về sự tái lâm của Ngài (Tít 2:11–14).

Dĩ nhiên ý Phao-lô nhấn mạnh trong các vấn đề này hoàn toàn ăn khớp với điều chúng ta thấy trong các chương trước đây về Cựu Ước. Ân điển cứu rỗi từ việc Đức Chúa Trời làm cho Y-sơ-ra-ên (trong sự tuyển chọn và cứu chuộc) phải được tiếp nhận trong khung giao ước của lòng vâng phục biết ơn và được phản chiếu trong đáp ứng bằng nếp sống đạo đức.

Phúc âm thực chất mang tính ngôn từ cũng như tính đạo đức. Hai điều này liên kết chặt chẽ với nhau như sự sống và hơi thở.

Nơi nào không có phúc âm thì nơi đó không có sự thay đổi.

Phúc Âm Là Lẽ Thật Cần Được Bênh Vực

Tin vui cũng có thể trở thành tin buồn đối với những người mà quyền lợi của họ bị đe dọa bởi tin đó. Vì vậy, cuộc chiến phải diễn ra để bảo đảm lẽ thật của Phúc âm được duy trì, được làm sáng tỏ và được bênh vực trước những lời phủ nhận, bóp méo và phản bội.

- Việc Phúc âm của Đấng Christ là dành cho tất cả mọi người, chứ không phải là đặc ân của một cộng đồng ít người, đe dọa những người tự xưng mình thuộc nhóm "đúng đối tượng".
- Việc Phúc âm hoàn toàn là quà tặng ân sủng của Đức Chúa Trời, làm mất lòng những người kiêu hãnh về thành tích riêng của mình.
- Việc Phúc âm định vị sự cứu rỗi vinh quang của Đức Chúa Trời hằng sống trong thân vị của Đấng sống một cách khó hiểu và chết trong đớn đau ô nhục làm cớ nhạo cười cho những người muốn sự cứu rỗi của họ đến từ những trung tâm tôn giáo lừng danh hơn.
- Việc Phúc âm kêu gọi mọi người ăn năn và thay đổi tận gốc đạo đức xã hội và cá nhân làm phiền lòng những người muốn hưởng lợi từ Phúc âm nhưng lại kháng cự những đòi hỏi của Phúc âm.

Vì vậy, có một chiều kích luận chiến đối với phúc âm. Phúc âm *đương đầu* với những sự việc hoặc con người phủ nhận hoặc chối bỏ nó. Phúc âm hiện hữu tương phản và xung khắc rõ ràng với các thế giới quan cùng kết ước tối hậu của con người. Cho nên, làm đầy tớ của Phúc âm nhất thiết phải chấp nhận cuộc đấu tranh và tranh chiến thuộc linh đắt giá (2 Cô 10:4–5).

Phao-lô kinh nghiệm điều này từ những ngày truyền giáo đầu tiên của mình, và nhắc lại trong Ga-la-ti, nơi cụm từ "chân lý của Tin lành" xuất hiện hai lần (Ga 2:5, 14; so với 1:6–9). Nhận thấy rằng chân lý của Tin lành bị đe dọa có thể biến đổi điều mà đối với chúng ta dường như là chuyện tương đối nhỏ (bạn nên ăn hoặc không nên ăn với ai, giống như trường hợp khi Phi-e-rơ bị áp lực chỉ ăn chung với người Do Thái mà thôi) thành ngòi nổ ra cuộc bào chữa và giải thích quan trọng về ý nghĩa của việc xưng công chính bởi đức tin, thay vì bởi việc làm của luật pháp. Nếu lẽ thật của Phúc âm là trong Đấng Christ, không phân biệt Do Thái hoặc dân ngoại, mà là một gia đình đức tin trong Đấng Mê-si-a, thì hành động theo cách dựng lại rào cản của luật pháp giữa họ bằng việc từ chối ăn với người dân ngoại, tức là khước từ Phúc âm chứ không chỉ xúc phạm những tín hữu khác. Phi-e-rơ cần bị khiển trách (không phải là lần đầu trong cuộc đời ông bị như vậy).

Điều được Phao-lô xem là sự ủy thác cho chính ông (Phil 1:7) thì ông khuyên giục các tín hữu khách như một lời thách thức về cách họ cư xử cũng như làm chứng (Phil 1:27). Ông khen ngợi hai phụ nữ tại thành Phi-líp, trong số các đồng lao của ông tại đó, đã sát cánh với ông vì cớ Phúc âm (Phil 4:3) - dù rằng hiện nay họ cần được giúp đỡ để có thể cùng làm việc với nhau. Ti-mô-thê cũng cần sự khích lệ tương tự (2 Ti 1:8). Phúc âm đòi hỏi sự bênh vực cách can đảm.

Như vậy thì ai phải làm vị sứ giả đó?

Câu trả lời cơ bản và đầu tiên là "chính Đức Chúa Trời". Phúc âm là Phúc âm của Đức Chúa Trời. Ngài nghĩ ra Phúc âm. Ngài ban nội dung cho Phúc âm. Ngài xuất bản Phúc âm. Việc Ngài đã giao phó cho chúng ta "chức vụ giải hòa" lẫn "sứ điệp giải hòa" (1 Cô 5:18–19) không làm thay đổi điều này. Ngài đã hành động "qua Đấng Christ" để đạt được sự giải hòa và hiện nay đang hành động "qua chúng ta" để loan báo điều này. Nhưng Ngài vẫn là chính Ngài trong vai trò giảng hòa và giảng dạy.

Ngài đã dùng những người khác cao quý hơn để qua đó loan tin cứu rỗi trước khi giao phó một phần công việc cho hội thánh. Ngoài các tiên tri Cựu Ước, người đầu tiên rao báo Phúc âm là một thiên sứ, và tin loan báo đầu tiên được đi kèm với việc phô bày vinh quang của Chúa và được chào đón bằng sự thờ lạy của thiên binh trên trời.

Kế tiếp, Đức Chúa Trời sai Con Ngài, Đấng vừa là sứ giả vừa là sứ điệp. Vì Đức Chúa Trời đã gửi một "lời... cho Y-sơ-ra-ên, rao giảng tin vui bình an bởi Chúa Giê-xu Christ" (Công 10:36). Cho nên Chúa Giê-xu không chỉ "làm hòa" giữa Đức Chúa Trời và con người, giữa Do Thái với dân ngoại, mà Ngài còn "rao giảng sự bình an nữa" (Êph 2:14–17). Ngài đi khắp Pa-lét-tin thông báo tin vui về nước Trời.

Sau đó, Đức Chúa Trời sai Thánh Linh Ngài làm chứng về Đấng Christ (Giăng 15:26). Vì vậy, chính Cha làm chứng cho Con qua Thánh Linh. Và bây giờ Ngài mới cho hội thánh được đặc ân dự phần trong lời chứng này:

"và các con cũng làm chứng" (Giăng 15:27, theo nghĩa đen). Ta cần phải nhớ những lẽ thật khiêm cung này. Nhà truyền giảng Phúc âm chính là Đức Chúa Cha, và Ngài rao truyền Phúc âm qua thiên sứ của Ngài, Con Ngài cùng Thánh Linh Ngài trước khi Ngài giao phó bất kỳ phần công tác nào cho con người. Đây là thứ tự được ấn định. Hội thánh đứng cuối bảng. Và lời chứng của hội thánh sẽ luôn luôn phụ thuộc vào lời chứng của Thánh Linh.

John Stott[17]

Phúc Âm Là Quyền Năng Của Đức Chúa Trời Biến Đổi Toàn Thể Vũ Trụ

Cuối cùng, Phúc âm là quyền năng của Đức Chúa Trời hành động trong lịch sử và cõi tạo vật. Đối với Phao-lô, đây là điều đáng kinh ngạc và cần phải chúc tụng. Phúc âm dường như có cuộc sống riêng của mình, thế nên Phao-lô có thể nhân cách hóa Phúc âm rằng Phúc âm đang hành động, tích cực lan truyền và kết quả trên toàn thế giới (Côl 1:6). Nghịch lý lớn của thập tự giá - điều hổ thẹn và phi lý đối với Do Thái và Hy Lạp – không hề là điều đáng để hổ thẹn, vì đó là quyền năng cứu vớt của Đức Chúa Trời (Rô 1:16) đang biến đổi lịch sử và cứu chuộc tạo vật.

Thật ra, thay vì kết thúc, chúng ta đã có thể bắt đầu phần khảo cứu sự hiểu biết của Phao-lô về Phúc âm tại đây. Phao-lô hiểu thấu tâm trí cùng kế hoạch rộng lớn lao của Đức Chúa Trời đến đỗi ông có thể nắm giữ mọi điều từ lúc tạo dựng cho tới cuộc tạo dựng mới trong phạm vi của Phúc âm. Và dĩ nhiên, lý do ông có thể làm được điều đó là vì Phúc âm về cơ bản *là* chính Đấng Christ.

Đấng Christ không chỉ là sứ giả của tin mừng (như Ê-sai 52:7); Đấng Christ *chính là* tin mừng, theo nghĩa Phúc âm rao giảng rằng Chúa Giê-xu ở Na-xa-rét là Đấng Mê-si-a – Vị vua và Chúa Cứu thế - làm trọn lời hứa của Đức Chúa Trời trong toàn Kinh thánh bắt đầu từ Sáng Thế Ký.

Như vậy, trong điều có thể gọi là phần tóm lược hùng hồn nhất của Phao-lô về nhân thân của Đấng Christ *cùng* phạm vi của Phúc âm, ông tuyên bố rằng mọi vật trong vũ trụ đều do Đấng Christ tạo dựng, được duy trì bởi Đấng Christ và sẽ được giảng hòa với Đức Chúa Trời bởi Đấng Christ qua huyết từ thập tự giá của Ngài. Đó là phạm vi cai trị toàn cầu đầy ngoạn mục của Đức Chúa Trời qua Đấng Christ. Phao-lô nói, đó chính là Phúc âm (Côl 1:15–23 - hãy đọc lại để khám phá thêm giá trị trong phân đoạn này!)

Và chỉ sau khi khảo sát tầm quan trọng trên phạm vi toàn cõi vũ trụ của Đấng Christ, của hội thánh, của thập tự giá của Ngài thì Phao-lô mới tiến tới việc hòa giải cá nhân các tín hữu. Cơ Đốc nhân tại Cô-lô-se có thể đứng vững trong đức tin cùng hy vọng (1:23), vì sự cứu rỗi của họ nằm trong phạm vi mục tiêu của Phúc âm, tức là phạm vi toàn vũ trụ, trải rộng trên tất cả không gian và thời gian. Chẳng thế mà Phao-lô nói sự cứu rỗi đang được rao giảng "trong mọi tạo vật ở dưới trời" (1:23)[18]

Phạm vi năng quyền của Phúc âm phải là phạm vi rao giảng Phúc âm - đó là tin vui cho *mọi* tạo vật.

Tóm Lược

Chúng ta phải để vài suy ngẫm thực tiễn lại cho chương sau cùng, nhưng tôi hy vọng phần khảo sát sự hiểu biết của Phao-lô về Phúc âm giúp chúng ta đào sâu ý nghĩa và nâng cao hiểu biết khi nói rằng sứ mạng của con dân Chúa là rao giảng Phúc âm. Vậy thì đối với Phao-lô, Phúc âm là gì?

- Phúc âm mang tính lịch sử *và* cũng mang tính hội thánh; tức là bao gồm các sự kiện lịch sử *về* Đấng Christ cùng thực tại của một nhân loại mới *trong* Đấng Christ.
- Phúc âm là đức tin *và* sự vâng phục.
- Phúc âm là sứ điệp phải được nghe *và* được bày tỏ trong cách sống.
- Phúc âm mang tính cá nhân *và* toàn cầu.
- Trên hết, đó là "Phúc âm của Đức Chúa Trời" - ân điển của Đức Chúa Trời, lời hứa của Đức Chúa Trời, sự thành tín của Đức Chúa Trời, sự cứu rỗi của Đức Chúa Trời, Con của Đức Chúa Trời, dân của Đức Chúa Trời và vinh quang của Đức Chúa Trời.

Và khi thúc giục chúng ta phải hiểu mọi chiều kích này, Phao-lô liên tục hướng chúng ta quay lại với điều ông biết đơn giản chỉ là "lời Kinh thánh" - tức Cựu Ước của chúng ta, bởi lẽ "theo lời Kinh thánh" mà Chúa Giê-xu đã chết và sống lại vì sự cứu rỗi chúng ta. Và cũng chính từ đó mà Tân Ước rút ra từ "phúc âm", như chúng ta đã thấy trong chương này.

Cho nên, toàn bộ Phúc âm của chúng ta phải được múc từ giếng sâu là toàn bộ Kinh thánh, và do đó sứ mạng của chúng ta phải được hợp nhất quanh câu chuyện vang rền vĩ đại về ân điển cứu rỗi, về đòi hỏi cùng lời hứa vâng giữ giao ước, cùng với hy vọng đầy sức sống và khải tượng về một tạo vật mới nơi sự công chính cư ngụ, vì Đức Chúa Trời sẽ ở đó với nhân loại được chuộc từ mọi quốc gia của Ngài.

Tác động sau cùng từ việc rút ra hiểu biết về Phúc âm từ toàn bộ Kinh thánh là nhờ đó chúng ta có được cách đánh giá khiêm nhường và chín chắn

---

[18]Tôi nghĩ, "trong mọi tạo vật" đúng hơn là "cho mọi tạo vật" như một bản dịch của *en pasei ktisei*.

hơn về vai trò truyền giáo của mình trong tư cách những người rao truyền Phúc âm. Chúng ta không phải là những người đầu tiên và là cơ quan duy nhất rao giảng phúc âm. Vì thế, chúng ta chớ nên (ở thái cực này) xao lãng trách nhiệm truyền giảng Phúc âm bằng cách quên đi tầm quan trọng thiết yếu mà Đức Chúa Trời đặt trên vai trò chứng nhân của hội thánh trong tư cách dân sự của Đức Chúa Trời hoặc (ở thái cực kia) cũng không thổi phồng tầm quan trọng của các cá nhân trong công tác truyền giáo qua việc tưởng tượng Đức Chúa Trời không có phương tiện nào khác để truyền đạt tin vui của Ngài.

Câu Hỏi Liên Quan

1. Chương này đã mở rộng hiểu biết của bạn về Phúc âm theo Kinh thánh bằng những cách nào? Điều đó tạo sự khác biệt gì trong cách bạn bày tỏ và chia sẻ Phúc âm?
2. Những yếu tố nào của Phúc âm, theo từ ngữ được Phao-lô sử dụng, bạn cảm thấy bị bỏ bê nhiều nhất trong hội thánh ngày nay? Bạn có thể làm gì để đưa các yếu tố đó về lại vị trí được quan tâm hơn?
3. Nếu cốt lõi của Phúc âm là "tin mừng" thì bằng cách nào tin đó có thể được nghe trong cộng đồng của bạn như là tin mừng thực sự?

12

Những Người Sai Phái Và Được Sai Phái

"Ai kêu cầu danh Chúa đều sẽ được cứu."

Nhưng họ chưa tin Ngài thì kêu cầu sao được? Chưa nghe nói về Ngài thì làm thể nào mà tin? Không có người rao giảng thì nghe cách nào? *Nếu chẳng có ai được sai đi thì làm sao rao giảng?* Như có lời chép: "Bàn chân của những người truyền rao Tin Lành thật xinh đẹp biết bao!" (Rô-ma 10:13–15; chú ý in nghiêng).

Phần lập luận bằng câu hỏi tu từ chặt chẽ tuyệt vời này là cầu nối hoàn hảo giữa chương trước với chương này. Trong chương 11, chúng ta thấy khải tượng lớn của Ê-sai về một sứ giả mang tin vui về sự cai trị của Đức Chúa Trời - rao giảng sự bình an, sự tốt lành cùng sự cứu rỗi (Ê-sai 52:7, được Phao-lô trích dẫn ở đây) - tuôn chảy vào vào Tân Ước, truyền rao Phúc âm của Đấng Christ – thông qua cả mặt từ vựng lẫn mặt nội dung. Và chúng ta nói rằng phần thiết yếu trong sứ mạng của dân sự Đức Chúa Trời là làm tròn vai trò sứ giả đó, làm những người mang và thể hiện tin vui. Sứ mạng của chúng ta là sống làm người của Phúc âm.

Nhưng trong cuộc sống hằng ngày, chúng ta không tin mọi sứ điệp cũng như mọi sứ giả chúng ta gặp trên đường. Chúng ta muốn biết sứ điệp đó đến từ đâu. Chúng ta muốn biết nguồn của sứ điệp đó. Chúng ta tìm cách nhận diện nguồn thông tin. Trong thời đại truyền thông chi phối và truyền thông lạm dụng này, chúng ta thường nghe "những lời tường thuật không được xác nhận", lưu xuất từ những "nguồn tin thân cận với chính phủ", và việc chúng ta nghi ngờ thì cũng đúng thôi. Nhưng nếu có ai đứng trước micro với tư cách người phát ngôn chính thức, được ủy quyền để phát biểu thay cho Tổng Thống hoặc Thủ Tướng, thì chúng ta tin rằng bất cứ điều gì người ấy nói đều đã được chấp thuận và mang thẩm quyền của người mà người ấy đại diện. Họ được *sai phái* để trao một thông điệp thay mặt cho nhân vật mà chúng ta muốn nghe và (trong thế giới lý tưởng) muốn tin tưởng.

Đó chính là sức mạnh trong luận điểm của Phao-lô ở đây.

Mọi người đều cần được cứu rỗi (cả người Do Thái lẫn người Ngoại, như Phao-lô đã lập luận). Điều đó chỉ có được nhờ Chúa Giê-xu Christ mà thôi. Vì vậy mọi người cần phải kêu cầu Ngài để được cứu, như Đức Chúa Trời đã hứa với Y-sơ-ra-ên (một điểm quan trọng là "Chúa" trong câu Phao-lô trích từ Giô-ên 2:32 khi ấy là Đức Gia-vê, nhưng bây giờ rõ ràng là Chúa Giê-xu). Nhưng để kêu cầu Ngài, họ phải tin Ngài. Và để tin Ngài thì họ phải nghe Ngài nói. (Thực sự đây mới chính là ý Phao-lô muốn nói: không chỉ "nghe về Ngài", mà là "nghe *Ngài*"). Và họ nghe Đấng Christ bằng cách nào? Qua ai đó "rao báo" thay cho Ngài. Nhưng người rao báo phải được ủy quyền và sai phái bởi người có sứ điệp mà người rao báo ấy đang mang đi - tức là chính Đấng Christ. Như vậy, theo như Phao-lô kết luận, đức tin cứu rỗi đến nhờ nghe, và điều được nghe thực sự là "lời của Đấng Christ" (Rô 10:17).

Như vậy, Đấng Christ ở cả hai đầu của tiến trình. Ngài là *đối tượng* của đức tin cứu rỗi - là Đấng chúng ta phải kêu cầu để được cứu. Nhưng Ngài cũng là *chủ thể*, Đấng sai phái các sứ giả được ủy quyền mang tin vui để nhờ đó chúng ta có thể được cứu. Sự sai phái của Đấng Christ là mắt xích đầu tiên trong dây chuyền cứu rỗi của Christ.

> Ý Phao-lô muốn nói là khi bất kỳ quốc gia nào được ưu ái giao cho trách nhiệm rao giảng Phúc âm, thì đó là lời thề nguyện và bằng chứng của tình yêu thiên thượng. Không có nhà truyền giảng Phúc âm nào lại chưa từng được Đức Chúa Trời dấy lên bởi ơn dự phòng cụ thể của Ngài. Vì vậy, chắc chắn là chính Đức Chúa Trời [có nghĩa là chính Đức Chúa Trời, không chỉ là nhà truyền đạo] thăm viếng dân tộc nơi Phúc âm được rao giảng đó... Phúc âm không tình cờ rơi từ trời xuống như mưa, mà được bàn tay con người đem tới đúng nơi được Đức Chúa Trời sai tới.
>
> *John Calvin*[1]

Toàn bộ công tác cứu rỗi từ đầu tới cuối đều đến từ Đức Chúa Trời, và bao gồm ý định của Đức Chúa Trời trong việc sai phái sứ giả mang tin vui cho biết sự cứu rỗi có sẵn trong Đấng Christ. Việc nhấn mạnh động từ sau cùng, "nếu họ không được sai đi", là nói về ý định của Đức Chúa Trời trong việc này. Con người không được cứu do tình cờ hay ngẫu nhiên, mà nhờ một tiến trình bắt đầu bằng hành động trao quyền, ủy thác, sai phái bởi Đức Chúa Trời cứu chuộc.

Lời Phao-lô trích từ Ê-sai 52:7 ở đây không nên chỉ xem như một hình ảnh sống động tiện thể được bỏ vào để minh họa cho luận điểm mới nói đến. Đây chính là cao trào có chủ ý cho lập luận của ông. Vấn đề của Phao-lô là: việc ngày nay nhiều người được "sai phái" để "rao giảng" hầu giúp người khác có thể "nghe", "tin", "kêu cầu" và "được cứu" tự thân nó đã là sự ứng nghiệm chính xác lời tiên tri của Kinh thánh từng được xem là nói về Đấng Mê-si-a trong thời của ông.

Điều làm trọn lời Kinh thánh trên thực tế lại được Đức Chúa Trời của Kinh thánh ủy thác. Vì vậy, sai phái và rao giảng là những hoạt động được Đức Chúa Trời chấp thuận và xác chứng. Đó là một phần trong câu chuyện, được viết bởi tác giả của câu chuyện ấy. Sứ mạng của Đức Chúa Trời đòi hỏi thực tại sai phái và được sai phái phải là một phần làm nên sứ mạng của con dân Chúa.

Vậy thì bản chất của việc sai phái và được sai phái là gì? Một lần nữa, nhằm nghiên cứu thần học thánh kinh cho đời sống một cách thấu đáo, chúng ta phải bắt đầu với cách sử dụng đầy ý nghĩa của từ "sai phái" trong Cựu Ước trước khi quay lại với Tân Ước. Thực sự chung quanh khái niệm "sai phái" trong toàn bộ Kinh thánh có một ý nghĩa thần học rất phong phú, nhờ đó chúng ta có thể khai thác để hiểu thêm về sứ mạng của con dân Chúa.

Những Lần Sai Phái Trong Cựu Ước

Động từ Hê-bơ-rơ *šalah* có nghĩa là sai phái, và được dùng với nhiều tầng ý nghĩa thông thường như trong Anh ngữ. Mọi hạng người cùng mọi sự việc đều được sai phái với đủ các lý do khác nhau. Nhưng điều chúng ta đang tìm kiếm ấy là những trường hợp được *Đức Chúa Trời* sai phái, và những trường hợp có chứa đựng chiều kích thần học rõ ràng bằng hành động, mục đích cùng kết quả của hành động ấy. Chúng ta đang tìm cách phân biệt nơi Đức Chúa Trời sai phái con người làm tác nhân cho sứ mạng của Ngài trong thế gian, và những loại sự việc Ngài sai phái con người thực hiện.

Nói rộng ra, sau khi khảo sát phạm vi các phần Kinh thánh Cựu Ước để cập đến việc Đức Chúa Trời sai phái, tôi thấy dường như nổi bật hai đối tượng chính. Khi Đức Chúa Trời sai phái con người, phần lớn thường là để hành động như những tác nhân giải phóng và cứu rỗi của Ngài hoặc để rao báo một sứ điệp mà ai đó cần được nghe (dù họ có muốn hay không). Đôi khi Đức Chúa Trời sai phái một người, như Môi-se chẳng hạn, để thực hiện cả hai việc trên.

Nói cách khác, việc Đức Chúa Trời sai phái gắn liền chặt chẽ với hai hành động lớn của Đức Chúa Trời trong và cho Y-sơ-ra-ên thời Cựu Ước - cứu rỗi và mạc khải. Nói rõ hơn, chỉ nhờ Đức Chúa Trời *sai* người đến giải cứu dân sự Ngài và vì có Đức Chúa Trời *sai phái* những phát ngôn viên của Lời Ngài mà chúng ta mới có lời Kinh thánh, bao gồm cả câu chuyện cứu rỗi của Đức Chúa Trời cùng việc Ngài truyền đạt sự mạc khải của Ngài. Nếu Đức Chúa Trời không phải là Đức Chúa Trời sai phái, thì Kinh thánh sẽ là quyển sách thực sự vô cùng khác với Kinh thánh chúng ta có ngày nay.

Chúng ta hãy xem vài thí dụ nổi bật.

Được Sai Phái Để Giải Cứu

Giô-sép

Mô tả quan trọng đầu tiên về người được Đức Chúa Trời sai phái phát xuất từ lời nói của Giô-sép trong Sáng Thế Ký 43. Lời này thốt ra trong giây phút Giô-sép đột ngột tiết lộ danh tính của mình với các anh là những người từng bán ông làm nô lệ tại Ai Cập nhiều năm trước và có lẽ cho rằng ông đã chết từ lâu.

> Giô-sép nói: "Xin anh em hãy đến gần tôi." Họ lại gần. Ông nói: "Tôi là Giô-sép, đứa em mà các anh đã bán sang Ai Cập đây! Nhưng bây giờ các anh đừng đau buồn và cũng đừng tự trách mình vì đã bán tôi sang đây. Vì để bảo tồn sự sống mà *Đức Chúa Trời đã sai tôi* đến đây trước các anh. Nạn đói đã xảy ra trong xứ hai năm rồi, và sẽ còn năm năm không cày cấy, không gặt hái được nữa. Nhưng **Đức Chúa Trời** *đã sai tôi* đến đây trước, để duy trì cho các anh một dòng dõi trên đất, và cứu mạng sống các anh bằng một cuộc giải cứu vĩ đại. Vậy **không phải các anh** *mà chính* **Đức Chúa Trời** *đã sai tôi đến đây."* (Sáng 45:4–8; chú ý in nghiêng và in đậm; xin so với Thi 105:17)

Ba lần lặp lại "*Đức Chúa Trời đã sai*" nhấn mạnh cùng một tư tưởng thần học khép lại sách Sáng Thế Ký, một lần nữa bằng chính môi miệng của Giô-sép, ấy là: quyền tối thượng của Đức Chúa Trời tể trị và hành động qua các việc làm (kể cả việc ác) của con người (Sáng 50:20). Nhưng đồng thời cũng nhấn mạnh mục đích của việc sai phái này - "để cứu mạng sống" ("bảo tồn sự sống cho nhiều người"; 50:20)

Đức Chúa Trời sai phái vì Ngài là Đức Chúa Trời cứu rỗi.

Điểm thú vị ở đây cũng chính là một loạt hoàn cảnh trong đó một người hoàn toàn là nạn nhân thụ động chịu đựng những việc làm gian ác của *những người khác* lại có thể được mô tả là do "Đức Chúa Trời sai phái". Giô sép khó có thể là nhà truyền giáo tự nguyện. Thế nhưng khi hồi tưởng lại, ông đã giải thích hành trình kỳ lạ trong cuộc đời mình như là sự sai phái từ Chúa. Cùng một cách nhìn như thế diễn ra vào cuối câu chuyện về Y-sơ-ra-ên khi dân này bị quân đội Nê-bu-cát-nết-sa mang đi lưu đày, trút đổ mọi ghen ghét xấu xa lên Giê-ru-sa-lem cùng công dân phản loạn của thành.

Nhưng Đức Chúa Trời giải thích thế nào về điều này? Ngài phán, dân lưu đày là những kẻ bị *Đức Chúa Trời* mang vào cảnh lưu đày (Giê 29:4, 7, 14), đúng vậy, họ là những người bị Đức Chúa Trời *sai phái* tới đó (Giê 29:20). Đành rằng cuộc lưu đày là sự sai phái vì bị đoán phạt, nhưng cũng là sự sai phái có thể dẫn tới một sứ mạng đầy kinh ngạc đối với lợi ích của thành Ba-by-lôn (Giê 29:7; xem chương 13). Một suy nghĩ tương tự áp dụng cho các tín hữu đầu tiên tại Giê-ru-sa-lem. Chính qua việc bị tan lạc bởi sự bách hại mà Đức Chúa Trời đã "sai phái" họ một cách hiệu quả ra ngoài biên giới xứ Giu-đê và Do Thái giáo.

Môi-se

> Sự kiện năm 587 TC diễn ra tại Giê-ru-sa-lem – việc nó bị đánh bại và dân chúng bị bắt đi lưu đày, sự hủy phá thành và cuối cùng là đền thờ - từ quan điểm lịch sử thế giới, chỉ hơn cái gọi là số phận bình thường của nhiều trung tâm nhỏ của chính quyền một chút khi phải ở dưới quyền của những thế lực lớn hơn. Nhưng trong thực tế, đó lại là một điều gì đó hoàn toàn khác, bởi lẽ qua Y-sơ-ra-ên, Vua trên muôn vua đang dọn đường để qua đó dân sự Ngài sẽ trở thành những người chinh phục và thế giới sẽ đến để chia sẻ chiến thắng này.
>
> *Richard R. De Ridder*[2]

Thật trớ trêu, câu chuyện thánh kinh cho chúng ta thấy Giô-sép do Đức Chúa Trời sai phái để cứu anh em mình bằng cách kéo họ *xuống xứ* Ai Cập lại tiếp tục cho chúng ta thấy Môi-se, được Đức Chúa Trời sai phái để cứu dân sự Ngài bằng cách nâng họ *lên khỏi* Ai Cập. Giô-sép cứu dân mình khỏi cảnh chết đói. Môi se cứu họ khỏi cảnh chết chóc do nạn diệt chủng.

Trong dịp này, chẳng có gì là thụ động hoặc chỉ là sự hồi tưởng lại việc sai phái Môi-se. Nó hoàn toàn là chuyện thẳng thắn ngay từ đầu, chuyện không hề dễ chịu đối với Môi-se, người vì nỗi lo sợ kinh điển trong công tác truyền giáo, đã xin Đức Chúa Trời sai người khác (Xuất 4:13). Ngôn ngữ sai phái tràn ngập chuyện kể trong Xuất Ê-díp-tô Ký 3 và một bên được kết nối với lòng thương xót của Đức Chúa Trời còn bên kia với danh tính của Đức Chúa Trời là Đấng giữ lời hứa. Hãy đọc Xuất Ê-díp-tô Ký 3:10–15, ghi lại số lần động từ "sai" xuất hiện và lý do được đưa ra cho những lần xuất hiện ấy.

Đức Chúa Trời sai phái vì Đức Chúa Trời cứu vớt. Đức Chúa Trời cứu vớt vì Đức Chúa Trời đã hứa. Đây là sự sai phái mà Môi-se dựa vào (Xuất 7:16), tuy lúc đầu ông thắc mắc sự sai phái ấy có đem lại hiệu quả gì không (5:22).

Một phần sự khiêm nhường và bảo vệ mình một cách chính đáng vốn đã trở thành huyền thoại của Môi-se nằm ở chỗ ông nhận biết rằng mọi điều mình nói cùng việc mình làm là kết quả của sự sai phái của Đức Chúa Trời, chứ không do tài năng riêng (Dân 16:28). Thật vậy, Môi-se có thể hoàn toàn loại chính mình ra khỏi chuyện kể ấy và cho rằng cuộc giải cứu khỏi Ai Cập thành tựu là do Đức Chúa Trời đã sai một thiên sứ dẫn dắt họ (Dân 20:16) - có thể đây không phải là cách mà Mi-ri-am mô tả người em trai của mình. Các bản văn Cựu và Tân Ước đồng ý rằng Môi-se không phải là bậc lãnh đạo tự đề cử, hoặc quán quân được mọi người bầu chọn hay kiểu siêu anh hùng do thiên thời địa lợi. Môi-se được Đức Chúa Trời sai phái. Và ông được sai phái để hoàn tất công tác cứu rỗi của Đức Chúa Trời.³ Vì vậy, điều Môi-se làm chính là điều Đức Chúa Trời làm. Đó chính là thực chất của mối quan hệ sai phái.

Các Quan Xét

Các quan xét cũng là những người nam và nữ hành động nhằm mang lại sự giải cứu của Đức Chúa Trời cho Y-sơ-ra-ên. Ngôn ngữ phổ biến hơn trong sách Các Quan Xét là "Đức Giê-hô-va *dấy lên* các quan xét" (Quan 2:16), nhưng mục đích vẫn là "để cứu". Như vậy, trong lời mô tả có tính công thức về Ốt-ni-ên, vị quan xét đầu tiên, ông được "dấy lên", ông "cứu" dân Y-sơ-ra-ên ra khỏi cảnh áp bức, và ông được ban cho quyền năng bởi Thần của Đức Gia-vê - một khía cạnh khác của việc sai phái từ Chúa mà chúng ta sẽ lưu ý ở phần sau.

Tuy nhiên, ngôn ngữ sai phái được dùng cho Ghi-đê-ôn, với một mục đích (giải cứu) và một lời hứa ("Ta sẽ ở với ngươi") ngân vang mạnh mẽ việc sai phái Môi-se (Quan 6:14).

Một Đấng Cứu Thế Sẽ Đến

Rút dân Y-sơ-ra-ên ra khỏi Ai Cập là việc làm của vị cứu tinh - Môi-se. Nhưng sẽ ra sao nếu chính người Ai Cập phải quay về với Đức Chúa Trời và rên siết dưới nỗi đau đớn của sự phán xét? Ở một trong những khải tượng lại thế hồi hộp nhất trong Kinh thánh, Ê-sai thấy chính xác rằng - một ngày kia khi Ai Cập (chắc chắn là đại diện cho muôn dân) sẽ quay về với Đức Chúa Trời. Lúc ấy, ngay giữa bản văn dẫy đầy những nhắc nhở về cuộc xuất hành - chỉ có dân Ai Cập mới là kẻ cần được giải cứu - Đức Chúa Trời hứa:

> Khi họ [người Ai Cập] kêu cầu Đức Giê-hô-va vì bị áp bức, thì *Ngài sẽ sai một vị cứu tinh đến bảo vệ và giải cứu họ*. Đức Giê-hô-va sẽ làm cho Ai Cập biết Ngài, và trong ngày đó, người Ai Cập sẽ nhận biết Đức Giê-hô-va. (Ê-sai 19:20–21; chú ý in nghiêng)

---

³Xem Giôs 24:5; 1 Sa 12:8; Thi 105:26; Ê-sai 63:12; Công 7:35.

Dĩ nhiên, vị cứu tinh ở đây không ai khác hơn là Chúa Giê-xu Christ, Đấng được Đức Chúa Trời sai đi tìm và cứu kẻ hư mất.

Được Sai Phái Để Nói

Về bản chất, sứ giả thì được sai phái. Và sứ giả nói thay cho người sai phái mình. Trong thế giới thời cổ, không có phương tiện truyền thông đại chúng, thì cách thông thường để phổ biến tin tức là rao báo bằng miệng. Vai trò của người rao báo và đại sứ có tầm quan trọng rất lớn về mặt xã hội và chính trị. Chính trong bối cảnh văn hóa này mà các tiên tri của Y-sơ-ra-ên làm nhiệm vụ, và họ khẳng định mình *nói thay cho* Đức Gia-vê vì họ đã được Đức Gia-vê và thẩm quyền của Ngài *sai phái*.

Môi-se

Như chúng ta đã thấy, tuy mục đích chính của Đức Chúa Trời khi sai phái Môi-se là để giải cứu dân sự Ngài, nhưng ông cũng được sai phái với nhiệm vụ truyền đạt mạc khải của Ngài - một nhiệm vụ mà ông cảm thấy mình không được trang bị đúng mức và cần được Đức Chúa Trời tái cam kết hỗ trợ cũng như cần sự phụ giúp của A-rôn (Xuất 4:10–17). Vì vậy Môi-se cũng là một tiên tri. Thực ra, ông là một tiên tri mẫu mực. Đức Chúa Trời hứa rằng trong các thế hệ sau khi Môi-se qua đời, Đức Chúa Trời sẽ dấy lên "một tiên tri giống như Môi-se", người sẽ nhận lấy thẩm quyền của Đức Chúa Trời và nói ra lời của Đức Chúa Trời (Phục 18:17–20). Trên một phương diện, đây là một từ số ít (giống như "vua", hoặc "bà góa"), chỉ về toàn bộ dòng dõi tiên tri sẽ đem lời của Đức Chúa Trời đến với Y-sơ-ra-ên. Nhưng cũng được hiểu là một lời tiên tri được ứng nghiệm hoàn toàn qua Chúa Giê-xu, là Đấng, giống như Môi-se, làm tác nhân cho sự cứu rỗi lẫn mạc khải của Đức Chúa Trời (Công 7:37 dùng "sai phái" thay cho "dấy lên").

Ê-sai

Nhiều bài giảng về truyền giáo được giảng dựa trên những lời nổi tiếng của Ê-sai: "Có tôi đây. Xin hãy sai tôi." Nhiều nhà truyền giáo kể lại giây phút họ nhắc lại những lời này trước mặt Chúa. Tuy nhiên, tôi nghĩ rằng chúng ta đã hiểu không đúng cảnh Ê-sai được kêu gọi và được sai phái nếu chúng ta đặt Ê-sai trên sân khấu chính, như thể ông là tâm điểm, là nhà anh hùng tiên phong trong truyền giáo.

Không phải như vậy, toàn cảnh mô tả trong Ê-sai 6:1–7 cho tới giờ phút này vốn vô cùng choáng ngợp trước ngôi cao ngất của Đức Chúa Trời. Đang lúc Ê-sai thờ phượng bên trong đền thờ, ông sợ hãi chứng kiến thực tại về Đức Chúa Trời của Y-sơ-ra-ên cùng sự thánh khiết siêu việt của Ngài. Cảnh đó khiến ông vội vàng sấp mình xuống, khiếp sợ nhìn biết tội lỗi của mình.

Ê-sai 6:5 là lời xưng tội đáng lưu ý, vì nó theo sau các chương Ê-sai phơi bày tội lỗi của mọi người chung quanh ông. Giờ đây khi đột ngột nhận biết cách rõ ràng về bản thân, ông mới thấy mình chẳng hơn gì những người bị mình lên án. Sự hạ mình lúc đó cùng sự thanh tẩy môi miệng ông sau đó (6:6–7) là những yếu tố góp phần khiến ông được sai phái.

Chính trong tư thế đó, Ê-sai mới nghe được sự việc đang diễn ra chung quanh ngai Đức Chúa Trời. Vì đây là trung tâm truyền lệnh và điều khiển vũ trụ. Đây là ngôi cai trị lịch sử nhân loại, và việc cai trị đang diễn ra. Có một thế giới để điều khiển, những kế hoạch để soạn thảo, những quyết định để thực hiện và những thông điệp cần gửi đi. Đây là Đức Chúa Trời điều khiển, Đức Chúa Trời là trung tâm điểm, Đức Chúa Trời đang thi hành sứ mạng, Đức Chúa Trời đang thực hiện công việc của Ngài. Và ngay giữa cảnh đó, Ê-sai nghe một câu hỏi: "Phải đấy. Ai sẽ đi rao tin này? Chúng ta sẽ sai ai thi hành sứ mạng này?" Và Ê-sai giơ cánh tay lên từ ngoài sân khấu: "Dạ thưa... Vâng con ở ngoài đây ạ... Con sẵn lòng, xin hãy sai phái con, nếu Ngài muốn...."

Ê-sai không phải là trung tâm điểm của bức tranh ở đây; ngai Đức Chúa Trời vẫn là trung tâm điểm.

Điều đang diễn ra ở đây là việc Ê-sai tái sắp xếp tâm điểm cuộc đời cùng chức vụ hầu việc Chúa của mình quanh mục đích cùng Lời Chúa - hai điều mà trong phần sau của sách này bạn sẽ thấy là huyền bí và nghịch lý, nhưng trên hết không chỉ dành cho thế hệ của ông mà cho mọi thế hệ tương lai, không chỉ cho Y-sơ-ra-ên mà là cho toàn cầu. Nhưng đối với chính Ê-sai, kinh nghiệm này là kinh nghiệm phải đối mặt trong sợ hãi trước thực tại về Đức Chúa Trời, kế tiếp là ý thức sự kinh khủng của tội lỗi của mình, và sau đó là triệt để tái tập trung vào sứ mạng của Đức Chúa Trời.

Chỉ khi đó, khi là một tội nhân hạ mình, được thanh tẩy, tái tập trung, thì ông mới sẵn sàng cho sự sai phái. Chỉ lúc đó, Đức Chúa Trời mới phán: "Hãy đi...."

Giê-rê-mi

Giê-rê-mi cũng cảm nhận được Đức Chúa Trời chạm vào môi miệng mình, nhưng trong trường hợp của ông, không phải để thanh tẩy mà để ban lời từ chính Đức Chúa Trời (Giê 1:9). Nếu Ê-sai cần được Đức Chúa Trời đụng chạm do tình trạng tội lỗi của mình, thì Giê-rê-mi cần được đụng chạm vì ông cảm nhận sự thiếu sót do còn non trẻ. Lời giải thích của Chúa cho thái độ này trích dẫn chính xác điều Ngài đã hứa với Môi-se: "Ta đã đặt lời ta trong miệng con" (xem Phục 18:18), cho thấy Giê-rê-mi đứng trong hàng ngũ tiên tri thật được chính Đức Chúa Trời dấy lên.

Điều đó cũng cho thấy rõ bản chất soi dẫn hay linh cảm của lời Kinh thánh. Những lời Giê-rê-mi nói ra là lời của ông – nó phát xuất từ lòng ông (cùng xương cốt ông) - và khác hẳn những lời của tiên tri A-mốt hoặc Ê-xê-chi-ên. Nhưng ở mức độ sâu xa hơn, đó là lời của Đức Chúa Trời. Dĩ nhiên, đó chính là cốt lõi của việc làm phát ngôn nhân hoặc người rao báo. Những lời của người rao báo được xem như lời mà vua của người ấy đã nói. Đó là việc người ấy được sai đi để làm việc cần làm.

Giê-rê-mi dùng ngôn ngữ sai phái của Đức Chúa Trời nhiều hơn bất kỳ tiên tri nào, có lẽ vì giây phút ông được sai phái vô định đến đáng sợ. Đức Chúa Trời phán với ông (theo nghĩa đen): "Con sẽ đi khắp nơi nào Ta sai con đi; và sẽ nói mọi điều Ta truyền con nói" (Giê 1:7). Vì vậy, sứ mạng cùng sứ điệp của ông là không giới hạn. Ông sẽ không được tự do lựa chọn thính giả cũng như không được tự do chọn sứ điệp. Và kết quả là, Đức Chúa Trời sai ông tới những nơi mà ông sẽ gặp chống đối lẫn hiểm nguy và giao cho ông những lời có thể bị chính quyền giải thích là phản động và bị giới chức trách tôn giáo cho là phỉ báng. Đó là sự sai phái khiến Giê-rê-mi cảm thấy cô đơn, nguy hiểm và lẻ loi. Đôi khi đó là điều duy nhất ông có thể viện dẫn để tự cứu mạng sống mình (Giê 26:15).

Bất kỳ cách giải kinh theo hướng truyền giáo nào trong sách của Giê-rê-mi cũng đều cần lưu ý tới cái giá mà vị sứ giả phải trả cho công tác truyền giáo.

Giê-rê-mi bị bao vây bởi các tiên tri giả. Dĩ nhiên, đó là từ ngày nay chúng ta có thể áp dụng khi nhìn lại quá khứ. Thực tế khi ấy hẳn rất rối rắm. Một người như Ha-na-nia không hề đeo trên mình tấm bảng: *"Ha-na-nia: Tiên Tri Giả"*. Thế nhưng Giê-rê-mi biết, và không ngần ngại lên án thực tế là nhiều người nhân danh Đức Gia-vê mà nói những chưa hề đứng trong sự hiện diện của Ngài hoặc được Đức Gia-vê sai phái (Giê 14:15; 23:21; 28:9, 15; 29:9). Tội như thế là tội nghiêm trọng, đáng bị xử tử theo Phục Truyền 13:1–5, mà cái chết mang tính dấu hiệu của Ha-na-nia đã minh họa (Giê 28:15–17).

Điều đáng quan ngại hơn cả các tiên tri giả không do Đức Chúa Trời sai phái nhưng lại được dân chúng nghe theo là một loạt thật đông tiên tri thật do Đức Chúa Trời sai phái nhưng dân chúng lại không chịu nghe theo. Điều này khiến Giê-rê-mi vô cùng phiền lòng (Giê 7:25–26; 25:4; 26:5; 35:15). Nó càng làm Chúa Giê-xu phiền lòng hơn. Thật vậy, Chúa Giê-xu đã lồng sự việc này vào một ẩn dụ mô tả toàn bộ lịch sử Y-sơ-ra-ên khi họ khước từ hết mọi tôi tớ/tiên tri do Đức Chúa Trời sai phái - dĩ nhiên đỉnh cao của nó là sự khước đã được thấy trước, sự khước từ chính Ngài, Con Đức Chúa Trời (Mác 12:1–12).

Bài học của Chúa Giê-xu, Giê-rê-mi và hầu hết các tiên tri rõ ràng là: việc được Đức Chúa Trời sai phái không bảo đảm những sứ giả ấy sẽ được đông đảo công chúng chấp nhận cũng không đảm bảo sứ giả ấy sẽ thành công. Họ thường gặp cảnh ngược lại (Giê 1:17–19; Êxê 2:3–6; 3:4–9). Thế nhưng, khi gặp điều đó, dù con người chúng ta và cả Chúa có thể đau buồn và giận dữ, nhưng cuối cùng không có thất vọng.

Bởi lẽ cuối cùng, điều Đức Chúa Trời sai phái sẽ đạt được mục đích của Ngài. Vì chính *Đức Chúa Trời, chứ không phải sứ giả*, mới là Đấng làm chủ kết quả. hy vọng lớn đó đặt nền tảng trên hai điều khác mà Cựu Ước nói rằng Đức Chúa Trời sẽ sai đến - Thánh Linh của Đức Chúa Trời và Lời của Đức Chúa Trời.

Thánh Linh và Lời

Thần Linh của Đức Gia-vê có vai trò quan trọng trong Cựu Ước - nhiều hơn điều mọi người thường nghĩ, nhất là những người trong trí họ, mối liên hệ giữa Thánh Linh với sứ mạng hoàn toàn bị chi phối bởi lễ Ngũ Tuần và sách Công Vụ Các Sứ Đồ. Chúng ta đã nhìn những người được Đức Chúa Trời sai phái trong mối tương quan với công cuộc cứu rỗi và mạc khải của Ngài. Thánh Linh có mối liên hệ rõ ràng với cả hai.[4]

Tuy nhiên, chỉ một lần trong Cựu Ước, Đức Chúa Trời nói Ngài "sai" Thần Linh Ngài, và đó là trong mối quan hệ với quyền năng ban sự sống của Đức Chúa Trời bên trong toàn thể trật tự tạo dựng (Thi 104:30). Ê-xê-chi-ên sử dụng ngôn ngữ gần với ngôn ngữ này khi ông được bảo phải nói tiên tri với hơi thở/thần linh của Đức Chúa Trời để mang lại sức sống phục sinh cho dân sự Chúa. Chính Chúa Giê-xu, cụ thể là Chúa Giê-xu phục sinh, Đấng lệnh cho Thánh Linh, hà hơi Thánh Linh và sai phái Thần Linh đến ban quyền năng cho môn đồ Ngài thi hành sứ mạng (Lu 24:49; Giăng 20:21–22; Công 1:8).

Các nhà truyền giáo đến rồi đi, và họ có thể hoặc không thể hoàn thành mục đích mà họ được sai phái. Tuy nhiên, Lời của Đức Chúa Trời, do chính Ngài phán qua những người Ngài trao nhiệm vụ rao giảng, thì không bất định như thế.

Lời Đức Chúa Trời là vị giáo sĩ hoàn hảo, mang lại kết quả hoàn toàn đúng theo kế hoạch của Ngài. Đây chính là sự sai phái có mục đích của Đức Chúa Trời, hoàn thành ước muốn tối hậu của Ngài.

> Như mưa và tuyết từ trời rơi xuống,
>
> và không trở về đó nữa mà tưới nhuần đất đai,
>
> làm cho đâm chồi nẩy lộc,
>
> để có hạt giống cho kẻ gieo, có bánh cho kẻ ăn,
>
> thì *lời của ta* cũng vậy, đã ra khỏi miệng ta,
>
> sẽ không trở về luống công,
>
> nhưng sẽ thực hiện ý ta muốn,
>
> và hoàn thành *mục đích ta rao ra* (Ê-sai 55:10–11; chú ý in nghiêng)

Vì thế, phần Cựu Ước trong hành trình nghiên cứu thần học thánh kinh về chủ đề "sai phái" cho chúng ta ba điều chính để suy nghĩ.

---

[4] Để biết phần khảo sát sâu hơn về vai trò của Thần Linh Đức Chúa Trời trong Cựu Ước, xin xem Wright, *Knowing the Holy Spirit Through the Old Testament*.

Sai Phái Để Cứu Rỗi và Mạc Khải

Trước hết, Đức Chúa Trời có thể sai phái bất cứ ai ra đi mang theo sứ mạng, nhưng thường xuyên nhất ấy là làm tác nhân giải cứu, hoặc làm phát ngôn viên cho sứ điệp của Ngài, hoặc làm cả hai. Sự sai phái của Đức Chúa Trời là một phần không thể thiếu trong việc Đức Chúa Trời cứu vớt và phán dạy - trong sự cứu rỗi và mạc khải của Đức Chúa Trời.

Vì chúng ta biết rốt cục, sứ mạng của Đức Chúa Trời là cứu chuộc toàn bộ tạo vật cũng như mở rộng sự hiểu biết về vinh quang của Ngài cho tới đầu cùng đất, cho nên việc Đức Chúa Trời chọn tác nhân con người để sai phái và sử dụng nhằm hoàn thành sứ mạng của Ngài mang ý nghĩa rất lớn. Sứ mạng của dân sự Đức Chúa Trời phải bao gồm việc cung ứng nguồn dự phòng những con người mà Đức Chúa Trời có thể sai phái để hỗ trợ cho mục tiêu bao quát đó. Cho nên, thuộc về dân sự Đức Chúa Trời chí ít cũng là phải sẵn sàng để được sai phái.

Sai Phái Với Thẩm Quyền

Thứ hai, người được sai phái là hiện thân cho uy quyền cùng sự hiện diện của người sai phái. Điều này cũng đúng ngay cả với việc sai phái con người bình thường. Đối xử với sứ giả với sự tôn trọng hoặc khinh thường thật ra là thể hiện sự tôn trọng hoặc làm ô danh người sai phái. Cách bạn đáp ứng với sứ giả được xem như cách bạn đáp ứng người sai phái họ và cách bạn đối xử với sứ giả được xem như cách bạn đối xử với người sai phái họ (1 Sa 25:39–41; tương phản với 2 Sa 10:1–5).

Tương tự, bác bỏ thẩm quyền của Môi-se (Dân 12:8), hoặc chức vụ của Sa-mu-ên (1 Sa 8:7) tức là khước từ chính Chúa. Chúa Giê-xu cũng khẳng định như thế về cách con người đáp ứng với chính Ngài là Đấng Cha sai phái (Giăng 5:23), và về cách con người sẽ đáp ứng các môn đồ Ngài như những người được Ngài sai phái (Mat 10:40–41; Giăng 13:16, 20; 15:18–21).

Sai Phái và Chịu Khổ

Thứ ba, được Đức Chúa Trời chọn để sai phái có thể xem như nhận lấy vinh dự lẫn trách nhiệm to lớn, nhưng thực tế phũ phàng là nó thường mang đến sự khổ đau, cảm giác bị chối từ, bách hại và đôi khi cả sự chết. Sứ mạng của Đức Chúa Trời *có sự dự phần của* vô vàn người được sai phái, người rao tin và sứ giả, nhưng cuối cùng, thành quả sứ mạng của Đức Chúa Trời không *tùy thuộc* vào những tác nhân con người như thế, mà vào quyền tể trị của chính Đức Chúa Trời, qua Thánh Linh cùng Lời của Ngài.

Ngoại lệ duy nhất của câu cuối là người thực sự là hiện thân của cả ba điểm nêu trên - Đầy tớ của Chúa. Vì chắc chắn người ấy được mô tả là tác nhân của sự cứu rỗi và mạc khải, người đó là hiện thân cho sự hiện diện cùng uy quyền của chính Đức Chúa Trời, và người ấy bị khước từ, bạo lực và chịu chết. Nhưng trên hết, người *sẽ* làm tròn sứ mạng của Đức Chúa Trời và được tôn cao nhờ đã làm như vậy (Ê-sai 42:1, 4; 53:10).

Từ đó, chỉ còn một bước ngắn là tới Tân Ước.

Đức Chúa Trời Sai Phái

Thực sự sai phái là một hoạt động của cả ba Thân Vị trong Ba Ngôi. Có một động lực truyền giáo trong chính Đức Chúa Trời liên quan đến thế gian. Và theo những gì chúng ta đã thấy trong Cựu Ước, sự sai phái chủ yếu liên hệ đến sự cứu rỗi và mạc khải.

Cha Là Đấng Sai Phái Con và Thánh Linh

Chúa Giê-xu không tự đến, mà Ngài được sai đến. Đây là một trong những chiều kích đáng chú ý nhất trong ý thức về bản thân của chính Ngài - ý thức thôi thúc rằng Ngài được Cha sai phái để làm theo ý Cha. Chắc chắn đây là một trong những chủ đề nổi bật trong lời Giăng trình bày về Chúa Giê-xu. Khoảng bốn mươi lần trong Phúc âm Giăng, chúng ta đọc thấy Chúa Giê-xu được sai phái - hoặc do Giăng nói ra hoặc từ chính môi miệng Chúa Giê-xu (chẳng hạn Giăng 3:17, 34; 4:34; nhiều chỗ trong chương 5–8; 11:42; 17:18; xem thêm 1 Giăng 4:9, 14). Thật ra, tin rằng Chúa Giê-xu là Đấng Đức Chúa Trời sai phái chính là mục đích rõ ràng của Giăng dành cho độc giả của mình, vì khi tin như vậy, họ sẽ được cứu và có sự sống đời đời.

Các sách Tin lành Cộng Quan dùng ít từ "sai phái" này hơn, nhưng không phải là từ này không hề xuất hiện (ví dụ Ma 15:24; Lu 4:18, 43 = Mác 1:38; và xem Công Vụ 3:20 để thấy lòng mong đợi Đức Chúa Trời sẽ sai phái Chúa Giê-xu trở lại trong tư cách Đấng Mê-si-a trị vì). Phao-lô hòa lòng với khúc đồng ca tin quyết rằng việc Giê-xu Đấng Mê-si-a đến không hề ngẫu nhiên, mà Cha đã sai phái Con xuống vào đúng thời điểm đã định (Rô 8:3; Ga 4:4). Và tác giả thư Hê-bơ-rơ thậm chí còn có thể nói Chúa Giê-xu là "sứ đồ của chúng ta" (Hê 3:1), nhấn mạnh Ngài được Đức Chúa Trời sai phái và chỉ định giống như Môi-se, thậm chí còn lớn hơn nữa.

Vì Đức Chúa Trời sai phái Thánh Linh Ngài trong Cựu Ước, nên chẳng lạ gì khi Đức Chúa Cha cũng được cho là làm giống như vậy trong Tân Ước (Giăng 14:16, 26; 15:26) hoặc Chúa Giê-xu sẽ làm điều đó theo như Cha đã hứa (Lu 24:49).

Con Là Đấng Sai Phái Thánh Linh Và Các Sứ Đồ

Chúa Giê-xu gửi Thánh Linh đến với những nhiệm vụ mang tính sứ mạng cụ thể liên quan đến sự cứu rỗi và mạc khải (Giăng 15:26; 16:7–15; 20:22–23).

Dĩ nhiên Chúa Giê-xu cũng sai phái các môn đồ. Ngài sai phái họ đi truyền giáo hai lần trong thời gian Ngài còn tại thế, rồi sau đó, sau khi Ngài sống lại, dưới nhiều hình thức khác nhau trong Đại Mạng Lệnh. Đáng lưu ý là chính Giăng ghi lại Chúa Giê-xu nêu gương sai phái cho các môn đồ qua việc chính Ngài được Cha sai phái - là điều Ngài đã nhiều lần nhấn mạnh suốt Phúc âm Giăng (Giăng 20:21).

Đức Thánh Linh Là Đấng Sai Phái Chúa Giê-xu Và Các Sứ Đồ

Đức Thánh Linh có dự phần trong việc sai phái Chúa Giê-xu. Kinh thánh không hề nói rõ là Thánh Linh đã "sai phái" Giê-xu, nhưng chắc chắn Chúa Giê-xu được sai phái với, hoặc bằng quyền năng của Thánh Linh. Sứ mạng của Ngài chính là sứ mạng được đặt trên vai Ngài thông qua việc xức dầu Thánh Linh (Lu 4:18–19), và nhiều chỗ Lu-ca nhấn mạnh rằng mọi việc Chúa Giê-xu làm đều do sự đổ đầy và dẫn dắt của Thánh Linh. Ông còn ký thuật thêm việc Phi-e-rơ cũng nói như vậy với Cọt-nây (Công 10:38). Phao-lô nhìn thấy Thánh Linh cũng là phương tiện trong sự sống lại của Chúa Giê-xu (Rô 1:4), trong khi Hê-bơ-rơ lại liên kết "Thánh Linh đời đời" với việc Đấng Christ tự hiến mình trong sự chết hi sinh của Ngài (Hê 5:14).

Hơn nữa, Thánh Linh cùng với Chúa Giê-xu là Đấng sai phái các sứ đồ. Chính Thánh Linh đã chọn và xướng danh các nhà truyền giáo đầu tiên từ An-ti-ốt và sai phái họ ra đi (Công 13:1–4). Và chính Thánh Linh là Đấng dẫn dắt các cuộc hành trình của họ, đôi khi bằng việc ngăn cản cũng như chỉ dẫn họ lên đường (Công 16:6–7).

Vì vậy, có một mạng lưới sai phái đan kết diệu kỳ khi Tân Ước trình bày về sự tham gia của Đức Chúa Trời trong sứ mạng của Chúa Giê-xu và hội thánh. Đức Chúa Con được Đức Chúa Cha và Chúa Thánh Linh sai phái. Các sứ đồ được Đức Chúa Con và Chúa Thánh Linh sai phái. Chỉ một mình Đức Chúa Cha sai phái chứ không bị ai sai phái cả. Ngài sai phái Con và Thánh Linh, nhưng chính Ngài thì chẳng bao giờ được "sai phái".

Do đó, sứ mạng của con dân Chúa không phải là một cấu trúc bên ngoài do chính hội thánh dựng xây - một chương trình hoặc chiến lược do một tổ chức nghĩ ra. Sai phái với một sứ mạng là dự phần trong sự sống với Đức Chúa Trời. Sứ mạng của con dân Chúa trong chiều kích sai phái và được sai phái là được cuốn vào bên trong sự sai phái và được sai phái cách sinh động mà Đức Chúa Trời Ba Ngôi Thánh đã thực hiện và vẫn tiếp tục thực hiện vì sự cứu rỗi thế gian cùng sự mạc khải lẽ thật của Ngài.

Các Sứ Đồ

Nhóm Mười Hai

Chính từ ngữ "các sứ đồ" có nghĩa là "người được sai phái". Trong tiếng Hy Lạp có hai từ có thể dùng để chỉ sự sai phái là *pempo* và *apostello*, và cả hai đều được dùng trong Tân Ước, với nghĩa hơi khác nhau. Tuy nhiên, khi áp dụng cho mười hai môn đồ đầu tiên được Chúa Giê-xu kêu gọi theo Ngài, thì dạng danh từ, *apostolos*, đã mang ý nghĩa cụ thể liên quan đến nhóm đó (tuy lát nữa đây, chúng ta sẽ thấy từ này cũng có thể được dùng theo nghĩa rộng hơn).

Được sai phái là cốt lõi của vai trò sứ đồ, tuy việc sai phái được xem là sự chỉ định hoặc ủy quyền để làm một công tác hơn là *nhất thiết* phải bao gồm hành trình mang tính địa lý. Các môn đồ là những sứ đồ tại Giê-ru-sa-lem trước khi dấn thân trong chức vụ lưu động. Và một vài người trở thành người rao giảng lưu động trong số họ (như Phi-líp) không nhất thiết là sứ đồ.

Các Môn Đồ Đầu Tiên

Các ký thuật trong sách Phúc âm về sự kêu gọi mười hai người đầu tiên tiết lộ nhiều điều và đáng cho chúng ta dừng lại để đọc hết mọi điều được viết ra về ý định của Chúa Giê-xu trong hành động mang tính quyết định này (Mat 10:1–2, 5; Mác 3:13–15; Lu 6:12–13).

> Ma-thi-ơ 10 cho thấy rõ chức vụ của các sứ đồ là sự tiếp nối công việc của chính Chúa Giê-xu. Sứ điệp của họ nhắc lại chính xác những lời của Giăng Báp-tít và Chúa Giê-xu - "nước thiên đàng đã đến gần" (7). Chức vụ chữa lành của họ cũng là sự tiếp nối những phép lạ chữa lành kỳ diệu Chúa Giê-xu đã thực hiện. Họ phải chữa lành người bệnh, kêu người chết sống lại, tẩy sạch bệnh phong và đuổi quỉ.... Chúa Giê-xu chuẩn bị nền móng cho thời kỳ hậu thăng thiên trong lịch sử, khi sứ mạng của Ngài sẽ được trao phó cho những người theo Ngài. Sứ mạng đó sẽ theo mệnh lệnh *của Ngài*, dưới thẩm quyền *của Ngài*, nhưng Ngài sẽ chuyển giao cho các môn đồ cây gậy chủ động chịu trách nhiệm.
>
> *Martin Goldsmith*[5]

Chúng ta học được điều gì? Chúa Giê-xu chọn mười hai người. Đương nhiên con số này có ý nghĩa, phản ánh mười hai chi phái Y-sơ-ra-ên. Các sứ đồ này sẽ là hạt nhân của nước Y-sơ-ra-ên trong Đấng Mê-si-a, thể hiện vai trò cùng sứ mạng của Y-sơ-ra-ên mà chúng ta đã thấy xuyên suốt sách này.

Họ là những môn đồ trở thành sứ đồ, nhưng họ vẫn là môn đồ (như vẫn được nhắc tới trong Ma-thi-ơ 28 lúc được giao Đại Mạng Lệnh). Có nghĩa là trong cương vị sứ đồ, họ vẫn chỉ là những người khiêm tốn đi theo và học hỏi từ Giê-xu là Chúa và là Thầy.

Họ được Chúa Giê-xu chọn và kêu gọi, không phải do tự chỉ định hay họ được lựa chọn bởi các môn đồ khác (mà theo nghĩa chung chung, chúng ta biết rất đông). Dù với uy quyền và chức năng cùng nhiệm vụ nào, thì cũng chỉ phát xuất từ một mình Đấng Christ mà thôi.

Họ phải *ở với Ngài.* Nghĩa là họ chỉ đơn giản là dành thời gian ở bên cạnh Chúa Giê-xu, học từ Ngài, được Ngài đào tạo, hiểu rõ nhân thân cùng sứ mạng của Ngài, hết mình trả giá làm môn đồ, chứng kiến cuộc đời cùng lời dạy của Ngài, sự chết và trên hết là sự sống lại của Ngài. Chính điều này đã khiến cho nhóm mười hai người này trở nên thật độc nhất tới mức khi Giu-đa bỏ hàng ngũ, thì tiêu chuẩn họ đưa ra cho bất cứ ai thế chỗ Giu-đa cũng phải đáp ứng đúng những yêu cầu tương tự, tức phải từng là chứng nhân cho Chúa Giê-xu kể từ thời Giăng Báp-tít cho tới sự kiện phục sinh (Công 1:21–22).

Họ có đủ thẩm quyền *tái diễn và mở rộng chức vụ của chính Chúa Giê-xu.* Ngài đã sai họ ra đi. Ngài ban cho họ thẩm quyền. Và với thẩm quyền đó, họ phải làm như Ngài đang làm - rao giảng tin mừng về nước Đức Chúa Trời, đuổi quỉ và chữa lành kẻ ốm đau. Mọi điều các sứ đồ đã nói và làm, đều là do Chúa Giê-xu nói và làm qua họ.

Ma-thi-ơ mở đầu chuyện kể của mình bằng việc sai phái Mười Hai người với lời tóm lược mọi điều Chúa *Giê-xu* đang làm (Mat 9:35–36), trước khi bảo các môn đồ cầu xin Đức Chúa Trời sai phái thêm người cùng làm việc, và ủy thác cho họ trách nhiệm trở thành lời giải đáp cho lời cầu xin của họ, qua việc thực hiện chính xác những việc Chúa Giê-xu đã làm. Đó là lý do vì sao Lu-ca có thể mô tả tập sách đầu tiên ông viết ra là phần ký thuật "mọi điều Giê-xu đã bắt đầu làm và dạy", hàm ý rằng tập sách thứ nhì, mà chúng ta gọi là sách Công Vụ Các Sứ Đồ, là điều *Chúa Giê-xu* tiếp tục làm và dạy qua những tác nhân được ủy quyền này.

Sứ Đồ Phao-lô

Ngoại trừ việc được đồng hành với Chúa Giê-xu trước khi Ngài chịu đóng đinh, thì mọi đặc điểm ở trên đều nổi bật qua sự kêu gọi và sai phái Sau-lơ ở Tạt-sơ, tức sứ đồ Phao-lô. Ông được gặp Đấng Christ phục sinh một cách đặc biệt và có thể mô tả chính mình là một nhân chứng về sự sống lại. Ông biết mình từng được Đấng Christ sai phái để thực hiện sứ mạng choán hết phần đời còn lại của mình. Và ông tuyên bố không hề khoe khoang rằng thẩm quyền rao giảng Phúc âm mà ông đang có, được xác quyết bởi những việc làm đầy quyền năng, chữa bệnh và đuổi quỉ, đều đến từ một mình Đấng Christ (xem Công 22:14–21; 26:15–18; Rô 1:1; Ga 1:1; 15–16 - điều thú vị là Phao-lô tin rằng mình được kêu gọi từ trước khi chào đời, giống như Giê-rê-mi).

Phao-lô cũng phản ánh cam kết một lòng một dạ rao giảng Phúc âm (kèm theo "việc làm cùng dấu lạ") của các sứ đồ khác trong những chương đầu của sách Công Vụ. Ông kể cuộc sống mình chẳng đáng giá gì ngoài việc "làm trọn công tác Chúa Giê-xu đã giao cho tôi - công tác làm chứng cho tin mừng về ân điển Đức Chúa Trời" (Công 20:24). "Nhiệm vụ tế lễ" của ông là rao truyền Phúc âm của Đức Chúa Trời" (Rô 15:16–21).

Nói cách khác, cả cuộc đời Phao-lô đã tận hiến để làm trọn Ê-sai 52:7 bằng chính đời sống mình, làm sứ giả đem tin mừng về nước Đức Chúa Trời cho muôn dân (Công 20:25). Đó chính là ý nghĩa của việc làm sứ đồ, ngang tầm với Phi-e-rơ và các sứ đồ khác (Ga 2:8–10).

Các Ưu Tiên Của Sứ Đồ

Chúng ta thấy trong phần đầu Công Vụ Các Sứ Đồ cùng một sự nhấn mạnh vào tầm quan trọng mang tính quyết định của việc chuyển tải sứ điệp đó. Các sứ đồ không thể không nói về điều họ đã thấy và nghe (Công 4:20), và quyết tâm rao giảng Phúc âm của họ vẫn không bị mất đi dù phải đối diện với mọi ngăn trở và đe dọa (4:18, 21), tù đày (5:17–42), tử đạo cùng bách hại (6:8–8:4). Hiển nhiên là công tác rao giảng sứ điệp Phúc âm của Chúa Giê-xu Christ luôn luôn là ưu tiên hàng đầu đối với các sứ đồ, dù điều đó không loại trừ những công tác chủ yếu khác, vốn gắn liền với Phúc âm, như chúng ta sẽ thấy sau đây.

Các sứ đồ vẫn ưu tiên công tác rao giảng bất chấp tính phức tạp ngày càng gia tăng của phong trào Giê-xu cùng nhu cầu tổ chức hậu cần và thực tế. Công Vụ Các Sứ Đồ 6:1–7 nổi tiếng là thời điểm các sứ đồ duy trì trách nhiệm chính yếu của họ là làm chứng về Đấng Christ qua việc rao giảng lời Kinh thánh để không bị nuốt chửng bởi công tác xã hội cùng những căng thẳng từ sự phân biệt chủng tộc đang xuất hiện khi cộng đồng ấy lớn mạnh lên.

Đáp ứng của các sứ đồ cho thấy họ rất khôn ngoan khi nhận ra ưu tiên của việc mà *họ* được kêu gọi để làm và được Đấng Christ sai phái để làm trong vai trò sứ đồ mà vẫn bảo đảm những công tác cần thiết khác được giao cho những người tin kính và có năng lực. Tuy nhiên, cần cẩn thận khi áp dụng tính phù hợp của phân đoạn Kinh thánh này về sứ mạng.

> Chắc chắn là có chủ đích khi công tác của nhóm Mười Hai và công tác nhóm Bảy người đều được gọi là *diakonia* (6:1, 4), "chức vụ" hay là "phục vụ". Chức vụ của nhóm Mười Hai là "mục vụ giảng Lời Chúa" (6:4) hay là công tác mục vụ, còn công tác của nhóm Bảy người là "mục vụ bàn tiệc" (6:2) hay là công tác xã hội. Chẳng có mục vụ nào là cao trọng hơn

> mục vụ nào. Ngược lại, cả hai đều là mục vụ Cơ Đốc, nghĩa là những cách khác nhau để phục vụ Đức Chúa Trời và dân sự Ngài. Cả hai đều đòi hỏi con người thuộc linh, "đầy dẫy Thánh Linh", để thi hành chức vụ. Và cả hai đều là những mục vụ Cơ Đốc toàn thời gian. Khác biệt duy nhất nằm ở hình thức mà mục vụ ấy mang trong mình, đòi hỏi những ân tứ khác nhau và sự kêu gọi khác nhau.
>
> *John Stott*[6]

Những lời của các sứ đồ trong Công Vụ 6:2 có thể dễ dàng bị lạm dụng. "Mười Hai sứ đồ triệu tập tất cả môn đồ lại và nói: 'Bỏ việc giảng dạy lời Đức Chúa Trời để phục vụ bàn ăn là điều không phải.'" Câu này có thể bị hiểu là các sứ đồ xem việc phục vụ bàn ăn cho góa phụ là việc không xứng với họ. Bản dịch TNIV tạo ấn tượng này khi thêm "mục vụ" (vốn không có trong bản Hy Lạp) vào trước "lời Đức Chúa Trời" bằng cách làm mờ đi sự thật đó là việc đang diễn ra tại bàn ăn *cũng là* "phục vụ/mục vụ" và bằng cách dịch động từ *diakonein* (trong bản Hy Lạp) là "hầu bàn". Cho nên, điều đó tạo cảm giác làm người giảng dạy ("mục sư") quan trọng hơn người hầu bàn.

Tuy nhiên, từ phục vụ hay mục vụ (*diakonia, diakonein*) được dùng cho *cả* việc đang làm là cung cấp thức ăn cho người nghèo khó (trong Công 6:2) *lẫn* trong việc rao giảng ("mục vụ giảng lời Chúa" trong 6:4). Cả hai đều là mục vụ của hội thánh, và *cả hai* đều đủ quan trọng để phải được thực hiện bởi người đầy dẫy Thánh Linh (6:3). Ý các sứ đồ chỉ là việc phân phát thức ăn cho người nghèo chẳng phải là việc mà *họ, Nhóm Mười Hai*, được kêu gọi và sai phái để thực hiện (cho dù đó là một phần trong sự huấn luyện lúc họ ở với Chúa Giê-xu). Thế nhưng, việc đó vẫn phải được thực hiện và thực hiện bởi những người được chỉ định cho chức vụ đó.

Vì vậy, bản văn này bị bóp méo khi sử dụng với ý cho rằng việc rao giảng Lời Chúa là công việc hàng đầu và ưu tiên *đối với hội thánh nói chung trong sứ mạng của hội thánh*, đối lập với mọi hình thức công tác xã hội hoặc công tác thương xót người thiếu thốn. Lu-ca thận trọng phân biệt "Nhóm Mười Hai" với "tất cả các môn đồ khác" trong câu 2, và ký thuật rằng Nhóm Mười Hai nói: "đó là điều không phải *đối với chúng ta*", nghĩa là họ đang nói đến thứ tự ưu tiên căn bản trong chức vụ *của họ là những sứ đồ được sai phái của Đấng Christ*, chứ không có ý muốn nói ưu tiên nào là quan trọng hơn đối với toàn thể các môn đồ nói chung.

Lu-ca đã nói rõ rằng mối quan tâm về mặt kinh tế và xã hội của hội thánh đối với người nghèo tự nó đã có liên hệ với lời dạy của các sứ đồ, và sự tăng trưởng nhanh chóng của hội thánh là kết quả của công tác dạy dỗ và truyền giảng của sứ đồ *lẫn* của phẩm tính yêu thương và quan tâm bên trong cộng đồng những người theo Chúa Giê-xu (Công 2:42–47; 4:32–35).

Hơn nữa, trong khi mục vụ giảng Lời Chúa vẫn chiếm vị trí ưu tiên cấp bách đối với các sứ đồ, thì "mục vụ bàn tiệc" lại trở thành ưu tiên đối với những người được chỉ định thực hiện công tác đó như là mục vụ *của họ*. Tuy nhiên, chúng ta cũng thấy rằng những ưu tiên như thế không loại trừ lẫn nhau. Những người phục vụ tại bàn ăn cũng giảng dạy và truyền giảng Phúc âm (như Ê-tiên và Phi-líp chẳng hạn). Ngược lại, các sứ đồ cũng cứu trợ cho người thiếu thốn (Công 11:27–29; so sánh với việc quyên góp quan trọng của Phao-lô cho người nghèo tại Giê-ru-sa-lem, Rô 15:25–33; 1 Cô 16:1–4; 2 Cô 8–9). Thật vậy, nhớ tới người nghèo là một tiêu chí để được chấp nhận vào nhóm thông công các sứ đồ (Ga 2:9–10).

> Đối với Phao-lô, việc lo cho người nghèo không thể đấu địch với "chức vụ rao truyền Phúc âm" được. Quay về Giu-đê để chuyển tiền quyên góp là việc ưu tiên trong chuyến thăm La Mã của Phao-lô. Như ông giải thích trong thư Rô-ma (Rô 15), chuyến viếng thăm này phải là bệ phóng lớn cho chức vụ rao truyền Phúc âm tại đầu Tây của Đế quốc La Mã đến tận Tây Ban Nha. Chúng ta không biết Phao-lô có thực hiện được sứ mạng này hay không, nhưng biết chắc là ông đã chuyển giao được số tiền quyên góp. *Món tiền quyên góp này quá cần thiết tới mức vào lúc đó, đó là vấn đề cấp bách đối với Phao-lô còn hơn nỗi ước ao rao giảng Phúc âm và thành lập hội thánh trong mặt trận truyền giáo.*
>
> *Jason Hood*[7]

Thực sự, trong những quyển sách tiêu chuẩn nói về thần học và sứ mạng của Phao-lô, điều đáng chú ý là việc Phao-lô quyên góp giúp người nghèo tại Giê-ru-sa-lem ít được quan tâm thế nào. Thế nhưng ông dành nhiều năm tháng cuộc đời cho việc này, và ông đề cập đến nó ba lần trong các thư dài nhất mà ông đã viết, dành toàn bộ hai chương đầu cho vấn đề quyên góp trong 2 Cô-rinh-tô. Jason Hood, người đã nói đến "lòng thương xót lớn lao của Phao-lô dành cho người nghèo", đã nói rằng "việc Phao-lô quyên góp cùng những lời dạy dỗ khác về của cải và lòng hào hiệp của ông chiếm nhiều chỗ trong thư tín và sự dạy của ông hơn cả sự dạy dỗ về việc xưng công bình bởi đức tin. Thế nhưng các học giả nghiên cứu về Phao-lô cùng các cấp lãnh đạo hội thánh đương thời lại không quan tâm đúng mức đến việc quyên góp."

Hood tiếp tục giải thích điều mà những người cho rằng ưu tiên chính đáng duy nhất của các sứ đồ (cùng các nhà truyền giảng Phúc âm về sau) là rao giảng và mở mang thêm hội thánh cần phải lưu ý. Cuối thư Rô-ma, Phao-lô *hoãn* kế hoạch dấn thân vào chức vụ rao giảng và mở hội thánh ở miền Tây Địa Trung Hải, để dành ưu tiên lúc đó cho việc chuyển giao số tiền quyên góp cho người nghèo tại Giê-ru-sa-lem. Không hề xem đây là sự gián đoạn hoặc chểnh mảng trong "chức vụ rao giảng Phúc âm", Phao-lô thực sự xem đó là cách chứng minh quan trọng cho việc Phúc âm hành động.

Các Sứ Đồ: Những Người Khác

Vậy là có mười hai sứ đồ. Đúng như thế không?

Chắc chắn Mười Hai người đầu tiên có một địa vị và vai trò đặc biệt trong hội thánh đầu tiên. Họ là nguồn chứng nhân đầy thẩm quyền về cuộc đời, sự chết và sống lại của Chúa Giê-xu, và do đó, tiếng nói cùng những sách về sau mà vài người trong số họ đã viết phải được lưu ý lắng nghe và phải được xem là quan trọng. Họ đóng vai trò nòng cốt trong hội thánh Giê-ru-sa-lem, thường được Lu-ca nhắc tới như là bậc lãnh đạo tại đó, cho dù khi sự bách hại đã phân tán nhiều tín hữu đi nơi khác và ngay cả khi phong trào truyền giáo đang diễn ra tại các trung tâm khác như An-ti-ốt (Công 5:27–32; 8:1, 14; 9:27; 11:1; 15:1–6, 22; 16:4).

Nhưng lúc ấy chúng ta nghe một số khá đông người khác cũng được mô tả là "sứ đồ" theo nghĩa rộng hơn, những người được sai phái làm nhiều công tác khác nhau. Sau đây là bảng liệt kê những câu Kinh thánh đề cập đến các sứ đồ vốn không có trong Mười Hai sứ đồ có thẩm quyền ban đầu cộng với Phao-lô.

1 Cô-rinh-tô 15:7	Phao-lô nói rằng Chúa Giê-xu có hiện ra với "tất cả các sứ đồ" sau khi Ngài sống lại. Nhưng trong câu 5, ông mới chỉ kể tên Phi-e-rơ và Mười Hai người, cho nên "tất cả các sứ đồ" ở đây dường như chỉ về nhóm đông người hơn có một kiểu chức vụ sứ đồ nào đó.
Công Vụ 14:14	Ba-na-ba được gọi là sứ đồ chung với Phao-lô, có thể theo nghĩa "nhà truyền giáo" được ủy thác. Tuy là nhân vật quan trọng trong hội thánh đầu tiên, nhưng Ba-na-ba không có trong số Mười Hai người. Ông được chỉ định, ủy thác và sai phái bởi hội thánh An-ti-ốt.

2 Cô-rinh-tô 8:23	Phao-lô từng mô tả vai trò của Tít là đại diện tin cẩn của ông trong vấn đề phân phát quà tặng là món tiền dâng từ các hội thánh tại Hy Lạp quyên góp cho hội thánh tại Giê-ru-sa-lem (8:16–24). Nhưng có những người khác cùng đi theo Tít, được Phao-lô mô tả theo nghĩa đen là "sứ đồ của các hội thánh", thường được dịch là "đại diện" hoặc "sứ giả." Họ cũng được Phao-lô công nhận là "niềm vinh dự cho Christ".
Phi-líp 2:25	Phao-lô nhắc đến Ép-ba-phô-đích một cách thân thiết là "anh em, người đồng lao và một chiến hữu của tôi, cũng là sứ giả [nghĩa đen, *sứ đồ của anh em*] do anh em phái tới lo cho nhu cầu của tôi." Vài trò này hầu như giống với vai trò của Tít. Ép-ba-phô-đích được hội thánh tại Phi-líp gửi tới làm đại diện và sứ giả, đem theo phần hỗ trợ tài chính cho công tác truyền giáo của Phao-lô.
Rô-ma 16:7	An-trô-ni-cơ và Giu-ni-a, có lẽ là cặp vợ chồng được Phao-lô chào đón là "nổi bật trong số các sứ đồ." Điều này hầu như chắc chắn có nghĩa là ông xem họ chính là những sứ đồ nổi bật, thay vì được các sứ đồ cho là nổi bật (hoặc chỉ là "được biết đến giữa vòng các sứ đồ" như bản ESV). Chúng ta không được cho biết họ làm gì trong tư cách sứ đồ, nhưng có thể họ đã đi truyền giáo lưu động hoặc làm công tác dạy dỗ trong hội thánh, tương tự như Bê-rít-xin và A-qui-la, những người từng phục vụ "mọi hội thánh của dân ngoại" (16:3–4). Có lẽ Phi-lô-lô-gơ và Giu-li (16:15) là một cặp vợ chồng khác trong nhóm, nhưng chúng ta không biết.

1 Cô-rinh-tô 12:28–29, Êph 4:11	Phao-lô kể tên chức vụ sứ đồ chung với chức vụ tiên tri, mục sư, giáo sư, nhà truyền giảng Phúc âm, người chữa bệnh, người quản lý, v.v... trong nhóm ân tứ phục vụ được Đức Chúa Trời ban cho hội thánh. Có lẽ ông đang nói đến địa vị nổi bật và không thể thay thế của nhóm Mười Hai, vốn là trụ cột chính của hội thánh. Nhưng dựa trên chiều rộng cùng số đông và tính đa dạng của các chức vụ khác, thì có thể ông đang nói về vai trò rộng lớn hơn của sứ đồ (nhà truyền giáo), nhất là việc mở mang và gây dựng hội thánh lúc ban đầu.

Những Dấu Chỉ Của Sứ Mạng Sai Phái Và Hỗ Trợ Hội Thánh

Tân Ước không chỉ kể cho chúng ta về những cá nhân nêu trên - những cá nhân đi khắp muôn phương với những sứ mạng khác nhau. Tân Ước còn cho chúng ta vài gương mẫu hội thánh nổi bật về sứ mạng. Dĩ nhiên "hội thánh mẹ" tại *Giê-ru-sa-lem*, nhờ vào quyền năng rao giảng của các sứ đồ kết hợp với sự thông công thuộc linh, cộng đồng xã hội cùng với sự hỗ trợ về kinh tế xuất phát từ lòng thương xót của những tín hữu đầu tiên, đã tăng trưởng đáng nể. Nhưng Giê-ru-sa-lem không mãi là trung tâm duy nhất cho sự phát triển hội thánh.

An-ti-ốt trở thành trung tâm sai phái lên phía Bắc và sang hướng Tây. Nền tảng cho sự mở rộng truyền giáo đó cũng thật rõ ràng: đó là một hội thánh *khéo pha trộn* về mặt chủng tộc (và nhờ đó, mở cửa cho khải tượng toàn cầu cùng quyền năng của Phúc âm), được Phao-lô và Ba-na-ba *khéo dạy dỗ* (nhờ đó hiểu "toàn bộ lời dạy của Đức Chúa Trời" giống như sau này Phao-lô dạy cho hội thánh tại Ê-phê-sô), và được *dẫn dắt đúng mức* bởi những người cởi mở với Thánh Linh và thực hành ơn nói tiên tri, ơn dạy dỗ và ơn phân biệt (Công 11:19–26; 13:1–3).

Sau đó hội thánh tại *Phi-líp*, ngưỡng cửa đầu tiên của Phúc âm tại Âu châu, trở thành trung tâm hỗ trợ cho công cuộc truyền giáo của Phao-lô về phía Nam. Phao-lô cũng nhiệt tình nói về sứ điệp lấp lánh của Phúc âm đang lan rộng từ hội thánh kế cận ở Tê-sa-lô-ni-ca (1 Tê 1:7–8), nhưng ông nói chỉ mỗi Cơ Đốc nhân người Phi-líp chịu cộng tác (*koinonia*) với ông trong Phúc âm qua việc gửi tài chính hỗ trợ thường xuyên. Thư gửi cho người Phi-líp mà chúng ta có trong Kinh thánh chủ yếu là thư "cám ơn" và tờ biên nhận về món quà tặng hậu hĩ được trao qua tay "sứ đồ" của họ là Ép-ba-phô-đích (Phil 4:14–20).

3 Giăng– Trung Thành Gấp Đôi

Tuy nhiên, có một gương khác về sự sai phái với sứ mạng và hỗ trợ hội thánh nhưng không được chú ý lắm, được thấy trong phần cuối Kinh thánh - đó là cộng đồng tiếp nhận thư Giăng 3.

Chắc hẳn đây là một trong số những hội thánh tại hoặc gần Ê-phê-sô, liên quan sao đó với Giăng. Vị "trưởng lão" viết thư này có thể là một trong những môn đồ của Giăng, nhưng vì danh tính của Giăng này gắn liền với bức thư, cho nên chúng ta gọi tác giả của thư tín ấy là Giăng mà thôi. Dường như có nhiều vấn đề và sự chia rẽ trong hội thánh (lúc nào mà chẳng có?), cho nên Giăng gửi nhiều sứ giả, tức "những anh em", đến nhưng họ được tiếp đón theo nhiều cách khác nhau. Một số người như Gai-út đã hoan nghênh và ủng hộ họ (3 Giăng1–8). Những người khác như Đi-ô-trép đã cản trở và xua đuổi họ (3 Giăng 9–10). Điều Giăng nói với Gai-út cung cấp thông tin và cho chúng ta một mô hình sai phái thực thi sứ mạng và hỗ trợ hội thánh.

Giăng khen Gai-út đã trung tín trong hai lĩnh vực: *trung thành với lẽ thật* (3 Giăng 3–4), và *trung thành với anh chị em* (3 Giăng 5–8). Cả hai đặc điểm đều thiết yếu đối với những hội thánh tận hiến cho sứ mạng.

Trung Thành Với Lẽ Thật

Trung thành với lẽ thật là cách nói ngắn gọn (dễ hiểu thôi, vì tác giả dường như thiếu giấy mực, 3 Giăng 13), nhưng dựa vào những sách còn lại của Giăng, chúng ta biết rằng nó bao gồm:

- lẽ thật về sự nhập thể (Chúa Giê-xu thực sự là Đức Chúa Trời trong thân xác con người)
- lẽ thật về địa vị Đấng Mê-si-a của Chúa Giê-xu (Ngài hoàn tất câu chuyện và lời hứa của Cựu Ước)
- lẽ thật về thập tự giá và sự chết của Chúa Giê-xu để đền tội thay chúng ta
- lẽ thật về sự sống lại của thân xác Ngài
- lẽ thật về tính độc tôn trong vai trò Đấng Cứu Thế và Chúa

Tất cả những điều này góp phần trong lẽ thật thiết yếu của Phúc âm. Gai-út tin lẽ thật này, sống theo lẽ thật này, "bước đi trong đó" và ủng hộ những người cũng làm như vậy. Vì vậy, đương nhiên là ông cùng với những người có cùng suy nghĩ và cách sống như ông trong hội thánh ủng hộ sứ mạng của những người đã đến và đi nhân danh Đấng Christ.

Bởi lẽ sứ mạng là dòng chảy không thể ngăn cản từ sự hết lòng gắn bó với lẽ thật. Cũng như hội thánh ở An-ti-ốt đã hỗ trợ cho sứ mạng sau lời giảng dạy trung thành của Phao-lô và Ba-na-ba thể nào, thì hội thánh trong Giăng 3 cũng hỗ trợ cho sứ mạng trên cơ sở lòng trung thành "bước đi trong lẽ thật" của Gai-út thể ấy.

Những hội thánh sai phái người ra đi với sứ mạng là những hội thánh bước đi trong lẽ thật. Đáng buồn thực tế đôi khi lại trái ngược.

Trung Thành Với Các Nhà Truyền Giáo

Giăng viết cho Gai-út: "Thưa anh quí mến, anh thật trung tín trong công việc anh làm cho các anh em, nhất là cho các khách lạ" (3 Giăng 5). Bản dịch TNIV đã đúng khi thêm "và các chị em", vì trong tiếng Hy Lạp, *adelphoi* là từ khái quát bao gồm cả nam lẫn nữ. Một số bản dịch là "các bạn" hoặc "đồng nghiệp của chúng tôi". Nhưng họ là ai?

Có khả năng họ là những nhà truyền giáo lưu động chúng ta đã thấy trong bảng liệt kê bên trên, những người gắn bó với chức vụ truyền giảng Phúc âm lưu động, mở mang hội thánh cùng mọi công tác chăm sóc sau đó: liên lạc giữa các hội thánh địa phương, dạy dỗ, xây dựng cơ cấu lãnh đạo địa phương, kết nối, chuyển thư từ cùng tin tức, chia sẻ nguồn lực, giải đáp thắc mắc, sửa lại những sự dạy dỗ sai trật, khích lệ các tín hữu kiên trì. Trong cuộc đời Phao-lô, chúng ta thấy có nhiều người nam và nữ như vậy, ra đi với những mục đích như vậy - nổi bật là những người như A-bô-lô, Phê-bê, Bê-rít-sin và A-qui-la, Ti-mô-thê và Tít (ví dụ: Rô 16:1–2; 1 Cô 3:6; Êph 6:21–22; 1 Tê 3:2; Tít 1:5; 2 Ti 4:12).

Cho nên, nói theo ngôn ngữ của chúng ta, 3 Giăng nói về mối quan hệ giữa một hội thánh địa phương với các nhà truyền giáo lưu động. Về cơ bản, Giăng mô tả đó là mối quan hệ "yêu thương" (3 Giăng 6a). Nhưng đó là tình yêu ở dạng thực tế, theo ba cách rõ ràng: sai phái, ra đi và hỗ trợ.

Sai Phái (3 Giăng 6)

Giăng viết cho Gai-út cùng thuộc viên hội thánh của ông: "Mong anh sai phái họ ra đi một cách xứng đáng với Đức Chúa Trời thì tốt lắm." Đó là một trách nhiệm đầy thách thức. "Sai phái họ ra đi" mang nhiều ý nghĩa chứ không chỉ là việc vẫy tay từ biệt. Động từ *proptempo* gần như là từ chuyên môn trong các câu Kinh thánh Tân Ước khác, nói về mọi việc sắp xếp và cung ứng cần thiết cho chuyến đi của một ai đó (Công 15:3; 21:5; Rô 15:24; 1 Cô 1:16; Tít 3:13). Việc cung ứng bao gồm thức ăn, tiền vé xe hoặc chi phí ở qua đêm, có lẽ còn có nghĩa là có bạn đồng hành cho an toàn cùng thư giới thiệu hoặc thư khen ngợi những người đã tiếp đón nồng nhiệt.

Có lần tôi chia sẻ 3 Giăng 6 cho toàn bộ nhân viên của trường All Nations Christian College trong buổi họp trước thềm năm học mới. Tôi nhấn mạnh rằng mặc dù chúng tôi là một cơ quan đào tạo chứ không phải sai phái, nhưng theo một ý nghĩa nào đó, thách thức của câu Kinh thánh này vẫn áp dụng cho tất cả những công tác chúng tôi làm cho sinh viên của mình khi họ còn học ở đây với chúng tôi – dù đó là công tác giảng dạy, nấu nướng, lau dọn, quản lý việc chi tiêu, bảo dưỡng trường lớp, in tài liệu hay các công việc khác. Tất cả đều cần được thực hiện "theo cách xứng đáng với Đức Chúa Trời" vì ích lợi của những người chúng tôi đang sai phái.

Ngày hôm sau, tôi thật vui mừng khi thấy thư ký của mình đã in câu thông điệp ấy ra một tấm thẻ nhỏ và dán lên cạnh trên của màn hình vi tính: "Tôi sẽ làm hết tâm sức để sai phái sinh viên tốt nghiệp theo cách xứng đáng với Đức Chúa Trời". Thông điệp đã được chấp nhận.

Giăng nói, hơn nữa, mọi điều này phải được làm cho các nhà truyền giáo "theo cách xứng đáng với Đức Chúa Trời". Có nghĩa là theo cách con người có thể nhìn lên Đức Chúa Trời và nhận được sự chấp thuận *của Ngài*. Hoặc theo cách chúng ta sẽ làm nếu chính Chúa Giê-xu là Đấng chúng ta sai phái. Điều gì chúng ta sẽ không làm cho Ngài? Liệu một quan điểm và một lý tưởng như thế lại không biến cải cách chúng ta chuẩn bị cho việc sai phái những người ra đi truyền giáo, dù là hội thánh hoặc cơ quan truyền giáo, hay sao?

3 Giăng 6 cần phải viết như một phương châm gắn lên tường, trên lịch nơi bàn làm việc hoặc trên màn hình vi tính của mọi người có trách nhiệm sai phái những người ra đi thực thi sứ mạng, trong các hội thánh hoặc cơ quan truyền giáo, hay trong các cơ sở đào tạo.

Ra Đi (3 Giăng 7)

Từ những người sai phái, Giăng quay sang những người ra đi, và ông nêu ra hai điểm về họ.

Trước hết, họ không phải là khách du lịch. Họ ra đi "vì cớ Danh Thánh" - dĩ nhiên, ông ám chỉ danh Chúa Giê-xu Christ. Giống như trong Cựu Ước, Danh Đức Gia-vê là sức mạnh và uy quyền mang lại chiến thắng, phước lành cho thầy tế lễ và lời nói cho các tiên tri, cho nên trong Tân Ước, danh Giê-xu có nghĩa là sự hiện diện, sức mạnh cùng uy quyền của Ngài.

Các nhà truyền giáo ra đi vào trong thế gian vì cớ danh Đấng Christ. Nghĩa là với uy quyền của Christ, sự hiện diện của Christ, vì vinh quang của Christ.

Thứ hai, họ không phải là khách du lịch theo nghĩa thương mại, sống nhờ thứ mình có thể bán được, kể cả kỹ năng riêng là hùng biện. Thế giới Địa Trung Hải của thế kỷ đầu tiên tràn ngập những nhà diễn thuyết lưu động

- có phần giống các diễn giả truyền giảng trên truyền hình đương thời, thu hút người nghe để kiếm tiền. Phao-lô phải tách mình khỏi đám lang băm như thế (2 Cô 2:17). Giăng nhắc nhở hội thánh rằng những nhà truyền giáo Cơ Đốc này không được hỗ trợ tài chính từ các nguồn thế tục. Việc ra đi của họ là hành động thể hiện đức tin nơi con dân Chúa cũng như sự trung thành với danh Ngài.

Hỗ Trợ (3 Giăng 8)

Tiếp theo là lời kết luận mạnh mẽ của Giăng. "Vì thế chúng ta phải [ought to – cần/nên] giúp đỡ những người này, để chúng ta có thể trở thành những người cộng tác với họ vì chân lý." Nói "chúng ta cần/nên" (we ought to) theo bản tiếng Anh là cách nói hơi yếu; đúng hơn, nên dịch là: "chúng ta bị buộc phải" hay "chúng ta mắc nợ họ điều đó".

> Ơn ban cho là một ân tứ thuộc linh (Rô 12:8). Nhiều ân tứ của Đức Chúa Trời vừa được ban hậu hĩ cho mọi tín hữu vừa được ban có giới hạn cho vài người. Ví dụ, mọi Cơ Đốc nhân được kêu gọi chia sẻ Phúc âm cho người khác, nhưng chỉ một số có ơn làm nhà truyền giảng Tin lành. Mọi Cơ Đốc nhân đều được kêu gọi phải chăm sóc mục vụ cho người khác, nhưng chỉ một số được kêu gọi làm mục sư. Cũng vậy, mọi Cơ Đốc nhân đều được kêu gọi có lòng rộng rãi, nhưng chỉ một số có "ơn ban cho". Những người được giao phó nguồn tài chính đáng kể mang trách nhiệm đặc biệt là phải làm những quản gia tốt đối với các nguồn đó.
>
> *John Stott*[8]

Các nhóm thông công Cơ Đốc có bổn phận hỗ trợ những người được sai phái ra đi trong danh Đấng Christ. Phao-lô tranh luận mạnh mẽ vấn đề này trong 1 Cô-rinh-tô 9, với một loạt lý lẽ thông thường của con người, những thí dụ trong Cựu Ước cùng lời dạy của Giê-xu. Những hội thánh không cung ứng đủ cho nhu cầu của những cộng sự truyền giáo có thể nói rằng những giáo sĩ của họ "sống nhờ đức tin" một cách tuyệt vời ra sao. Nhưng đó là tội giả hình, nếu chính hội thánh ấy đang bất tuân mạng lệnh rất rõ ràng trong Tân Ước. Theo như Phao-lô nói, cung ứng tài chính như thế là "vâng phục Phúc âm của Đấng Christ" (2 Cô 9:12–14).

Hỗ trợ bao gồm rộng rời dâng hiến, và chắc chắn đó là một phần quan trọng trong sứ mạng của con dân Chúa. Như Phao-lô đã nói với các Cơ Đốc nhân tại Phi-líp với lòng biết ơn, đó là vấn đề "thông công trong Phúc âm".

Cuối cùng, Giăng đưa toàn bộ lý luận chặt chẽ đi một vòng rồi quay lại với cụm từ cuối cùng "để chúng ta có thể trở thành những người cộng tác với họ vì chân lý". Không phải là *họ* (các giáo sĩ) đang làm việc cho chân lý, còn *chúng ta* (những người hỗ trợ) trả chi phí. Mà là *tất cả chúng ta*, người được sai phái và kẻ sai phái, đều cùng làm việc với nhau vì lẽ thật. Đó là trách nhiệm và đặc ân trong sứ mạng Cơ Đốc.

Tóm Lược

Vậy thì, sứ mạng của con dân Chúa kêu gọi họ dự phần vào truyền thống phong phú và lâu đời của việc sai phái và được sai phái vốn bắt nguồn từ chính Đức Chúa Trời Ba Ngôi. Đức Chúa Trời của Kinh thánh là Đức Chúa Trời sai phái - ngay cả bên trong mối quan hệ Cha, Con và Thánh Linh.

Sự sai phái năng động đó trước tiên tuôn chảy từ nhiều gương mẫu là những con người được Đức Chúa Trời sai phái trong Y-sơ-ra-ên thời Cựu Ước và được sai phái đến với Y-sơ-ra-ên thời Cựu Ước, như những tác nhân cứu rỗi và những sứ giả mạc khải. Được Đức Chúa Trời sai phái, dù nhằm mục đích nào, cũng có nghĩa là mang lấy uy quyền của Đức Chúa Trời (ví dụ, trong việc giải cứu hoặc trong việc phát ngôn nhân danh Ngài) nhưng cũng thường phải chịu khổ và bị khước từ.

Câu chuyện dài về sự sai phái của Đức Chúa Trời đạt đỉnh điểm qua Đấng được Ngài sai phái vào đời để thế gian nhờ đó mà được cứu. Chúa Giê-xu là hiện thân cho mọi chiều kích của những sự sai phái trong Cựu Ước, nhưng với khác biệt cao cả là cuối cùng Ngài đã hoàn thành mục đích Ngài được sai phái, như chúng ta đã nghe thấy từ lời Ngài cầu nguyện trong Giăng 17 cùng tiếng kêu đỉnh điểm của Ngài "Mọi việc đã được trọn!"

Sau đó, từ Chúa Giê-xu tuôn tràn sứ mạng của hội thánh cho tới khi Ngài trở lại. Những lời cuối mà Chúa Giê-xu nói với các môn đồ kèm theo hành động tạo thành một sự sai đi, một sự ủy thác. Những ai là môn đồ của Chúa Giê-xu ngày nay đều phải giống các môn đồ Chúa Giê-xu trong các Sách Phúc Âm - được kêu gọi ở với Ngài và nhân danh Ngài ra đi để làm công việc của Ngài cho tới đầu cùng đất và cho tới tận thế.

Do đó, hội thánh phải là những cộng đồng khắp thế gian, được thành lập, nuôi dưỡng và kết nối qua chức vụ sai phái, ra đi và hỗ trợ - vì danh Đấng Christ và lẽ thật của Phúc âm.

Chúng ta được sai phái đi đâu? Chúa Giê-xu phán, đi vào thế gian, như Cha đã sai Ngài vào thế gian. Vì thế, chúng ta phải ở "trong thế gian", nhưng theo một nghĩa khác, chúng ta không thuộc về thế gian. Chúng ta phải thực hiện sứ mạng của mình như thế nào bên trong đấu trường công khai của thế gian mà không bị nuốt chửng bởi chính thế gian? Chúng ta sẽ để cập vấn đề này trong chương kế tiếp.

Câu Hỏi Liên Quan

1. Bạn nghĩ mình được Đức Chúa Trời "sai phái" theo nghĩa nào - không nhất thiết theo ngôn ngữ địa lý, mà là theo mạng lệnh của Ngài và làm theo ý muốn Ngài.
2. Bạn phân biệt thế nào giữa Mười Hai sứ đồ trong vị trí và vai trò độc nhất của họ với bức tranh rộng lớn hơn về các sứ đồ ("những người được sai phái") mà Tân Ước cho chúng ta thấy? Ngày nay có sứ đồ không? Nếu có, họ phải như thế nào, và không được như thế nào?
3. Hội thánh của bạn ở mức độ nào trong bức tranh về hội thánh thực thi sứ mạng được mô tả trong 3 Giăng? Cụ thể, hãy nghĩ về thách thức kép "trung thành với lẽ thật" và "trung thành với anh chị em (trong sứ mạng)".
4. Nếu hội thánh bạn tham gia vào việc sai phái người thực thi sứ mạng, thì việc bạn chủ đích "sai phái họ theo cách xứng đáng với Đức Chúa Trời" (3 Giăng 6) sẽ mang đến khác biệt nào?

13

Những Người Sống Và Làm Việc Giữa Phố Chợ

Chúng ta kết thúc chương trước với việc suy nghĩ về những người được sai phái và tiếp nhận như những giáo sĩ Cơ Đốc lưu động - tức những người vượt ra ngoài biên giới đất nước mình vì cớ danh Đấng Christ và được hỗ trợ nhờ sự dâng hiến cùng lòng mến khách của các hội thánh Cơ Đốc. Nhưng sứ mạng của con dân Chúa quá rộng lớn, bao la, nên chúng ta không thể chỉ giao khoán cho các giáo sĩ (giống như các công tác trong một hội thánh quá nhiều đến nỗi chúng ta không thể giao hết cho những người thường được gọi là "mục sư").

Đại đa số tín hữu không được sai phái ra đi làm giáo sĩ lưu động theo nghĩa truyền thống, và điều này có vẻ đúng với hội thánh thời Tân Ước cũng như ngày nay. Phần lớn tín hữu Cơ Đốc sống trong thế giới thường nhật, làm việc kiếm tiền, nuôi sống gia đình, lo đóng thuế, góp phần xây dựng xã hội cùng văn hóa địa phương, từng ngày trôi qua trong vị trí của mình. Cuộc sống của người tín hữu làm việc trong lĩnh vực mà chúng ta gọi là giữa đời thường cũng là một phần trong sứ mạng của con dân Chúa theo nghĩa nào? Liệu cuộc sống thường nhật ấy đó có mục đích nào khác hơn là cho chúng ta cơ hội làm chứng về đức tin của mình và giúp chúng ta kiếm thêm tiền nhằm hỗ trợ các giáo sĩ và các "sứ mạng thực sự" không?

Đây là vấn đề chúng ta sẽ suy nghĩ trong chương này - sứ mạng của con dân Chúa giữa đời thường, hay giữa quảng trường công cộng. Tôi đang dùng từ này theo nghĩa rộng nhất. Còn một từ khác có thể dùng là "giữa nơi công sở," và theo nghĩa rộng - không chỉ với nghĩa "công sở" như là một guồng máy kinh tế hoặc tài chính thuần túy, mà là toàn bộ các ngành nghề của nhân loại từ ngành sản xuất lẫn ngành nghề hoạt động sáng tạo: làm ăn, mua bán, luật pháp, công nghệ, nông nghiệp, kỹ sư, giáo dục, phương tiện truyền thông, chính trị và quản trị hành chính - ngay cả vui chơi, thể thao, nghệ thuật và giải trí nữa.

Từ dùng trong Cựu Ước chỉ về toàn bộ các hoạt động này là từ "cổng thành" - tức là quảng trường công cộng tại từng thành phố từng ngôi làng, nơi mọi người gặp gỡ nhau và cùng giao thương buôn bán, bất kể làm nghề gì. Đây là thế giới của những sinh hoạt, hội họp, gặp gỡ trong xã hội con người, nơi phần lớn thời gian một ngày của chúng ta là ở đó.

Đức Chúa Trời Và Nơi Công Sở

Đức Chúa Trời có quan tâm đến diễn đài công cộng, đến đời thường không? Nhiều Cơ Đốc nhân có vẻ như sống với sự mặc định rằng Đức chúa Trời không hề quan tâm tới đời thường. Hay ít ra, họ cho rằng Đức Chúa Trời không quan tâm tới chính thế giới việc làm thường ngày, không xem đó là một môi trường để truyền giáo. Có vẻ như Đức Chúa Trời chỉ quan tâm đến hội thánh cùng những công tác của hội thánh, quan tâm đến truyền giáo và các giáo sĩ, quan tâm đến việc đưa người lên thiên đàng, nhưng không quan tâm tới việc xã hội cùng những nơi công cộng của nó vận hành như thế nào.

Kết quả của cách suy nghĩ theo kiểu lưỡng phân ấy là nếp sống Cơ Đốc cũng bị lưỡng phân theo. Thật ra chính sự lưỡng phân khiến cho nhiều Cơ Đốc nhân cảm thấy bất an nội tâm do có sự gãy đổ rõ rệt giữa điều họ nghĩ là Đức Chúa Trời mong đợi nhất, với điều họ bị buộc phải làm. Nhiều người trong chúng ta đầu tư phần lớn thời gian quan trọng (đời sống nơi công sở) tại nơi chốn cùng công tác mà họ cho rằng *không* thực sự liên quan nhiều tới Đức Chúa Trời - cái gọi là thế giới việc làm ngoài đời - trong khi trăn trở tìm cho ra cơ hội để dành chút ít thời gian còn lại cho điều duy nhất chúng ta xem là *thực sự* liên hệ đến Đức Chúa Trời - đó là truyền giảng Phúc âm.[1]

Thế nhưng Kinh thánh mô tả rõ ràng và bao quát trong cả Cựu lẫn Tân Ước rằng Đức Chúa Trời vô cùng lưu tâm tới vũ đài chung của cuộc sống kinh tế lẫn xã hội của con người – Ngài quan tâm, dự phần, nhận trách nhiệm và có vô số kế hoạch dành riêng cho lĩnh vực này.

Chúng ta hãy nghĩ tới một số khẳng định cơ bản trong Kinh thánh về sự dự phần của Đức Chúa Trời với nơi làm việc của con người. Trong từng trường hợp, chúng ta sẽ nghĩ ra vài câu hỏi mà sự mặc định này đặt ra cho Cơ Đốc nhân sống và làm việc tại đó. Như vậy chúng ta sẽ có được nền tảng phù hợp với Kinh thánh để suy ngẫm về sứ mạng của con dân Chúa trong bối cảnh đó, cả theo nghĩa khích lệ chúng ta dấn thân vào nơi công sở vừa đương đầu với những thế lực chống lại Đức Chúa Trời bên trong nơi công sở.

---

[1]Darrel Cosden, *The Heavenly Good of Earthly Work* (London: Paternoster, and Peabody, MA: Hendrickson, 2006) cho một lời bình tuyệt hay về quan điểm lưỡng phân nầy, nhưng thành thật mà nói thì không hợp với Kinh thánh, và là một thần học hay về công việc.

Vậy thì Kinh thánh nói gì về Đức Chúa Trời và công sở, tức thế giới công việc của toàn nhân loại trong tính đa dạng thật kỳ lạ đó?

Đức Chúa Trời Dựng Nên Nơi Công Sở

Làm việc là ý tưởng của Đức Chúa Trời. Sáng Thế Ký 1–2 cho chúng ta thấy hình ảnh đầu tiên về Đức Chúa Trời của Kinh thánh chính là một nhân viên - suy nghĩ, lựa chọn, lập kế hoạch, thực hiện, đánh giá. Vì thế khi Đức Chúa Trời quyết định tạo ra nhân loại theo hình ảnh và giống như Đức Chúa Trời, thì con người có thể nào khác hơn là những nhân viên, phản ánh qua công việc họ làm điều gì đó thuộc bản tính của Đức Chúa Trời?

Nói cụ thể, Đức Chúa Trời giao cho con người nhiệm vụ quản trị trái đất (Sáng 1) và nhiệm vụ phục vụ lẫn gìn giữ trái đất (Sáng 2), công tác mà chúng ta triển khai trong chương 3. Nhiệm vụ lớn lao này đòi hỏi không chỉ sự trợ giúp bổ sung hỗ tương từ cả hai giới tính nam nữ, mà còn ngụ ý một số phương diện sinh thái lẫn kinh tế cơ bản đối với cuộc sống con người. Đức Chúa Trời đã ban cho chúng ta một hành tinh với vô số tài nguyên đa dạng rải rác khắp nơi. Một số nơi có nhiều đất đai màu mỡ. Những nơi khác thì có bao la nguồn dự trữ khoáng chất. Vì vậy, đương nhiên xuất hiện nhu cầu giao thương và trao đổi giữa các nhóm người sống trong những nơi khác nhau để đáp ứng nhu cầu chung cho nhau.

Nhiệm vụ này lần lượt làm nảy sinh các mối quan hệ kinh tế, cho nên lại phát sinh nhu cầu công bằng trên mọi lĩnh vực kinh tế và xã hội. Cần có công lý trong việc chia nguồn tài nguyên thô để chúng ta sử dụng, cũng như trong việc phân phối sản phẩm do tay chúng ta làm ra. Lời chứng từ Kinh thánh cho thấy toàn bộ nỗ lực kinh tế của con người này là phần thiết yếu trong mục đích của Đức Chúa Trời đối với cuộc sống con người trên đất. Lao động là việc quan trọng, bởi lẽ đó là ý định của Đức Chúa Trời dành cho chúng ta. Đó là điều Đức Chúa Trời nghĩ tới khi Ngài tạo dựng chúng ta. Đó là phần *của chúng ta* trong công trình sáng tạo *của Ngài*. Như đã thấy trong chương 3, đó là một phần trong sứ mạng của chúng ta.

> Câu hỏi đầu tiên chúng ta cần đặt ra cho những người muốn theo gương Chúa Giê-xu trong nơi làm việc ấy là: Bạn thấy việc làm của mình là điều cực chẳng đã, hay chỉ là cơ hội để bạn truyền giảng Phúc âm? Hay bạn thấy đó là phương tiện làm vinh hiển Đức Chúa Trời qua việc dự phần vào những mục đích mà Ngài đã vạch ra cho cõi tạo vật và do đó, mang giá trị *nội tại*? Bạn liên kết việc mình làm mỗi ngày với lời dạy của Kinh thánh về trách nhiệm của con người trong cõi tạo vật và trong xã hội ra sao?

Vậy thì, công việc không phải là hậu quả của "lời rủa sả". Dĩ nhiên, mọi công việc hiện nay đều đã bị bản chất sa ngã trong chúng ta ảnh hưởng theo vô số cách tai hại. Nhưng tự thân công việc làm thuộc về cốt lõi bản chất con người chúng ta. Chúng ta được tạo dựng để trở thành người làm việc, giống như Đức Chúa Trời. Đây được gọi là "nhiệm vụ canh tác". Cả con người chúng ta và mọi việc chúng ta làm trong lĩnh vực công việc, dù là công việc cá nhân hay việc của cả gia đình, hoặc toàn thể cộng đồng, cho đến toàn thể các nền văn hóa cùng văn minh trải dòng lịch sử, đều có liên quan tới tính chất được tạo dựng của chúng ta, và do đó là mối quan tâm của Đấng Tạo Dựng chúng ta. Dĩ nhiên, phố chợ hay nơi công sở đã bị tình trạng tội lỗi trong chúng ta làm cho ô nhiễm và méo mó. Nhưng mọi lĩnh vực hiện hữu của nhân loại cũng đều bị như vậy. Sự sa ngã của chúng ta không phải là cái cớ để chúng ta viện vào mà trốn tránh trách nhiệm nơi công sở, cũng giống như bệnh tật và sự chết như là hậu quả cuối cùng của tội lỗi nhưng chúng không phải lý do để Cơ Đốc nhân không nên làm bác sĩ hoặc cử hành tang lễ.

Đức Chúa Trời Kiểm Toán Nơi Công Sở

Tất cả chúng ta đều quen thuộc với chức năng của người kiểm toán. Người kiểm toán xem xét các hoạt động và lời quảng cáo về mình của các công ty một cách khách quan, công bằng và độc lập. Người kiểm toán tiếp cận mọi tư liệu và chứng cứ. Đối với người kiểm toán, mọi sổ sách đều phải mở ra và mọi quyết định đều phải minh bạch; không điều bí mật nào được che giấu. Ít ra theo lý thuyết là như vậy.

Theo Kinh thánh, Đức Chúa Trời là vị thẩm phán độc lập hơn cả đang đi lại giữa quảng trường công cộng. Cựu Ước nhiều lần lặp lại ý Gia-vê là Đức Chúa Trời nhìn xem, thấy hết và đánh giá. Điều này đúng theo nghĩa tổng quát nhất và cũng đúng cho từng cá nhân (Thi 33:13–15).

Nhưng điều này đặc biệt đúng với diễn đài công cộng. Y-sơ-ra-ên nhiều lần được nhắc nhở rằng Đức Chúa Trời kêu gọi công lý "nơi cổng thành", theo nghĩa đương thời, tức là giữa nơi công sở, nơi thương trường. Có lẽ A-mốt khiến người nghe ngạc nhiên khi nhấn mạnh rằng Đức Chúa Trời thực sự quan tâm tới điều diễn ra "nơi cổng thành" hơn là trong đền thánh (A-mốt 5:12–15).

Hơn nữa, Đức Chúa Trời nghe cuộc nói chuyện diễn ra trong nơi kín đáo của lòng tham hay ngay trong sự tin tưởng của giao dịch nơi thương trường. Một lần nữa, A-mốt mô tả nhà kiểm toán thiên thượng lắng nghe những ý định đen tối qua lời thì thầm của kẻ làm ăn gian dối đương thời (A-mốt 8:4–7). Và đối với những người nghĩ rằng Đức Chúa Trời chỉ giới hạn trong đền thờ Ngài và chỉ nhìn thấy những sự việc diễn ra trong lễ nghi tôn giáo sẽ bị sốc khi thấy rằng Ngài đang chứng kiến mọi điều diễn ra vào những ngày còn lại trong tuần nơi công cộng (Giê 7:9–11).

Đức Chúa Trời là nhà kiểm toán - vị thanh tra độc lập xem xét mọi sự việc diễn ra trên diễn đài công cộng. Vì vậy, điều Ngài đòi hỏi, cũng như bất kỳ người kiểm toán nào yêu cầu, đó là sự tuyệt đối chính trực và trong sáng. Đó là tiêu chuẩn mà mọi quan án loài người phải có khi họ thực thi vị trí công quyền. Trường hợp của Sa-mu-ên cho thấy rõ điều này, khi ông bênh vực lý lịch công khai và kêu gọi Đức Chúa Trời làm chứng - như nhà kiểm toán thiên thượng (1 Sa 12:1–5).

> Câu hỏi thứ hai chúng ta cần đặt ra cho tất cả mọi người muốn sống theo sự dạy dỗ của Chúa Giê-xu nơi công sở là: Trong toàn bộ sinh hoạt của bạn, thì đâu là chỗ bạn công khai nhìn nhận và thuận phục nhà kiểm toán thiên thượng của mình? Trách nhiệm tính sổ với Đức Chúa Trời ảnh hưởng thế nào trên việc làm thường ngày của bạn?

Đức Chúa Trời Điều Khiển Nơi Công Sở

Chúng ta thường nói về "thế lực nơi thương trường", về toàn bộ lĩnh vực kinh doanh cùng chính trị như thể chúng hoàn toàn độc lập đối với nhau, như là "qui luật riêng". "Thương Trường" (thường viết hoa T) được gán cho một loại quyền lực thiêng liêng, tự có. Dù sao đi nữa, ở mức độ cá nhân, chúng ta cũng cảm thấy mình bị phó mặc cho các thế lực ngoài tầm kiểm soát của cá nhân, những thế lực bị khống chế bởi hàng triệu lựa chọn của người khác. Hoặc trong vài trường hợp, như cuộc khủng hoảng tài chính năm 2008–2009 đã chứng minh, hàng triệu người dường như bị phó mặc cho sự lựa chọn ngông cuồng vô trách nhiệm của một thiểu số người cùng xuất hiện để ném toàn bộ "Thị Trường" ra khỏi vòng kiểm soát và rơi vào hoảng loạn.

Kinh thánh có quan điểm tinh tế hơn. Đúng, đời sống chung của con người được tạo thành từ những lựa chọn của con người, mà chính con người phải chịu trách nhiệm. Vì vậy, theo ý nghĩa đó, mọi việc diễn ra nơi làm việc đều là vấn đề hành động, lựa chọn cùng trách nhiệm đạo đức của con người. Thế nhưng đồng thời, Kinh thánh đặt tất cả dưới sự điều khiển tối thượng của Đức Chúa Trời. Khi nhấn mạnh điều thứ nhất (lựa chọn của con người) cũng như điều thứ hai (quyền kiểm soát tối thượng của Đức Chúa Trời), Kinh thánh tránh không rơi vào chủ nghĩa định mệnh hoặc chủ nghĩa tiền định. Kinh thánh xác nhận cả hai khía cạnh của nghịch lý đó: con người chịu trách nhiệm đạo đức về mọi lựa chọn cùng hành động lẫn hậu quả công khai của mình; thế nhưng Đức Chúa Trời vẫn nắm quyền kiểm soát tối thượng đối trên kết quả cùng số phận sau cùng.

Nhiều câu chuyện trong Kinh thánh minh họa điều này. Câu chuyện về Giô-sép chuyển từ lĩnh vực gia đình sang diễn đài công cộng với người ở đứng ở vị trí quyền lực cao nhất nhì đất nước. Giô-sép tham gia vào chính trị, pháp lý, nông nghiệp, kinh tế và ngoại giao. Toàn bộ các "diễn viên" trong các câu chuyện kể đều chịu trách nhiệm về động cơ, lời nói lẫn hành động của chính họ - dù tốt hay xấu. Nhưng quan điểm của tác giả Sáng Thế Ký, qua lời nói của Giô-sép, thì rất rõ ràng (cho dù nó vẫn cất giữ một huyền nhiệm như để như chúng ta đọc tiếp):

> Nhưng Giô-sép nói với họ: "Các anh đừng sợ! Tôi thay thế cho Đức Chúa Trời được sao? Các anh định hại tôi, nhưng Đức Chúa Trời lại định cho nó thành điều lành để thực hiện việc đang xảy ra hôm nay, tức là bảo tồn sự sống cho bao nhiêu người." (Sáng 50:19–20)

Chuyển sang các đoạn Kinh thánh tiên tri, điều quan trọng cần lưu ý là khi các tiên tri hướng sự chú ý của họ sang các đế quốc lớn đương thời, thì họ khẳng định quyền cai trị của Đức Gia-vê trên *các đế quốc này* chẳng khác nào quyền cai trị của Ngài trên dân giao ước Y-sơ-ra-ên của Ngài. Ngoài ra, tất cả những việc làm nơi công xưởng, nơi công sở như trong lĩnh vực quân sự chẳng hạn cũng được kể đến.

> Câu hỏi thứ ba cần đặt ra cho những người sống theo sự dạy dỗ của Chúa Giê-xu nơi làm việc là: Làm sao bạn nhận biết sự cai trị của Đức Chúa Trời tại nơi làm việc (vốn là một cách khác để tìm kiếm nước Đức Chúa Trời cùng sự công bình của Ngài), và khi bạn nhận biết sự cai trị đó thì có khác biệt nào xảy ra? Có thực sự là "Thiên Đàng cai trị" vào ngày Chúa Nhựt, nhưng Thương Trường thì cai trị từ Thứ Hai tới Thứ Sáu (còn Thứ Bảy là ngày nghỉ cho cả thần linh lẫn người phàm) không?

Ê-sai 19:1–15 đặt toàn bộ Ai Cập dưới sự phán xét của Đức Chúa Trời, kể cả lĩnh vực tôn giáo, việc tưới tiêu, nông nghiệp, đánh bắt cá, kỹ nghệ tơ sợi, các chính trị gia lẫn trường đại học.

Ê-xê-chi-ên 26–28 là lời oán lâu dài về thành thương mại lớn Ty-rơ, trong khi chương 29–32 trút đổ cùng một số phận ảm đạm tương tự lên nền văn hóa của đế quốc lớn Ai Cập. Trong cả hai trường hợp, đấu trường chung là quyền lực kinh tế lẫn chính trị vẫn là tâm điểm sự tể trị của Đức Chúa Trời.

Đa-ni-ên chương 4 mô tả sự ngạo mạn xấc láo của Nê-bu-cát-nết-sa, hả hê về thành của mình: "Đây chẳng phải là Ba-by-lôn vĩ đại mà ta đã xây dựng làm đế đô bằng uy quyền cao cả của ta để biểu dương vinh quang rạng rỡ của ta đó sao?" (Đa 4:30). Nhưng Đức Chúa Trời đã lên án toàn bộ kế hoạch xây dựng mà ông ta chất lên lưng kẻ nghèo khổ và bị áp bức, như Đa-ni-ên chỉ ra: "Vì vậy, tâu đức vua, xin nghe lời khuyên của tôi, hãy từ bỏ tội lỗi bằng cách làm điều công chính, hãy thương xót những người nghèo khó để chuộc những điều gian ác mình. Như vậy, thời thái bình thịnh trị của vua có thể kéo dài thêm" (Đa 4:27).

Bài học Nê-bu-cát-nết-sa phải học là điều chúng ta đang nhấn mạnh ở đây: Đức Chúa Trời cai trị nơi phố chợ, cùng với mọi thứ khác. Hoặc, nói theo ngôn từ sinh động của Đa-ni-ên là: "Đấng cai trị các tầng trời... Đấng Chí cao cai trị các vương quốc loài người và Ngài muốn ban cho ai tùy ý" (Đa 4:26, 32).

Đức Chúa Trời Cứu Chuộc Nơi Công Sở

Một giả định phổ biến của người Cơ Đốc là mọi điều xảy ra trên đất chỉ là tạm bợ và chóng qua. Lịch sử nhân loại không gì khác hơn là cánh cổng bước vào cõi đời đời, cho nên nó không mấy quan trọng. Thêm vào cách ví sánh tiêu cực này còn có thêm ý kiến rút ra từ cách giải thích sai trật ngôn ngữ dùng trong 2 Phi-e-rơ 2, rằng chúng ta đang đối diện cuộc hủy diệt toàn bộ cả trái đất và thật ra là toàn thể cõi tạo vật vật lý. Trước viễn cảnh đó, thì công việc chúng ta làm nơi quảng trường công cộng địa phương hoặc toàn cầu hiện thời liệu có còn giá trị vĩnh cửu nữa không?[2]

Nhưng Kinh thánh đưa ra một viễn cảnh khác. Đức Chúa Trời lập kế hoạch cứu chuộc toàn thể tạo vật của Ngài (vì "ơn thương xót của Ngài ở trên mọi vật mà Ngài dựng nên", Thi 145:9) và bao gồm trong đó sẽ là sự chuộc lại tất cả những điều *chúng ta* đã làm với những gì *Đức Chúa Trời* đã tạo dựng từ trước - nghĩa là chúng ta sử dụng tạo vật bên trong sự ủy thác trọng đại về mặt canh tác. Dĩ nhiên, mọi điều chúng ta đã làm đều mang vết tích và bị bóp méo bởi bản chất sa ngã tội lỗi của con người. Và mọi điều phát xuất từ nguồn gốc xấu xa đó cần được Đức Chúa Trời thanh tẩy và phiếu trắng. Nhưng đó chính là bức tranh chúng ta hiện có trong cả Cựu lẫn Tân Ước. Đó là khải tượng về sự cứu chuộc, không phải là hủy bỏ; về sự phục hồi và đổi mới tạo vật, không phải thay thế bằng một điều gì khác.

Dĩ nhiên Kinh thánh trình bày quảng trường công cộng, cuộc sống nhân loại trong xã hội và nơi làm việc, là nơi bị ảnh hưởng bởi tội lỗi, sự thối nát, tham lam, bất công cùng bạo lực. Điều đó có thể thấy ở cấp độ địa phương cũng như toàn cầu, từ những thói quen rõ ràng tại các sạp chợ hoặc trong các cửa hiệu nơi góc phố, tới hàng loạt hành vi bóp méo cùng sự gian ác trong giao thương quốc tế. Là Cơ Đốc nhân, chúng ta cần hiểu căn kẽ tội lỗi theo những phương diện công khai, và cần thấy phần của mình trong sứ mạng là được kêu gọi đương đầu với điều đó với tinh thần của một tiên tri nhân danh Đấng Christ (như chúng ta sẽ thảo luận bên dưới). Nhưng đối với Đức Chúa

---

[2] Darrel Cosden, *The Heavenly Good of Earthly Work*, đặc biệt hữu ích với chủ đề nói về ý nghĩa đời đời của những việc con người làm được hoàn thành đúng lúc. Xem thêm Michael E. Wittmer, *Heaven Is a Place on Earth*; N. T. Wright, *Surprised by Hope: Rethinking Heaven, the Resurrection, and the Mission of the Church* (London: SPCK, 2005).

Trời, tham nhũng và gian dối nơi phố chợ không phải là lý do để làm ngơ mà là để thanh tẩy và cứu chuộc.

Ê-sai 65:17–25 mô tả bức tranh vinh quang của cuộc tạo dựng mới - một trời mới và đất mới. Bức tranh này hướng tới cuộc sống con người không còn bị mòn mỏi và lụi tàn, sẽ có sự thỏa lòng trong cuộc sống gia đình và trong công việc làm, ở đó những hậu quả đầy nản lòng và bất công sẽ mãi mãi biến mất, ở đó sẽ có mối thông công tươi vui và gần gũi với Đức Chúa Trời và ở đó sẽ có sự hài hòa và an toàn về mặt môi trường. Toàn bộ cuộc sống - cá nhân, gia đình, đời sống cộng đồng và đời sống của loài vật - đều sẽ được chuộc và hồi phục để sản sinh ra tính chất kết quả làm vinh danh Đức Chúa Trời và sự vui mừng làm con người thỏa nguyện.

Tân Ước tiếp tục khải tượng này dưới ánh sáng của sự cứu chuộc do Đấng Christ thực hiện trên thập tự giá, và cụ thể là qua sự sống lại của Ngài. Phao-lô nhiều lần dùng từ *"mọi sự"* không chỉ nói đến điều Đức Chúa Trời đã *tạo dựng* qua Đấng Christ, mà còn nói đến điều Ngài dự tính *cứu chuộc* qua Đấng Christ nữa. Trong bản văn này, rõ ràng "mọi sự" có nghĩa là toàn bộ trật tự tạo dựng trong cả hai phân đoạn mô tả công việc của Đấng Christ (Côl 1:16–20). Nhờ kế hoạch cứu chuộc vũ trụ đó, mà toàn thể tạo vật có thể hướng về tương lai như một thời điểm của sự giải phóng và không còn buồn nản nữa (Rô 8:19–21).

Ngay cả bản văn thường được dùng để nói về sự hủy diệt vũ trụ (trong khi thực sự theo quan điểm của tôi, là mô tả sự thanh tẩy mang tính cứu chuộc)[3] thì ngay sau đó là sự mong chờ một cuộc tạo dựng mới đầy dẫy công lý (2 Phi 3:13).

Và khải tượng sau cùng trong toàn bộ Kinh thánh không phải là khải tượng về việc chúng ta sẽ thoát khỏi thế gian để vào một thiên đàng siêu thoát, mà đúng hơn là Đức Chúa Trời giáng thế để ở với chúng ta một lần nữa trong cõi tạo vật được phục hồi và thanh tẩy, ở đó mọi thành quả của văn minh nhân loại sẽ được mang vào thành của Đức Chúa Trời (Khải 21:24–27, dựa trên Ê-sai 60).

Sự "huy hoàng", "vinh quang" cùng sự "tôn trọng" của các vua và các nước là sản phẩm chung từ nhiều thế hệ nhân loại mà cuộc đời cùng nỗ lực của họ đã sản sinh ra kho tàng bao la các nền văn hóa lẫn văn minh nhân loại. Nói cách khác, điều sẽ được đưa vào thành lớn của Đức Chúa Trời trong cõi tạo vật mới sẽ là thành quả bao la được thu gom từ việc làm của con người qua các thời đại. Toàn bộ sẽ được thanh tẩy, cứu chuộc và đặt nơi chân Đấng

---

[3]Trong 2 Phi-e-rơ 3, sự "hủy diệt" được đề cập trong câu 12 phải hiểu là sự "hủy diệt" (cùng một từ) bởi nước lụt trong các câu 6–7. Điều đã bị hủy diệt trong nước lụt, không phải là chính hành tinh này, mà là "thế giới" gian ác và phản loạn của con người. Tương tự, sự "hủy diệt" sau cùng sẽ không phải là sự xóa sổ toàn thế tạo vật, mà là sự phán xét thanh tẩy, xóa hết mọi gian ác, xấu xa và chống nghịch Đức Chúa Trời từ thuở tạo dựng mãi mãi về sau.

Christ, nhằm làm nổi bật thêm cuộc sống của cõi đời đời trong sự tạo dựng mới.

Điều đó há chẳng đổi mới quan điểm của chúng ta vào một sáng thứ Hai sao?

Đây là điều tôi đã viết đâu đó về đề tài này:

> Tất cả mọi thứ từng làm giàu đẹp và tôn vinh sự sống của mọi dân tộc trong toàn bộ lịch sử đều sẽ được mang đến nhằm làm phong phú thêm cõi tạo vật mới. Toàn cảnh cõi thọ tạo mới ấy sẽ không phải là một trang giấy trắng, như thể Đức Chúa Trời sẽ chỉ cần phá đổ toàn bộ cuộc sống lịch sử của con người trong cõi tạo vật này rồi ném nó lên trong một thùng chứa vũ trụ, rồi sau đó trao cho chúng ta một tờ giấy mới để khởi sự lại ngay từ đầu. Sự tạo dựng mới sẽ *bắt đầu* bằng một bể chứa không thể tưởng tượng nổi của tất cả những điều mà nền văn minh con người đã đạt được trong cuộc tạo dựng cũ - nhưng được thanh lọc, tẩy sạch, khử trùng, thánh hóa và ban phước. Và chúng ta sẽ có cả cõi đời đời để vui hưởng và xây dựng theo những cách mà hiện nay không thể mơ tới, khi chúng ta sẽ vận dụng sức mạnh sáng tạo của nhân loại được chuộc.
>
> Tôi không hiểu Đức Chúa Trời sẽ làm cho kho báu văn minh nhân loại được chuộc lại và được đưa vào vào thành của Đức Chúa Trời trong cõi tạo vật mới với tình trạng đã được thanh tẩy như Kinh thánh nói Ngài sẽ làm bằng cách nào... Nhưng tôi biết mình sẽ có ở đó trong vinh quang của thân thể phục sinh, như con người tôi hiện thời và trước giờ vẫn thế - nhưng đã được chuộc, tẩy sạch mọi tội và háo hức để bước vào. Vì thế, tôi tin sẽ có vinh quang phục sinh tương tự dành cho toàn bộ những gì con người đã đạt được làm trọn nhiệm vụ của sự ủy thác dành cho cõi tạo vật - được chuộc nhưng vẫn rất thật.
>
> Chúng ta than khóc về "những nền văn minh đã mất" của các thiên niên kỷ đã qua, những nền văn minh mà chúng ta chỉ có thể tái xây dựng từ những đống khảo cổ đổ nát hoặc trong các thước phim sử thi. Nhưng nếu chúng ta nghiêm túc xem xét Khải Huyền, thì những điều đó không "mất đi" mãi mãi. Vua chúa cùng mọi quốc gia sẽ đem vinh quang của họ vào thành của Đức Chúa Trời, theo giả định sẽ không chỉ giới hạn trong những người còn sống trong thế hệ khi Đấng Christ trở lại. Ai biết được dân tộc nào thịnh dân tộc nào suy, hay nền văn minh nào sẽ bị "tiêu tan" lúc đó - giống như những nền văn minh đã biến mất của các thiên niên kỷ trước? Không - lời hứa kéo dài mọi thời đại, bao trùm mọi

châu lục, và mọi thế hệ trong lịch sử loài người. Lời cầu nguyện của tác giả Thi Thiên sẽ có ngày được nhậm - suốt toàn bộ lịch sử quá khứ, hiện tại và tương lai:

> Lạy Đức Giê-hô-va, các vua thế gian sẽ ca ngợi Ngài,
> vì họ đã nghe những lời từ miệng Ngài.
> Phải, họ sẽ ca tụng về đường lối Đức Giê-hô-va,
> vì vinh quang vĩ đại của Đức Giê-hô-va. (Thi 138:4–5)

Hãy nghĩ tới viễn cảnh này! Toàn bộ văn hóa, ngôn ngữ, văn chương, nghệ thuật, âm nhạc, khoa học, thương mại, thể thao, thành tựu kỹ thuật của con người - những thứ đã là hiện thực và những thứ tiềm năng - tất cả đều sẵn dành cho chúng ta. *Tất cả mọi độc tố gian ác và tội lỗi đều được rút ra khỏi những điều này mãi mãi.* Tất cả đều tôn vinh Đức Chúa Trời. Tất cả đều để cho chúng ta vui hưởng với Đức Chúa Trời và thật ra là được Đức Chúa Trời vui hưởng. Và cả cõi đời đời là để dành cho chúng ta khám phá chúng, tìm hiểu về chúng, thưởng thức chúng và mở rộng chúng ra.[4]

Vua chúa thời xưa đóng vai trò như bậc cầm quyền hàng đầu trên toàn bộ kiểu mẫu bao quát cho đời sống văn hóa của cả dân tộc. Khi họ đứng lên chống lại các dân tộc khác, thì họ là *người mang lấy, người đại diện,* cho nền văn hóa của mình. Bởi thế, các vua chúa hợp lại với nhau theo nghĩa quan trọng là mọi nền văn hóa của các dân tộc đó hợp lại với nhau. Vua của một dân tộc trong đó, từng người một, có thể mang lấy uy quyền sâu rộng mà ngày nay được chia đều ra giữa vòng nhiều loại lãnh tụ khác nhau: người chỉ huy ngành công nghiệp; người định hình cái nhìn của công chúng về nghệ thuật, giải trí, và vấn đề tính dục; những người lãnh đạo ngành giáo dục; những người đại diện cho quyền lợi của gia đình; và vân vân. Đó là lý do Ê-sai và Giăng kết nối việc các vua vào Thành với việc "tài sản quốc gia" được gom góp lại.

Richard J. Mouw[5]

Toàn bộ lịch sử nhân loại, những điều diễn ra giữa quảng trường công cộng nơi con người tương tác với nhau, sẽ được chuộc và làm trọn trong cuộc tạo dựng mới, chứ không chỉ bị bỏ đi hoặc hủy diệt. Vì vậy, toàn bộ công việc

---

[4]Wright, *The God I Don't Understand*, 202–3.

tạo ra năng suất của con người đều có giá trị riêng và đều mang ý nghĩa đời đời, không chỉ nhờ vào sự hiểu biết của chúng ta về cõi tạo vật cùng sự ủy thác mà nó đặt trên vai chúng ta, mà còn vì cõi thọ tạo mới và niềm hy vọng lại thế mà nó đặt trước mặt chúng ta. Với hy vọng như vậy, chúng ta có thể vui mừng làm theo lời khuyên của Phao-lô: "Hãy làm công việc Chúa cách dư dật luôn, vì biết rằng công khó của anh em trong Chúa chẳng phải là vô ích đâu" (1 Cô 15:58); chúng ta biết rằng "công việc Chúa" không chỉ có nghĩa là việc làm "tôn giáo", mà bất kỳ việc gì làm "như làm cho Chúa", bao gồm cả việc lao động tay chân của những nô lệ (Côl 3:22–24).

> Cho nên một câu hỏi thứ tư đặt ra cho người theo Chúa Giê-xu trong nơi làm việc là: bởi sự hiểu biết rằng tất cả mọi điều bạn làm một ngày kia đều được Đức Chúa Trời cứu chuộc và đem vào trong cõi thọ tạo mới của Ngài thì công việc hằng ngày của bạn sẽ được biến đổi theo những chiều hướng nào?

Vậy thì nếu đó là quan điểm của Đức Chúa Trời về đời sống xã hội và về công việc nơi công sở, thì thái độ, vai trò và sứ mạng của con dân Chúa trong lĩnh vực đó là gì?

Chúng ta phải đáp ứng ở hai mức độ. Một là chúng ta được kêu gọi *dấn thân với tinh thần xây dựng* vào trong thế gian - bởi lẽ đây là thế giới của Đức Chúa Trời, được Ngài tạo dựng, yêu mến, quí trọng và cứu chuộc. Nhưng mặt khác, chúng ta được kêu gọi phải *can đảm đương đầu* với thế gian - vì đây là thế giới bội nghịch với Đức Chúa Trời, là sân chơi của các thần khác, đang ở dưới sự đoán xét và cuối cùng là hình phạt của Đức Chúa Trời.

Thách thức đối với sứ mạng của công dân Chúa là phải sống trong sự giằng xé không ngừng khi phải *làm cả hai việc nêu trên với niềm xác quyết từ Kinh thánh*. Về bản chất, đây là thách thức sống "trong thế gian nhưng không thuộc về thế gian". Đáng mừng là Kinh thánh luôn luôn giúp chúng ta bằng cách nêu ra nhiều thí dụ, nhiều tấm gương để ta thấy điều đó có nghĩa là gì.

Gắn Bó Với Sứ Mạng Tại Nơi Công Sở

Con dân Chúa được kêu gọi dấn thân vào thế giới mà Chúa tạo dựng. Kinh thánh dạy chúng ta những cách khác nhau mà người tín hữu có thể dấn thân vào quảng trường công cộng "thế tục" sao cho nhất quán cách hoàn toàn với lời Ngài kêu gọi cùng sứ mạng Ngài dành cho con dân Ngài.

Được Đặt Vào Vị Trí Phục Vụ Dân Tộc

Có một số điều có thể mang đến cho người tìm kiếm vị trí cao trọng về mặt chính trị một lợi thế. Và cũng có những điều khác có lẽ chúng ta không khuyến khích. Bị bán làm nô lệ nơi xứ người rồi báo với gia đình là "chết-do-mất-tích" ư? Không hề là bước khởi đầu tốt. Bị kẻ xâm lược bắt làm tù binh rồi kết cuộc trở thành một phần trong đám dân thiểu số bị khinh miệt nơi xứ sở thù địch cùng với nhiều trẻ em khác ư? Thật khó tin. Còn việc gia nhập dàn mỹ nữ làm nô lệ tình dục cho một bạo chúa đông phương thì sao? Thật khó chấp nhận.

Thế nhưng đó lại là mở đầu cho câu chuyện *Giô-sép, Đa-ni-ên, Ê-xơ-tê*, mà tất cả đều kết thúc với chức vụ cao quý nhất trong các chính quyền đế quốc ngoại bang và chứng minh rằng ngay cả trong những vị trí đó, họ vẫn có thể phục vụ Đức Chúa Trời và dân sự của Ngài. Sự tương phản trong khởi điểm của những câu chuyện này cùng địa vị của họ về sau làm nổi bật một yếu tố chung - bàn tay của Đức Chúa Trời. Chẳng ai trong số họ được quyền chọn lãnh địa mà họ chiếm giữ, nhưng chắc chắn cả Giô-sép lẫn Đa-ni-ên đều nhận biết chính Đức Chúa Trời đã đặt họ vào địa vị đó nhằm một mục đích. Vậy thì chúng ta học được gì từ họ?

Thứ nhất, họ chấp nhận thực tế của nơi họ được đưa tới, dù thực tế ấy vô cùng mập mờ, khó hiểu. Đa-ni-ên và ba bạn chấp nhận tự hòa mình tối đa vào nền văn hóa hiện tại, trước khi chạm phải ranh giới mà họ không được bước qua (Đa 1). Họ chấp nhận mang tên gọi của người Ba-by-lôn, theo nền giáo dục của Ba-by-lôn, bằng ngôn ngữ Ba-by-lôn và làm việc tại Ba-by-lôn. Dĩ nhiên, Giô-sép đã thành thạo tiếng Ai Cập tới mức chính các anh còn không nhận ra ông không phải là dân bản xứ (Sáng 42:23). Ê-xơ-tê, dù chẳng còn lựa chọn nào ngoài việc chấp nhận cái chết nếu từ chối, đã đồng ý theo một thói tục văn hóa hẳn đã bị coi là vô cùng ghê tởm, và nhờ sự giúp đỡ của Mạc-đô-chê bà đã học để nhìn nó như một cơ hội cứu sống nhiều sinh mạng.

Thứ hai, họ làm việc có tâm và với tinh thần xây dựng cho chính quyền cũng như vì ích lợi xã hội. Ngay cả kẻ thù chính trị của Đa-ni-ên cũng không thể tìm ra sai phạm nơi ông trong vấn đề này:

> ... các tể tướng và thống đốc tìm cách bắt bẻ Đa-ni-ên về việc nước, nhưng họ không thể tìm thấy ở ông một lỗi lầm hay một lý do nào để phiền trách, vì ông là người trung tín không hề sơ xuất hay mắc sai lầm. (Đa 6:4)

Ta có thể tưởng tượng cuộc sống của thường dân Ba-by-lôn thoải mái hơn kể từ khi Đa-ni-ên phụ trách công tác dân sự. Trong trường hợp của Giô-sép, chúng ta biết nhiều người Ai Cập được cứu sống nhờ tài quản lý khôn ngoan của ông, trước khi bất kỳ thành viên nào trong chính gia đình ông được cứu khỏi nạn đói (Sáng 41). Dĩ nhiên những điều Ê-xơ-tê có được đều vì lợi ích của dân tộc bà, nhưng nguyên tắc sử dụng chức vụ của mình cho mục đích tốt lành được thể hiện rõ ở đây.

Thứ ba, họ luôn giữ sự trung thực, liêm chính. Đối với Giô-sép, đó chính là sự liêm chính đạo đức, tuy sự tin tưởng của chủ cũng là yếu tố then chốt ở đây (Sáng 39:7–10). Đối với Đa-ni-ên cùng các bạn, thì chính lòng trung thành của họ dành cho Đức Chúa Trời giao ước cùng việc họ khước từ dành lòng trung thành ấy cho vua (chẳng hạn như việc không ngồi ăn cùng bàn với vua có thể cho ta thấy điều đó) chính là điểm nổi bật trong họ. Về sau các vấn đề liên quan đến sự thờ thần tượng càng trở nên thách thức, nhưng một lần nữa sự liêm chính của họ càng không hề chuyển lay.

Trong Tân Ước, trường hợp tín hữu phục vụ trong chính trường thì ít hơn, nhưng nếu ta lập luận dựa trên suy đoán, thì nhiều khả năng ấy là bởi vì Phao-lô có thể gọi chính quyền La Mã đang cai trị là "đầy tớ của Đức Chúa Trời," dùng chính những từ ngữ chỉ được dùng để nói về sự phục vụ của người Cơ Đốc (*diakonos* hai lần trong Rô 13:4 và *leitourgos* trong 13:6), nên ông hẳn đã không phản đối việc Cơ Đốc nhân phục vụ trong chính trường. Phục vụ trong chính trường và pháp lý cũng có thể là phục vụ Đức Chúa Trời. Về điểm này, Ê-rát là một thí dụ hay mà chúng ta sẽ thấy sau đây.

Phải Cầu Nguyện Cho Bậc Cầm Quyền

Trong chương kế tiếp, chúng ta sẽ thấy cầu nguyện là một chiều kích trong sứ mạng của con dân Chúa, nhưng bây giờ cũng là lúc thích hợp để nói rằng trong cả Cựu lẫn Tân Ước, con dân Chúa dù là người Y-sơ-ra-ên hay Cơ Đốc nhân, đều được dạy phải cầu nguyện cho quốc gia nơi họ đang sống, chứ không chỉ cho những tín hữu khác.

Thí dụ thứ nhất này rút từ lá thư gây sốc của Giê-rê-mi viết cho dân lưu đày tại Ba-by-lôn.

> Hãy tìm cầu sự thịnh vượng [*šalom*] cho thành mà Ta đày các con đến. Hãy cầu nguyện với Đức Giê-hô-va cho thành ấy, vì nếu thành được thịnh vượng, thì các con cũng thịnh vượng [theo nghĩa đen, *šalom* của thành là *šalom* của các con']. (Giê 29:7)

Khi viết về việc phụng sự đất nước [trong Rô 13:4–6], hai lần Phao-lô sử dụng cùng một từ liệu được ông dùng ở chỗ khác để nói về những người phục vụ trong hội thánh... *Diakonia* là một thuật ngữ chung, có thể bao gồm nhiều mục vụ hay bộ ngành khác nhau. Những người phụng sự đất nước tronng tư cách nhà lập pháp, cán bộ công chức, thẩm phán, cảnh sát, nhân viên công tác xã hội hoặc người thu thuế đều là "người

> phục vụ Đức Chúa Trời" giống như mục sư, giáo sư, nhà truyền giảng Phúc âm hoặc thành phần quản trị là những người phục vụ hội thánh.
>
> *John Stott*[6]

Có lẽ thật khó để dân lưu đày tưởng tượng rằng họ vẫn có thể cầu nguyện với Đức Gia-vê *tại* Ba-by-lôn, chứ đừng nói tới việc họ phải cầu nguyện *cho* Ba-by-lôn. Họ biết chính xác điều mình muốn cho Ba-by-lôn (Thi 137:8–9), và họ biết mình phải cầu nguyện cho *šalom* của ai (Thi 122:6).

Nhưng Giê-rê-mi nói "Không!" Một khi anh em đã chấp nhận mình ở đó là vì Đức Chúa Trời đã đặt anh em ở đó (và do đó, chớ nghĩ mình *chỉ quá cảnh* rồi trở thành cư dân ở đó; 29:4–6), thì anh em có một *sứ mạng* tiếp diễn - sứ mạng của dòng dõi Áp-ra-ham ấy là làm nguồn phước cho muôn dân. Và sứ mạng đó bao gồm việc phải cầu nguyện cho họ - như Áp-ra-ham đã từng cầu nguyện cho Sô-đôm và Gô-mô-rơ."

Tôi không có bằng chứng nào nhưng tôi thích nghĩ rằng Đa-ni-ên ở trong số những người nghe đọc thư này của Giê-rê-mi và đã làm theo mọi điều được đề cập trong thư:[7] "Đa-ni-ên là người cầu nguyện; mỗi ngày ông cầu nguyện ba lần" (lại một bài ca khác từ thời thơ ấu mà tôi còn nhớ; xem Đa 6:10). Ai ở đầu bảng danh sách cầu nguyện của ông? Nê-bu-cát-nết-sa, bạn có tin không? Còn cách nào khác giúp bạn giải thích sự kiện khi Đa-ni-ên nghe Nê-bu-cát-nết-sa (người đã từng phá hủy thành của mình và tàn sát đồng bào mình) là người bị gạch bỏ, thì ông không hả hê, nhưng buồn rầu đến nỗi tìm đủ cách nói cho vua biết sự thật. Nhưng ông đã nói cho vua biết, kèm theo vài lời khuyên thận trọng chỉ cách cho vua tránh khỏi số phận của mình (Đa 4:19–27). Do đâu ông lo lắng như vậy cho kẻ thù lớn của dân tộc mình, nếu không phải là do sự cầu nguyện. Thật khó tiếp tục ghét ai đó (chưa nói tới cầu nguyện theo lời kết trong Thi 137) nếu bạn cầu nguyện cho họ mỗi ngày.

Câu Kinh thánh tương đương với mạng lệnh này trong Tân Ước nói rõ phải cầu nguyện cho mọi hình thức chính quyền cai trị, mà trong thời Phao-lô hầu như bao gồm hầu hết là người chưa tin, những người nam người nữ ngoại bang (với vài ngoại lệ như Ê-rát, mà chúng ta sẽ thấy ở phần sau).

> Vậy trước hết ta khuyên con hãy dâng lời khẩn nguyện, cầu xin, cảm tạ và cầu thay cho mọi người - cho các vua, cho tất cả những người lãnh đạo, để chúng ta được sống yên ổn, bình an với tất cả lòng tin kính và đạo đức. Đó là điều tốt đẹp và hài lòng Đức Chúa

---

[7]Chúng ta biết ông quen thuộc với Kinh thánh của Giê-rê-mi (Đa 9:2), cho nên có thể ông đã có được một bản sao bức thư của Giê-rê-mi.

Trời, Cứu Chúa chúng ta, là Đấng muốn mọi người được cứu rỗi và nhận biết chân lý. (1 Ti 2:1–4)

Từ quan điểm về sứ mạng, chúng ta phải thấy Phao-lô nối liền lời cầu nguyện cho bậc cầm quyền sang quyền năng cứu rỗi và lan truyền Phúc âm.

Phải Tìm Kiếm Phúc Lợi Cho Thành

Quay lại với thư Giê-rê-mi gửi cho dân lưu đày, câu đầu tiên cần được xem xét kỹ hơn: "Hãy tìm cầu *šalom* cho thành mà Ta đày các con đến" (Giê 29:7a). *Šalom*, theo cách hiểu phổ biến, là một từ có nghĩa rất rộng, vượt xa hơn ý nghĩa hòa bình, không có xung khắc hoặc chiến tranh, nó mang nghĩa lợi ích hoặc phúc lợi toàn vẹn. Từ này chỉ về tính đầy trọn của cuộc sống cùng sự thịnh vượng được Cựu Ước bao hàm trong phước lành từ Đức Chúa Trời trong tư cách bông trái của giao ước thành tín.

> Lúc đang dạy khóa đào tạo mục sư tại Ấn Độ, tôi dẫn một nhóm đi đến nhiều hội thánh khác nhau tại Pune mỗi Chúa Nhật rồi sau đó khi về lớp tôi yêu cầu họ cho biết cảm nghĩ về những điều họ quan sát. Chúng tôi so sánh thì giờ cầu nguyện của các hội thánh. Tại một hội thánh theo truyền thống Anh quốc giáo giờ cầu nguyện chủ yếu mang tính hình thức và nghi lễ, đi thẳng vào vấn đề và không dài. Còn tại nhóm thông công nói tiếng lạ, thì họ cầu nguyện lớn tiếng, tự phát và rất dài. Tuy nhiên, điều đáng chú ý là trong giờ cầu nguyện của Anh quốc giáo, thì lời cầu nguyện có nhắc đến toàn thế giới, nêu tên các bậc lãnh đạo từ tiểu bang lẫn lãnh đạo cấp quốc gia, trong khi ở giờ cầu nguyện của hội thánh ân tứ, lời cầu nguyện hầu như hoàn toàn hướng về mình, tập trung vào các thuộc viên hội thánh. Tôi có chỉ ra rằng theo 1 Ti-mô-thê 2, một hội thánh đã tránh "đưa tay thánh sạch lên trời" (2:8), nhưng ít ra họ còn có vâng giữ 2:1–2, trong khi hội thánh thứ hai thì đưa tay lên cho đến lúc cánh tay mỏi nhừ, nhưng vẫn không hề cầu nguyện "cho các vua cùng bậc cầm quyền." Như vậy trường hợp nào "đúng với Kinh thánh" hơn?

Thật đáng lưu ý khi Giê-rê-mi khuyên giục dân lưu đày tìm kiếm phước lành như vậy cho những người láng giềng Ba-by-lôn của họ.

"Nhưng họ là kẻ thù của chúng ta mà!"

"Thì có sao đâu? Cứ cầu nguyện cho họ đi! Hãy cứ tìm kiếm phúc lợi cho họ."

Lời dạy khác lạ của Giê-rê-mi dành cho dân lưu đày thật ra cũng giống như sứ mạng đầy lạ lùng mà Chúa Giê-xu đặt trên vai môn đồ Ngài: "Hãy yêu kẻ thù và cầu nguyện cho kẻ bắt bớ các con" (Mat 5:44).

Chắc hẳn là nhờ lời khuyên đó mà Đa-ni-ên cùng các bạn cảm thấy họ có thể ổn định tại Ba-by-lôn và chấp nhận làm những công việc phục vụ chính phủ tại đó. Và địa vị của họ trong chức vụ như thế rõ ràng cho thấy đó không "chỉ là một cái nghề". Và Kinh thánh cũng không nói với chúng ta rằng đó chỉ là một hình thức "may trại" nào đó giúp họ kiếm sống trong khi tổ chức những giờ học Kinh thánh tại sở làm hoặc truyền giảng Phúc âm tại nhà riêng. Theo như tôi biết thì có lẽ họ đã làm những việc ấy - họ không hề giấu giếm đức tin, như các câu chuyện về sau cho thấy.

> Thường thì Phao-lô không nói tới nghề nghiệp thế tục hiện tại của các Cơ Đốc nhân khác mà ông đề cập trong thư tín của mình. Nhưng trong trường hợp Ê-rát, ông lại đề cập. Điều đó cho thấy có thể ông đang cung cấp cho độc giả của mình một thí dụ về vai trò mà một Cơ Đốc nhân khá giả có thể đảm nhận khi chăm lo cho phúc lợi của thành. Việc Ê-rát điền vào vị trí công chức này này là cách bày tỏ vai trò của Cơ Đốc nhân như một công dân hảo tâm được đề cập đến trong Rô-ma 13:3–4 và 1 Phi-e-rơ 2:14–15. Ông dấn thân đảm trách chức *aedile* đòi hỏi nhiều thời gian suốt năm thư tín La Mã được viết... Ê-rát là một Cơ Đốc nhân có phương tiện đáng kể, tích cực trong cả hai lĩnh vực. Sau khi "phục vụ Phao-lô" tại Ê-phê-sô trong tư cách một đội ngũ của vị sứ đồ này, ông được sai phái tới các hội thánh xứ Ma-xê-đoan. Sau đó ông dấn thân vào các công tác dân sự tại Cô-rinh-tô... Chức vụ Ê-rát đảm trách tại Cô-rinh-tô trong năm đó đòi hỏi lòng trung thành cùng tinh thần trách nhiệm, bởi lẽ đó không phải là chỗ để ngồi mát ăn bát vàng, như những nhiệm vụ ông thực hiện cho chúng ta thấy.
>
> Nếu đúng là như vậy, thì không hề có sự lưỡng phân trong suy nghĩ của hội thánh đầu tiên về chức vụ rao giảng Phúc âm hay mục vụ của hội thánh với việc tìm kiếm phúc lợi cho Cô-rinh-tô trong vai trò những nhà hảo tâm. Kết luận này... dường như được xác nhận qua nhân vật Ê-rát... Phao-lô viết theo cách hàm ý rằng phúc lợi thế tục và tâm linh của thành là hai mặt của một đồng tiền chứ không phải hai lĩnh vực tách rời nhau. Sự kết hợp hai hoạt động này ở công dân Cơ Đốc nổi bật này có thể không bao giờ được chính bản thân ông xem là hai thực thể không tương hợp hoặc tự tại đối với người Cơ Đốc. Cả hai vai trò đều liên quan tới phúc lợi của người sống trong thành. Đó là những vai trò mà Phao-lô xem như một sự bắt chước chức vụ của Đấng Christ, là Đấng trong Công Vụ 10:38 ghi là "đi khắp nơi [làm] việc nhân đức hoặc làm việc thiện"
>
> Bruce Winter[8]

Nhưng điều bản văn nhấn mạnh ấy là họ đều là học viên thuộc hàng nhất lớp, là công dân gương mẫu và là những công chức siêng năng và họ nổi bật nhờ liêm chính và đáng tin cậy. Chính nhà vua cũng nhận biết quyền lợi của mình được bảo đảm nhờ những con người như vậy. "Phúc lợi của thành" chính là điều họ theo đuổi, như điều Giê-rê-mi đã nói họ phải làm. Và khi làm như vậy cách bền bỉ suốt đời, thì cơ hội làm chứng nhân cho Đức Chúa Trời mà họ hầu việc và cho những mọi đòi hỏi đạo đức của Ngài, sự phán xét cùng lòng nhân từ của Ngài, sẽ đến vào từng thời điểm quan trọng - trong sáu chương đầu của sách.

Bước sang Tân Ước, có một nhân vật có lẽ giữ một chức vụ cao trong chính trường và cũng là một tín hữu Cơ Đốc - đó là *Ê-rát*.

Ê-rát là một trong số những người phụ giúp Phao-lô trong chức vụ mở mang hội thánh mới (Công 19:22), nhưng khi Phao-lô từ Cô-rinh-tô viết thư La Mã thì Ê-rát được nhắc tới trong lời chào từ biệt, khi Ê-rát tự gọi mình là "người quản lý kho bạc thành phố" (Rô 16:24). Nhóm từ này rõ ràng ngụ ý Ê-rát giữ vị trí làm *aedile* trong thành La Mã quan trọng này, một địa vị chính trị trong guồng máy quản trị của La Mã với những trách nhiệm quan trọng đòi hỏi phải có tài sản cá nhân đáng kể và là công dân có lòng hào hiệp.

Phục vụ Chúa và phục vụ cộng đồng nơi công sở không hề xung khắc với nhau. Thật ra, công tác phục vụ cộng đồng và thiện nguyện như vậy là một phần trong điều Phao-lô mạnh mẽ khích lệ Cơ Đốc nhân tham gia, khi ông nhiều lần nhấn mạnh rằng họ phải "làm việc thiện" - động từ đơn (*agathopoein*) mang đúng ý nghĩa chuyên môn trong đế quốc La Mã: công chức.

Phải Kiếm Sống Bằng Công Việc Thường Ngày

Dường như một số người trong các hội thánh do Phao-lô thành lập nghĩ rằng việc làm thường nhật không còn có giá trị, cho nên họ trở nên biếng nhác, rồi thuộc linh hóa tình trạng nhàn rỗi bằng cách nôn nóng mong chờ Đấng Christ tái lâm. Phao-lô cũng tin chắc về việc Đấng Christ sẽ trở lại, nhưng không chấp nhận sự lười biếng trốn tránh trách nhiệm bình thường của con người:

> Hãy tập sống trầm lặng: chăm lo công việc riêng của mình và lao động bằng chính tay mình, như chúng tôi đã dặn bảo anh em, như vậy nếp sống anh em được người ngoại cảm phục, và anh em không lệ thuộc vào ai cả... Hãy cảnh cáo kẻ lười biếng. (1 Tê 4:11–12; 5:14)

Phao-lô không ngần ngại kêu gọi bắt chước ông về phương diện này, một người tự lo cho bản thân bằng sức lao động trong nơi công sở. Lời khuyên thật dài của Phao-lô trong 2 Tê-sa-lô-ni-ca 3:6–13 đáng được đọc đầy đủ - vì nó nói rất rõ về một vấn đề Phao-lô rất tâm huyết. Cơ Đốc nhân phải là những người siêng năng làm việc.

> Lúc ấy tôi đang hướng dẫn hội thảo Giảng dạy của Langham tại Ác-hen-ti-na. Trong giờ ăn sáng tôi có trò chuyện với người tổ chức sự kiện - tức lãnh đạo của phong trào mang tính quốc gia này. Tôi đặc biệt khen ngợi ba người đang góp phần hướng dẫn và dạy trong suốt hội thảo - cả ba đều là Cơ Đốc nhân người Ác-hen-ti-na có nghề nghiệp ngoài đời, nhưng gắn bó với việc dạy Kinh thánh. Bạn tôi nói ngay: "Vâng, họ giảng rất hay, nhưng không chỉ có vậy. Họ còn là người chồng tốt, người cha tốt và là công dân tốt nữa." Tôi hỏi chị vì sao nói họ là công dân tốt. Chị nói: "Vì họ cam kết ở lại Ác-hen-ti-na, không tìm cách sang Mỹ sống. Họ ngay thật, chăm chỉ làm việc và đóng thuế. Đất nước chúng tôi thật được phước khi có họ." Đó là sứ mạng đích thực, đúng Kinh thánh, giống như Áp-ra-ham, như Phao-lô, với sứ mạng trọn vẹn nơi quảng trường công cộng. Lòng tôi thấy thật phước hạnh.

Những lời khuyên "hãy làm điều lành" của Phao-lô không nên hiểu chỉ là "làm người dễ thương". Như đã nói ở trên, từ này chứa đựng tầng ý nghĩa về việc phụng sự cộng đồng và làm phước.[9] Cơ Đốc nhân phải thuộc trong số người mang lại lợi ích chung lớn nhất cho diễn đài công cộng và nhờ đó minh chứng Phúc âm của Kinh thánh.

Cơ Đốc nhân phải là công dân tốt và nhân viên giỏi, *và qua đó* mới là những chứng nhân tốt được. Công việc vẫn mang những ích lợi như ban đầu Chúa tạo dựng nên nó. Làm việc là *tốt*, và *làm điều thiện* qua công việc cũng là điều tốt. Tất cả đều góp phần vào sứ mạng của con dân Chúa.

Trong các thư tín của Phao-lô, chúng ta không có cảm tưởng tân tín hữu phải từ bỏ nghề nghiệp đã có ngoài đời để ra đi làm nhà truyền giáo - tuy vài người đã làm như vậy. Ngược lại, Phao-lô có vẻ như thấy trước họ vẫn yên vị, làm việc, kiếm tiền, đóng thuế (Rô 13:6–8) và làm việc thiện trong cộng đồng. Có người tưởng tượng quan cai ngục tại Phi líp vẫn trở lại với công việc của mình, Ly-đi vẫn tiếp tục mua bán tơ sợi, còn Ê-rát thì kết hợp chức vụ "thị trưởng Cô-rinh-tô" với việc phụ giúp cho chức vụ của Phao-lô.

Những người như thế có sự gắn bó về mặt truyền giáo nơi công sở, sống bày tỏ Phúc âm tại nơi đó. Cách sống như vậy ở thế kỷ hai mươi mốt là rất cần thiết, như nó đã cần thiết đối với thế giới của thế kỷ thứ nhất.

---

[9] Bruce Winter (*Seek the Welfare of the City*) triển khai chủ đề này thật sâu, sử dụng bằng chứng hỗ trợ từ bối cảnh rộng lớn của thế giới Hy Lạp và La Mã trong thời Phao-lô.

Sứ Mạng Đối Đầu Nơi Công Sở

Tuy nhiên, sống Phúc âm khi đang ở trong trong thế gian thì không thể tránh xung đột với thế gian, và quảng trường công cộng chính là đấu trường của sự chạm trán ấy. Sứ mạng của con dân Chúa bao gồm cả việc bước vào cuộc đối đầu ấy với đôi mắt mở to, cái đầu chịu suy nghĩ và sẵn sàng áo giáp thuộc linh.

Chúng Ta Được Kêu Gọi Sống Khác Biệt

Vậy nên chúng ta cần phải dấn thân vào quảng trường công cộng, thương trường địa phương lẫn toàn cầu. Nhưng chúng ta cũng phải sống ở đó như những *thánh nhân* giữa chợ đời. Chúng ta là những người được kêu gọi trở nên thánh, nghĩa là phải sống khác hoặc sống nổi bật. Trong chương 7, chúng ta đã khai thác chiều sâu của chủ đề về tính khác biệt trong thần học thánh kinh, bắt đầu với sự kêu gọi đầu tiên là Y-sơ-ra-ên phải sống khác với các nền văn hóa của Ai Cập hoặc Ca-na-an:

> Các con đừng làm những gì người ta làm trong xứ Ai Cập, nơi các con đã kiều ngụ, cũng đừng làm những gì người ta làm trong xứ Ca-na-an, nơi Ta sắp đưa các con đến. Không được theo các thói tục của họ. Các con phải tuân theo các qui định và giữ gìn luật pháp của Ta. Ta là Giê-hô-va Đức Chúa Trời của các con. Vậy hãy tuân giữ luật pháp và các qui định của Ta; ai làm theo những điều này thì sẽ nhờ đó mà được sống. Ta là Đức Giê-hô-va. (Lê 18:3–5)

Và chúng ta thấy rằng tính khác biệt thiết yếu này mới chính là ý nghĩa thực sự của sự thánh khiết hay nên thánh đối với Y-sơ-ra-ên. Sự thánh khiết (vd: nét khác biệt độc đáo) của Đức Gia-vê là nền tảng cho nét nổi bật này, và phải được thể hiện trên phương diện đạo đức trong nếp sống xã hội bình thường mỗi ngày - tức giữa phố chợ - cũng như tại nhà riêng. Bắt đầu với đòi hỏi Y-sơ-ra-ên phải thánh khiết giống như Giê-hô-va Đức Chúa Trời của họ vốn thánh khiết, Lê-vi Ký 19 tiếp tục nêu lên toàn bộ những bối cảnh trong đó sự khác biệt thánh khiết phải được bày tỏ - trong những bối cảnh bao gồm mọi lĩnh vực cá nhân, gia đình, xã hội, pháp lý, nông nghiệp và thương mại.

Sự khác biệt của con dân Chúa trong Kinh thánh không chỉ về mặt tôn giáo (chúng ta tình cờ thờ phượng một thần khác so với hầu hết mọi người), mà còn về mặt đạo đức nữa (chúng ta được kêu gọi sống theo những tiêu chuẩn khác). Và điều này bao gồm nếp sống đạo đức công khai cũng như riêng tư, tuy không bao giờ có thể thực sự tách rời nhau.

Những câu nói kép của Chúa Giê-xu về việc làm "muối" lẫn "ánh sáng" trong thế gian (Mat 5:13–16) vẫn là sự soi sáng cần thiết để hiểu ý nghĩa của việc thực hiện sứ mạng trong thế gian.[10]

Có một sự tương phản rõ rệt được ngụ ý ở đây. Nếu các môn đồ phải là muối và ánh sáng, thì thế gian hẳn phải thối nát và tăm tối. Toàn bộ ẩn dụ dựa trên nét tương phản này. Chúa Giê-xu ví sánh thế gian với thịt hoặc cá, nếu bỏ mặc sẽ bị phân hủy nhanh chóng. Công dụng chính của muối trong thời của Ngài là để bảo quản thịt hoặc cá bằng cách ngâm trong nước muối hoặc chà xát thật nhiều muối lên cá thịt. Và Chúa Giê-xu ví sánh thế gian như một căn phòng trong ngôi nhà sau khi mặt trời lặn. Nhà trở thành tăm tối. Đèn phải thắp lên để tránh gây hư hại và nguy hiểm. Vì vậy, thế giới mà chúng ta đang sống - tức phố chợ - là nơi thối nát và tối tăm. Theo nghĩa này, muối và ánh sáng đều *có sứ mạng* (cả hai được dùng cho một mục đích) và *mang tính đối đầu* (vì thách thức sự thoái hóa và bóng tối, biến đổi cả hai).

Nếu một miếng thịt bị thối rữa, mà trách cứ nó thì cũng vô ích. Thịt mà bị bỏ không thì chỉ có hư thối mà thôi. Câu hỏi cần đặt ra là: Muối đâu rồi? Nếu căn nhà tối mịt vào ban đêm, mà cứ trách nó thì cũng như không. Mặt trời lặn rồi thì nhà phải tối thôi. Câu hỏi cần đặt ra là: Đèn đâu rồi? Nếu xã hội ngày càng thối nát và tăm tối, thì có trách xã hội cũng chẳng ích lợi gì. Bản chất của con người sa ngã khi không kiềm chế và chẳng được nhắc nhở là như vậy. Câu hỏi cần hỏi là: Cơ Đốc nhân đâu hết rồi? Những thánh nhân thực sự sống đúng như những thánh đồ - là dân sự khác biệt của Đức Chúa Trời, sống theo văn hóa ngược dòng của Đức Chúa Trời - giữa chợ đời, đâu cả rồi? Những người xem sứ mạng là dân sự Đức Chúa Trời của mình phải sống, làm việc và làm chứng giữa nơi công sở, và phải trả giá cho cách sống đó, đâu hết rồi?

Liêm chính đạo đức là cần thiết cho nếp sống khác biệt của người Cơ Đốc, và cần thiết cho sứ mạng Cơ Đốc giữa chợ đời. Liêm chính là không có sự phân chia giữa "bộ mặt" nơi riêng tư với công khai; giữa thiêng liêng với phàm tục trong cách sống; giữa con người nơi sở làm với con người trong nhà thờ; giữa điều tôi nói với việc tôi làm; giữa điều chúng ta nói mình tin với cách chúng ta thực hành. Đây là thách thức quan trọng cho mọi tín hữu đang sống và làm việc giữa thế giới phi Cơ Đốc, và điều này cũng gây ra vô số vấn nạn đạo đức cũng như thường dày vò lương tâm chúng ta. Thực sự đây là một cuộc chiến - bên trong cũng như bên ngoài. Nhưng lại là một cuộc chiến không thể né tránh, nếu chúng ta phải hành động hiệu quả trong vai trò muối và ánh sáng giữa đời.

---

[10] Những điểm sau đây là do tôi nghe John Stott giảng nhiều lần từ bản văn Kinh thánh này. Cách giải thích phong phú của ông có thể thấy trong tác phẩm John R. W. Stott, *The Message of the Sermon on the Mount* (The Bible Speaks Today; Leicester, IVP, and Downers Grove, IL: IVP, 1978), 57–68. Xem thêm John Stott, *The Living Church*, chương 8, "Impact: Salt and Light", 137–52.

Chúng Ta Được Kêu Gọi Chống Lại Sự Thờ Thần Tượng

Nhưng tại sao Cơ Đốc nhân được kêu gọi phải có đạo đức khác biệt trong nơi chợ đời? Câu trả lời là vì chúng ta có quan điểm khác về chính thế giới này. Chúng ta nhảy theo một điệu nhạc khác, và bước đi theo nhịp độ khác. Hoặc, nói theo cách của chương 2, chúng ta đang sống trong một câu chuyện khác.

Chúng ta xem thế giới là tạo vật của một Đức Chúa Trời siêu việt duy nhất của Kinh thánh, và vì vậy, chúng ta bác bỏ các thần cám dỗ khác vốn chen chúc giữa chợ đời ngày nay y như họ đã từng chen chúc tại *agora* của người A-thên trong thời Phao-lô. Thật ra, chúng ta nhìn thế gian từ hai quan điểm, cả hai đều theo Kinh thánh, nhưng đôi khi khó để giữ cho cả hai cùng hòa nhịp với nhau (dù đây chính là điều chúng ta đang nỗ lực thực hiện trong chương này).

Một mặt, chúng ta nhìn thế giới dưới ánh sáng của Cô-lô-se 1:15–23. Đây là thế giới do Đấng Christ tạo dựng, duy trì và cứu chuộc. Đây là thế giới của Đức Chúa Trời, di sản của Đấng Christ và là ngôi nhà của chúng ta. Đây chính là nơi Đức Chúa Trời đặt để chúng ta sống cho sự vinh hiển của Ngài, để làm chứng về nhân thân của Ngài, để dấn thân chăm sóc cõi tạo vật cũng như làm bất cứ điều gì mang lại kết quả, để làm cho thế giới tốt đẹp hơn và làm vui lòng Đức Chúa Trời. Vì vậy chúng ta sống trên đời này theo như câu chuyện thánh kinh đã được nhắc lại trong chương 2, là câu chuyện đặt toàn bộ cuộc sống, công việc, tham vọng cùng thành tựu của nhân loại trong bối cảnh sự tạo dựng, cứu chuộc và kế hoạch tương lai của Đức Chúa Trời. Chợ đời là một phần của thế giới này, và chúng ta dấn thân vào nó dưới thẩm quyền của Đức Chúa Trời và vì Đức Chúa Trời.

Nhưng mặt khác,

> Chúng ta biết mình thuộc về Đức Chúa Trời, còn cả thế gian đều ở dưới quyền ma quỷ. Chúng ta biết Con Đức Chúa Trời đã đến và ban sự hiểu biết cho chúng ta để chúng ta biết Ngài là Đấng chân thật; chúng ta ở trong Đấng chân thật, tức là ở trong Con Ngài là Đức Chúa Jêsus Christ. Chính Ngài là Đức Chúa Trời chân thật và là sự sống đời đời.
>
> Các con bé nhỏ ơi, hãy giữ mình khỏi hình tượng! (1 Giăng 5:19–21)

Đây là thế giới như Giăng thường thấy - thế giới nơi cả con người và Sa-tan đều chống nghịch Đức Chúa Trời, thế giới thù ghét Đức Chúa Trời, thù ghét Đấng Christ và thù ghét con dân Chúa và muốn giết chết hết, nếu giết được (và trong trường hợp Chúa Giê-xu, nó tưởng nó đã giết được Ngài rồi). Phố chợ chính là một phần của thế gian này và phô bày mọi sự xấu xa của nó - sự xấu xa của tội lỗi loài người và sự gian ác của ma quỉ cùng sự kết hợp bất khiết của cả hai trong các thần cùng hình tượng lật đổ vị trí của Đức Chúa Trời hằng sống duy nhất. Đây là thế giới chúng ta *không* được phép yêu mến, vì những ham muốn tội lỗi kéo chúng ta rời xa lòng yêu mến Đức Chúa Trời để bước vào sự thờ thần tượng (1 Giăng 2:15–17).

Vì vậy mà sau khi bảo đảm với chúng ta rằng trong Đấng Christ, chúng ta biết Đức Chúa Trời chân thật và hằng sống và biết "lý do Con Đức Chúa Trời hiện ra là để hủy phá việc làm của ma quỉ" (1 Giăng 3:8), Giăng kết thúc với lời cảnh báo phải tránh xa thần tượng. Vì thần tượng ở khắp nơi chung quanh chúng ta, không thiếu giữa chợ đời, nơi công sở, trong thế giới việc làm.

Việc làm là ích lợi, nhưng Kinh thánh ý thức rất rõ cám dỗ biến việc làm thành thần tượng - khi chúng ta sống cho điều mình có thể làm và đạt được, rồi tìm thấy danh tính cùng sự thỏa mãn từ đó. Điều này lại càng đúng hơn khi việc làm bị thôi thúc bởi lòng tham. Phao-lô ví sánh lòng tham như tội thờ thần tượng: vi phạm điều răn thứ mười và thứ nhất (Côl 3:5; xem thêm Phục Truyền 8, đặc biệt câu 17–18).

Thần nghề nghiệp, thần địa vị và thần thành công, tất cả đều liên quan đến một trong số các vị thần ngự trị nơi công sở (ít ra là ở Tây phương và bất kỳ nơi nào sợi tua văn hóa vươn tới) - chủ nghĩa tiêu thụ. Dĩ nhiên, các thần tượng khác cũng đầy dẫy, mà chúng ta không thể phân tích sâu xa ở đây - thần tự tôn chủng tộc, tự kiêu quốc gia và chủ nghĩa yêu nước, tự do cá nhân, an toàn quân sự, sức khỏe cùng sự trường thọ, sắc đẹp, sự nổi tiếng. Một số thần tượng trong số đó cư trú trong các phương tiện truyền thông hoặc trong cách nhà nước tuyên truyền, một số khác thì tràn ngập thế giới quảng cáo, nhiều người chỉ dạo chơi không hề chú ý và chẳng quan tâm tới những giả định cùng những cuộc chuyện trò nơi phố chợ suốt 24/7. Sức mạnh của chúng ở mức độ đó lớn hơn nhiều.[11]

Sống cho Chúa trong thế giới của thần tượng thì không thể nào tránh khỏi xung đột. Vì vậy, sứ mạng của con dân Chúa giữa chợ đời là lời kêu gọi không nhượng bộ trong chiến trận thuộc linh. Và động tác đầu tiên trong cuộc chiến thuộc linh đó là nhận diện kẻ thù – đó là nhận biết ta có kẻ thù. Vấn đề là Cơ Đốc nhân cũng là con cái sinh ra trong nền văn hóa đó - dù là văn hóa ở bất kỳ đâu - và có thể là sung sướng không hề hay biết phố chợ nơi họ sinh sống mỗi ngày có thể bị lây nhiễm những thực tại thuộc linh chống nghịch Đức Chúa Trời lẫn Phúc âm nhiều đến mức nào.

Phân biệt được các thần nơi công sở là nhiệm vụ quan trọng đầu tiên trong sứ mạng. Được trang bị để đối phó là công tác tiếp theo.

Thật ý nghĩa khi phần triển khai kinh điển của Phao-lô về chiến trận thuộc linh theo ngay sau những lời giáo huấn của ông về cách Cơ Đốc nhân cần sống

---

[11]Tôi đã cố gắng dựa vào Kinh thánh để phân tích rộng hơn về sự sùng bái thần tượng liên quan đến sứ mạng - những nét đa dạng, nguyên nhân, kết quả và những cách đáp ứng của con dân Chúa – trong quyển *The Mission of God,* 136–90.

trong hôn nhân, trong gia đình cũng như nơi công sở. Cơ Đốc nhân phải đánh trận trong tất cả những lĩnh vực này nếu muốn "đứng vững" (thay vì chìm nghỉm hoặc trôi theo dòng nước), và phải làm trọn vai trò của mình là sứ giả của "Phúc âm hòa bình" (Êph 6:15, nhắc lại Ê-sai 52:7). Chính trong toàn bộ cuộc sống, kể cả ở nơi công sở, mà "cuộc tranh chiến của chúng ta [nghĩa đen là, "cuộc đấu cơ bắp của chúng ta"] không phải là chống lại thịt và máu, mà là các thế lực gian về tâm linh ở các miền trên trời" (Êph 6:12).

Đây không phải là chỗ để phân tích chi tiết các "bậc cầm quyền cùng thế lực" là gì, và cũng có nhiều nguồn để cập đến nó rồi.[12] Riêng cá nhân tôi, tôi bác bỏ hai thái cực phân tích trái ngược nhau: những người "loại bỏ tính thần thoại" của chúng, xem đó chỉ là cách nói về cơ chế nhân loại, quyền lực chính trị, thế lực kinh tế hoặc qui ước xã hội; và những người xem đó hoàn toàn là hữu thể ma quỉ, thần linh, chẳng liên quan gì với thế giới quyền lực kinh tế hoặc chính trị. Đối với tôi dường như cả hai thái cực này đều không đúng theo Kinh thánh.

Có một thực tại về sự hiện diện với việc làm của ma quỉ và sa-tan bên trong thế gian, và hoạt động bên trong cũng như xuyên qua tổ chức của con người. Điều này đặc biệt đúng trong những xếp đặt mang tính tập thể của con người, nơi một số cơ cấu hoặc thế lực có vẻ như có "đời sống riêng", lớn hơn tổng thể ý chỉ của con người gộp lại.

Diễn đài công cộng, nơi sự kết hợp sức mạnh của con người với sức mạnh tâm linh vận hành, nơi Cơ Đốc nhân được kêu gọi để sống và làm việc, để nhận biết và chống lại sự sùng bái thần tượng đang vây quanh họ và để chống lại nó, cung cấp lời chứng và bảng chỉ dẫn người ta đến tin mừng về nước Trời để qua đó, nhờ quyền năng của thập tự giá (xem ch. 6), những thế lực thờ thần tượng đã bị đánh bại.

Chúng Ta Được Kêu Gọi Chịu Khổ

Chiến tranh gây đau khổ, thì trận chiến thuộc linh cũng vậy. Những ai đảm trách sứ mạng của con dân Chúa bằng việc sống, làm việc và làm chứng nhân trong chốn công sở bị thống trị bởi các thần của đời này, những người chọn sống theo các tiêu chuẩn đạo đức khác biệt bắt nguồn từ thế giới quan của họ dựa trên Kinh thánh, những người xưng nhận Giê-xu, chứ không phải Sê-sa

---

[12] Bộ ba tác phẩm của Walter Wink là một khảo sát kinh điển, dù bị nhiều người phê phán ông quá nghiêng về cách lý giải loại bỏ tính thần thoại": *Naming the Powers: The Language of Power in the New Testament* (Philadelphia: Fortress, 1984); *Unmasking the Powers: The Invisible Forces That Determine Human Existence* (Philadelphia: Fortress, 1986); *Engaging the Powers: Discernment and Resistance in a World of Domination* (Minneapolis: Fortress, 1992). Cách tiếp cận ngắn gọn và bảo thủ nghiêng về Kinh thánh nhiều hơn là tác phẩm của Clinton Arnold, *Powers of Darkness: A Thoughtful Biblical Look at an Urgent Challenge Facing the Church* (Leicester: IVP, and Downers Grove, IL: IVP, 1992). Xem thêm Nigel G. Wright, *A Theology of the Dark Side: Putting the Power of Evil in Its Place* (Carlisle: Paternoster, 2003).

hay Ma-môn, là Chúa - những người như vậy sẽ chịu khổ theo cách này hoặc cách khác.

Tư liệu Kinh thánh về sự chịu khổ của con dân Chúa - cá nhân lẫn tập thể- quá bao la ngay cả việc chỉ liệt kê vài phân đoạn thích hợp thôi cũng là không thể. Điều rõ ràng khó tránh khỏi là sự chịu khổ ấy chính là một phần không thể thiếu trong cuộc đời của nhiều người trong Kinh thánh vốn *trung thành* với sự kêu gọi của Đức Chúa Trời và với sứ mạng của họ. Tôi nói điều này vì có một thần học phổ biến nhưng méo mó cho rằng đau khổ là dấu hiệu của sự thiếu đức tin hoặc là kết quả của sự bất tuân nào đó. Các bạn của Gióp vẫn sống khỏe mạnh và vẫn lên tiếng nói thông qua một số hình thức của thần học thịnh vượng cùng lòng mộ đạo theo kiểu Tin lành thuần thúy. Dĩ nhiên dân sự Chúa đã chịu khổ vì họ phạm tội, nhưng có nhiều người chịu khổ vì họ trung thành với Chúa.

Chúa Giê-xu cảnh báo chúng ta sẽ có lúc chúng ta phải chịu khổ vì lý do đó, và ở một trong những lời công bố gây kinh ngạc đó, Ngài bảo các môn đồ hãy vui mừng trong sự chịu khổ, vì họ có thể nhìn lại những gương mẫu đi trước trong Kinh thánh và mong chờ được Đức Chúa Trời chấp thuận:

> Phước cho các con khi vì Ta mà các con bị mọi người nhục mạ, bắt bớ, vu cáo đủ mọi điều xấu. Hãy vui mừng hớn hở, vì phần thưởng của các con ở trên trời là rất lớn, bởi vì các nhà tiên tri trước các con cũng từng bị bắt bớ như vậy. (Mat 5:11–12)

Công Vụ Các Sứ Đồ ký thuật sự khốn khổ lan nhanh giữa vòng các tân tín hữu, nhưng họ đã hành động đúng như lời Chúa Giê-xu dạy bảo, là vui mừng trong đặc ân đó và tiếp tục làm chứng nhân (Công 5:40–42). Từ những ngày đầu tiên ấy, câu chuyện ký thuật lại rằng sự bách hại càng tồi tệ thêm, nhưng hội thánh vẫn cứ phát triển - hai dữ kiện chắc chắn chúng ta thấy có liên quan chặt chẽ với nhau.

Đối với Phao-lô, việc mong đợi sẽ chịu khổ là điều gắn liền với việc ông được sai phái (Công 9:16) và vì cớ ông từng là một trong những người gây ra đau khổ cho các tín hữu, cho nên ông biết điều gì sẽ xảy đến với mình – như đã xảy ra. Nhưng đó không phải chỉ là phản ứng phụ tình cờ từ việc ông được kêu gọi truyền giáo trong một thế giới thù địch. Đối với Phao-lô, dường như việc ông chịu khổ thực sự là một phần bằng chứng cho tính chân thật trong chức vụ sứ đồ của ông và cho lẽ thật của Phúc âm mà ông rao giảng. Những lời công bố đầy nghịch lý của ông trong 2 Cô-rinh-tô 11–12 đạt tới đỉnh điểm trong câu nói thật nổi tiếng: "vì cớ Đấng Christ, tôi vui chịu sự yếu đuối, sỉ nhục, túng ngặt, bắt bớ khốn khó. Vì khi tôi yếu đuối, chính là lúc tôi mạnh mẽ" (12:10). Những lời tuyên bố này không phải là sự vui sướng một cách méo mó lệch lạc trong sự chịu khổ hoặc thái độ làm ra vẻ mình can đảm một cách đầy giả tạo mà là lời chứng chân thành cho quyền năng của Phúc âm.

Phi-e-rơ, người đã từng một hai lần kinh nghiệm chịu khổ vì Chúa Giê-xu, viết về chủ đề này nhiều hơn bất cứ chủ đề nào khác trong thư tín của ông. Mục đích chính của những lời ông viết trong 1 Phi-e-rơ là khích lệ những người đang chịu khổ vì đức tin, có thể tóm lược trong ba nhóm từ: *không ngạc nhiên* (4:12), *không trả thù* (2:21–22), và *không bỏ cuộc* (3:13–17; 4:19). Trên hết, độc giả của ông phải được truyền cảm hứng bởi gương mẫu là Chúa Giê-xu Christ, vì danh Ngài mà họ chịu khổ.

Kiểu chịu khổ mà Phao-lô và Phi-e-rơ đề cập chắc chắn đã diễn ra giữa phố chợ, nhưng Khải Huyền nói rõ thêm rằng phố chợ trên toàn cầu sẽ là bối cảnh chính diễn ra cuộc chiến giữa Đức Chúa Trời với các thế lực thờ thần tượng, bạo tàn, chống đối Đức Chúa Trời cùng con dân Ngài. Từ ngữ đầy tai tiếng về "số con thú" trong Khải Huyền 13:16–18 không phải là cơn ác mộng mang tính tiên tri liên quan đến những hình xăm, mã vạch hoặc số thẻ tín dụng, mà là sự phơi bày đầy lạnh lùng những người khước từ cúi lạy các thần tượng đang điều khiển chợ đời.

> Chất keo kết nối tư tưởng và đời sống của Phao-lô với sứ điệp ông rao giảng và sứ mạng ông thực hiện chính là việc ông chịu khổ vì làm sứ đồ của Chúa Giê-xu Christ. Sự chịu khổ của Phao-lô là phương tiện mà qua đó quyền năng cứu rỗi của Đức Chúa Trời, được khải tỏ rõ ràng nhất qua Đấng Christ, đang được phô bày cho toàn thế gian đều thấy. Vì vậy, bác bỏ việc Phao-lô chịu khổ là bác bỏ Đấng Christ; đồng nhất với Phao-lô trong sự chịu khổ của ông chính là dấu hiệu chắc chắn cho thấy một người đang được cứu nhờ sự "rồ dại" và "hòn đá gây vấp ngã" của thập tự giá.
> Scott Hafemann[13]

> Ngày nay, vị trí của sự chịu khổ trong công tác phục vụ và của niềm say mê với sứ mạng hiếm khi được giảng dạy. Nhưng bí quyết duy nhất và lớn hơn hết mang lại hiệu quả cho Phúc âm hoặc truyền giáo chính là sự sẵn sàng chịu khổ và chấp nhận cái chết. Có thể là chết đi sự nổi danh (bằng cách trung thành rao giảng một Phúc âm đúng với Kinh thánh không mấy người thích nghe), hoặc chết đi sự tự kiêu (bằng cách dùng những phương pháp đầy khiêm tốn ấy là nhờ cậy nơi Thánh Linh), hoặc chết đi thành kiến chủng tộc và quốc gia (bằng cách tự đồng hóa mình với một nền văn hóa khác), hoặc chết đi tiện nghi vật chất (bằng cách chấp nhận lối sống giản dị hơn). Nhưng người đầy tớ phải chịu khổ nếu muốn đem ánh sáng đến cho muôn dân, và hạt giống phải chết nếu muốn được nhân lên bội phần hơn.

John Stott 14

Nhưng có một chiều kích cho những điều vừa nêu mà thường không được đề cập đến. Nhiều sách về sứ mạng cảnh báo về sự chịu khổ cần thiết của con dân Chúa, là điều không thể nào tránh né đối với những người trung thành với việc họ xưng nhận Đấng Christ. Đến tận bây giờ, bách hại lẫn tử đạo vẫn là chất liệu tạo nên lịch sử cùng kinh nghiệm mang tính sứ mạng. Yếu tố bị quên lãng chính là *sự chịu khổ của Đức Chúa Trời*.

Sứ mạng của con dân Chúa là sự dự phần của chúng ta vào sứ mạng của Đức Chúa Trời. Vì thế, sự chịu khổ của con dân Chúa trong sứ mạng chính là sự dự phần chịu khổ với Đức Chúa Trời trong sứ mạng. Và sứ mạng của Đức Chúa Trời là quyết định của Ngài, qua toàn bộ chuyện kể trong Kinh thánh, để mang lại sự cứu chuộc toàn thể tạo vật trước sức tàn phá của tội lỗi cùng điều ác. Đối với Đức Chúa Trời, điều đó bao gồm hành trình vất vả dài lâu xuyên suốt nhiều thế kỷ bất trung và phản loạn của Y-sơ-ra-ên - chịu đựng, đoán phạt, hàn gắn. Sau đó là sự chịu khổ tột bậc - khi Đức Chúa Trời qua Đấng Christ gánh thay tội lỗi cho toàn nhân loại trên thập tự giá. Kể từ đó, Đức Chúa Trời cùng chịu khổ với con dân Ngài khi họ bằng lòng trả giá làm sứ giả từ vương quốc của Ngài ra đi tới đầu cùng đất.

Sau hết, chúng ta lưu ý rằng nhằm giúp cho một tạo vật mới có thể vượt lên trên quy luật hiện tại của khổ đau và chết chóc, Đức Chúa Trời đã dấn thân từ bỏ chính mình đến nỗi nỗi đau đớn thấu tâm can nhất mà con người biết đến mới có thể minh họa được điều mà Đức Chúa Trời trải qua. Nhưng người ta không nghĩ đến một sự kiện như thế chỉ trên phương diện sức sống nội tâm của Đức Chúa Trời. Sự chịu khổ của Đức Chúa Trời không hề thua kém so với với nỗi khổ của người đầy tớ trên đất của Ngài. Đầy tớ chịu khổ của Ngài mang trên mình nỗi khốn khổ của Đức Chúa Trời và làm điều thiết yếu sau cùng để thắng hơn thế lực của điều ác: chịu khổ cho tới chết.

Terence Fretheim 15

Ở cuốn sách khác, tôi có viết câu "thập tự giá là cái giá không tránh khỏi của sứ mạng Đức Chúa Trời." Theo đó, Đấng đã mang lấy thập tự giá bảo chúng ta tự vác thập giá mình mà theo Ngài, thì có một cái giá phải không thể né tránh được dành cho những người tự đồng hóa mình với sứ mạng chịu khổ của Đức Chúa Trời chịu khổ - một giá trả mà một ngày kia sẽ được minh oan cùng với chiến thắng sau cùng của Đấng "vì niềm vui đặt trước mặt mình, đã gánh chịu thập tự giá, khinh điều sỉ nhục, và ngồi bên hữu ngai Đức Chúa Trời. Hãy nghĩ tới Đấng đã chịu đựng sự chống đối dường ấy từ tội nhân, để anh em sẽ không mỏi mệt và nản lòng" (Hê 12:2–3).

Kết Luận - Thông Điệp Cá Nhân Cho Các Cơ Đốc Nhân Nơi Công Sở

Đây là chương khó viết nhất trong sách - đặc biệt là phần cuối về sự chịu khổ. Với tôi, hai phần chính đầu tiên của chương có vẻ rõ ràng từ Kinh thánh. Đức Chúa Trời đã tạo dựng thế giới việc làm và việc gắn kết về mặt xã hội, và Ngài vẫn không ngừng quan tâm cũng như nhiệt thành dấn thân vào thế giới đó. Và Kinh thánh mô tả nhiều người phục vụ Đức Chúa Trời thông qua đủ loại chức vụ ngoài đời. Chúng ta có thể học hỏi nhiều điều từ tấm gương của họ.

Tuy nhiên, khi nói tới phần chiến trận và sự chịu khổ - thì không dễ viết về điều mà chính bản thân chẳng biết gì. Bởi lẽ thực tế thật sự là, giống như nhiều Cơ Đốc nhân ở phương Tây tương đối thân thiện, tôi không thể nói từ bất kỳ kinh nghiệm chịu khổ vì đức tin đáng kể nào. Thế nhưng tôi biết rằng trong lúc ngồi riêng tư thoải mái một mình, mắt hướng ra biển khi viết những lời này, thì có nhiều anh chị em bên kia bờ đại dương cũng như trên khắp thế giới, ngay lúc này đang bị quấy nhiễu, đánh đập, cáo buộc oan ức, giam cầm và áp bức bằng mọi cách người ta có thể nghĩ ra được vì đức tin nơi Đấng Christ. Lời trong Hê-bơ-rơ 11:35–38 vẫn còn thích hợp.

Tôi nhận được email từ bạn bè sống ở những đất nước mà hội thánh của họ bị đốt, mục sư bị chém đầu, còn cuộc sống của tín đồ thường rơi vào cảnh khốn cùng nghèo đói. Đôi khi tôi khóc về điều đó và thường cầu nguyện cho họ. Nhưng tôi thực sự chẳng biết hoàn cảnh đó ra sao, ngoại trừ chỉ qua khả năng tưởng tượng của tôi.

Một số bạn đọc sách này rất có thể đang sống trong những hoàn cảnh như thế, và tất cả điều tôi có thể làm là qua sách này, giơ cánh tay mình ra ôm choàng các bạn trong tình yêu lẫn lời cầu nguyện. Cầu xin Chúa an ủi và thêm sức cho các bạn, và giúp bạn trung thành với Ngài.

Nhưng rồi tôi cũng biết trong chính đất nước mình và các khu vực Cơ Đốc giáo khác bên trời Tây, thủy triều vẫn đang không ngừng tấn công lời chứng đức tin của Cơ Đốc giữa nơi công sở. Nhiều người bị mất việc chỉ vì xin được cầu nguyện với bệnh nhân hoặc do nhắc tới Đức Chúa Trời trong nơi làm việc. Điều mỉa mai ấy là, chính họ lại là những người bị kết tội quấy rối và bị ghét bỏ! Trong khi đó, Cơ Đốc nhân trong nhiều ngành nghề đang phải đối phó với nhiều hoàn cảnh tiến thoái lưỡng nan về đạo đức vốn không có giải pháp dễ dàng hoặc hiển nhiên nào. Tìm ra "việc Cơ Đốc để làm" có thể cực khó và căng thẳng.

Vì vậy, một lần nữa, lòng tôi hướng về các bạn tín hữu đang đối diện với vô vàn những thách thức khi sống đúng theo tiêu chuẩn của người Cơ đốc giữa thế giới trần tục này.

Tôi phải nói rằng, với chủ đề cụ thể này, tôi cảm thấy mình nói như một tên hèn nhất, vì tôi không có nhiều kinh nghiệm làm việc trong những công ty, tổ chức thế tục. Tôi có vài năm làm thầy giáo trước khi chuyển sang chức vụ mục sư được thụ phong, rồi sau đó bước vào giáo dục thần học và ở trong vai trò lãnh đạo tổ chức Cơ Đốc suốt quãng đời còn lại. Tôi là ai mà bàn tới những chuyện này?

Nhưng tôi hết sức và chân thành ngưỡng mộ cũng như vô cùng quan tâm đến tất cả các bạn, những Cơ Đốc nhân vẫn đang từng ngày dấn thân nơi công sở trên khắp thế giới.

- Các bạn ra đi mỗi buổi sớm mai, bước vào giữa "quảng trường công cộng" vừa là thế giới tạo vật của Đức Chúa Trời vừa là thế giới dưới quyền cai trị (tạm thời) của Sa-tan - cũng như thế giới sứ mạng Chúa giao cho bạn dự phần vào.
- Các bạn là những Đa-ni-ên của thế giới hiện tại - hay ít ra, các bạn có thể và phải là như vậy.
- Các bạn là những môn đồ được Chúa Giê-xu nói các con "ở trong thế gian" nhưng không "thuộc về thế gian".
- Các bạn sống và làm việc giữa phố chợ trong thế gian nhưng nhận lấy mục tiêu cùng giá trị tối hậu trong cuộc sống từ một nguồn khác - đó là nước Trời.
- Các bạn là muối và ánh sáng của thế gian.

Thế giới này sẽ ra sao nếu tất cả hàng triệu Cơ Đốc nhân đang kiếm sống giữa chợ đời nghiêm túc suy nghĩ và thể hiện làm muối và ánh sáng nghĩa là gì?

Việc làm hằng ngày của bạn quan trọng vì nó quan trọng đối với Đức Chúa Trời. Việc làm đó mang giá trị nội tại và riêng biệt. Nếu việc làm đó góp phần đáp ứng nhu cầu xã, phục vụ người khác, thực hiện công tác quản trị các nguồn tài nguyên của trái đất theo cách nào đó, thì nó có vị trí nào đó của mình trong kế hoạch của Đức Chúa Trời dành cho cõi thọ tạo này cũng như trong cõi tạo vật mới. Và nếu bạn làm điều đó với lương tâm của một môn đồ Chúa Giê-xu, làm chứng nhân cho Ngài, luôn sẵn sàng chịu khổ vì Đấng Christ khi được kêu gọi - thì Ngài sẽ giúp cuộc đời bạn kết quả theo những cách bạn không bao giờ nghĩ tới. Bạn dấn thân vào sứ mạng của con dân Chúa.

Cầu xin Đức Chúa Trời ban năng lực cho bạn và dòng tộc của bạn được thêm nhiều lên.

Câu Hỏi Liên Quan

1. Quay lại với các câu hỏi bên lề phần thứ nhất của chương này và xem thử bây giờ bạn sẽ trả lời những câu hỏi ấy như thế nào. Nó sẽ tạo ra sự khác biệt nào khi bạn trở lại làm việc vào tuần sau?
2. Nhiều tư liệu thánh kinh mà chúng ta đã khảo cứu trong chương này liên quan đến những tín hữu làm việc nơi công sở đã tác động trên quan điểm của bạn về nếp sống Cơ Đốc trong thế giới thế tục ra sao?
3. Bạn có mong đợi một quyển sách về sứ mạng lại dành một chương để nói về công việc bình thường trong thế giới thường nhật không? Bây giờ đã đọc xong rồi, bạn có nghĩ việc sách đề cập vấn đề đó là đúng đắn không? Sách đã ảnh hưởng ra sao trên nhãn quan của bạn về việc sứ mạng của con dân Chúa bao gồm những điều nào?
4. "Nếu mọi thứ đều là sứ mạng, thì chẳng có gì là sứ mạng cả." Sau khi đọc xong chương này, bạn sẽ đáp ứng ra sao theo quan điểm thánh kinh đối với "cách nói làm bẽ mặt" này?
5. Ban sẽ tìm cách để phân biệt tốt hơn thực tại là điều ác của Sa-tan và chiến trận thuộc linh nơi công sở bằng cách nào?
6. Hội thánh của bạn làm gì để đề cập những vấn đề như thế, theo cách phù hợp với Kinh thánh hơn và để nâng đỡ những người đang tranh chiến cũng như chịu khổ trong công sở vì đức tin hoặc vì quan điểm đạo đức của họ?

14

Những Người Ngợi Khen Và Kêu Cầu

"Truyền giáo hiện diện vì không có sự thờ phượng", những lời đáng chú ý trong đoạn đầu của cuốn sách *Hãy Để Mọi Dân Tộc Reo Vui* của John Piper đưa chúng ta sang chương cuối của cuộc khảo sát các chủ đề trong Kinh thánh một cách đầy kịch tính. Hoàn toàn đúng khi Piper nêu rõ lý do tối hậu khiến hội thánh hiện hữu là để làm vinh hiển Đức Chúa Trời qua sự thờ phượng và vui hưởng chính Ngài cho đến suốt cõi đời đời. Và vì thế gian vẫn còn dẫy đầy những con người *không* tôn thờ lẫn vui hưởng Đức Chúa Trời hằng sống, nên sứ mạng của hội thánh là phải đưa họ vào chung đàn với những người tôn thờ Ngài. Đây là lẽ thật quá rõ ràng, và cần được nêu ra ở đây, trước khi chúng ta tiến xa hơn.

Thờ Phượng Là Mục Tiêu Của Sứ Mạng

Mục tiêu của toàn bộ sứ mạng chúng ta là sự thờ phượng cùng vinh quang của Đức Chúa Trời hằng sống chân thật. Lý do là vì mục tiêu của *toàn bộ* cuộc sống con người là để yêu mến, tôn vinh và vui hưởng Đức Chúa Trời. Đó chính là nơi trào dâng niềm thỏa vui sâu xa nhất. Sự thỏa mãn của tiềm năng tối hậu trong con người trong vai trò những tạo vật theo hình ảnh Đức Chúa Trời, hoàn toàn hòa mình vào sự thờ phượng và tôn vinh Đức Chúa Trời.

> Truyền giáo không phải là mục tiêu tối hậu của hội thánh. Thờ phượng mới là mục tiêu tối hậu. Truyền giáo hiện hữu là vì không có sự thờ phượng. Thờ phượng là tối hậu, không phải truyền giáo, bởi lẽ Đức Chúa Trời là tối hậu, không phải con người. Khi đời này qua đi, và vô

> số triệu người được chuộc sấp mặt xuống trước ngai Đức Chúa Trời, thì sẽ không còn có truyền giáo nữa. Truyền giáo chỉ là nhu cầu nhất thời. Nhưng thờ phượng tồn tại muôn đời. Vì vậy, thờ phượng là chất đốt và là mục tiêu của truyền giáo.
>
> *John Piper*[1]

Nói cách khác, chúng ta hoàn toàn là người khi có mối quan hệ với Đức Chúa Trời, trong đó Ngài được tôn vinh qua việc chúng ta vui hưởng mối quan hệ đó. Vì vậy mà những hình ảnh trong Kinh thánh về cuộc sống trong sự tạo dựng mới có thể kết hợp những lời mô tả liền mối về cuộc sống con người trong sự hoàn hảo toàn vẹn nhất, với sự thờ phượng Đức Chúa Trời trong cảnh huy hoàng, bởi lẽ bức tranh này chính là thực chất của bức tranh kia (Ê-sai 65:17–25; Khải 21–22). Do đó, *sứ mạng của Đức Chúa Trời* là tình yêu thiên thượng năng động, thúc đẩy Ngài tìm kiếm sự an vui cùng phước hạnh của con người bằng cách đem họ vào mối quan hệ với Ngài trong đó họ yêu thương, thờ phượng và tôn vinh Ngài cũng như tìm thấy niềm vui lớn nhất trong công việc đó. Cho nên *sứ mạng của con dân Chúa* cũng là tác nhân cho tình yêu cứu chuộc của Ngài. Chúng ta sống để đem người khác vào sự thờ phượng và tôn vinh Đức Chúa Trời hằng sống, bởi đó chính là nơi họ sẽ gặp được sự thỏa lòng cùng niềm vui đời đời lớn lao nhất. Vì lý do đó, chúng ta phải xem việc truyền giảng Phúc âm không phải là chuyện chúng ta áp đặt lên người khác, mà là điều tốt nhất mình có thể làm cho họ về lâu về dài.

Đó là cách Phao-lô nhìn mục tiêu tối hậu cho sứ mạng của mình - không chỉ là của riêng ông, mà thực sự là sứ mạng của Giê-xu Christ. Cuối thư gửi cho người La Mã, Phao-lô tóm lược toàn bộ luận điểm của ông trong sách rồi nối kết với công tác của chính cuộc đời mình. Sứ mạng lớn nhất của Đức Chúa Trời, như ông đã nói trong các câu mở đầu thư này, đó là đưa muôn dân vào sự vâng phục của đức tin (Rô 1:5). Nghĩa là, trong việc làm trọn lời hứa với Áp-ra-ham và qua công việc của Chúa Giê-xu Christ, Đức Chúa Trời đang đưa mọi người từ *muôn dân* vào nơi phước hạnh cứu chuộc, vốn được tạo thành bởi (như đối với Áp-ra-ham) việc đặt lòng tin nơi Đức Chúa Trời và chứng minh lòng tin đó qua nếp sống vâng phục. Phúc âm là thông điệp giúp điều đó trở nên khả dĩ và năng quyền để hoàn thành điều đó.

Sau khi nói như vậy ở phần đầu thư, Phao-lô quay lại vào cuối thư (Rô 16:26),[2] nhưng nhấn mạnh Phúc âm đưa muôn dân vào sự vâng phục đức tin cuối cùng là vì vinh quang của Đức Chúa Trời *và* là vấn đề niềm vui cho muôn dân bằng cách nào. Rất đáng để ta lắng nghe về nỗi phấn khích của Phao-lô

---

[2] Lưu ý cách Rô 1:1–5 và 16:25–27 dùng những nhóm từ ăn khớp nhau một cách có chủ ý.

khi gom các câu Kinh thánh Cựu Ước chứng minh cho viễn cảnh lớn lao này, và nhìn thấy cách ông kết nối vai trò tôi tớ đầy hi sinh của Đấng Mê-si-a Giê-xu và vai trò sứ đồ truyền giáo của ông trong việc làm thành điều đó. Trong khi đọc phân đoạn này, hãy nhớ rằng "Dân ngoại" là "muôn dân" - cùng một từ trong tiếng Hy Lạp – *ta ethne*. Biến thể trong hầu hết bản dịch Anh ngữ có thể làm lu mờ điểm quan trọng này trong thần học của Phao-lô và việc thi hành sứ mạng. Phao-lô xem sứ mạng của mình hoàn toàn theo khuôn mẫu Áp-ra-ham: nguồn phước cho muôn dân trên đất. Còn gì có thể tạo ra niềm vui hơn thế?

> Vì tôi thưa với anh em rằng Christ đã trở nên tôi tớ của người Do Thái vì cớ lẽ thật của Đức Chúa Trời, hầu cho những lời hứa cho các tộc trưởng có thể được xác quyết và hơn nữa, để dân ngoại [*muôn dân*] có thể tôn vinh Đức Chúa Trời về lòng nhân từ của Ngài. Như có chép:
>
> Vì vậy, con sẽ ca ngợi Ngài giữa vòng dân ngoại [*các dân*];³
>
> Lại nữa, lời ấy còn nói,
>
> "Hỡi các dân ngoại [*muôn dân*], hãy chung vui với dân sự Ngài."⁴
>
> Và còn nói nữa,
>
> "Toàn thể dân ngoại [*muôn dân*]; hãy chúc tụng Đức Giê-hô-va hãy vui mừng tôn cao Ngài."⁵
>
> Và lại nữa, Ê-sai nói,
>
> "Cội rễ Gie-sê sẽ đứng lên, làm người cai trị muôn dân;
>
> dân ngoại [*các nước*] đều đặt hy vọng nơi Ngài."⁶
>
> …Tôi có viết hơi mạnh ở vài điểm, nhằm nhắc nhở bạn một lần nữa, do ân điển Đức Chúa Trời đã ban cho tôi làm kẻ phục vụ Chúa Giê-xu Christ cho dân ngoại [*muôn dân*]. Ngài đã giao cho tôi nhiệm vụ của thầy tế lễ là rao giảng phúc âm của Đức Chúa Trời, để dân ngoại [*muôn dân*] có thể trở thành của lễ đẹp lòng Đức Chúa Trời, được thánh hóa nhờ Thánh Linh.
>
> Vì vậy tôi khoe mình trong Chúa Giê-xu Christ trong khi hầu việc Đức Chúa Trời. Tôi sẽ không dám nói bất kỳ điều gì ngoại trừ điều Đấng Christ đã hoàn tất qua tôi trong việc dẫn dân ngoại [*muôn dân*] vâng phục Đức Chúa Trời qua điều tôi đã nói và làm- nhờ

---

³ 2 Sa 22:50.
⁴ Thi 18:49.
⁵ Phục 32:43.
⁶ Ê-sai 11:10.

quyền năng của phép lạ dấu kỳ, qua quyền năng của Thần Linh Đức chúa Trời. (Rô 15:8–12, 15–19; tôi chú ý in nghiêng)

Ngợi ca Đấng có quyền làm vững mạnh anh em theo Phúc âm của tôi, là sứ điệp tôi rao giảng về Chúa Giê-xu Christ, theo sự mạc khải về điều mầu nhiệm vốn đã được giấu kín từ nghìn xưa, nhưng bây giờ, theo lệnh của Đức Chúa Trời hằng sống và qua các sách tiên tri, điều mầu nhiệm đã được tỏ bày cho mọi dân tộc đều biết, để đem dân ngoại [*muôn* dân] đến đức tin vâng phục_và qua Giê-xu Christ, Đức ChúaTrời là Đấng khôn ngoan duy nhất, được vinh quangđời đời vô cùng! A-men. (Rô 16:25–27; tôi chú ý in nghiêng)

Khải tượng lớn sau cùng trong sách Khải Huyền của Kinh thánh còn xa hơn thế, thể hiện ở chỗ nó không chỉ thấy muôn dân trong nhân loại hiệp một ca ngợi Đức Chúa Trời, mà từng sinh vật trong toàn thể tạo vật đều dâng vinh quang cho Đức Chúa Trời.

Tôi nghe mọi tạo vật trên trời, dưới đất, bên dưới đất và trên biển, cùng tất cả mọi vật trong các nơi ấy đều nói rằng:

"Chúc cho Đấng ngồi trên ngôi cùng Chiên Con

được ca ngợi, tôn trọng, vinh quang và uy lực,

cho đến đời đời!" (Khải 5:13)

Nếu Đức Chúa Trời muốn mọi đầu gối đều quì xuống trước mặt Chúa Giê-xu và mọi lưỡi đều xưng danh Ngài, thì chúng ta cũng phải làm như vậy. Chúng ta phải "ghen tương" (như cách đôi khi Kinh thánh vẫn nói) vì vinh dự dành cho danh Ngài - phải bực dọc khi không ai biết đến danh Ngài, phải đau lòng khi danh Ngài bị làm ngơ, phải phẫn nộ khi danh Ngài bị báng bổ và lúc nào cũng lo lắng lẫn cương quyết phải dành mọi danh dự cùng vinh quang xứng đáng với danh Ngài. Động cơ truyền giáo cao nhất trong tất cả các động cơ không phải là sự tuân thủ Đại Mạng Lệnh (dù việc tuân thủ ấy là quan trọng), cũng chẳng phải là yêu thương những tội nhân bị xa cách và hư mất (dù đó là cách động viên mạnh mẽ, nhất là khi chúng ta nghĩ về cơn thịnh nộ của Đức Chúa Trời) mà là lòng nhiệt thành – nóng cháy và say mê – để Giê-xu Christ được vinh hiển... Trước mục tiêu cao cả nhất của sứ mạng Cơ Đốc, mọi động cơ không xứng hiệp đều sẽ héo tàn rồi lịm tắt.

John Stott[7]

Tuy nhiên, nhận biết thờ phượng là *mục tiêu* tối hậu *của sứ mạng,* theo ý nghĩa đưa muôn dân đến việc dâng vinh quang cho Đức Chúa Trời qua sự thờ phượng, tin cậy và vâng phục Ngài qua Phúc âm của Chúa Giê-xu Christ, thì vẫn chưa đủ,. Chúng ta cũng cần thấy thờ phượng là một phần trong *phương tiện của sứ mạng* như thế nào.

Có một lý do thực tế hiển nhiên khiến chúng ta phải đề cập trước tiên. Những ai cho rằng lý do mình hiện hữu trên đất là để kéo người khác vào sự ca ngợi và cầu nguyện với Đức Chúa Trời hằng sống thì cần phải hành động đúng như vậy, nếu không thì toàn bộ sứ mạng của họ sẽ chỉ là chuyện bất khả thi vì mang tính đạo đức giả. Tuy nhiên, một lý do sâu xa hơn đó là, vì cơ tôn vinh Đức Chúa Trời và vui hưởng Ngài mãi mãi sẽ là đặc ân đầy vui mừng của nhân loại được chuộc trong cuộc tạo dựng mới suốt cõi đời đời, nên việc dự phần ngợi khen và cầu xin tại đây và ngay bây giờ là một hành động thể hiện sự trông ngóng, một biển chỉ đường đến tương lai. Và khi chúng ta dạn dĩ lẫn quyết tâm làm như vậy, chúng ta đang mời gọi người khác không chỉ bước vào kinh nghiệm thờ phượng trong hiện tại, mà còn bước vào vinh quang tương lai của cõi đời đời được chuộc.

> Chính bản chất của Đức Chúa Trời, sự oai nghi cùng sự tốt đẹp của Ngài, gợi lên lòng tôn thờ và biết ơn. Đáp ứng như thế nhằm tôn cao Đức Chúa Trời *trong khi rao báo cho mọi người nghe rằng Gia-vê Đức Chúa Trời này xứng đáng để con người yêu mến và trung thành.* Vì vậy, ngợi khen không chỉ là bày tỏ lòng gắn bó mà còn là lời làm chứng, vừa tôn cao Đức Chúa Trời lại vừa *rao báo nhằm tìm cách kéo người khác vào sự thờ phượng Đức Chúa Trời.* (chú ý in nghiêng)
>
> *Samuel E. Balentine*[8]

Vậy thì chúng ta hãy tìm hiểu một vài chủ đề trong thần học thánh kinh của mình, nơi chúng ta có thể thấy ngợi khen và kêu cầu mang những chiều kích truyền giáo.

Sự Ngợi Khen Mang Tính Sứ Mạng

Được Tạo Dựng Để Ngợi Khen

Xuyên suốt sách này, chúng ta đang tìm lời giải đáp cho câu hỏi: "Con dân Chúa hiện hữu để làm gì?" Nghĩ về dân sự Đức Chúa Trời theo cách Cựu Ước, chúng ta đã thấy tầm quan trọng mang tính quyết định trong lời Chúa hứa với Áp-ra-ham rằng qua ông và dòng dõi ông, muôn dân trên đất sẽ được phước. Như vậy, Y-sơ-ra-ên Cựu Ước được tạo dựng nhằm đem phước lành đến cho toàn thể nhân loại. Y-sơ-ra-ên là dân tộc hiện hữu vì các dân tộc khác.

Tuy nhiên, những bản văn khác lại trình bày một mục đích khác của Chúa trong việc tạo dựng Y-sơ-ra-ên:

> . . . tất cả những người được gọi bằng danh ta,
> Ta đã dựng nên họ *vì vinh quang ta*,
> Ta đã tạo thành và đã làm nên họ. (Ê-sai 43:7; chú ý in nghiêng)

> . . . dân mà Ta đã chọn,
> dân mà Ta đã tạo nên *cho ta*
> họ sẽ hát *ca ngợi Ta*. (Ê-sai 43:20b-21; chú ý in nghiêng)

* * *

> Đức Giê-hô-va lại khẳng định: "Vì như cái đai thắt chặt vào lưng người ta thế nào, thì Ta cũng thắt chặt cả nhà Y-sơ-ra-ên và cả nhà Giu-đa vào Ta thể ấy, để chúng làm một dân tộc, một *danh xưng, một lời ca ngợi, một niềm vinh dự cho Ta*." (Giê 13:11; chú ý in nghiêng)

Những câu Kinh thánh này khẳng định Đức Chúa Trời đã tạo dựng Y-sơ-ra-ên vì sự vinh hiển của chính Ngài, để Ngài được ngợi khen. Như vậy, ở đây có mâu thuẫn không? Y-sơ-ra-ên được tạo dựng vì muôn dân hay vì vinh quang cùng sự ngợi khen Đức Chúa Trời?

Dĩ nhiên, câu trả lời là cả hai. Vì như chúng ta đã thấy, mục đích tối hậu khi Đức Chúa Trời ban phước cho muôn dân là để họ nhận biết và tôn vinh Ngài, vì Ngài là lợi ích cao nhất đối với họ. Do đó, sự hiện hữu vì mục đích toàn cầu đó của Y-sơ-ra-ên được gắn chặt với điều kiện là chính họ phải là một dân bày tỏ sự hiểu biết cùng sự thờ phượng đó.

Điều này được diễn tả cô đọng nhất trong Thi Thiên 100, nêu rõ sự kiện Y-sơ-ra-ên là dân được Đức Chúa Trời tạo dựng bởi Ngài và thuộc về Ngài (100:3) ngay giữa lời kêu gọi thờ phượng và ngợi khen ở câu này hoặc câu kia (100:2, 4). Thực vậy, lời kêu gọi phổ quát theo chiều ngang "cả trái đất"

(100:1) và theo chiều dọc "đời đời" (100:5). Nói cách khác, sự hiện hữu của Y-sơ-ra-ên trong vai trò dân được tạo dựng để ngợi khen Đức Chúa Trời (100:2–4) gắn liền với vinh quang của Đức Chúa Trời, là vinh quang bao trùm toàn bộ không gian lẫn lịch sử (100:1, 5).

Sứ mạng của con dân Chúa, do đó, phát xuất từ sự kiện họ được tạo dựng để dâng lời ngợi khen cùng vinh quang cho Đức Chúa Trời *và* đem muôn dân trên thế gian vào cùng một ban hợp xướng ngợi khen Chúa.

Được Chuộc Để Ngợi Khen

Dĩ nhiên ngôn ngữ của sự tạo dựng và cứu chuộc hòa quyện vào nhau khá liền mối - nhất là trong Ê-sai, nơi Y-sơ-ra-ên được tạo dựng lẫn cứu chuộc bởi Đức Chúa Trời. Khi chúng ta bước sang Tân Ước, thì công tác cứu chuộc của Đức Chúa Trời gắn liền với trách nhiệm mang lại lời ngợi khen cùng vinh quang cho Đức Chúa Trời trong hai bản văn chính của Phao-lô và Phi-e-rơ.

Ê-phê-sô 1:3–14

Trong phân đoạn đáng kinh ngạc nhất này (thật khó tin khi chỉ vỏn vẹn một câu trong tiếng Hy Lạp), Phao-lô dùng cụm từ *"ca ngợi vinh quang của Ngài"* ba lần, trong câu 6 (với phần thêm vào là "của ân điển Ngài"), 12 và 14.

Trong câu 6, Phao-lô đang nói về tình yêu của Đức Chúa Trời khi Ngài chọn chúng ta từ cõi đời đời để thuộc về Ngài "để ngợi khen sự vinh hiển của ân điển Ngài" (bản dịch NASB).

Trong câu 12 hầu như chắc chắn là ông đang nói về Y-sơ-ra-ên thời Cựu Ước - là dân tộc mà từ đó có những người đầu tiên biết và đặt niềm tin nơi Đấng Mê-si-a Giê-xu. Họ từng được kêu gọi "để ca ngợi vinh quang của Ngài" (nhắc lại các phân đoạn Cựu Ước như đã để cập ở trên).

Và sau đó trong câu 14, ông tóm lược toàn bộ công tác cứu rỗi, là công tác hiện nay bao gồm cả Dân ngoại lẫn dân Do Thái ("anh em cũng"; 1:13) đang "ca ngợi vinh quang Ngài".

Việc nhấn mạnh ba lần này cho thấy Phao-lô đã thấm nhuần quá sâu trong cái giếng hội thánh học Cựu Ước - cách Y-sơ-ra-ên tự hiểu về nhân thân cùng vai trò làm dân sự Đức Chúa Trời của họ. Y-sơ-ra-ên đã được tạo dựng và cứu chuộc để ngợi khen và dâng vinh quang cho Đức Chúa Trời hằng sống, và bất kỳ điều gì đúng với *họ* cũng hoàn toàn đúng với *Cơ Đốc nhân* - tức những người từ muôn dân hiện nay đang được đem vào dân giao ước của Đức Chúa Trời qua Chúa Giê-xu Christ.

Theo đó, đời sống *thờ phượng* của con dân Chúa và chức năng *truyền giáo* mở rộng sự thờ phượng đó ra giữa muôn dân (như tại Ê-phê-sô, một cộng đồng đa chủng tộc trên thế giới) là hai yếu tố không thể thiếu của nhau.

> Vinh quang của Đức Chúa Trời là mạc khải của Đức Chúa Trời, còn vinh quang của ân điển Ngài là sự tự bày tỏ chính Ngài là Đức Chúa Trời đầy ân điển. Sống để ca ngợi vinh quang của ân điển Ngài vừa là thờ phượng bằng lời nói lẫn hành động như bản chất ân điển của Ngài, *giúp người khác nhìn thấy và cũng ca ngợi Ngài*. Đây chính là ý muốn Đức Chúa Trời đối với Y-sơ-ra-ên thời Cựu Ước (Ê-sai 43:21; Giê 13:11), và cũng là mục đích của Ngài cho dân sự Ngài ngày nay. (chú ý in nghiêng)
>
> *John Stott*[9]

1 Phi-e-rơ 2:9–12

Phi-e-rơ cũng nói ý đó nhưng theo cách khác và thậm chí còn nhấn mạnh Cựu Ước nhiều hơn. Ở đầu chương, ông đã ví sánh con dân Chúa trong Đấng Christ với đền thờ Cựu Ước (là "những viên đá sống," như Phao-lô đã ví sánh trong Ê-phê-sô 2:21–22), và với thầy tế lễ dâng của lễ tại đó (1 Phi 2:5). Nhưng những "của lễ thuộc linh" mà tín hữu Cơ Đốc, "chức tế lễ hoàng gia" của Đức Chúa Trời (2:9), hiện nay phải dâng là gì? Đó là sự thờ phượng và ngợi khen mà họ "rao truyền" như một phần của "đời sống tốt đẹp" họ hiện đang sống giữa vòng muôn dân. Chúng ta cần đặt cả hai cạnh nhau để thấy cả hai là một tổng thể (đáng buồn là nhiều bản dịch Kinh thánh tách ra thành một phân đoạn riêng lẻ hoặc đặt ra một tựa mới ngay trước câu 11, làm lu mờ dòng tư tưởng Phi-e-rơ đang nói).

> Nhưng anh em là dòng giống được tuyển chọn, là chức tế lễ hoàng gia, là dân tộc thánh, là dân thuộc riêng về Đức Chúa Trời, để anh em rao truyền công đức vĩ đại của Đấng đã gọi anh em ra khỏi nơi tối tăm, đưa vào vùng ánh sáng diệu kỳ của Ngài...
>
> ... Hãy sống tốt giữa vòng dân ngoại [*muôn dân*] hầu cho dù họ có cáo buộc anh em làm sai, thì cũng thấy được việc làm tốt của anh em mà ngợi khen Đức Chúa Trời trong ngày Ngài thăm viếng chúng ta. (1 Phi-e-rơ 2:9, 12; chú ý in nghiêng)

Suy nghĩ của Phi-e-rơ thấm nhuần lời Kinh thánh tới mức từng cụm từ ông viết ra đều nhắc nhớ lại một hoặc nhiều phân đoạn Kinh thánh trong Cựu Ước. Mục đích của việc làm con dân Chúa được nói trong câu 9 - "để anh em rao truyền lời ngợi khen Ngài là Đấng đã kêu gọi anh em ra khỏi nơi tối tăm đến nơi sáng láng tuyệt vời của Ngài" - rõ ràng ám chỉ cuộc xuất hành trong phần cuối. Cơ Đốc nhân cũng đã nếm biết ơn cứu chuộc của Đức Chúa Trời ("ra khỏi... đến nơi").

Nhưng nửa phần đầu của câu "để anh em rao truyền lời ngợi khen", có thể liên hệ đến hai bản văn Cựu Ước cụ thể (đây là thần học thánh kinh cho Đời sống bằng hành động!).

Ê-sai 43:21 (trích dẫn ở trên). Từ được Phi-e-rơ dùng, được dịch là "lời ngợi khen" (*aretas*), giống như Ê-sai 43:21 trong bản Bảy Mươi - "để họ có thể rao truyền lời ngợi khen ta". Đây không phải là từ thường được sử dụng nhất cho từ "ngợi khen" trong Cựu hoặc Tân Ước, và thật ra từ này mà ở dạng số nhiều như ở đây chỉ xuất hiện bốn lần trong Cựu Ước - tất cả đều trong Ê-sai (Ê-sai 42:8, 12; 43:21; 63:7). Rõ ràng từ này chỉ về lời ngợi khen, không phải như những lời khẳng định chung cho những điều tốt đẹp về Đức Chúa Trời, mà cụ thể là ca ngợi những hành động cứu chuộc và thương xót lớn lao của Ngài. Và giống như Phi-e-rơ, Ê-sai xem sự ngợi khen như vậy là trách nhiệm của con dân Chúa *với ý định rõ ràng là lôi cuốn người khác cùng làm giống như vậy* (trong Ê-sai 42:12, "Hãy... loan báo sự ca ngợi" chỉ về các dân ngoại quốc). Đây là lời ngợi khen mang tính sứ mạng.

Thi Thiên 9:14. Từ ngữ Phi-e-rơ dùng, được dịch là "rao truyền" (*exangello*), cũng là từ được dùng ở Thi Thiên 9:14 trong bản Bảy Mươi, "để con thuật lại mọi lời ca ngợi Chúa..." (câu 15 trong bản Bảy Mươi). Từ này chỉ về sự rao truyền các việc làm đầy quyền năng của Đức Chúa Trời (dù là những hành động cứu chuộc Y-sơ-ra-ên trong lịch sử nói chung hay là hành động cho cá nhân người thờ phượng), trong bối cảnh thờ phượng chung. Mỗi khi từ này được dùng trong Thi Thiên, thì nó để mang ý nghĩa là rao truyền cho mọi người biết về việc Đức Chúa Trời đã làm, như một hành động ngợi khen và vui mừng (Thi 71:15; 73:28; 79:13; 107:22).

Vì thế chắc chắn là Phi-e-rơ đang nhắc tới hai điều ở đây.

Trước hết, ông nhấn mạnh rằng Cơ Đốc nhân thừa hưởng nhân thân cùng danh hiệu của Y-sơ-ra-ên thời Cựu Ước (tuyển dân, chức thầy tế lễ, dân thánh thuộc về Đức Chúa Trời), họ cũng thừa hưởng mục đích Chúa lập nên và cứu chuộc Y-sơ-ra-ên (để rao truyền lời ngợi khen Đức Chúa Trời và đem vinh quang cho Ngài).

Nhưng thứ hai, ông nhấn mạnh rằng mục đích lời ca ngợi rao truyền như vậy không phải là việc riêng tư giữa Đức Chúa Trời với người thờ phượng, mà là sự tuôn trào ra giữa diễn đài công cộng như một phương tiện để qua đó Đức Chúa Trời kéo muôn dân về với Ngài. Nói cách khác, đó là một phần ý nghĩa của việc thực thi sứ mạng làm con dân Chúa theo giao ước Áp-ra-ham vì có các dân còn lại, để họ cùng vui hưởng phước lành từ Đức Chúa Trời.

Lời ca ngợi của con dân Chúa mang tính sứ mạng. Sứ mạng của con dân Chúa bao gồm việc ngợi khen Chúa.

Sự thờ phượng chung chứa đựng sức mạnh truyền giảng Phúc âm, rao ra lời ngợi khen Đức Chúa Trời, vốn không thể hoàn toàn đồng nhất với truyền giảng cá nhân, nhưng chắc chắn bổ sung cho truyền giảng cá nhân. John Dickson trình bày luận điểm này một cách vô cùng hiệu quả:

Chủ đề về cao rao Phúc âm được mở rộng trong các chương giữa của 1 Phi-e-rơ. Trong 2:12, vị sứ đồ khuyên giục tín hữu sống tốt để láng giềng ngoại giáo cuối cùng sẽ dâng vinh quang cho Đức Chúa Trời (so sánh với Ma-thi-ơ 5:14–16). Trong 3:1, Phi-e-rơ nói ý này một cách mạnh mẽ qua việc khuyên các bà vợ thuyết phục chồng chưa tin của mình bằng nếp sống tin kính. Sau đó vài phân đoạn, trong 3:15, ông kêu gọi chúng ta "trả lời những kẻ chất vấn về niềm hy vọng trong anh em" (câu Kinh thánh chúng ta sẽ tìm hiểu trong chương kế tiếp). Dựa trên lời thúc giục truyền giáo trong các chương này, dường như Phi-e-rơ đang nghĩ tới một cách truyền giảng Phúc âm nào đó như được chép trong 1 Phi-e-rơ 2:9: "rao truyền lời ngợi khen Đấng đã kêu gọi anh em ra khỏi nơi tối tăm."

Nhưng Phi-e-rơ đang nói đến kiểu truyền giảng Phúc âm nào? Tôi từng cho (và nghĩ) rằng vị sứ đồ này đang nói về truyền giảng *cá nhân*. Tôi từng hiểu câu "rao truyền lời ngợi khen" là điều gì đó tựa như chia sẻ Phúc âm cho bạn bè và gia đình. Bây giờ tôi cho rằng cách hiểu đó có lẽ hơi khinh suất. Nhóm từ "rao truyền lời ngợi khen"... bắt nguồn trực tiếp từ lời mô tả sự ngợi khen công khai của toàn dân Y-sơ-ra-ên, bằng các bài tín điều, các lời cầu nguyện cùng việc luôn miệng hát thi thiên.

Khi chúng ta nhớ rằng Do Thái giáo đúng theo Kinh thánh thời Phi-e-rơ đã nghĩ việc hát ngợi khen Chúa công khai là điều hữu ích đối với người ngoài, thì có vẻ chắc chắn rằng trong 1 Phi-e-rơ 2:9, vị sứ đồ này không phải đang nói về truyền giảng theo cách đối thoại mà là cách truyền giảng khi dân sự Đức Chúa Trời họp lại ca ngợi bằng lời nói cùng lời ngợi ca về những phép lạ cứu chuộc của Chúa... Những lời Phi-e-rơ ở đây mang đậm tính truyền giảng nhưng thực sự chẳng cần phải đề cập bất kỳ điều gì liên quan tới cái chúng ta gọi là truyền giảng cá nhân...

> Thờ phượng bao gồm làm chứng. Yếu tố kết nối chúng lại với nhau chính là danh Đức Chúa Trời. Bởi lẽ thờ phượng là gì nếu không phải là "tôn vinh danh thánh của Ngài", "ngợi khen", "chúc tụng" hoặc "đứng trước sự kính sợ" danh Ngài? Còn làm chứng là gì nếu không phải là "rao truyền danh Chúa" cho người khác? Các nhóm từ này xuất hiện trong sách Thi Ca, và trong các Thi Thiên mà người ta thấy có sự kết hợp đúng mức thờ phượng với làm chứng một cách rõ ràng nhất và phổ biến nhất... Thờ phượng là "chuyên chở-giá trị", một sự nhìn nhận giá trị của Đức Chúa Trời Toàn Năng... Vì vậy, tôi không thể thờ phượng Đức Chúa Trời mà lại không hề mảy may quan tâm người khác có thờ phượng Ngài hay không... Thờ phượng mà không dẫn tới làm chứng là đạo đức giả. Chúng

> ta không thể ca ngợi giá trị của Đức Chúa Trời nếu không hề khao khát truyền rao giá trị đó.
>
> *John Stott*[10]

Cùng nhau rao ra lời ngợi khen Chúa - qua các bài đọc, các bài tín điều, lời giảng, thi thiên, thánh ca và các linh khúc - là một trong những hành động thờ phượng chính của con dân Chúa... Một lý do cho tầm quan trọng chính yếu của sự ngợi khen đó là Đức Chúa Trời đáng được ngợi khen. Chúng ta chẳng cần lý do nào khác để nhìn nhận ngợi khen là một hành động cao cả và thánh khiết. Nhưng dựa trên chủ đề sứ mạng mạnh mẽ trong 1 Phi-e-rơ, kết hợp với truyền thống truyền giảng Phúc âm kiểu ca ngợi theo truyền thống Do Thái trong Kinh thánh cũng mạnh mẽ không kém, có thể chúng ta cũng đúng khi đưa ra lý do thứ hai cho tầm quan trọng lớn lao của sự ngợi khen mang tính tập thể. Qua cách ngợi khen này, chúng ta loan báo lòng nhân từ cùng quyền năng của Đức Chúa Trời dành cho những người tình cờ nghe thấy chúng ta ngợi khen, nhưng chưa từng được kêu gọi bước ra khỏi chốn tối tăm vào nơi sáng láng diệu kỳ của Ngài.[11]

Làm Chứng qua sự Ngợi Khen

Vậy thì, chúng ta được *tạo dựng* để dâng vinh quang cho Đức Chúa Trời Đấng tạo nên chúng ta. Chúng ta được *chuộc* để rao truyền lời ngợi khen Đức Chúa Trời - Đấng chuộc chúng ta. Và điều làm cho cả hai mang tính sứ mạng ấy là chúng ta phải làm mọi điều này ngay giữa muôn dân *chưa hề* biết Đức Chúa Trời là Đấng tạo hóa và cứu chuộc. Thờ phượng và làm chứng đan kết chặt chẽ với nhau.

Chính xác đó là ý trọng tâm của Thi Thiên 96 - mà tôi xem như một trong những bài ca sứ mạng phong phú nhất trong toàn bộ Kinh thánh. Ba câu mở đầu là lời kêu gọi ngợi khen thật đáng chú ý, nói với "cả trái đất," nhưng rõ ràng nhằm hát lên (ít ra là lúc đầu) bởi những người đã từng kinh nghiệm các thực tại lớn lao được đề cập:

> Hãy hát cho Đức Giê-hô-va một bài ca mới;
>
> hỡi cả trái đất, hãy ca ngợi Đức Giê-hô-va
>
> Hãy ca ngợi Đức Giê-hô-va và chúc tụng danh Ngài;
>
> từng ngày hãy rao truyền sự cứu rỗi Ngài.

---

[11]Dickson, *Best Kept Secret*, 160–61, 163.

Hãy thuật lại vinh quang Ngài giữa các nước,

    công bố những việc diệu kỳ Ngài cho muôn dân. (Thi 96:1–3)

"Hãy hát một bài ca mới!" tác giả bài ca kêu lên.

"Chắc chắn, nhưng lời ca nói gì?" chúng ta đáp.

"Hãy hát về *danh* của Đức Gia-vê, sự *cứu rỗi* của Đức Gia-vê, *vinh quang* của Đức Gia-vê, cùng những *việc làm diệu kỳ* của Đức Gia-vê."

Chúng ta phản đối: "Nhưng đó là những bài ca cũ rích! Đó là lời những bài ca vĩ đại kể từ khi Y-sơ-ra-ên được chuộc ra khỏi Ai Cập, học biết danh của Đức Gia-vê tại Si-nai, chứng kiến vinh quang Ngài trong lều tạm và kinh nghiệm các công việc cứu rỗi lặp lại bởi bàn tay Ngài. Điều gì làm cho bài này thành bài ca mới?"

Tác giả thi thiên đáp, không nao núng: "Có thể đó là bài ca cũ đối với chúng ta, nhưng sẽ là bài ca mới 'giữa vòng các nước', 'giữa vòng muôn dân'".

Dường như đây là ý chính của những lời kêu gọi ở đây. Sự thờ phượng chúc tụng của Y-sơ-ra-ên sẽ làm nên lời chứng cho muôn dân. Những bài ca cũ của Y-sơ-ra-ên trở thành bài ca mới của muôn dân.

Nhưng chúng ta có thể thắc mắc: Làm sao muôn dân nghe được? Chúng ta thường không nghĩ dân Y-sơ-ra-ên thời Cựu Ước gắn bó với sứ mạng truyền giảng Phúc âm xuyên văn hóa. Thực sự là không. Ngay cả Giô-na cũng chỉ phù hợp với lời mô tả thực thi sứ mạng truyền giáo xuyên văn hóa đó một cách miễn cưỡng. Nhưng ít ra có hai cách mà các dân tộc được thấy sự thờ phượng theo cách làm chứng của Y-sơ-ra-ên.

Thứ nhất, chính Giê-ru-sa-lem là thành quốc tế từ thời Sa-lô-môn trở về sau, người dân từ nhiều nước chung quanh đến rồi đi – thông qua các hoạt động giao thương, văn hóa và chính trị. Nhiều người trong số họ viếng thăm đền thờ và kinh nghiệm sự thờ phượng Gia-vê, Đức Chúa Trời của dân Y-sơ-ra-ên. Sa-lô-môn thấy trước chính xác điều này trong lời cầu nguyện cung hiến đền thờ của ông (1 Vua 8:41–43). Nữ hoàng Sê-ba, tổ mẫu của mọi du khách, là ví dụ dễ thấy nhất (1 Vua 10).

Thứ hai, từ thời lưu đày về sau, con số đáng kể người Do Thái sống trong các cộng đồng Do Thái ở hải ngoại, xuyên khắp vùng Mê-sô-bô-ta-mi và các xứ bờ Đông Địa Trung Hải.[12] Và chúng ta biết rằng đức tin, sự thờ phượng cùng Kinh thánh của người Do Thái là đầu câu chuyện giữa vòng các dân

---

[12] Thật sự bờ cõi của Do Thái kiều còn rộng hơn nhiều. Có bằng chứng về người Do Thái định cư cùng sự chấp nhận đức tin Do Thái giữa vòng các dân bản địa ở Trung Hoa, Ấn Độ, Arabia và Yemen, xuyên Đông Bắc Phi châu, và đến tận Âu châu dưới đế quốc La Mã. Điều chắc chắn không kém là ở nhiều nơi, sự hiện hữu từ trước của những cộng đồng Do Thái đáng kể tạo bệ phóng cho sự xuất hiện ban đầu của Cơ Đốc giáo (như chúng ta thấy trong công tác của Phao-lô trong Tân Ước). Có thể xem khảo sát chi tiết về điều này trong tác phẩm của De Ridder, *Discipling the Nations,* 58–87. Về khảo sát toàn diện về ảnh hưởng của người Do Thái sống tha phương, và nhất là việc họ thờ phượng trong nhà hội, trong việc đưa dân ngoại qui đạo và tin Đức Chúa Trời của Y-sơ-ra-ên, xem John P. Dickson, *Mission-Commitment in Ancient*

khác, nhiều người trong số này bị thu hút và trở thành những người mà Tân Ước mô tả là "những người kính sợ Đức Chúa Trời".

Lại nữa, John Dickson, người đã khảo cứu thấu suốt thói quen của người Do Thái suốt các thế kỷ đó, nêu rõ cách thờ phượng của người Do Thái có chiều kích sứ mạng từ lâu trước khi hội thánh Tân Ước bắt tay vào công tác truyền giảng Phúc âm lưu động. Thật vậy, rõ ràng Phao-lô đã sử dụng hiệu quả số dân ngoại kính sợ Đức Chúa Trời trong các nhà hội ông thường viếng thăm trên đường đi truyền giáo của mình:

> Có thể bạn ngạc nhiên khi biết rằng nhiều người Do Thái trong thời giữa Cựu và Tân Ước nghiêm túc nghĩ rằng thờ phượng chung là hành động truyền giáo. Họ biết quá rõ rằng sự ngợi khen tập thể trong nhà hội hoặc đền thờ là một trong những cách Đức Chúa Trời dùng để thuyết phục Dân ngoại quì gối trước mặt Chúa. Trong một số trường hợp, người Do Thái đã thành công. Chúng ta biết rằng vô số nhà hội ở thế kỷ thứ nhất đã thu hút nhiều đám đông ngoại giáo muốn biết nhiều hơn về Đức Chúa Trời của người Do Thái đến...
>
> Từ việc hát thi thiên của Y-sơ-ra-ên thời Cựu Ước tới các buổi lễ trong nhà hội thời Chúa Giê-xu, sự ngợi khen Đức Chúa Trời chân thật của cả tập thể được tin rằng sẽ phục vụ cho chức năng truyền giáo. Đây không phải là mục đích của những buổi nhóm họp - tôi không có ý nói đây là một dạng "buổi nhóm dành cho những đang tìm hiểu niềm tin" của người Do Thái - mà được xem như là một sản phẩm phụ quan trọng của sự ngợi khen Đức Chúa Trời mang tính cộng đồng.[13]

> Thật khó nghĩ ra thêm phương tiện sẵn có nào cho sứ mạng Cơ Đốc vươn tới cộng đồng dân ngoại [so với cộng đồng Do Thái sống rải rác]. Hễ nơi nào cộng đồng của Đấng Christ ra đi, thì cộng đồng ấy lập tức có ngay phương tiện cần thiết để đụng đến muôn dân: một dân sống theo lời hứa giao ước, với trách nhiệm của tuyển dân, và Kinh thánh, sự mạc khải của Đức Chúa Trời cho mọi người.... Điều mà Y-sơ-ra-ên cùng muôn dân thời Cựu Ước không thể biết, cho tới khi được ai đó nói ra, là tin vô cùng vui mừng về giao ước của Đức Chúa Trời được làm trọn qua Đấng Christ.

Judaism and in the Pauline Communities, 74–85, và về ảnh hưởng của điều nầy trên việc thực hiện cùng mong đợi trong sứ mạng của Phao-lô, xem tác phẩm trên, 293–302.

[13]Dickson, *Best Kept Secret,* 158–59.

Richard R. De Ridder[14]

Có lẽ điều này giúp chúng ta hiểu vì sao sự qui đạo của lục địa Âu châu bắt đầu từ nhà tù khi hai người Do Thái (bị "đánh đòn dữ dội") "đang cầu nguyện và hát thánh ca ngợi khen Đức Chúa Trời còn các tù nhân khác thì lắng nghe" (Công Vụ 16:25); và tại sao cũng chính sứ đồ Phao-lô đó lại tin chắc rằng nếu hội thánh tại Cô-rinh-tô thờ phượng Đức Chúa Trời cách đúng đắn, thì bất kỳ người nào chưa tin đến với buổi nhóm cũng sẽ "sấp mình xuống thờ lạy Đức Chúa Trời và tuyên bố rằng 'Đức Chúa Trời thật đang ở giữa anh em'" (1 Cô 14:25).

Đó là lời ngợi khen mang tính sứ mạng.

Lời Cầu Nguyện Mang Tính Sứ Mạng

Cầu Nguyện Là Dấu Hiệu Phân Biệt Với Muôn Dân

Y-sơ-ra-ên phải trở thành mẫu mực rõ ràng cho muôn dân. Như chúng ta đã thấy trong chương 8, đây là một yếu tố mang tính động lực đầy ý nghĩa cho việc vâng giữ luật pháp Đức Chúa Trời và sống theo cách Ngài cung ứng cho họ. Trong Phục Truyền Luật Lệ Ký 4:6–8, Môi-se đặt sự thờ phượng của Y-sơ-ra-ên bên cạnh công bằng xã hội của xã hội nơi họ sống như là những dấu hiệu phân biệt khơi gợi sự hiếu kỳ cùng sự ngưỡng mộ của muôn dân:

> Vậy anh em phải cẩn thận giữ [*luật pháp Đức Chúa Trời*], vì nhờ vậy mà các dân tộc sẽ thấy sự khôn ngoan và hiểu biết của anh em. Khi nghe về các mệnh lệnh này, họ sẽ nói: "Chỉ có dân tộc lớn vĩ đại này mới thật sự là một dân tộc khôn ngoan và hiểu biết." Vì có dân tộc vĩ đại nào có được một vị thần ở gần như chúng ta có Giê-hô-va Đức Chúa Trời ở gần chúng ta mỗi khi chúng ta cầu khẩn Ngài không? Có dân tộc vĩ đại nào có được những mệnh lệnh và luật lệ công minh như toàn bộ luật pháp mà ngày nay tôi đặt trước mặt anh em không? (Phục 4:6–8)

> Vị trí quan trọng của sự cầu nguyện tái khẳng định mục tiêu lớn của Đức Chúa Trời nhằm gìn giữ và phô bày vinh quang của Ngài vì niềm vui của kẻ được chuộc từ muôn dân... Mục đích mmang tính sứ mạng của Đức Chúa Trời mạnh mẽ bất khả chiến bại y như sự thật Ngài là Đức Chúa Trời. Ngài sẽ đạt được mục đích bằng việc tạo ra những người thờ phượng

> nhiệt thành từ mọi dân tộc, mọi tiếng nói, mọi bộ tộc cùng quốc gia (Khải 5:9; 7:9). Và Ngài sẽ dấn thân thực hiện điều đó qua sự cầu nguyện. Vì vậy, hầu như ta không thể nào nhấn mạnh quá mức chỗ đứng đáng sợ của sự cầu nguyện trong các mục đích của Đức Chúa Trời dành cho thế gian.
>
> *John Piper*[15]

Vì thế đời sống cầu nguyện của Y-sơ-ra-ên phải mang tính sứ mạng. Đó là cách chứng minh sự gần gũi của Đức Chúa Trời. Môi-se không ngụ ý Y-sơ-ra-ên phải cầu nguyện *để* người khác nhìn thấy và ngưỡng mộ (vì thái độ ấy đi ngược lại sự dạy dỗ của Chúa Giê-xu), mà ý của ông là hoạt động bình thường trong mối liên hệ giữa họ với Đức Chúa Trời qua sự cầu nguyện phải là một phần của lời chứng về sự thực hữu của Đức Chúa Trời hằng sống mà bởi lời chứng đó họ đã được tạo nên.

Cầu xin phước lành cho muôn dân

Dường như đã khá lâu kể từ khi chúng ta ăn trưa với Áp-ra-ham cùng ba vị khách của ông trong Sáng Thế Ký 18 (xem chương 5). Chúng ta chú ý kỹ câu 19, là câu Đức Chúa Trời kết nối mục đích mang tính sứ mạng là để ban phước cho muôn dân với việc tuyển chọn Áp-ra-ham và sự tương phản về đạo đức giữa cộng đồng tương lai của ông với thế giới mang đặc điểm của Sô-đôm. Áp-ra-ham được nhắc nhở phải dạy cho chính nhà mình, nhưng việc đầu tiên ông đã làm trước khi Đức Chúa Trời bày tỏ kế hoạch của Ngài cho ông là cầu nguyện cho thành.

Lời cầu thay của Áp-ra-ham cho Sô-đôm là một phân đoạn đáng chú ý (Sáng 18:22–33). Đây là một cách khác cho thấy Áp-ra-ham là mẫu mực cho con cháu - thuộc thể lẫn thuộc linh. Biết rằng Sô-đôm đang bị Đức Chúa Trời phán xét, nhưng ông không quay lưng, mà quay sang cầu thay. Môi-se và Đa-ni-ên thuộc trong số những người theo gương ông vì cớ Y-sơ-ra-ên cũng khốn khổ tương tự (Xuất 32–34; Đa 9). Cầu thay cho muôn dân là phần thiết yếu trong sứ mạng đối với muôn dân.

Dân Y-sơ-ra-ên biết họ có thể cầu nguyện bất kỳ nơi nào, vì Đức Chúa Trời ở khắp mọi nơi, như Đa-vít biết và được yên ủi (Thi 139), còn Giô-na chứng minh có thể cầu nguyện ở nơi kỳ lạ nhất (Giô-na 2:1). Nhưng trên hết, họ cầu nguyện trong đền thờ, vì đó là "nhà cầu nguyện" theo ý định của Đức Chúa Trời. Dĩ nhiên chúng ta biết đó cũng là nơi dâng tế lễ. Nhưng điều đáng lưu ý là, vào dịp trọng đại khi Sa-lô-môn cung hiến đền thờ, bài phát biểu của ông hôm ấy chẳng nhắc gì tới của lễ (dù có dâng của lễ), mà lại nói nhiều về sự cầu nguyện.

Thật ra, lời cầu nguyện của Sa-lô-môn trong dịp cung hiến đền thờ là một lời cầu nguyện về sự cầu nguyện! Ông mường tượng nhiều tình huống khác nhau trong đó Y-sơ-ra-ên đặc biệt cầu nguyện với Đức Chúa Trời trong đền thờ, hoặc "hướng về" đền thờ - những tình huống ông có thể gặp, rồi cầu xin Đức Chúa Trời lắng nghe và đáp lời cầu xin (1 Vua 8:22–53).

Nhưng sau đó, như chúng ta thấy trong chương 8, Sa-lô-môn mở rộng trọng tâm của lời cầu xin ra dân chúng các nước khác, là những người cũng sẽ hướng về đền thờ mà cầu nguyện. Như chúng ta đã nói ở trên, Giê-ru-sa-lem là thành phố toàn cầu, tràn ngập khách tha phương đủ mọi lý do. Điều gì sẽ xảy ra nếu họ quyết định dâng lên Gia-vê Đức Chúa Trời của Y-sơ-ra-ên mọi nan đề?

Sa-lô-môn cầu nguyện: "Xin hãy làm bất cứ điều chi người ngoại quốc cầu xin Ngài" – ông đang xin Đức Chúa Trời làm cho người nước ngoài điều Ngài chưa từng hứa sẽ làm cho Y-sơ-ra-ên. Đây là lời cầu nguyện đặc biệt xin Đức Chúa Trời nghe và đáp lời cầu nguyện của muôn dân và lý do Sa-lô-môn đưa ra để hậu thuẫn cho lời thỉnh cầu ấy đi thẳng vào tấm lòng truyền giáo của Đức Chúa Trời, "để muôn dân trên đất nhận biết danh Chúa và kính sợ Ngài giống như dân Y-sơ-ra-ên của Ngài" (1 Vua 8:43). Ở đây sứ mạng của Áp-ra-ham được chuyển thành lời cầu nguyện truyền giáo. Sa-lô-môn cầu thay *cho* muôn dân, để họ biết cầu nguyện *với* Gia-vê Đức Chúa Trời và cầu nguyện *với* Đức Chúa Trời để Ngài đáp lời cầu nguyện của họ, vì cớ danh của Ngài. Chắc chắn đây là một trong những giây phút mang tính truyền giáo nhất trong Cựu Ước - ít ra cho tới khi chúng ta gặp giây phút kế tiếp.

Trong Giê-rê-mi 29, Giê-rê-mi không cầu xin mà viết thư khuyên giục người khác cầu nguyện. Thật ra, ông viết cho những người Y-sơ-ra-ên đang gặp hoàn cảnh được Sa-lô-môn mô tả trong lời cầu xin - "Khi họ phạm tội với Ngài - vì không ai mà không phạm tội - và Ngài nổi giận với họ, phó họ cho kẻ thù, để họ bị lưu đày trong xứ của kẻ thù, hoặc xa hay gần" (1 Vua 8:46). Đúng vậy, Y-sơ-ra-ên bị lưu đày tại Ba-by-lôn. Và chắc chắn họ đang tha thiết cầu xin cho chính mình và cho niềm hy vọng được quay trở về trong tương lai. Nhưng đó không phải là điều Giê-rê-mi bảo họ cầu xin. Thật kỳ lạ, ông bảo họ *cầu nguyện cho Ba-by-lôn!* Cầu nguyện cho kẻ thù! Hãy tìm kiếm *šalom* cho họ.

Giê-rê-mi 29:7 cung cấp phân đoạn và câu Kinh thánh (lúc đó thì họ chưa có Kinh thánh chia đoạn và câu như chúng ta hiện nay) cho lời dạy của Chúa Giê-xu: "Hãy yêu kẻ thù mình, làm ơn cho kẻ ghét mình, chúc phước cho kẻ rủa sả mình, *cầu nguyện cho kẻ sỉ nhục mình*" (Lu-ca 6:27–28; chú ý in nghiêng).

Như chúng ta đã thấy trong chương 13, lời giáo huấn này của Giê-rê-mi là một phần trong truyền thống mạnh mẽ của Kinh thánh cho rằng dân sự Đức Chúa Trời hiện hữu trong thế gian để mang phước lành, sự hiện diện, quyền năng của Đức Chúa Trời vào diễn đài chung – ngay cả trong trung tâm lãnh địa của quân thù. Cầu nguyện là phương tiện mạnh mẽ để làm việc đó.

Vậy là Sa-lô-môn cầu xin rằng người ngoại quốc sẽ cầu nguyện với Chúa cho chính họ trong khi Giê-rê-mi yêu cầu Y-sơ-ra-ên cầu nguyện với Chúa cho người ngoại quốc. Cả hai tin đều rằng Đức Chúa Trời sẽ đáp lời cầu xin đó, vì vinh hiển của danh Ngài và vì

Šalom của người cầu thay lẫn người được cầu thay.

Đó là lời cầu nguyện mang tính sứ mạng.

Lời cầu nguyện lật đổ sự thờ lạy thần tượng của muôn dân

Như đã từng nói, tôi thường nghĩ rằng Đa-ni-ên đã nghe đọc lá thư của Giê-rê-mi khi nó được đọc cho nhóm người lưu đày đầu tiên (bởi lẽ ông cùng các bạn trẻ thuộc trong nhóm lưu đày đầu tiên đó). Và tôi thường nghĩ rằng ông cho đây là chuyện nghiêm túc và đưa vấn đề cầu thay cho Ba-by-lôn vào lịch cầu nguyện mỗi ngày ba lần của mình. Tôi thấy phỏng đoán như vậy ít ra cũng giải thích hợp lý tình cảm rõ ràng ông dành cho Nê-bu-cát-nết-sa và ước muốn giúp vua tránh hình phạt của Đức Chúa Trời (Đa 4; xem chương 13).

Tuy nhiên, còn một yếu tố mạnh hơn cả lời cầu nguyện của Đa-ni-ên trong Đa-ni-ên 6. Yếu tố này phá hỏng *tham vọng sùng bái ngông cuồng* của vị vua này. Bạn còn nhớ Đa-ri-út, vì xiêu lòng trước lời nịnh hót của những người trong triều đình chỉ muốn dẹp kẻ ngáng đường họ là Đa-ni-ên để sự chăm chỉ cùng tính trung thực của ông không cản trở những tham vọng thối nát của họ, đã thông qua một đạo luật rằng trong suốt một tháng, mọi người trong vương quốc không được cầu nguyện với thần nào khác ngoài vua. Đó là một đạo luật phi lý. Trước hết, đạo luật này cho rằng chính vua là thần - đây luôn luôn là kế hoạch nguy hiểm, như chúng ta đã biết khi Pha-ra-ôn áp dụng tại Ai Cập.

Nhưng thứ hai, đây là dấu hiệu của một quan điểm bị thỏa hiệp về ý nghĩa của chữ "thần" - như thể nếu có thần nào khác lảng vảng trong chủ nghĩa tôn giáo đa thần của đế quốc Ba Tư thì sẽ lịch sự tạm hoãn đáp lời cầu xin trong vài tuần, và cho phép mọi yêu cầu được chuyển sang vị vua vốn chỉ là người mới phất mà muốn làm thần này. Thế nhưng, thật vô cùng phi lý, đây lại là điển hình cho sự xấc xược của quyền lực nhà nước này. Nhà nước này thường thích cho mình là nguồn duy nhất của tất cả các phúc lợi mà công dân của nó có được và cũng thường đòi hỏi lòng trung thành tột bậc từ người dân. Có thể chúng ta không hoàn toàn tôn vua hoặc tổng thống làm thần thánh, nhưng lại dễ dàng biến lòng yêu nước thành một giáo điều và cho rằng không yêu nước là tà giáo.

Nhưng đối diện với yêu cầu buộc chỉ xem vua là thần duy nhất, Đa-ni-ên đã làm gì, ngoài việc vẫn hết lòng phục vụ? Ông đã làm thay đổi sự việc. Ông tiếp tục cầu nguyện với Đấng mà ông biết là Đức Chúa Trời hằng sống duy nhất. Dù ông có biết việc làm đó sẽ gây rắc rối cho mình hay không, thì ông vẫn không hề tìm cách che giấu (Đa 6:10; dù sao thì việc phải làm là đóng hết các cửa sổ!).

Vì Đa-ri-út không phải là Đức Chúa Trời. Đế quốc Ba Tư không phải là Đức Chúa Trời. Chỉ Đức Gia-vê mới là Đức Chúa Trời, và hành động cầu nguyện là hành động tương đối hóa và lật đổ mọi uy quyền chính trị của con người.

Cầu nguyện là nói: "Có một chiếc ngai cao hơn." Cầu nguyện kêu gọi một thẩm quyền cao hơn. Nói tóm lại, cầu nguyện là một hành động chính trị. Cầu nguyện khẳng định rằng mọi quyền lực chính trị của con người là thứ cấp chứ không phải là tối thượng, chỉ là tương đối chứ không phải tuyệt đối - được tuân phục chỉ khi nào nó nhất quán với sự vâng phục Đức Chúa Trời hằng sống (như trong trường hợp Đa-ni-ên), nhưng phải bất tuân khi nó buộc ta phải làm điều Đức Chúa Trời ngăn cấm hoặc cấm cản điều Đức Chúa Trời truyền bảo phải làm.

Đáp ứng của Đa-ni-ên được phản ánh trong đáp ứng của những người đầu tiên theo Chúa Giê-xu (lúc ấy chưa gọi là "Cơ Đốc nhân") khi đối diện với lệnh công khai của chính quyền buộc ngưng nói về Chúa Giê-xu. Họ quay sang cầu nguyện. Và trong lời cầu nguyện, họ kiên cường khẳng định quyền tể trị của Đức Chúa Trời trên trời đất *và trên muôn nước cùng bậc cầm quyền*, rồi họ xin Chúa cho họ sự dạn dĩ để bất tuân lệnh của nhà nước hầu cho họ có thể vâng phục Chúa Giê-xu (Công 4:23–31).

Đó cũng là lời cầu nguyện mang tính sứ mạng.

Cầu Nguyện Và Công Tác Của Sứ Mạng

Khi quay sang Tân Ước, chúng ta thấy lời cầu nguyện là phương tiện bão hòa sứ mạng của Chúa Giê-xu, của hội thánh trong Công Vụ Các Sứ Đồ và của lời Phao-lô chỉ dạy các hội thánh liên quan đến công tác truyền giáo của chính ông.

Chúa Giê-xu

Hiếm có sự việc nào xác nhận và minh họa cho nhân tính nhập thể của Con Đức Chúa Trời trong thân vị Giê-xu ở Na-xa-rét tốt hơn cuộc đời cầu nguyện của Ngài. Ngài có thể nói: "Ta với Cha là một," thế nhưng vẫn không làm tan biến thực tại về sự lệ thuộc vào Cha của thân phận làm người của Ngài, cùng với nhu cầu cầu nguyện của Ngài.

Sứ mạng của Ngài trên đất bắt đầu bằng phép báp-têm, và trong khi Ngài đang cầu nguyện, thì thời khắc xác nhận tuyệt vời của cả Ba Ngôi về nhân thân của Ngài diễn ra (Lu-ca 3:21). Nếu Ngài kiêng ăn trong hoang mạc vào lúc đang tranh chiến và chịu thử nghiệm tại đó, thì ắt hẳn Ngài cũng đang cầu nguyện. Áp lực từ chức vụ chữa lành cũng không triệt tiêu được thì giờ cầu nguyện của Ngài (Mác 1:35). Việc chọn mười hai môn đồ cho sứ mạng được thực hiện sau một đêm cầu nguyện (Lu-ca 6:12–14). Việc đào tạo họ cho công tác truyền giáo thuở ban đầu cũng được thực hiện cùng với việc Chúa Giê-xu dấn thân vào trận chiến thuộc linh vì cớ họ (Lu-ca 10:17–21). Đức tin của Phi-e-rơ vẫn còn sau lần ông vấp ngã vì mất can đảm là nhờ Chúa Giê-xu cầu nguyện cho ông, để sứ mạng của ông vẫn có thể tiếp tục sau khi ông ăn năn (Lu-ca 22:31–32). Đêm cuối cùng của Ngài với môn đồ trước khi chịu chết là đêm Ngài cầu nguyện cho họ và cho việc tiếp nối sứ mạng của hội thánh trong thế gian (Giăng 17). Trên hết, Ghết-sê-ma-nê là sự cầu nguyện trong cơn thống hối. Ngay cả cảnh đóng đinh tàn bạo cũng không thể ngăn cản Ngài cầu nguyện.

> Tại sao sự cầu nguyện lại quan trọng như vậy đối với sứ mạng? [Cô-lô-se 4:2–4] cung cấp câu trả lời. Trong sự cầu nguyện, chúng ta nâng công tác của Phúc âm lên cao hơn mọi hoàn cảnh của đời này, để trao vào tay của Đấng quản cai mọi sự… [Đấng có thể cung ứng] một cánh cửa rộng mở", cho dù sứ giả hiện tại đang bị khóa chặt "trong xiềng xích".
>
> John Dickson[16]

Và dĩ nhiên, Chúa Giê-xu đã dạy môn đồ Ngài cầu nguyện. Nhưng, tuy việc phân tích Bài Cầu Nguyện Của Chúa (Bài cầu nguyện chung – ND) chủ yếu như lời cầu nguyện cơ bản mang tính sứ mạng là điều hữu ích, nhưng ở đây chúng ta có thể lưu ý điều mà đồng nghiệp của tôi Hugh Palmer[17] gọi là "The other Lord's Prayer" (Bài Cầu Nguyện Khác Của Chúa). Thật ra, như ông nêu rõ, đó là lần khác duy nhất trong các sách Phúc âm khi Chúa Giê-xu nói rõ cho môn đồ biết phải cầu xin *điều gì*. Và rõ ràng lời cầu nguyện đó mang tính sứ mạng - cả về ngữ cảnh lẫn nội dung.

> Khi thấy những đoàn người đông đảo, Ngài động lòng thương xót vì họ khốn cùng và tan lạc như chiên không có người chăn. Ngài phán với các môn đồ rằng: "Mùa gặt thì thật trúng, nhưng thợ gặt thì ít. Vậy hãy cầu xin Chúa mùa gặt sai thợ gặt vào mùa gặt của Ngài." (Ma-thi-ơ 9:36–38)

Hugh Palmer hỏi, sao chúng ta dùng bài cầu nguyện "Lạy Cha chúng con" quá thường xuyên trong nghi thức Cơ Đốc, còn bài "Cầu Nguyện Khác" này của Chúa thì ít dùng đến thế? Câu chuyện về sứ mạng Cơ Đốc sẽ ra sao nếu lời cầu nguyện *này* được chúng ta thuộc lòng và nhắc lại (và làm theo) xuyên suốt bao thế kỷ qua? Dĩ nhiên, đây cũng là lời cầu nguyện nguy hiểm. Vì có

---

[17] Mục sư của All Souls Church, Langham Place, London.

khuynh hướng tự trả lời, như các môn đồ đã thấy. Bởi lẽ nếu họ đã làm như lời Chúa Giê-xu truyền dạy, thì điều xảy ra ngay sau đó là chính họ trở thành lời giải đáp cho lời cầu xin của mình, khi Chúa Giê-xu sai họ ra đi (Mat10).

Công Vụ Các Sứ Đồ

Chúng ta không có đủ chỗ để liệt kê hết mọi trường hợp cầu nguyện trong sách Công Vụ Các Sứ Đồ, nhưng sẽ là một nghiên cứu cá nhân giúp bổ sung kiến thức khi đi xuyên suốt sách xem xét từng trường hợp, đặc biệt xem xét cầu nguyện gắn liền mật thiết ra sao với sứ mạng của hội thánh. Đơn cử vài thí dụ thú vị ở đây.

Ngay trước lễ Ngũ Tuần, vì đã được Đấng Christ phục sinh cho biết là họ sẽ làm nhân chứng cho Ngài tới đầu cùng đất, thì đáp ứng đầu tiên của môn đồ là họp lại để cầu nguyện (Công 1:12–14). Cầu nguyện là yếu tố cơ bản giúp gia tăng số tín hữu (2:42). Đó là đáp ứng của họ trước sự chống đối và bách hại (4:23–31; 12:12), hành động đầu tiên của họ trong những hoàn cảnh của công tác truyền giảng Phúc âm mới mẻ (8:14–15). Chính trong bối cảnh thờ phượng, cầu nguyện và kiêng ăn mà hội thánh tại An-ti-ốt được Thánh Linh dẫn dắt để khởi động sứ mạng ly tâm để đến với Dân ngoại cách có chủ đích (13:1–3). Cầu nguyện là hành động truyền giảng Phúc âm đầu tiên trên mảnh đất Âu châu (16:13), và là một hành động hiệu quả lạ lùng khi được kết hợp với sự ngợi khen Chúa giữa đêm khuya (13:25).

Phao-lô

Phao-lô đặt niềm tin không giới hạn vào quyền năng của Đức Chúa Trời cùng năng quyền của Phúc âm. Nhưng ông cũng biết năng quyền của sự cầu nguyện. Và ông biết rằng cả ba cùng hành động cách huyền nhiệm để hoàn thành sứ mạng của Đức Chúa Trời. Sự sống còn của cá nhân ông có được là nhờ được Đức Chúa Trời giải cứu - "được giúp đỡ" hay "vùa giúp", theo như từ ông dùng, bởi lời cầu nguyện của người khác. Tất cả chúng ta đều biết ý nghĩa của việc nhờ người khác cầu nguyện cho mình lúc gặp khó khăn hoặc hiểm nguy, nhưng đối với Phao-lô, ông đặc biệt chú tâm vào ước muốn được giải cứu để có thể tiếp tục công tác truyền giáo rao giảng Phúc âm (2 Cô 1:9–11; Phil 1:19–26).

Ngay cả lời ông cầu nguyện xin Chúa giải cứu cũng gắn liền với việc xin các hội thánh cầu nguyện cho ông có sự dạn dĩ để rao truyền Phúc âm. Một lần nữa, dành thời gian đọc ba lời cầu nguyện sau đây sẽ rất hữu ích (2 Tê 3:1–2; Côl 4:2–3; Êph 6:18–20).

Người ta tranh cãi vì sao những chỉ dẫn về sự cầu nguyện của Phao-lô không đặc biệt kêu gọi cầu nguyện cho sứ mạng *truyền giảng Phúc âm* thường xuyên hơn. Phải chăng là vì Phao-lô không mong đợi các hội thánh của ông gắn bó với việc làm chứng cho Phúc âm? Điều đó vẫn còn trong vòng tranh cãi, nhưng dứt khoát không phải là quan điểm của tôi.[18] Quan điểm của D. A. Carson cho rằng đối với Phao-lô, truyền giáo và cầu nguyện đều là những thực tại toàn diện là quan điểm khả dĩ. Cần mọi loại cầu nguyện cho mọi loại sứ mạng.

Chúng ta có khuynh hướng phân chia từng ngăn cho các loại công tác Đức Chúa Trời giao phó cho hội thánh nói chung, và dán nhãn cho một số công tác là "truyền giáo", và đặt tên gọi khác cho những công tác khác, và rồi cầu nguyện đặc biệt cho điều này điều nọ. Nhưng như vậy thì không phản ánh được những thực tại của Tân Ước:

> Chúng ta có khuynh hướng nghĩ về sứ mạng như một dự án riêng lẻ (hoặc những dự án riêng lẻ), thường là dự án xuyên văn hóa, kết quả là chúng ta kêu gọi cầu nguyện đặc biệt cho chức năng bị cô lập này. Nhưng ngoài sự kêu gọi đặc biệt trong chính cuộc đời ông để làm sứ đồ (thực ra là sứ đồ cho Dân ngoại), Phao-lô còn xem sứ mạng của ông theo nghĩa toàn diện và thậm chí là toàn cầu nữa. Sự vinh hiển của Đức Chúa Trời, sự trị vì của Đấng Christ, sự công bố lẽ mầu nhiệm của Phúc âm, sự qui đạo của những người nam và nữ, sự tăng trưởng và gây dựng hội thánh, đánh bại các quyền lực trong vũ trụ, theo đuổi nếp sống thánh khiết, niềm say mê mối thông công tin kính cùng sự hiệp một trong hội thánh, sự hiệp nhất người Do Thái với Ngoại bang, làm điều thiện cho mọi người, mà đặc biệt là cho anh chị em tín hữu - tất cả đều được kết thành một trang phục không có mối nối. Mọi thành phần được liên kết với nhau nhờ một khải tượng, trong đó Đức Chúa Trời là trung tâm và Chúa Giê-xu Christ tác động trên mọi đổi thay vì vinh quang của Ngài và vì lợi ích của con dân Ngài. Điều này có nghĩa là cầu nguyện cảm tạ và cầu thay, dù trải rộng qua nhiều vấn đề, vẫn được ràng buộc với nhau trong một nhãn quan hiệp nhất mà Đức Chúa Trời là trung tâm. Cách tiếp cận từng phần của chúng ta thì tìm kiếm những sự nối kết cụ thể mà đối với vị sứ đồ này thì đã dính chặt vào một tầm nhìn toàn diện.[19]

---

[18]Tranh cãi về việc bác bỏ quan điểm cho rằng Phao-lô không nhất thiết muốn các hội thánh của ông tham gia trong việc truyền giảng Phúc âm (dựa trên việc không có những sự dạy dỗ rõ rệt là họ phải làm như vậy) được trình bày trong tác phẩm của Peter T. O ' Brien, *Gospel and Mission in the Writings of Paul* (Grand Rapids: Baker, 1993; Carlisle: Paternoster, 1995).

[19]D. A. Carson, "Paul's Mission and Prayer," trong *The Gospel to the Nations: Perspectives on Paul's Mission*, Peter Bold và Mark Thompson, bt (Downers Grove: IVP, and Leicester: Apollos, 2000), 175–84 (đặc biệt 182).

Đó là một phát biểu hay về một số yếu tố then chốt trong sứ mạng toàn diện của con dân Chúa mà tôi đang bàn luận xuyên suốt sách này, theo cung đường của mạch câu chuyện thánh kinh. Sự cầu nguyện đồng hành với toàn bộ câu chuyện thánh kinh - từ lời cầu nguyện của Áp-ra-ham cho đến Sô-đôm trong Sáng Thế Ký tới lời cầu xin của các thánh và người tử đạo trong Khải Huyền.

Cầu Nguyện Là Vũ Khí Thuộc Linh

Cầu nguyện đồng hành với câu chuyện thánh kinh chính xác là vì đây là câu chuyện về chiến tranh - trận đại chiến xuyên suốt lịch sử trong đó Đức Chúa Trời không ngừng đẩy lùi các thế lực gian ác và tăm tối, quyết đánh bại chúng tại thập tự giá của Đấng Christ, và sẽ hoàn toàn triệt tiêu chúng vào phần kết đỉnh điểm của câu chuyện. Đây là trận chiến mà phần thắng đã an bài, được bảo đảm bởi chính "bản-chất-Đức-Chúa-Trời" trong Đức Chúa Trời. Đức Chúa Trời sẽ chiến thắng.

> Đức Chúa Trời đã chỉ định sự cầu nguyện chiếm giữ một vị trí tối quan trọng trong sứ mạng của hội thánh. Mục đích của sự cầu nguyện là nói rõ cho tất cả những người tham gia vào trận chiến ấy biết rằng chiến thắng thuộc về Chúa. Cầu nguyện là phương tiện được Đức Chúa Trời chỉ định để đem ân điển đến cho chúng ta và vinh quang cho chính Ngài... Đó là lý do vì sao công tác truyền giáo tấn tới nhờ sự cầu nguyện. Mục đích chính của Đức Chúa Trời là làm vinh danh Ngài. Ngài sẽ làm điều này qua chiến thắng tối thượng của mục đích truyền giáo là muôn dân sẽ tôn thờ Ngài. Ngài sẽ nắm chắc phần thắng bằng cách bước vào chiến trận và trở thành chiến binh chính. Và Ngài sẽ làm cho mọi người dự phần *qua sự cầu nguyện* hiểu rõ sự gắn bó đó, vì sự cầu nguyện cho thấy quyền năng đến từ Chúa...
>
> Cầu nguyện là máy thu-phát xách tay của hội thánh trên chiến trường thế gian trong công tác Lời Chúa. Cầu nguyện không phải là hệ thống thông tin nội bộ tại gia nhằm gia tăng tiện nghi đời này của thánh đồ... Cầu nguyện dành cho những người tích cực trong công tác. Và trong tay họ, sự cầu nguyện chứng tỏ quyền tể trị tối thượng của Đức Chúa Trời trong việc tìm kiếm muôn dân. Khi sứ mạng tấn tới nhờ lời cầu nguyện, thì quyền năng Đức Chúa Trời được tôn cao. Khi sứ mạng dịch chuyển nhờ sự quản lý của con người, thì con người được tôn vinh.
>
> *John Piper*[20]
>
> Chiến trận thuộc linh không phải là chuyện gọi tên các linh của từng lãnh địa, công bố mảnh đất thuộc về mình hay trói buộc ma quỉ. Chiến trận thuộc linh nói về Phúc âm. Chiến trận thuộc linh là chuyện sống theo

> Phúc âm, gìn giữ sự hiệp một theo phúc âm và rao truyền chân lý phúc âm. Đó là thực hiện những điều này trước một thế giới thù địch, một kẻ thù gian dối và bản chất tội lỗi trong chính chúng ta. Và đó là cầu nguyện với Đức Chúa Trời tối cao về những cơ hội rao giảng Phúc âm. Sự tấn tới có được nhờ lòng tin kính, sự hiệp một, rao giảng và cầu nguyện.
>
> *Timothy Chester, on Ephesians 6*[21]

Cầu nguyện là cùng dự phần vào chiến thắng tối hậu đó và vào cuộc đấu tranh dẫn tới chiến thắng đó. Vì đây chính là sứ mạng của con dân Chúa, và sứ mạng của con dân Chúa là đồng công với Ngài trong cánh đồng vốn là thế giới của Ngài. Nếu trận chiến thuộc về Chúa, thì những ai có phần trong cuộc chiến cần phải liên tục ở trong mối tương thông thân mật với tổng tư lệnh của mình. Điều này là rõ ràng trong chức vụ của Chúa Giê-xu, từ đầu tới cuối chiến đấu với kẻ ác cùng với thuộc hạ của ma quỉ. Và lời cầu nguyện cũng là vũ khí hiệu quả nhất của chúng ta nữa.

Cho nên chẳng lạ gì khi ngay sau lời chỉ giáo của Phao-lô về việc mặc áo giáp của Chúa để đánh trận thuộc linh trong Ê-phê-sô 6 là sự cầu nguyện. Thật ra, Ê-phê-sô 6:10–20 là một trong những câu cực kỳ nổi bật của Phao-lô, nó mở đầu bằng lời nhắc nhở rằng "chúng ta chiến đấu không phải chống lại thịt và máu, nhưng chống lại các quyền thống trị, các thế lực, các kẻ nắm quyền thống trị thế giới mờ tối này, và các thần dữ ở các nơi trên trời", nhưng nó không chỉ dừng lại ở một loạt những lời nhắc nhở phải sẵn sàng chiến đấu mà nó chỉ dừng khi chúng ta đã được bảo phải "thường xuyên cầu nguyện trong Thánh Linh, dùng mọi lời khẩn nguyện nài xin. Ghi nhớ điều này, hãy kiên trì tỉnh thức, và cầu nguyện cho tất cả các thánh đồ."

Cầu nguyện là một phần trong bộ áo giáp và khí giới của chúng ta là lẽ thật, sự công chính, đức tin cùng sự cứu rỗi. Và sự cầu nguyện như vậy mang tính truyền giáo cần thiết, vì nó đồng hành với cuộc chiến vì Phúc âm. Thật vậy, O'Brien gọi đỉnh điểm quan trọng này trong thư Ê-phê-sô là "Sự Ủy Thác Vĩ Đại Của Phao-lô":

Hoàn cảnh của chúng ta có thể khác quá xa so với hoàn cảnh của Phao-lô; ân tứ thuộc linh và cơ hội của chúng ta có thể cũng khác với của ông. Nhưng chúng ta cùng dấn thân vào một trận chiến thuộc linh như vị sứ đồ này, chúng ta cùng nhận mệnh lệnh phải đứng vững, mang cùng một thứ khí giới thiên thượng sẵn sàng để sử dụng (đặc biệt là khí giới thuộc linh thiết yếu là sự cầu nguyện), và cùng đứng chung trong tư thế tự vệ lẫn tấn công. Chúng ta phải kháng cự cám dỗ và tận hiến cả cuộc đời mình cách hăng say cho công tác rao truyền Phúc âm. Đây không phải là những việc tự chọn làm thêm, mà là những việc phải làm và vì vậy, những lời vị sứ đồ nói về việc chia sẻ

Phúc âm hiệu quả trong quyền năng Thánh Linh ở bất kỳ nơi nào chúng ta tới có thể mang tựa đề "Sự Ủy Thác Lớn Của Phao-lô" (The Pauline Great Commission).[22]

Tóm Lược

Ngợi khen và cầu nguyện - hai trong số những hoạt động cơ bản nhất của con dân Chúa, hai việc mà qua đó họ dễ dàng được nhận ra nhất, và là hai điều họ dự phần trong sứ mạng làm dân sự của Đức Chúa Trời - cho dù sứ mạng như thế có thể bao gồm những hoạt động nào khác đi nữa, như chúng ta đã thấy xuyên suốt sách này. Trong chương này, chúng ta đã quan sát một chủ đề của thần học thánh kinh cho rằng ngợi khen chính là mục đích chúng ta được tạo dựng và cứu chuộc, và việc chia sẻ trong ý muốn Đức Chúa Trời rằng muôn dân lẫn cả cõi tạo vật đều phải cùng nhau đến tôn thờ Ngài, tìm thấy niềm vui lớn nhất của đời họ trong việc làm vinh danh Ngài là một trọng trách mang tính sứ mạng của chúng ta. Như chúng ta đã thấy, sự cầu nguyện len lỏi xuyên xuốt toàn bộ Kinh thánh như là dấu hiệu của dân sự Đức Chúa Trời, nâng đỡ sứ mạng của họ, và trong vài trường hợp còn cấu thành một chiều kích cho sứ mạng của họ.

Samuel Balentine đưa ra một kết luận thật hay cho khảo sát thần học thánh kinh về lời cầu nguyện trong Cựu Ước của ông. Ông bảo rằng vai trò của hội thánh, trong tư cách "nhà cầu nguyện" vốn thừa kế một trong những chức năng quan trọng của đền thờ, là "giữ cộng đồng lẫn thế gian ở trong Đức Chúa Trời" và "giữ Đức Chúa Trời trong cộng đồng và thế gian". Nếu sứ mạng của chúng ta thực sự là dự phần trong sứ mạng của Đức Chúa Trời, Đấng yêu thương thế gian đến nỗi đã ban Con Một của Ngài để cứu thế gian và cuối cùng một lần nữa ngự trị trong thế gian, thì đây là cách diễn tả mục đích của sự cầu nguyện đầy thách thức. Lời kết của Balentine gửi cho hội thánh cũng là thách thức phù hợp nhằm kết thúc chương này:

> Sẽ như thế nào nếu chúng ta không thi hành trách nhiệm mà Đức Chúa Trời giao phó cho một cộng đồng đức tin? Sẽ ra sao nếu chúng ta không cầu nguyện để giữ mình và thế gian trong Đức Chúa Trời? Điều gì sẽ xảy ra nếu chúng ta không cầu nguyện và chiến đấu để giữ Đức Chúa Trời trong thế gian? Tôi cho rằng nếu chúng ta không làm, thì hoặc hội thánh sẽ trở thành hang trộm cướp, nơi kẻ trộm tụ tập đếm của cướp rồi trốn tránh Đức Chúa Trời, hoặc sẽ trở thành tòa lâu đài huy hoàng sáng chói, vút tận trời cao nhưng chẳng ra gì trên đất. Dù ở trường hợp nào, thì Đức Chúa Trời cũng đau lòng và thế gian thì trở nên nghèo ngặt.

[22] O' Brien, *Gospel and Mission*, 125.

Ta sẵn sàng đáp lời, nhưng chẳng ai cầu xin, sẵn sàng có mặt, mà chẳng ai tìm kiếm Ta.

Ta đã phán: "Có Ta đây, có Ta đây" với một dân chưa từng kêu cầu danh Ta. (Ê-sai 65:1)[23]

Câu Hỏi Liên Quan

1. Những thay đổi nào (trong hiểu biết và hành động) có thể xuất hiện trong đời sống cầu nguyện của cá nhân bạn sau khi đọc chương này?
2. Hiểu biết của bạn về "lời cầu nguyện mang tính sứ mạng" đã vượt ra ngoài phạm vi "cầu nguyện cho các nhà truyền giáo" (dù đây là lời cầu nguyện quan trọng) như thế nào?
3. Hội thánh có đưa ra cách tách bạch sai trật giữa "thờ phượng" và "sứ mạng"? Nếu không biến tất cả giờ thờ phượng chung thành lối thờ phượng "thân thiện với thân hữu", chúng ta sẽ tăng cường chiều kích mang tính sứ mạng của sự thờ phượng chung trong hội thánh (cả trong cách chúng ta hiểu nó lẫn cách chúng ta làm) như thế nào?

---

[23]Balentine, *Prayer in the Hebrew Bible*, 295.

Phần III
SUY NGẪM VỀ TÍNH LIÊN HỆ

15

Hành Trình Đã Qua Và Hành Trình Phía Trước

Vậy thì sao?

Cuối từng chặng đường đi qua các phân đoạn Kinh thánh, chúng ta đều cần nêu lên câu hỏi này - nhất là khi chúng ta gắn chặt với thần học thánh kinh dành cho đời sống (tuy có người thắc mắc còn có loại thần học thánh kinh nào khác đáng để ta gắn bó hay không). Vì vậy trong chương cuối này, chúng ta cố gắng tổng hợp tất cả những sợi chỉ riêng rẽ trong phần 2.

Xuyên suốt sách, chúng ta đã và đang đặt ra câu hỏi: "Con dân Chúa sống trên đời để làm gì? Kinh thánh nói gì với chúng ta về điều Đức Chúa Trời mong đợi nơi con dân Ngài? Họ hiện hữu vì mục đích gì hoặc cho sứ mạng nào? Chúng ta đã khám phá được điều gì khi trả lời những câu hỏi này?

Hành Trình Xuyên Kinh Thánh Của Chúng Ta

Chúng ta đã thấy sứ mạng của mình bao la như trái đất mà mình được truyền lệnh phải chăm sóc (chương 3), và sứ mạng lan rộng khắp muôn dân mà chúng ta phải là tác nhân mang ơn phước của Đức Chúa Trời đến cho họ (chương 4). Chúng ta đã thấy việc Đức Chúa Trời mong mỏi làm trọn lời Ngài hứa với Áp-ra-ham rằng muôn dân sẽ thực sự được phước gắn chặt với việc dân tộc ra từ Áp-ra-ham (mà ngày nay bao gồm tất cả những ai ở trong Đấng Christ) chịu sống theo đường lối công chính và công bằng của Đức Chúa Trời (chương 5). Chúng ta được chuộc và được kêu gọi sống rao truyền sự cứu chuộc trong thế gian theo cách phản chiếu tính toàn diện trong hành động cứu chuộc của Đức Chúa Trời (chương 6). Chúng ta đại diện Đức Chúa Trời trước mặt thế gian nhằm và được định để trở thành người thu hút thế gian về cho Ngài qua phẩm chất của những cuộc đời được biến cải (chương 7–8).

Đối với mọi chiều kích của sự kêu gọi này, có một chiều kích đạo đức triệt để trong sứ mạng của chúng ta, đó là chúng ta phải *sống* bày tỏ sứ mạng của mình. Như tôi vẫn thường nói, sẽ không có sứ mạng Cơ Đốc nếu không có đạo đức Cơ Đốc.

Sau đó chúng ta tiếp tục khám phá rằng sứ mạng đòi hỏi lòng trung thành triệt để với lẽ thật về một Đức Chúa Trời hằng sống, là Đấng chúng ta được biết thông qua những hành động mạc khải và cứu rỗi của Ngài, mà đỉnh điểm là trong Đấng Christ (chương 9). Chúng ta phải biết và nói về điều mình đã thấy và nghe về việc Đức Chúa Trời đã làm. Vì vậy, trọng tâm sứ điệp của chúng ta, lời mà chúng ta phải truyền rao song song với cách chúng ta sống, về cơ bản chính là vấn đề làm chứng nhân cho Đức Chúa Trời hằng sống trong Đấng Christ (chương 10). Chúng ta đã có được tin vui lạ thường để chia sẻ khi nghiên cứu chiều rộng của Phúc âm Kinh thánh và ra đi loan báo cho thế gian biết rằng Đức Chúa Trời qua Đấng Christ đang hòa giải thế gian với chính Ngài, rằng nhờ thập giá cùng sự sống lại của Chúa Giê-xu ở Na-xa-rét mà vương quốc Đức Chúa Trời đã đến, rằng Giê-xu là Chúa (chương 11).

Như vậy, trong sứ mạng của mình, chúng ta gia nhập hàng ngũ những con người dọc dài theo lịch sử đã được Đức Chúa Trời sai phái để làm trọn nhiều khía cạnh khác nhau trong chính sứ mạng của Ngài trong thế gian. Sai phái và được sai phái là những chiều kích cơ bản của nếp sống cùng sứ mạng của hội thánh (chương 12). Nhưng trên một phương diện khác, hội thánh được sai phái vào đời là hội thánh đã có mặt trong thế gian rồi, bởi lẽ mọi tín hữu sống bên trong diễn đài chung của xã hội nơi Đức Chúa Trời đặt để họ, và đại đa số những con người ấy lao động và kiếm sống trong nơi công sở rộng lớn của những sự tương tác về kinh tế và xã hội. Do đó chúng ta phải xem sứ mạng của mình như một điều gì đó c diễn ra *bên trong và vì cơ* thế giới chung đó, vì đó chính là nơi Đức Chúa Trời tạo dựng (dù cũng là nơi sa ngã) và là nơi cuối cùng sẽ được Ngài chuộc lại trong sự tạo dựng mới của Ngài (chương 13).

Sau hết, chúng ta thấy rằng hội thánh có thêm một lý do cơ bản nữa để hiện hữu, một lý do sẽ còn lại suốt cõi đời đời bên kia sự cứu chuộc thế giới sa ngã của chúng ta - đó là sống để thờ phượng, ca ngợi và tôn vinh Đức Chúa Trời và đưa mọi người từ muôn dân tới một mục tiêu chung. Bởi lẽ điều khiến con người thỏa lòng nhất là Đức Chúa Trời được vinh hiển trong và qua việc chúng ta vui hưởng chính Ngài. Vì vậy, ngợi khen và cầu xin không chỉ là thứ nhạc nền bên ngoài công tác truyền giáo thực sự. Ngợi khen và cầu nguyện tự thân đã là những hành động truyền giáo và không thể thiếu đối với những điều khác mà sứ mạng của Đức Chúa Trời đòi hỏi nơi chúng ta (chương 14).

Tất cả mọi khía cạnh trong lời giải đáp của chúng ta cho câu hỏi cơ bản về sứ mạng của con dân Chúa thúc đẩy chúng ta xem xét tới lui trong Kinh thánh, hết lần này đến lần khác nhìn thấy những mối liên kết bền chặt giữa các bản văn và chủ đề trong Cựu Ước và Tân Ước. Vì vậy, ngay từ lúc đầu, chúng ta đã nhấn mạnh tầm quan trọng của việc con dân Đức Chúa Trời cần phải biết câu chuyện của mình, hay đúng hơn, phải biết câu chuyện của Đức Chúa Trời trong đó họ được kêu gọi dự phần – chuyện kể vĩ đại trong Kinh thánh từ thuở sáng tạo cho tới cuộc tạo dựng mới (chương 2).

Bởi thế, phần "suy ngẫm về tính liên hệ" đầu tiên cần phải có là nói rằng nếu, như đã gợi ý trong chương 1, sứ mạng liên quan với việc toàn thể hội thánh mang toàn bộ Phúc âm đến cho toàn thế gian, thì điều đó có nghĩa là chúng ta phải sử dụng toàn bộ Kinh thánh. Không chỉ đơn giản trích dẫn một hoặc hai câu từ những mẩu Kinh thánh nói về "truyền giáo" được ưa chuộng rồi gọi đó là "thần học thánh kinh về sứ mạng."

Tôi tin chắc còn có nhiều điều có thể đưa vào cuốn sách này khi khai thác thêm các bản văn cùng chủ đề Kinh thánh liên hệ đến sứ mạng của con dân Chúa. Chẳng hạn, chúng ta chưa thể bao gồm được phần thảo luận về tính thích hợp của Văn chương Khôn ngoan, dù phần này có nhiều điều dạy chúng ta về việc sống trong thế giới của Đức Chúa Trời. Chúng ta phải chọn lựa.

Nhưng ít ra trong Sáng Thế Ký chúng ta đã bắt đầu với mục đích của Đức Chúa Trời cho chúng ta là những cư dân trong cõi thọ tạo của Ngài, và chúng ta kết thúc trong Khải Huyền với khải tượng về dân được chuộc của Đức Chúa Trời cùng với mọi tạo vật trong sự tạo dựng mới của Ngài ngợi khen và thờ phượng Chúa. Trên quãng đường ấy, chúng ta cũng lướt qua phần lớn quang cảnh đầy ấn tượng trong Kinh thánh - Áp-ra-ham; Môi-se, cuộc xuất hành ra khỏi Ai Cập và Si-nai; các vua, các tiên tri cùng những người sáng tác thánh ca của Y-sơ-ra-ên, cuộc đời, sự chết và sống lại của Chúa Giê-xu; hội thánh trong Công Vụ Các Sứ Đồ; thư tín của Phao-lô và của Phi-e-rơ, Gia cơ và Giăng; và sách Khải Huyền. Và trong tất cả những phần này, chúng ta tìm được nguồn dưỡng chất phong phú cho thần học thánh kinh dành cho cuộc sống liên hệ tới sứ mạng của con dân Chúa.

Nếu lập luận cơ bản trong quyển sách trước đây của tôi, *The Mission of God*, là chúng ta cần đọc bao quát toàn bộ Kinh thánh để nhận diện và mô tả sứ mạng cứu chuộc vũ trụ lớn lao *của Đức Chúa Trời*, thì lập luận trong quyển này, *Sứ mạng của con dân Chúa*, cũng giống như vậy, chúng ta cần phải đọc toàn bộ Kinh thánh theo cách bao quát để nhận diện và mô tả những hàm ý dành cho chúng ta, *dân sự* được Đức Chúa Trời yêu thương, chọn lựa, kêu gọi, cứu chuộc, uốn nắn rồi sai phái vào thế gian trong danh Đấng Christ.

Mỗi chương đều có thể có giá trị riêng trong việc suy ngẫm về tính liên hệ của các bản văn Kinh thánh đã được nghiên cứu trong chương đó. Nhưng tôi sẽ gom những suy ngẫm cuối cùng của chúng ta quanh một cái khung ba góc độ như trong chương 1. Bởi lẽ sứ mạng của con dân Chúa được thực hiện trong *thế gian* và cho *thế gian*; sứ mạng đó tập trung vào *Phúc âm* của Đức Chúa Trời; và đặt trên vai *hội thánh* một đặc quyền đầy những đòi hỏi.

Thế Gian

Ở nhiều chỗ trong bài khảo sát, chúng ta đã ngẫm nghĩ về thế gian, nơi chúng ta thực hiện sứ mạng của mình. Có hai lĩnh vực kêu gọi chúng ta có thêm những áp dụng rõ ràng, dứt khoát.

Phục Vụ Tạo Vật

Trong chương 3 chúng ta đặt nền móng cho thần học thánh kinh về cõi thọ tạo và trách nhiệm của chúng ta trong cõi thọ tạo đó. Nhưng rốt cuộc, điều đó có phải là thần học thánh kinh về *sứ mạng* liên quan tới cõi tạo vật không? Tôi tin là có. Trước hết chúng ta hãy nhớ lại sự khác biệt mà chúng ta đưa ra trong chương 1 giữa sứ mạng với truyền giáo. Tôi cho rằng chắc chắn đối với mọi Cơ Đốc nhân, cách hành xử có trách nhiệm với môi trường sinh thái là đúng đắn và tốt lành bởi đó là một phần trong vai trò của người môn đồ của Chúa đối với Chúa của trái đất. Theo nghĩa đó thì nó cũng là một phần trong "sứ mạng" chúng ta theo nghĩa rộng nhất.

Nhưng tôi muốn đi xa hơn và cho rằng Đức Chúa Trời kêu gọi một số Cơ Đốc nhân vào công tác "truyền giáo" trên khía cạnh môi trường sinh thái như là lãnh vực mục vụ chính trong thế giới của Đức Chúa Trời. Như y tế, giáo dục, phát triển cộng đồng, cùng nhiều hình thức phục vụ khác được xem là sự kêu gọi của Đức Chúa Trời dành cho những con người khác nhau, mà họ có thể sẵn sàng cho Ngài tùy ý sử dụng vào chủ đích truyền giáo, thì cũng có nhiều nhiệm vụ liên quan đến môi trường sinh thái mà Cơ Đốc nhân có thể đảm nhận như sự kêu gọi truyền giáo cụ thể của chính họ - nghiên cứu khoa học, bảo tồn môi trường sống, dấn thân vào sự nghiệp chính trị, v.v.... Công tác của A Rocha International là một sáng kiến tiên phong và mang tính tiên tri trong lãnh vực này.[1]

Trong quyển *The Mission of God*, tôi có nêu vài lý do vì sao tôi tin rằng Cơ Đốc nhân phải xem những sự kêu gọi bước vào các công tác cụ thể chăm sóc cõi tạo vật như thế cũng là những công tác truyền giáo chính đáng. Nhằm nhấn mạnh tính thích hợp của chiều kích này trong sứ mạng của con dân Chúa, tôi xin trích dẫn vài điều từ quyển sách đó ở đây.

Chăm Sóc Tạo Vật Là Vấn Đề Cấp Bách Trong Thế Giới Ngày Nay

Có cần phải nhắc lại điều này không? Chỉ có người cố tình giả đui tối tệ hơn câu châm ngôn đà điểu vùi đầu dưới cát thì mới có thể làm ngơ trước những sự thật về sự hủy phá môi trường cùng nhịp độ leo thang trong sự hủy hoại môi trường. Bảng liệt kê dài đến mức đáng buồn như sau:

---

[1] Xem www.arocha.org.

- ô nhiễm không khí, biển cả, sông ngòi, ao hồ cùng những tầng ngậm nước lớn
- sự phá hủy các khu rừng mưa nhiệt đới cùng nhiều môi trường sống khác gây hệ quả khủng khiếp trên các loài sống lệ thuộc
- sa mạc hóa và mất đất gieo trồng
- mất đi các chủng loại - thú vật, cây cỏ, chim chóc và côn trùng - cùng sự giảm thiểu kinh số lượng lớn các chủng loài đa dạng chủ yếu trên hành tinh vốn lệ thuộc vào đó.
- việc săn bắt một số loài đến mức tuyệt chủng.
- sự suy yếu tầng ô-zone
- sự gia tăng "khí nhà kính" và hậu quả là hiện tượng trái đất nóng dần lên

Tất cả những điều này là thảm họa mất mát và hủy diệt mang tính tương quan lơ lửng trên đầu, ảnh hưởng đến toàn bộ hành tinh cùng cư dân là con người lẫn không phải con người. Thờ ơ đối với điều này là cố tình làm ngơ hoặc chai lì một cách vô trách nhiệm.

Từ xưa, theo bản năng Cơ Đốc nhân đã quan ngại về các vấn đề vĩ mô và cấp bách trong từng thế hệ, và họ đã đúng khi đưa những vấn đề đó vào quan niệm bao quát của họ về sự kêu gọi và thực thi sứ mạng. Những vấn đề này bao gồm các thảm họa bệnh tật, sự mông muội, tình trạng nô lệ cùng nhiều hình thức tàn bạo và bóc lột khác. Cơ Đốc nhân đã nhận lấy trọng trách chăm lo cho người góa bụa, trẻ mồ côi, người tị nạn, tù nhân, người mất trí, người đói khổ - và gần đây nhất, số lượng những người dấn thân vào chiến dịch "biến nghèo đói trở thành lịch sử" (Make Poverty History là tên của một tổ chức tập trung vào các vấn đề như cứu trợ, thương mại và công bằng xã hội - ND) đã bùng phát.

Ngày nay khi đối diện các sự thật kinh khiếp của sự khốn khổ của chính trái đất, chắc chắn chúng ta phải hỏi Đức Chúa Trời sẽ phản ứng ra sao trước sự lạm dụng cõi tạo vật của Chúa đó và phải tìm cách điều chỉnh các mục tiêu sứ mạng của mình sao cho khớp với những vấn đề Ngài quan tâm. Như Chúa Giê-xu nói với chúng ta, nếu Đức Chúa Trời quan tâm đến cõi thọ tạo của Ngài tới mức Ngài biết cả chuyện một con chim sẻ rơi xuống đất khi nào, thì với mức độ hiểu biết của chúng ta, chúng ta được đòi hỏi phải lo tưởng đến cõi thọ tạo ra sao? Đành rằng Chúa Giê-xu đưa ra điều này nhằm so sánh với sự chăm sóc chu đáo hơn mà Đức Chúa Trời dành cho con cái Ngài, nhưng sẽ hoàn toàn bóp méo Kinh thánh khi nói rằng vì Đức Chúa Trời lo cho chúng ta *hơn* loài chim sẻ, nên chúng ta *chẳng cần* lo cho chim sẻ, hoặc bởi vì chúng ta có giá trị hơn chim sẻ nên chim sẻ chẳng có giá trị gì cả.

Tuy nhiên, sự chăm sóc cõi tạo vật của chúng ta không nên chỉ là một phản ứng tiêu cực, thận trọng hoặc mang tính phòng ngừa trước một vấn đề đang ngày càng lớn dần lên. Có nhiều lý do tích cực hơn như thế.

Chăm Sóc Cõi Tạo Vật Vì Yêu Mến Đấng Tạo Hóa Và Vâng Giữ Mạng Lệnh Ngài

"Hãy kính mến CHÚA là Đức Chúa Trời ngươi" là điều răn đầu tiên và lớn nhất. Trong kinh nghiệm của con người, yêu một người nghĩa là quan tâm đến những gì thuộc về người đó. Phá hoại tài sản của ai đó thì không tương thích với lời tuyên bố rằng mình yêu thương người đó. Chúng ta đã thấy Kinh thánh khẳng định một cách rõ ràng trái đất là tài sản của Đức Chúa Trời, và cụ thể hơn nữa, trái đất thuộc về Đấng Christ, là Đấng làm nên, cứu chuộc và thừa hưởng đất. Chăm sóc trái đất một cách tốt đẹp, vì cớ Đấng Christ, chắc chắn là chiều kích cơ bản của lời kêu gọi toàn thể con dân Chúa phải yêu mến Ngài. Tôi thấy dường như khó hiểu khi một số Cơ Đốc nhân nói rằng họ yêu mến và tôn thờ Đức Chúa Trời, rằng họ là môn đồ của Chúa Giê-xu nhưng lại chẳng đoái hoài gì đến trái đất vốn mang lấy con dấu cho thấy nó thuộc sở hữu của Ngài. Họ không hề quan tâm chuyện lạm dụng trái đất và thực sự là qua lối sống tiêu thụ quá mức và hoang phí của mình, họ góp phần lạm dụng trái đất.

"Nếu các con yêu mến Ta, thì vâng giữ các điều răn của Ta" (Giăng 14:15), Chúa Giê-xu phán khi nhắc lại điều Ngài vẫn thường làm là thành tâm thực hành sự tận hiến về mặt đạo đức của Phục Truyền Luật Lệ Ký. Và các điều răn của Chúa bắt đầu với mạng lệnh cơ bản liên quan đến cõi tạo vật là chăm sóc đất. Vâng giữ mạng lệnh đó là phần quan trọng trong sứ mạng và bổn phận làm người, như bất kỳ bổn phận và trách nhiệm nào khác gắn liền với công trình sáng tạo – chẳng hạn như trách nhiệm làm đầy dẫy đất, dự phần trong việc lao động sản xuất và nghỉ ngơi cũng như hôn nhân.

Làm Cơ Đốc nhân không miễn trừ việc làm người. Sứ mạng Cơ Đốc nổi bật cũng không loại trừ sứ mạng làm người, vì Đức Chúa Trời sẽ buộc chúng ta phải chịu trách nhiệm giải trình về nhân tính của chúng ta cũng như về sự tin đạo của chúng ta. Vì vậy, là những con người *Cơ Đốc*, chúng ta phải xem việc tích cực chăm sóc cõi tạo vật là phần cơ bản trong ý nghĩa của việc yêu mến và vâng lời Đức Chúa Trời.

Chăm Sóc Tạo Vật Thử Nghiệm Động Cơ Của Chúng Ta Đối Với Sứ Mạng

Xuất phát điểm và đích đến tối hậu trong thần học thánh kinh về sứ mạng của chúng ta phải là sứ mạng của chính Đức Chúa Trời. "Hết thảy ý muốn của Đức Chúa Trời" là gì? Sứ mạng bao quát mà Đức Chúa Trời đã tận hiến chính mình và toàn bộ diễn trình của lịch sử là gì? Đó không chỉ là việc cứu rỗi con người, mà còn là sự cứu chuộc toàn thể cõi tạo vật. Đức Chúa Trời đang lập lại một tạo vật mới qua việc biến cải và làm mới lại tạo vật theo cách tương tự như sự phục sinh của Con Ngài, và như là nơi cư trú cho các hội đoàn của dân được chuộc.

Như vậy, sứ mạng toàn diện sẽ chẳng thực sự toàn diện nếu nó chỉ bao hàm con người (cho dù bao hàm toàn thể con người đi chăng nữa!) và loại trừ phần còn lại của cõi tạo vật vốn dĩ vì sự hòa giải của chúng mà Đấng Christ đã phải đổ huyết ra (Côl 1:20). Những Cơ Đốc nhân đáp ứng với lời Đức Chúa Trời kêu gọi phục vụ Ngài qua việc phục vụ những tạo vật không phải là con người trong các dự án môi trường sinh thái là đang dấn thân vào một hình thức sứ mạng đặc biệt, có vị trí đúng đắn bên trong khuôn khổ rộng lớn mà mục tiêu là sứ mạng của Đức Chúa Trời. Động cơ của họ phát xuất từ sự nhận biết tấm lòng của Đức Chúa Trời dành cho cõi tạo vật của Ngài cùng ước muốn đáp lại điều đó. Chắc chắn không có chuyện Cơ Đốc nhân tham gia chăm sóc cõi tạo vật nhưng lại không thèm chăm sóc tương tự cho nhu cầu của con người. Ngược lại, theo quan sát của tôi, dường như sự dịu dàng mà Cơ Đốc nhân dành cho cõi-tạo-vật-không-phải-là-con-người tự làm cho nó quảng đại hơn trong mối quan tâm mà nó dành cho nhu cầu của con người.

Chăm Sóc Cõi Tạo Vật Là Hiện Thân Cho Sự Cân Bằng Giữa Lòng Thương Xót Và Công Lý

Chúng ta phải thực hành lòng thương xót, vì chăm sóc tạo vật của Đức Chúa Trời về bản chất là một dạng yêu thương không vị kỷ, được thực hiện vì có những tạo vật không thể nói lời cám ơn hoặc trả ơn. Đó là một hình thức lòng vị tha đúng với Kinh thánh và đầy lòng tin kính. Trong khía cạnh này, nó phản ánh cùng một phẩm tính trong tình yêu của Đức Chúa Trời - không chỉ theo nghĩa Đức Chúa Trời yêu thương con người dù họ thù nghịch không đáng được yêu đối với Ngài, mà còn theo nghĩa rộng là "Đức GIÊ-HÔ-VA có lòng thương xót/yêu thương *mọi tạo vật do Ngài làm nên*" (Thi 145:9, 13, 17; dịch từ nguyên văn và chú ý in nghiêng).

Lại nữa, Chúa Giê-xu dùng sự chăm sóc yêu thương của Đức Chúa Trời dành cho chim trời cùng vẻ xinh tươi của hoa lá để làm khuôn mẫu chỉ về tình yêu vĩ đại hơn mà Ngài đối đãi với con cái loài người. Nếu Đức Chúa Trời chăm lo cho tạo vật không phải là con người với lòng thương xót tỉ mỉ như vậy, thì những kẻ muốn tranh đua với Ngài lại càng phải biết ơn Ngài nhiều hơn dường bao! Tôi đặc biệt cảm động khi chứng kiến sự chăm sóc đầy tình thương của ban điều hành A Rocha khi họ lo cho từng con chim trong chương trình của họ. Đó là sự săn sóc chu đáo nồng ấm mà theo tôi thực sự là thái độ giống Đấng Christ đối với những loài vật bé nhỏ trong cõi thọ tạo của Đức Chúa Trời.

Chúng ta phải thực thi công lý, bởi lẽ hành động vì môi trường là một hình thức bảo vệ kẻ yếu trước kẻ mạnh, kẻ không thể tự vệ trước kẻ quyền thế, người bị xâm phạm chống lại kẻ tấn công, thành phần không có tiếng nói chống lại sự đàn áp của kẻ tham lam. Đây cũng là những đặc điểm trong bản tính Đức Chúa Trời được bày tỏ trong việc Ngài thi hành công lý. Thi

Thiên 145 nói đến sự chu cấp của Đức Chúa Trời cho mọi tạo vật của Ngài trong định nghĩa về sự *công chính* cũng như tình yêu của Ngài (Thi 145:13–17). Thật ra, Thi Thiên này đặt việc Đức Chúa Trời chăm sóc cõi tạo vật hoàn toàn song song với hành động giải phóng và xác nhận những việc làm công chính vì dân sự Ngài – vì thế mang các truyền thống sáng tạo và cứu chuộc trong Cựu Ước lại với nhau một cách thật hài hòa đẹp đẽ.

Bởi thế, chẳng lạ gì khi Cựu Ước xác định những đặc điểm của *người* công chính, nó không chỉ dừng ở mối quan tâm thực tiễn dành cho những *người* nghèo và thiếu thốn (mặc dù dĩ nhiên đó là đặc điểm nổi bật). Đúng là "người công chính quan tâm đến công lý cho kẻ nghèo" (Châm 29:7). Nhưng nhà hiền triết cũng đưa ra lời nhận xét ấm lòng rằng "người công chính lo cho nhu cầu của bầy *gia súc* mình" (12:10). Sứ mạng theo Kinh thánh cũng mang tính toàn diện như sự công chính theo Kinh thánh.[2]

Phục Vụ Xã Hội

Chúng ta đã thấy chứng cứ mạnh mẽ trong Kinh thánh về mối quan tâm đến xã hội loài người của Đức Chúa Trời ở mọi góc độ - chính trị, kinh tế, pháp lý, gia đình, và những góc độ tương tự. Trong chương 4, chúng ta thấy khái niệm "ban phước cho muôn dân" thật rộng lớn, vì cách hiểu phước lành theo Kinh thánh thật phong phú và đa dạng.

Ai có thể đếm xuể số lượng các phương cách mà Cơ Đốc nhân có thể trở thành nguồn phước cho muôn dân? Và nó sẽ tạo ra khác biệt nào trong cảm nhận của từng Cơ Đốc nhân về việc cá nhân họ được trực tiếp dự phần vào sứ mạng của con dân Chúa, nếu họ có thể nhìn việc làm mỗi ngày và sự dấn thân vào xã hội của mình như là một cơ hội để "làm nguồn phước", để "tìm kiếm phúc lợi cho thành" nơi Chúa đặt để họ? Chúng ta đã gây ra thiệt hại gì cho sứ mạng của Đức Chúa Trời khi giới hạn sứ mạng ấy chỉ cho những người phục vụ và nhà truyền giáo chuyên nghiệp được hưởng lương? Tôi thấy dường như Phúc âm mà chúng ta chia sẻ trên đôi môi sẽ phong phú và hiệu quả hơn, nếu nó tuôn tràn từ một đời sống vang vọng phước lành Phúc âm qua tất cả những sự tầm thường của nếp sống Cơ Đốc thường ngày ngay giữa trần gian.

Và đặc biệt trong chương 13, chúng ta thấy rằng Đức Chúa Trời rõ ràng mong muốn con dân Ngài tham gia vào diễn đài công cộng, giữa phố chợ của đời này. Nếu đây cũng là một phần trong sứ mạng theo như Kinh thánh của chúng ta với tư cách con dân Chúa, thì hội thánh cần nghiêm túc nhìn nhận nó, ít nhất là theo hai cách thực tiễn và thích hợp.

---

[2] Wright, *The Mission of God*, các bài chọn lọc từ 412–20.

Nhiệm Vụ Tiên Tri

Chúng ta được kêu gọi vào vai trò tiên tri, không chỉ là tuyên úy. Nghĩa là, vai trò của hội thánh không chỉ đơn giản là mang lấy vẻ ngoài hiền lành thánh thiện, không phê phán lên bất kỳ ngành nghề kinh tế (hay quân sự) và xã hội nào diễn ra trong nơi làm việc. Đó là một trong nhiều hình thức xuyên tạc do thế giới Cơ Đốc giáo (Christendom) nghĩ ra.

Con dân Chúa được kêu gọi duy trì một khoảng cách cần thiết và nói thay cho nhà Kiểm Toán Thiên Thượng độc lập. Điều này không có nghĩa là chúng ta tự chọn tư thế kẻ bề trên kênh kiệu, vì chúng ta biết tình trạng tội lỗi của mình. Nhưng có nghĩa là chúng ta phải lên tiếng đánh giá, phê phán hoặc tán thưởng, dựa trên những tiêu chuẩn mà chúng ta học biết trong sự mạc khải từ chính Đức Chúa Trời. Chúng ta phải từ bỏ điều ác và nắm chặt lấy điều thiện; điều đó đòi hỏi lòng và trí phải hòa hợp để nhận biết sự khác biệt.

Hội thánh xét trên bình diện tập thể vẫn có thể thể hiện chức năng tiên tri này nơi quảng trường công cộng, tuy nó cũng sẽ luôn phải chịu khổ khi làm như vậy - đôi khi từ chính những tuyên úy được bầu ra của chính nơi phố chợ. Chúng ta cần khôi phục tiếng nói của việc gắn bó theo đúng sự dạy dỗ của Kinh thánh với mọi điều diễn ra chung quanh chúng ta và cần can đảm để làm điều đó. Hễ nơi nào Cơ Đốc nhân bước vào những ngành nghề cho họ có tiếng nói đại chúng - trong lĩnh vực chính trị, báo chí, phát thanh cùng các phương tiện truyền thông khác - thì họ đều cần được hội thánh hỗ trợ và khích lệ để hiểu tính chất truyền giáo tiên phong trong sự kêu gọi họ.

Nhiệm Vụ Của Mục Sư

Hội thánh cũng có nhiệm vụ hỗ trợ những người sống mỗi ngày như thánh nhân giữa nơi công sở. Phao-lô cho chúng ta biết Đức Chúa Trời đã ban cho hội thánh Ngài mục sư và giáo sư "để trang bị thánh đồ cho công tác phục vụ" (Êph 4:12). Tôi tin rằng "công tác phục vụ" ở đây không chỉ có nghĩa sinh hoạt Cơ Đốc (nghĩa là mục vụ hoặc công tác truyền giảng Phúc âm do hội thánh điều phối), mà là tất cả và bất kỳ hình thức phục vụ nào trong xã hội nói chung, kể cả trong hội thánh.

> Hội thánh này sai phái 1.500 nhà truyền giáo hằng tuần. Vài người trong số này thậm chí đang phục vụ ở hải ngoại.
>
> *Hugh Palmer, Mục sư giáo xứ All Souls Church, Langham Place, London*

Điều này đảo ngược một trong những khái niệm sai lầm thường thấy nhất mà đáng buồn là vẫn còn len lỏi trong hội thánh và làm mất đi tính hiệu quả của hội thánh. Dù tin hay không thì Đức Chúa Trời cũng không hề chế tạo ra hội thánh để ủng hộ giới tăng lữ. Ngược lại, Ngài ban các mục sư cùng thầy giáo cho hội thánh nhằm trang bị cho thánh đồ.

Người ta không đi nhà thờ vào Chúa Nhật để hỗ trợ mục sư trong chức vụ. Mục sư đi nhà thờ vào Chúa Nhật để hỗ trợ mọi người trong chức vụ *của họ*. Và chức vụ *của họ*, chức vụ thực sự được kể là sứ mạng, thì *ở bên ngoài* các bức tường hội thánh, trong thế gian, làm muối và ánh sáng giữa phố chợ.

Hội thánh nào cũng cần phải dán một tờ thông báo dễ thấy ở mặt trong cánh cửa nhà thờ mà ai đi ngang qua để ra về cũng có thể đọc được dòng chữ: "Quí vị đang bước vào cánh đồng truyền giáo."

Do đó, thách thức cho những ai trong chúng ta là mục sư (và những người đào tạo mục sư) ấy là:

- Chúng ta có hiện đang điều động, đào tạo và hỗ trợ người của mình cho sứ mạng hay không - không (chỉ) qua việc gửi một số người ra hải ngoại làm "giáo sĩ", mà có đang thấy toàn thể hội thánh đều đang dấn thân vào sứ mạng trong thế gian trong từng ngày làm việc của họ?
- Chúng ta có đang giúp những Cơ Đốc nhân làm việc bình thường hiểu thế giới mà họ đang sống và làm việc, hay chỉ nhử nhử trước mắt họ viễn cảnh về một thế giới tốt đẹp hơn khi họ lìa đời?
- Chúng ta có đang dạy cho dân sự mình những điều Kinh thánh dạy về vai trò của những công dân có trách nhiệm không?
- Chúng ta có đang khích lệ tín hữu "tìm kiếm phúc lợi của thành" nơi Đức Chúa Trời đặt để họ không?
- Chúng ta có đang xây dựng thế giới quan theo Kinh thánh để duy trì lời chứng Cơ Đốc hay không?
- Chúng ta có đang giúp những Cơ Đốc nhân đang làm việc vật lộn với những vấn đề đạo đức họ gặp trong sở làm, khích lệ họ trung tín, chính trực, can đảm và kiên trì không?
- Chúng ta có đang quan tâm với tinh thần cảm thông tới những người bị bầm dập và chà đạp trong xung đột hàng ngày với một thế giới thù địch, nếu đó là thực tế họ phải đối diện trong sở làm hay không?

Để thực thi chức vụ nâng đỡ như vậy, chính chúng ta, những người làm mục sư và thầy giáo trong hội thánh, cần biết những nan đề cùng những cám dỗ mà dân sự mình đối mặt trong thế gian. Chúng ta cần tự cập nhật với những thực tại nơi phố chợ chứ không sống trong một quả bong bóng xà phòng thuộc linh cô lập với chỉ toàn những sinh hoạt tôn giáo mà thôi.

Chúng ta cũng cần theo kịp những sự phát triển trong sự hiểu biết và thực hành sứ mạng như những phát triển được giới thiệu bởi phong trào đang lên qua cụm từ "Kinh doanh là Sứ mạng" (Business as Mission). Đây là sự nhận biết rằng "may trại" không nhất thiết là phương cách tự cung cho công việc "thật sự" là rao giảng Phúc âm, cũng không phải là bức màn che giả tạo để có thể bước vào những đất nước đóng cửa không cho truyền giảng. Đúng hơn, đó là niềm xác tín rằng kinh doanh hợp pháp có giá trị từ trong bản chất vì ích lợi của xã hội, vì phúc lợi của con người, vì những mục tiêu tích cực về thuộc linh và xã hội. Kinh doanh chân chính trong thế giới của Đức Chúa Trời vì Đức Chúa Trời[3] mang chiều kích của sứ mạng.

> Tôi buồn bã nhớ lại lần tôi giảng cho một hội đồng gồm những cựu sinh viên Cơ Đốc tại Ấn Độ - tất cả đều là những tín hữu bình thường và có chuyên môn. Trong khi dạy về đạo đức Cựu Ước, chúng tôi thảo luận nhiều vấn đề phức tạp về đạo đức và lương tâm mà Cơ Đốc nhân Ấn Độ đối diện thường ngày - từ việc hối lộ và tham nhũng tới việc bóc lột và bạo lực. Tôi hỏi họ có thể bàn luận về những vấn đề đó với mục sư của họ không. Họ cười. Họ nói: "Mục sư của chúng tôi chẳng bao giờ đếm xỉa, thậm chí là suy nghĩ hay giảng về những chuyện như thế. Thậm chí một số mục sư cũng dây vào những chuyện như thế mà."

Phúc Âm

Phục Hồi Tính Trọn Vẹn Của Phúc Âm

Tôi hy vọng rằng một trong những tác động của cuốn sách này là giúp chúng ta ngước mắt lên nhìn xem sự giàu có đầy vinh hiển của Phúc âm từ Đức Chúa Trời. Kinh thánh mang đến cho chúng ta tin vui diệu kỳ nhất, phán với và có thể biến cải từng lĩnh vực của cuộc sống con người vốn bị tội lỗi đụng đến (nghĩa là từng lĩnh vực trong cuộc sống con người). Nan đề nằm ở chỗ chúng ta có khuynh hướng tập chú vào khía cạnh này hoặc một khía cạnh khác của tin vui mừng trong Kinh thánh rồi gạt hết những điều khác đi. Điều được Đức Chúa Trời kết lại với nhau thì chúng ta lại tách rời ra. Rồi sau đó chúng ta lại ra sức chứng minh chúng có "liên hệ" đến nhau, trong khi đáng lý từ đầu chúng ta đừng tách rời chúng.

Chúng ta hãy tự nhắc nhở mình về một số "sự trọn vẹn" quan trọng đã được lưu ý trong bài khảo sát này. Phúc âm kết nối các điều sau đây, dù đáng tiếc là chúng ta thường có khuynh hướng phân tách chúng ra.

---

[3]Xem tác phẩm xuất sắc của Mark Russell, *The Missional Enterpreneur: Principles and Practices for Business at Mission* (Birmingham, AL: New Hope, 2010). Xem thêm the "Business as Mission Manifesto" từ Phong Trào Lausanne tại http://www.lausanne.org/all-documents/manifesto.html, và Lausanne Occasional Paper Số 40, *Marketplace Ministry*, có thể truy cập tại www.lausanne.org/2004forum/documents.html.

Cá Nhân Và Vũ Trụ

Chúng ta có khuynh hướng phân rẽ cá nhân với phương diện vũ trụ và tập thể của Phúc âm, rồi dành ưu tiên cho phương diện thứ nhất. Nghĩa là chúng ta đặt sự cứu rỗi cá nhân cùng truyền giảng Phúc âm cho cá nhân làm trung tâm cho toàn bộ mọi nỗ lực của mình (dĩ nhiên, truyền giảng cá nhân vẫn *là* phần thiết yếu trong cam kết của chúng ta). Nhưng thứ tự của Phao-lô về sứ điệp Phúc âm trong Ê-phê-sô và trong Cô-lô-se 1:15–26 là *tạo vật* (mọi sự trên trời dưới đất, do Đấng Christ tạo dựng, duy trì và cứu chuộc); kế tiếp là *hội thánh* (với Christ là đầu); và sau nữa là cá nhân *tín hữu* Ngoại bang- "và anh em nữa".

Phao-lô nói, *tất cả mọi* điều này, đã được "giảng hòa qua huyết Đấng Christ đổ ra trên thập tự giá". Vì vậy, chúng ta không được cứu *ra khỏi* tạo vật, mà làm *một phần của tạo vật* đã được Đức Chúa Trời cứu chuộc qua Đấng Christ. Hội thánh không chỉ là chỗ cất chứa linh hồn cho tới lúc linh hồn về thiên đàng, mà là minh chứng sống động về sự hiệp một vốn là ý định của Đức Chúa Trời dành cho toàn thể tạo vật.

Hậu quả tệ tai hại từ việc phá vỡ "tổng thể" này, ấy là những Cơ Đốc nhân được truyền giảng bằng các phiên bản Phúc âm thánh kinh bị cắt ngắn thường không mấy quan tâm đến thế giới, tới quảng trường công cộng, tới kế hoạch của Đức Chúa Trời dành cho xã hội cùng muôn dân và thậm chí còn ít hiểu biết về ý định của Đức Chúa Trời dành cho chính tạo vật. Do đó, cán cân nỗ lực của chúng ta dành cho sứ mạng bị đe dọa vì nó nhỏ hơn rất nhiều so với phạm vi sứ mạng của Đức Chúa Trời.

Tin và Sống

Chúng ta có khuynh hướng tách rời việc tin Phúc âm với sống Phúc âm. Và rồi chúng ta thường dành ưu tiên cho việc tin. Nghĩa là dường như chúng ta cho rằng có thể có một *niềm tin* tách rời khỏi cách *sống* bày tỏ đức tin ấy; cho rằng con người có thể được cứu nhờ một điều gì đó diễn ra trong tâm trí mà không cần quá lo cho điều diễn ra trong cách sống của họ. Miễn là họ còn biết cầu nguyện đúng cách, và còn tin giáo lý đúng đắn, thì chẳng có gì đáng quan ngại, hoặc chí ít là bất kỳ điều gì xảy ra sau đó cũng chỉ là chuyện thứ yếu và riêng tư mà thôi.

Thế nhưng trong Kinh thánh, như chúng ta thấy nhiều lần trong sách này, đức tin và vâng phục không thể tách rời nhau. Dĩ nhiên, điều quan trọng là nhấn mạnh chúng ta được cứu chỉ nhờ công việc của Đấng Christ và qua đức tin của chúng ta nơi Ngài, không nhờ hoặc không do việc thiện chúng ta đã làm. Nhưng đức tin mà nhờ đó chúng ta được liên kết với Đấng Christ trong sự cứu chuộc ắt hẳn minh chứng sự thực hữu và tính xác thực của nó qua sự vâng phục. Thật ra Phao-lô định nghĩa công tác trong suốt cuộc đời truyền giáo của mình là mang lại *"sự vâng phục của đức tin... giữa vòng muôn dân"* (Rô 1:5; 15:18; 16:26 ESV). Đây là cặp từ nhắc lại lời Áp-ra-ham, Chúa Giê-xu, Phao-lô và Gia-cơ. Bạn không thể vâng giữ Lời Chúa nếu không tin lời đó. Nhưng bạn không thể nói mình tin, nếu không vâng giữ Lời Ngài. Đức tin không có việc làm, thì chết.

Hậu quả tệ hại từ việc phá vỡ "tổng thể" này là, trên khắp thế gian có những người tự xưng mình là tín hữu và là người theo Phúc âm, nhưng nếp sống thực tế của họ chẳng khác gì văn hóa chung quanh - cho dù là đạo đức, thành kiến xã hội cùng chính trị cũng như cách ứng xử thường ngày. Theo nghĩa Kinh thánh, họ là "người gây tai tiếng" - là hòn đá vấp chân cản trở người khác suy nghĩ về những lời tuyên xưng của Đấng Christ.

Tuyên Bố Và Chứng Minh

Phúc âm là tin mừng cần được nghe *và* thấy. Phúc âm cần lời nói lẫn hành động. Sứ điệp lẫn chứng cứ. Chúng ta có khuynh hướng tách rời hai điều này và dành ưu tiên cho việc nghe. Chúng ta dễ nói về sứ mạng là *"rao giảng* Phúc âm". Nhưng dù điều đó tuyệt đối quan trọng (bởi lẽ tin vui mừng thì đơn giản là *phải* được truyền đạt bằng lời), thì đó cũng không phải toàn cảnh bức tranh về cách truyền đạt Phúc âm.

Phi-e-rơ tóm lược chức vụ của Chúa Giê-xu là *vừa* rao báo sứ điệp Đức Chúa Trời gửi cho Y-sơ-ra-ên - tin vui mừng về sự bình an - *vừa* được xức dầu và ban quyền năng Thánh Linh, "Ngài đi khắp nơi làm việc nhân đức" (Công 10:36–38).

Chúng ta nhìn thấy cùng một sự kết hợp như vậy trong việc làm của chính Phao-lô: trong Rô-ma 15, ông suy nghĩ về toàn bộ công việc truyền giáo của mình và nói về "điều mà Đấng Christ đã thực hiện qua tôi để khiến dân ngoại *vâng phục* Đức Chúa Trời bằng lời *nói* và việc tôi *đã làm* - bằng quyền năng của dấu lạ phép mầu, bằng *uy lực của Thánh Linh Đức Chúa Trời*" (Rô 15:18–19, chú ý in nghiêng). Lời nói, việc làm và dấu lạ, như có người đã nói.

> *Amity Foundation* là một tổ chức phát triển của Cơ Đốc nhân người Hoa. Cùng với nhiều Cơ Đốc nhân khác, họ tích cực cứu trợ và tái thiết sau cơn động đất tàn phá ở tỉnh Sichuan. Mục sư Gu Yumei cùng chồng là những người đầu tiên giúp đỡ trong tỉnh của họ.
>
> Mục sư Gu nói "trước khi có động đất, nhiều người không biết đến hội thánh". Khi thành viên trong hội thánh dấn thân vào nỗ lực cứu trợ ở bất cứ nơi nào họ có thể giúp, phân phát nến, đèn pin hoặc thuốc xịt muỗi, thì hội thánh được biết đến nhiều hơn giữa vòng người dân tại Mianzhu. "Công tác xã hội cùng tình yêu của Đức Chúa Trời giúp người khác nhận biết sự hiện diện của hội thánh," Mục sư Gu nói như vậy.

> Kể từ thời điểm đó, hội chúng này đã gia tăng ít nhất là năm lần. Hiện nay, hội thánh mở những khóa lãnh đạo đặc biệt dành cho ban điều hành tại mười ba điểm nhóm của mình.[4]

Hậu quả tệ hại từ việc phá vỡ "tổng thể" này là những nỗ lực truyền giảng Phúc âm đôi khi bị thế gian nhạo báng do họ thấy rõ vẻ đạo đức giả của những người nói thì nhiều mà cách sống thì không hậu thuẫn cho lời họ nói. Nhiều nhà khảo cứu nhận ra rằng thiếu trung thực, liêm chính trong lĩnh vực này chính là trở ngại quan trọng ngăn cản sự chấp nhận sứ điệp Phúc âm.

Như trên tôi có nói, nhiều người trong chúng ta có khuynh hướng dành ưu tiên cho mặt thứ nhất trong từng cặp. Nhưng dĩ nhiên cũng có những người lại dành ưu tiên cho mặt ngược lại. Họ nhấn mạnh tầm quan trọng về mặt xã hội của hội thánh, nhu cầu phải có đạo đức triệt để về mặt xã hội, và một hình thức hiện diện của Cơ Đốc giáo trong xã hội để làm một lực lượng cho công lý, cho dù danh Đấng Christ không được rao giảng theo kiểu làm chứng; hơn nữa, những người này say mê lo cho việc cứu trợ người nghèo khó và giảm bớt đau khổ giữa vòng những người thiếu thốn nhất nhưng lại đặc biệt ít quan tâm tới những người tin nhận Chúa Giê-xu Christ và những người được thêm vào hội thánh của Ngài.

Điều ta có thể nói về lối suy nghĩ hoặc hành động như thế chắc chắn đó là ấy không phải là "sứ mạng toàn diện" - cho dù từ này đôi khi không thích hợp để áp dụng cho những khái niệm truyền giáo nhấn mạnh hành động mang tính xã hội và kinh tế. Hoạt động xã hội mà không quan tâm đến truyền giảng Phúc âm thì cũng không toàn diện giống như truyền giảng mà thiếu quan tâm về mặt xã hội. Quan tâm đến người nghèo đói mà không quan tâm đến việc con người được nghe tin mừng về Chúa Giê-xu thì đã là không theo gương Chúa Giê-xu rồi, chưa nói tới "sứ mạng toàn diện".

Nhưng tại sao chúng ta cứ phải lo phân cực theo kiểu lưỡng phân giả tạo này, trong khi Kinh thánh cho chúng ta vô số lý do chính đáng để giữ cả hai trong mối liên kết hiệp nhất?

"Điều Nào Cần Hơn?"

Vấn đề này chính là nguyên nhân gây ra một số chia rẽ trong phong trào Lausanne vào thập niên sau Đại Hội Lausanne đầu tiên năm 1974. John Stott đã triệu tập một ban tham vấn để suy nghĩ thông suốt về mặt thần học - cuộc Hội Đàm Về Mối Quan Hệ Giữa Truyền Giảng Phúc Âm Với Trách Nhiệm Xã Hội (CRESR) - tại Grand Rapids vào năm 1982. Hồi đó và ngày nay vẫn có người nhấn mạnh rằng trong cam kết của chúng ta với sứ mạng toàn diện, thì truyền giảng Phúc âm phải được xem là hàng đầu. Tôi nghĩ rằng cách bản báo cáo của CRESR phản hồi vấn đề này và phát biểu điều gì cần phải được xem là trọng yếu nhất như vậy với những tiêu chuẩn thận trọng vẫn còn hữu ích hơn cả, cho dù, theo tôi nghĩ, đó là nhằm tìm cách "hàn gắn" hai điều vốn không nên bao giờ tách rời nhau ngay từ đầu. Toàn bộ tư liệu ấy đáng được nghiên cứu kỹ càng, nhưng phần trích sau đây, đề cập điểm cơ bản của vấn đề.[5]

Các câu kết của phần trích này cho thấy những người viết bản thảo ý thức rằng, *trong việc thi hành sứ mạng*, sự phân biệt, nếu có, thì trong thực tế khó mà phân định rạch ròi:

> Rao giảng Giê-xu là Chúa và Đấng Cứu Thế (truyền giảng Phúc âm) chứa đựng những hàm ý xã hội trong đó, vì nó kêu gọi con người ăn năn tội lỗi về mặt xã hội cũng như cá nhân và kêu gọi họ sống cuộc đời mới công chính lẫn hòa bình trong xã hội mới thách thức xã hội cũ.
>
> Cho người đói có thức ăn (trách nhiệm xã hội) chứa đựng những hàm ý về truyền giảng Phúc âm, bởi lẽ những việc thiện của tình yêu thương, nếu được thực hiện trong danh Đấng Christ, là một sự minh chứng và khen ngợi Phúc âm.
>
> Vì vậy, có người cho rằng truyền giảng Phúc âm, dù không chủ yếu hướng về xã hội, cũng vẫn mang chiều kích xã hội, trong khi trách nhiệm xã hội, ngay cả khi không chủ tâm mang ý hướng truyền giảng Phúc âm, cũng vẫn mang chiều kích truyền giảng Phúc âm.
>
> Do đó, truyền giảng Phúc âm và trách nhiệm xã hội, dù rất khác nhau, nhưng lại liên quan khắng khít với nhau trong lời rao giảng cùng sự vâng phục của chúng ta đối với Phúc âm. Trong thực tế, sự hỗ tương này chính là một cuộc hôn nhân.
>
> Điều này dẫn chúng ta đến câu hỏi sự hỗ tương giữa truyền giảng Phúc âm với trách nhiệm xã hội này là bình đẳng hay bất bình đẳng, nghĩa là quan trọng như nhau hay điều này quan trọng hơn điều kia. Giao ước Lausanne khẳng định rằng "trong sứ mạng của hội thánh về phục vụ mang tính hi sinh, thì truyền giảng Phúc âm là ưu tiên" (Đoạn thứ 6). Dù một số người trong chúng ta cảm thấy khó chịu với mệnh đề này, nhưng chúng ta cũng đừng vì thế mà phá vỡ mối quan hệ hỗ tương, mà chúng ta vẫn có thể ủng hộ và giải thích theo hai cách, ngoài những tình huống cùng sự kêu gọi cụ thể đã nêu.

---

[5] *Evangelism and Social Responsibility: An Evangelical Commitment.* Tài liệu này có thể truy cập từ Lausanne Occasional Paper No. 21, tại: www.lausanne.org/all-documents/lop_21.html.

Thứ nhất, truyền giảng Phúc âm chiếm vị trí ưu tiên. Chúng ta không ngụ ý quyền ưu tiên bất di dịch, bởi lẽ trong vài trường hợp, mục vụ xã hội sẽ được xem là ưu tiên, nhưng với một sự ưu tiên hợp lý. Ngay chính sự thật đó là tính có trách nhiệm về mặt xã hội của người Cơ Đốc đã đòi hỏi Cơ Đốc nhân phải có trách nhiệm xã hội rồi, và chỉ nhờ truyền giảng Phúc âm cũng như kỷ luật thì họ mới thành con người có trách nhiệm như thế. Nếu hoạt động xã hội là kết quả và mục tiêu của truyền giảng Phúc âm (như chúng ta đã khẳng định), thì truyền giảng Phúc âm phải đi trước. Ngoài ra, ở một số quốc gia, tiến bộ xã hội đang bị cản trở bởi nền văn hóa chịu ảnh hưởng sâu sắc bởi tôn giáo thống trị ấy; chỉ truyền giảng Phúc âm mới thay đổi được điều này.

Thứ hai, truyền giảng Phúc âm liên quan tới số phận đời đời của con người, và trong việc mang đến cho họ Tin Mừng của sự cứu rỗi, Cơ Đốc nhân đang làm một việc mà không ai khác có thể làm. Nếu có thì cũng ít khi chúng ta phải chọn giữa việc đáp ứng cơn đói thuộc thể và đói khát thuộc linh, hoặc giữa chữa lành thể xác với cứu linh hồn, bởi lẽ tình yêu chân thật đối với người lân cận sẽ buộc chúng ta phải lo cho con người toàn diện của họ. Tuy nhiên, nếu phải chọn, thì chúng ta phải nói rằng nhu cầu cao nhất và tội hậu[6] của toàn thể nhân loại là ân điển cứu rỗi của Chúa Giê-xu Christ, và do đó, sự cứu rỗi tâm linh đời đời của con người là quan trọng hơn, so với phúc lợi vật chất và tạm bợ (xem 2 Cô 4:16–18). Như lời tuyên bố trong Bản Tuyên Bố Thái Lan "trong tất cả những nhu cầu bi thương nhất của con người, không có điều nào lớn hơn việc họ bị xa cách Đấng Tạo Hóa của mình cùng thực tại khủng khiếp là sự chết đời đời đối với kẻ không chịu ăn năn tin nhận Ngài." Thế nhưng điều này không được phép khiến chúng ta thờ ơ đối với sự ngày càng xuống dốc của tình trạng nghèo đói và áp bức giữa vòng con người.

Chúng ta tin rằng chọn cái này quan trọng hơn cái nào phần lớn chỉ nằm trong khái niệm. Trên thực tế cũng như trong chức vụ công khai của Chúa Giê-xu, hai điều này không thể tách rời nhau, ít ra là ở các xã hội cởi mở. Thay vì ganh đua nhau, họ hỗ trợ và nâng đỡ nhau bằng việc gia tăng sự quan tâm dành cho nhau.[7]

---

[6]Lẽ thật này buộc tôi phải nói trong quyển *The Mission of God* rằng tôi thích nói về "tính tối thượng hơn là nói về tính ưu tiên của truyền giảng Phúc âm - không phải vì cớ đây là việc sau cùng chúng ta phải làm, mà vì cớ đây chính là một việc, trong số nhiều việc khác, chúng ta làm đúng và hợp với Kinh thánh, đối với "kẻ thù sau cùng"- là sự chết. Xem *Mission of God*, 439–41.

[7]Evangelism and Social Responsibility.

Cơ Đốc nhân theo Tin lành thuần túy thích nhấn mạnh tầm quan trọng của nếp sống tĩnh nguyện hàng ngày, trong đó chủ yếu là đọc Kinh thánh và cầu nguyện. Ngày nay, việc đọc Kinh thánh và cầu nguyện là hai sinh hoạt tách rời nhau. Nhưng có bao giờ bạn nghe những người theo Tin Lành thuần túy tranh cãi, hội đàm, chia rẽ, in ấn và vận động nhằm ủng hộ hoạt động này hoặc hoạt động kia là "cần hơn" trong nếp sống môn đồ của Chúa không? Ngay chính câu hỏi: "Đọc Kinh thánh hay cầu nguyện - điều nào cần hơn?" trong cuộc sống thực tế cũng không mấy ý nghĩa. Cả hai đều quan trọng. Cả hai đều đúng với Kinh thánh. Cả hai đều không thể thiếu trong mối quan hệ sống động với Đức Chúa Trời. Tại sao chúng ta không có cùng một sự hiểu biết hợp nhất giống như vậy đối với sứ mạng truyền giáo?

"Sứ mạng trọn vẹn" là cụm từ ưa thích được dùng để nói lên hiểu biết này, và tôi thấy mình bị Kinh thánh thuyết phục về chân lý lẫn tính hiệu lực của cụm từ này. Nếu sứ mạng là một thực tại sống động và sinh động, thì chúng ta cần những ẩn dụ cơ bản cho mọi điều được gồm tóm trong phạm vi của sứ mạng. Có lẽ hít thở và uống nước cho ta một ẩn dụ tương tự như thế. Hơn nữa - đây là những hoạt động khác nhau, nhưng cả hai đều hoàn toàn cần thiết cho cơ thể sống được hiệp nhất của con người. Trong thực tế, nói điều này "cần hơn" điều kia, thì chẳng nghĩa lý gì, bởi lẽ nếu làm ngơ điều này hoặc điều kia, thì bạn sẽ chết.

Một số người cho rằng "tính trọng tâm" thay vì "tính quan trọng hơn" có thể là từ hay hơn để chỉ về công tác truyền giảng Phúc âm bên trong sứ mạng. Điều này áp dụng mô hình chiếc bánh xe. Bánh xe là một món đồ được kết hợp từ nhiều thứ khác nhau, đòi hỏi phải có một trục ở trung tâm (nối kết với trục xe và một động cơ) và một chiếc vành (giáp với mặt đường). Thiếu vành thì trục chỉ là một trục xe quay tròn thôi. Thiếu trục xe, thì vành chỉ là một vòng tròn, lăn bất kỳ nơi nào rồi nằm rạp xuống ngay. Trục với vành là hai thứ khác nhau, nhưng nếu không cùng được sử dụng chung, thì chẳng có thể tạo thành bánh xe. Nếu việc truyền giảng Phúc âm giống như cái trục nối kết với động cơ là quyền năng Phúc âm của Đức Chúa Trời, thì để trục xe và lực kéo được liên kết với ngữ cảnh - tức con đường - đòi hỏi Phúc âm phải được thể hiện cách sống động trong sự gắn bó giữa Cơ Đốc nhân với thế gian.

> Sứ mạng toàn diện là sự rao giảng và minh họa cho Phúc âm. Vấn đề không chỉ đơn giản là rao giảng Phúc âm và công tác xã hội phải được thực hiện song song với nhau. Mà đúng hơn, trong sứ mạng toàn diện, việc rao giảng của chúng ta mang lại những hiệu quả xã hội khi chúng ta kêu gọi mọi người yêu thương và ăn năn trong mọi khía cạnh của đời sống. Còn việc dự phần vào các vấn đề xã hội cũng mang lại những hiệu quả cho công tác truyền giảng khi chúng ta làm chứng về ân sủng biến

> cải của Chúa Giê-xu Christ. Nếu chúng ta làm ngơ thế gian, tức là chúng ta phản bội lời Chúa, là lời sai phái chúng ta ra đi phục vụ thế gian. Nếu chúng ta làm ngơ lời Chúa thì chúng ta chẳng có gì để mang đến cho thế gian. Công lý và sự xưng công chính bởi đức tin, thờ phượng và hành động chính trị, thuộc linh và vật chất, thay đổi cá nhân và thay đổi cơ cấu tùy thuộc vào nhau. Như cuộc đời Chúa Giê-xu, sống, hành động và nói năng đều là trọng tâm trong công tác toàn diện của chúng ta.
>
> *The Micah Declaration on Integral Mission*[8]

Khôi Phục Lòng Khiêm Nhường Để Làm Đầy Tớ Cho Phúc Âm

Sứ mạng của con dân Chúa là làm những con người Phúc âm - hiểu từ Phúc âm một cách đầy đủ như chúng ta vừa phác họa. Nhưng theo định nghĩa, con người Phúc âm là con người khiêm tốn. Phúc âm thì thật vĩ đại và vinh quang. Chúng ta chỉ là những đầy tớ vâng phục Phúc âm. Hoặc nói theo vài ẩn dụ khác được tìm thấy trong Kinh thánh, chúng ta là những quản gia của Phúc âm (chúng ta không sở hữu Phúc âm), chúng ta là những chứng nhân cho Phúc âm (chúng ta không tự phát minh ra Phúc âm).

Hoặc theo cách diễn tả sinh động của Phao-lô, Phúc âm là kho báu, còn chúng ta chỉ là những bình đất sét đựng kho báu (2 Cô 4:7). Bình bằng đất sét là loại thông dụng nhất để chứa bất kỳ thứ gì trong thế giới thời Kinh thánh. Đó là cái làn hay cái túi chứa hàng siêu thị thời đó. Đó là cách khiêm nhường nhất để mô tả vai trò của sứ mạng chúng ta: những cái túi chứa Phúc âm.

Dĩ nhiên đến đây tôi vẫn không quên điều đã nói trong chương 1 về nguy cơ tưởng tượng hội thánh chỉ như một bộ máy giao hàng, không hề quan tâm tới chất lượng đời sống của sứ giả. Vấn đề tôi đặt ra chỉ là: công tác Phúc âm phải được thực hiện trong sự khiêm nhường tự quên mình, nếu không thì nó chính là một sự phủ nhận chính Phúc âm đó.

Hai cách áp dụng thích hợp có thể nghĩ đến - một là tương đối thứ yếu, còn điều kia thì vô cùng nghiêm trọng.

Lời Chứng Của Ai Và Cho Ai?

Trong chương 10, chúng ta đã khai thác chủ đề làm chứng nhân theo Kinh thánh. Chúng ta kinh ngạc trước việc Đức Chúa Trời đã kêu gọi Y-sơ-ra-ên, ngay cả trong tình trạng có vẻ tê liệt và thất bại của họ (điếc và đui mù), làm chứng nhân cho Ngài là Đức Chúa Trời hằng sống. Lời chứng của họ chắc chắn là không nói về họ mà về Ngài. Cũng vậy, trong Tân Ước, Chúa Giê-xu bảo các môn đồ Ngài: "Các con sẽ làm chứng về *Ta*." Toàn bộ lời chứng trong

Kinh thánh không nói nhiều về người làm chứng (cho dù câu chuyện của họ có hấp dẫn ra sao), mà về người liên quan tới hoặc về những sự kiện liên quan tới lời chứng đang đề cập.

Vì thế, "làm chứng" có nghĩa là gì? Một truyền thống được thành hình giữa vòng những người theo Tin Lành thuần túy cho rằng "làm chứng" là nói về kinh nghiệm riêng của mình. Việc huấn luyện truyền giảng thường bao gồm "chuẩn bị lời làm chứng của bạn" - tức là kể lại câu chuyện bạn trở thành Cơ Đốc nhân trong trường hợp nào.

Tôi không hề muốn xem nhẹ việc làm chứng này. Kinh thánh nói nhiều (nhất là trong sách Thi Thiên) đến việc công khai công bố những điều tốt đẹp Đức Chúa Trời đã làm cho tôi (tuy ở đó nhấn mạnh "Đức Chúa Trời đã làm" nhiều hơn là nhấn mạnh "cho tôi"). Nhưng việc chúng ta suy ngẫm về các bản văn đã nghiên cứu trong chương 10 sẽ khích lệ chúng ta bảo đảm "lời chứng" của mình có yếu tố khách quan hơn, trong việc làm chứng về Đức Chúa Trời, về Chúa Giê-xu Christ, về lẽ thật trong câu chuyện thánh kinh về sự cứu chuộc, với lời cảnh báo về sự phán xét cùng niềm hy vọng vinh hiển của nó. Nếu không, thì "thời gian làm chứng" có thể bị chuyển thành một dạng quảng cáo tinh tế cho bản thân, thành phản đề của Phúc âm lẽ ra cần được ca ngợi. Thái độ khiêm tốn buộc chúng ta phải làm điều ngược lại.

Khi mọi người nghe "lời chứng" của chúng ta, lúc ra về, họ có nghĩ: "Câu chuyện của người đó thật tuyệt vời! Những kinh nghiệm thật khó tin!" Hay là họ há hốc kinh ngạc sự diệu kỳ về Đức Chúa Trời, vẻ đẹp của Chúa Giê-xu cùng vinh quang của Phúc âm?

Phúc Âm Bị Bán Rẻ

Phao-lô tách hẳn chính mình khỏi những kẻ "buôn bán lời Đức Chúa Trời vì lợi lộc" (2 Cô 2:17) - nghĩa là những kẻ dùng việc rao giảng hoặc chức vụ truyền giảng Phúc âm làm phương tiện để kiếm tiền cho bản thân. Thế giới Hy Lạp thời cổ ngập tràn những nhà diễn thuyết lưu động tranh đua buôn bán triết lý của họ để mua vui cho đám đông, nhờ đó một số người trong đó trở thành nổi tiếng và giàu có. Họ là những nhà truyền giảng Phúc âm trên truyền hình vào thời đó. Phao-lô không muốn giống như họ.

Đáng buồn họ có đối tác thời hiện đại, tức là một số người cung cấp lời dạy về "phúc âm thịnh vượng". Đối với những người này, Phúc âm đã trở thành một sản phẩm bị thao túng, được đóng gói và đưa ra thị trường để thu hút nhu cầu cùng ham thích của người tiêu thụ, rồi qua phương tiện truyền thông biến nó thành sản phẩm có giá cao ngất ngưởng để làm giàu kếch xù cho người bán.

Tôi cũng thừa biết có một thực tại đúng đắn về sự thịnh vượng theo Kinh thánh trong đó bao gồm phước hạnh vật chất. Tôi biết các diễn giả "thịnh vượng" xem trọng các lời hứa trong Kinh thánh cùng quyền năng chiến thắng mọi điều ác trong các lĩnh vực tâm linh của Đức Chúa Trời. Tôi biết rằng Đức Chúa Trời vẫn là Đức Chúa Trời làm phép lạ của Kinh thánh. Tôi biết rằng trong các tác phẩm của họ, một số diễn giả nhấn mạnh việc lao động chăm chỉ cũng như nhu cầu chiến thắng những thách thức của sự nghèo đói và thiếu mất cơ hội. Tôi biết rằng sự dạy dỗ của họ được chào đón tại những nơi mà đói nghèo như thế vốn là căn bệnh dịch và nó mang đến hy vọng thoát khỏi hoàn cảnh vốn làm buồn lòng Đức Chúa Trời và nỗi hổ thẹn cho cộng đồng con người, kể cả hội thánh.

> Hãy hoan nghênh mọi sứ đồ khi họ tới, như thể họ là Chúa vậy. Nhưng họ không được ở lâu hơn một ngày. Tuy nhiên trong trường hợp cần thiết, có thể ở qua hôm sau. Nếu ở ba ngày, thì người ấy là tiên tri giả. Lúc rời khỏi, sứ đồ không được nhận bất cứ thứ gì ngoại trừ thực phẩm đủ mang theo cho tới lần cư ngụ kế tiếp. *Nếu hỏi xin tiền, thì người là tiên tri giả...*
>
> Hễ ai nhân danh Chúa để đến với ngươi thì đều phải được tiếp đón. Sau đó, nếu đã thử lòng người ấy rồi thì ngươi sẽ biết người đó ra sao, bởi ngươi có được sự hiểu biết để phân biệt đúng sai. Nếu người đó là khách đi đường mới tới, hãy giúp người theo khả năng của ngươi. Nhưng người không được lưu lại quá hai ngày, hoặc nếu cần, thì ba ngày. Nếu người muốn ở lại với ngươi để học nghề, thì phải làm việc để kiếm sống. Tuy nhiên nếu không có việc làm, ngươi hãy tự suy xét từng bước để người sống chung như Cơ Đốc nhân không nhàn rỗi. *Nếu người không chịu, tức là đang mua bán trên danh nghĩa Đấng Christ. Ngươi phải thận trọng đối với những người như thế.*
>
> The Didache 11:4–6 và 12:1–5 (chú ý in nghiêng)[9]

Nhưng còn nữa.

Chắc chắn điều tiếp lửa cho phần lớn những sự dạy dỗ về sự thịnh vượng chính là lòng tham. Nhiều bài giảng cùng sách báo gợi lên ước muốn quá mức về sự giàu có vật chất mà Kinh thánh không ngớt cảnh báo chúng ta - từ điều răn thứ mười tới lời cảnh báo của Chúa Giê-xu cùng lời lên án của Phao-lô. Và kết quả hiển nhiên dễ thấy nhất của lời dạy ấy là chính những kẻ đưa ra những lời dạy đó là người thịnh vượng nhất.

Nhưng có thể nào một "Phúc âm" xin tiền (thường là đòi hỏi liên tục) tương hợp với Phúc âm của Tân Ước, nơi lên án không chút thỏa hiệp với hành vi như thế? Và có thể nào lối sống sung túc, thừa mứa, tiêu xài phung phí cho xe cộ, máy bay riêng, lại phản ánh được vẻ mặt của Con Người, vốn là Người Đầy Tớ chịu khổ, là Đấng Christ bị đóng đinh, chăng?

Một "Phúc âm" bán buôn phước lành thì chẳng khác gì vụ tai tiếng bùa xá tội ở giáo hội thời tiền Cải Chính, mà ở đó con người được bảo có thể mua trước để thoát khỏi nỗi đau của ngục luyện tội. Bây giờ con người bị lừa mua cho mình hy vọng thoát khỏi trở ngại trong cuộc sống đời này.

Thật ra, một "Phúc âm" bán *bất kỳ điều gì* thì đó là Phúc âm mại dâm, là sự phủ nhận ân điển khổ đau của thập tự giá.

"Suy nghĩ của tôi về tính thích hợp" ở điểm này thực sự là một khao khát nóng cháy mong cho hội thánh của thế kỷ hai mươi mốt sẽ gọi tên tà giáo này đúng theo bản chất của nó và không cho nó có phần nào trong sứ mạng của con dân Chúa.[10]

Khôi Phục Lòng Tin Nơi Phúc Âm

Khiêm tốn về địa vị bản thân là đầy tớ của Phúc âm không hàm ý phải lơ mơ hoặc rụt rè về chính Phúc âm. Ngược lại, niềm vui lớn nhất của người đầy tớ là chỉ ra nét huy hoàng của chủ mình. Cũng vậy, đặc quyền lớn nhất của người đầy tớ của Phúc âm là tôn cao Phúc âm vinh quang của Đức Chúa Trời đúng như giá trị vốn có, trong tổng thể giàu có của chiều rộng, chiều cao cùng chiều sâu của Phúc âm.

Ít có điều nào thiết yếu đối với sứ mạng của con dân Chúa hơn là việc chúng ta khôi phục niềm tin nơi Phúc âm.

Lẽ Thật Của Phúc Âm

Chúng ta cần tái khẳng định niềm tin nơi *lẽ thật* của Phúc âm và xây dựng cả cuộc đời mình trên đó. Điều này vẫn luôn là trận chiến trong một thế giới đầy những lời tự xưng là chân lý tranh đua với nhau – dù là lời tự xưng của các tôn giáo hay của những triết lý chống đối tôn giáo. Thậm chí nó còn là trận chiến ác liệt hơn trong một thế giới phủ nhận chính khả năng có chân lý của thế giới hậu hiện đại. Chủ nghĩa hậu hiện đại về bản chất là một lập trường vô tín trong bất kỳ câu chuyện kể trọng đại nào. Chủ nghĩa này có lòng tin lớn vào *những câu chuyện* - tính đa dạng của những chuyện kể mà nền văn hóa lịch sử tô điểm cho nó bay bổng trong lễ hội lớn của tính đa nguyên và tương đối của con người. Nhưng không có Câu Chuyện nào xưng nhận là chân lý toàn cầu được phép lang thang mà không bị thách thức chung quanh các lễ hội ấy.

Trong một thế giới như vậy, chúng ta vẫn ra đi với sứ mạng rao báo rằng Kinh thánh kể *Câu Chuyện,* chuyện kể vĩ đại mang lại ý nghĩa cho cuộc sống,

---

[10]Bài phê phán mạnh mẽ và súc tích về sự dạy dỗ về sự thịnh vượng mới đây được một nhóm nhà thần học Phi châu xuất bản, do Lausanne Theology Working Group triệu tập. Có thể đọc tại: www.christianitytoday.com/ct/2009/decemberweb-only/gc-prosperitystatement.html

cho vũ trụ và cho mọi thứ. Và câu chuyện đó cuối cùng chính là tin mừng - là Phúc âm – bởi vì nó kể lại tin buồn theo đúng bản chất của tin buồn ấy, rồi công bố điều Đức Chúa Trời và chỉ một mình Đức Chúa Trời làm để chuộc lại tất cả những câu chuyện buồn của chúng ta và một kết cuộc tồi tệ khủng khiếp của chúng. Câu chuyện nói với chúng ta rằng Đức Chúa Trời yêu thương thế gian đến nỗi Ngài ban Con một của Ngài, rằng Đức Chúa Trời qua Đấng Christ đã giảng hòa thế gian với chính Ngài, rằng thập tự giá cùng sự sống lại của Chúa Giê-xu ở Na-xa-rét đã mở ra một cõi thọ tạo mới, rằng các vương quốc của đời này sẽ trở thành vương quốc của Đức Chúa Trời và vương quốc của Đấng Christ.

Tính Độc Nhất Của Phúc Âm

Chúng ta cần tái khẳng định niềm tin vào tính *độc nhất* của Phúc âm, bởi lẽ đó là sứ điệp của Đức Chúa Trời hằng sống duy nhất, và con người duy nhất mà qua đó Đức Chúa Trời đã sống, chết và sống lại. Điều này khi mới được rao báo trong bối cảnh đa tôn giáo của thế giới thế kỷ đầu tiên đã trở thành tai tiếng và cũng không kém tai tiếng trong chủ nghĩa đa nguyên của thế kỷ hai mươi mốt.

Nhưng tính thích hợp của thần học thánh kinh, đặc biệt trong chương 9, ấy là chúng ta phải xác quyết tính độc nhất của Đấng Christ cùng sự cứu rỗi chỉ có trong Ngài dựa trên nền tảng rộng lớn, vững chắc của toàn bộ Kinh thánh cùng câu chuyện kể về một Đức Chúa Trời và kế hoạch của Ngài, kể từ Áp-ra-ham, để mang lại phước hạnh cho muôn dân cùng sự cứu chuộc cho tạo vật.

Miễn là chính Giê-xu *này* làm trọn câu chuyện *này*, hoàn thành sự cứu chuộc của Đức Chúa Trời *này*, thì lời khẳng định của chúng ta về sự độc tôn của Chúa Giê-xu mới đứng vững. Không phải Đấng Christ độc tôn nhờ chúng ta khẳng định như vậy hoặc nhờ Ngài tốt hơn các đối thủ tôn giáo khác. Ngài độc tôn bởi lẽ chỉ ở trong Ngài mà Đức Chúa Trời của Kinh thánh mới hoàn thành kế hoạch được bày tỏ qua Kinh thánh về sự cứu chuộc thế giới được Kinh thánh chẩn thuận trong cõi thọ tạo quí giá của Ngài theo Kinh thánh.

Quyền Năng Của Phúc Âm

Hơn nữa, chúng ta cần tái khẳng định niềm tin vào *quyền năng* của Phúc âm. Đây là niềm hãnh diện lớn của Phao-lô. Chính ông thì chẳng có gì, nhưng ông có thể *nhìn thấy* và *chứng minh* rằng Phúc âm là quyền năng của Đức Chúa Trời, vì ông có thể chỉ ra những cuộc đời *được biến cải* của con người từ mọi bối cảnh chủng tộc, xã hội và tôn giáo khác nhau.

Tuy nhiên, đáng buồn là chúng ta cũng có thể chỉ ra những cuộc đời rao báo ích lợi của Phúc âm nhưng không nêu được bằng chứng của quyền năng biến cải đó - và điều đó dẫn tới lĩnh vực sau cùng trong phần ngẫm suy của chúng ta.

Hội Thánh

Chúng ta có thể cống hiến những phản hồi nào từ thần học thánh kinh về sứ mạng của dân sự Chúa trong tương quan với chính dân đó? Quá dễ để nói về sứ mạng như một công tác, một dự án, một lý tưởng, một chiến lược, toàn thể phạm vi của những thành quả của nó. Nhưng nếu hành trình của chúng ta trong các chương giữa của sách có dạy chúng ta được điều gì, thì đó là dân sự được Đức Chúa Trời kêu gọi cùng dự phần với Ngài trong sứ mạng cứu chuộc lớn lao, cần phải nhìn lại chính mình. Họ cần được sự thách thức liên tục phát xuất từ đặc ân lớn lao ấy là được xưng bởi danh Đức Chúa Trời và được ủy thác sứ mạng của Đức Chúa Trời.

Ăn Năn Và Quay Về

Mạng lệnh đầu tiên của Chúa Giê-xu được ghi lại không phải là "Hãy đi", mà là "Hãy ăn năn". Trên phương diện này, Ngài gia nhập hàng ngũ các tiên tri lớn của Cựu Ước, vì đó là sứ mạng đã được nhất trí dành cho con dân Chúa xuyên suốt bao thế kỷ họ hiện hữu. Chúng ta đã thấy một số phân đoạn mang tính truyền giáo sâu sắc nhất trong Cựu Ước đến từ những thất bại của Y-sơ-ra-ên bị phơi bày và bối cảnh lời kêu gọi ăn năn triệt để như thế nào.

Đối với hội thánh cũng như vậy. Chúng ta không thể ra đi với sứ mạng trong thế gian nếu không xử lý chính mình. Không phải chúng ta phải chờ cho tới khi mình toàn vẹn rồi mới dấn thân vào sứ mạng, vì như thế thì đã chẳng bao giờ có sứ mạng nào cả - trong Cựu cũng như Tân Ước. Ý tôi muốn nói ở đây là: một phần trách nhiệm truyền giáo của chúng ta phải bao hàm việc đối diện với những thất bại và thiếu sót của chính hội thánh - chính xác là bởi vì những thất bại và thiếu sót ấy là một vật cản nguy hại rất lớn đối với sứ mạng của Đức Chúa Trời qua chúng ta.

Bắt đầu phân tích những thất bại hiện có trong hội thánh là bắt đầu toàn bộ một cuốn sách mới và cũng có nhiều việc phải làm. Nhưng chắc chắn họ phải kể chí ít là những thực tại đáng hổ thẹn sau đây, vốn phá hỏng lời chứng của chúng ta dành cho thế gian, xóa nhòa hình ảnh giống Đấng Christ và phủ nhận Phúc âm của ân điển biến cải từ Ngài:

- tai tiếng về một bộ phận nhỏ bé trong thân thể toàn cầu của Christ hiện đang sống ở mức sung túc không hề nghĩ đến đại đa số tín hữu phải hàng ngày sống vật vã trong đói nghèo.
- tai tiếng về vô số rạn nứt bên trong hội thánh, cùng với những điều tương tự đang chia rẽ phần còn lại trong nhân loại sa ngã - chia rẽ chủng

tộc, màu da cùng giai cấp; bạo lực, bất công, áp bức và tàn bạo đang diễn ra *bên trong và giữa* các cộng đồng Cơ Đốc tại nhiều nơi trên thế giới.
- tai tiếng về nỗi ám ảnh về địa vị, lòng tham và quyền lực - có thể thấy trong mọi ngõ ngách của hội thánh toàn cầu. Lời dạy của Chúa Giê-xu về vai trò đầy tớ, về đầu và rốt, về nhỏ nhất và lớn nhất trong vương quốc Đức Chúa Trời, vẫn thường xuyên bị làm ngơ bởi những người to tiếng nhất tự xưng dẫn dắt bầy của Đức Chúa Trời.
- tai tiếng về tình trạng giam cầm ý thức hệ, qua đó các hội thánh chỉ thấm nhuần thế giới quan văn hóa thống trị và dân tộc, rồi tô điểm bằng cái nhãn tin kính và cổ súy nó với lòng nhiệt thành cũng như thành kiến như bất kỳ nhà ái quốc ngoại giáo nào.
- tai tiếng về sự dạy dỗ sai lạc, liên quan tới những lẽ thật quan trọng nhất về sự mạc khải của Đức Chúa Trời trong Kinh thánh, và liên quan tới các vấn đề đạo đức trong đó một số yếu tố của hội thánh có vẻ phản chiếu thế gian nhiều hơn là phản chiếu quan điểm Kinh thánh.

Tất cả những điều này cùng nhiều điều khác xóa nhòa hình ảnh của Đấng Christ và phủ nhận năng lực thanh tẩy lẫn biến cải từ Phúc âm của ân điển Đức Chúa Trời. Về nguyên tắc, tất cả đều phản chiếu chính những tai tiếng mà chúng ta thấy bị Kinh thánh lên án. Không thể có đáp ứng nào khác cho những việc như vậy ngoại trừ ăn năn. Và không thể có sứ mạng nào hiệu quả mà không bao gồm sự thường xuyên ăn năn của tấm lòng và tâm trí, bởi lẽ những thần tượng cùng tai tiếng xưa cũ nhanh chóng luồn lách về lại chỗ cũ ngay cả sau khi chúng đã từng bị đuổi ra.

Và rồi chúng ta cần quay về con đường của Chúa, vì như chúng ta đã thấy rõ trong các chương 5, 7 và 8 rằng nếu dân sự Đức Chúa Trời không bước đi trong đường lối Đức Chúa Trời, thì không có sứ mạng nào rõ ràng cho muôn dân. Nhu cầu hội thánh trở thành một "xã hội tương phản", một cộng đồng thu hút thế gian về cho Đức Chúa Trời hoàn toàn nhờ sức mạnh vượt trội từ sự thánh khiết của sứ mạng vẫn là một trong những thách thức lớn nhất mà thần học thánh kinh về sứ mạng của con dân Chúa đặt ra trước mặt hội thánh.

Hãy Đi Môn Đồ Hóa

Khi chúng ta ăn năn và quay về đường lối của Chúa, chúng ta một lần nữa nghe những lời vang vọng từ Đại Mạng Lệnh của Ngài dẫn dắt chúng ta trên con đường đó. Như tôi đã cố gắng trình bày, đó không phải là đại mạng lệnh *đầu tiên;* tôi đặt sự kêu gọi cùng lời Đức Chúa Trời hứa với Áp-ra-ham vào trong chỗ đó. Nhưng những lời cuối của Chúa phục sinh nói với môn đồ Ngài, có ảnh hưởng lớn trên công tác truyền giáo cho thế gian.

Phiên bản Đại Mạng Lệnh ở cuối Phúc âm Ma-thi-ơ có vẻ chiếm được vị trí đáng tự hào. Chắc chắn đó là đoạn Kinh thánh thúc đẩy phong trào truyền giáo thời hiện đại. Đáng tiếc là không phải lúc nào người ta cũng đọc đầy đủ toàn bộ nội dung của nó.

> Ý tưởng hội thánh là xã hội tương phản không có nghĩa là đi ngược với phần còn lại của xã hội *chỉ để có cái trái ngược*. Hội thánh là xã hội tương phản càng không phải với ý nghĩa khinh bỉ phần còn lại của xã hội còn lại vì tư tưởng cho rằng mình là thành phần tinh hoa. Ý nghĩa tương phản duy nhất là *vì cớ người khác*, chức năng tương phản ở đây là tính nổi bật được diễn đạt qua hình ảnh "muối của đất", "ánh sáng của thế gian", và "thành trên núi" (Mat 5:13–14). *Chính xác là vì hội thánh không hiện hữu cho chính mình, mà hoàn toàn cho thế gian và chỉ vì thế gian, điều cần thiết ấy là hội thánh không trở thành thế gian, mà phải giữ bộ mặt riêng của mình.* Nếu hội thánh đánh mất đặc trưng riêng, nếu hội thánh để cho ánh sáng của mình bị dập tắt và muối của mình thành vô vị, thì không còn có thể biến cải phần còn lại của xã hội. Hoạt động truyền giáo hay tham gia công tác xã hội có hăm hở tích cực tới đâu cũng chẳng giúp được gì.
>
> Điều khiến hội thánh trở thành xã hội tương phản mà Chúa muốn không phải là sự thánh khiết tự tạo, cũng chẳng phải là nỗ lực nhọc nhằn và thành tích đạo đức, mà là hành động cứu vớt của Đức Chúa Trời, Đấng xưng công chính cho kẻ vô tín, chấp nhận thất bại và làm hòa với kẻ có tội. Chỉ nhờ món quà giảng hòa... thì điều được gọi là xã hội tương phản ở đây mới phát triển được.
>
> *Gerhard Lohfink*[11]

Trong một trường hợp lưỡng phân đáng buồn khác, ngoài bảng liệt kê nêu trên, Đại Mạng Lệnh đôi khi được mô tả bao quát như mệnh lệnh truyền giảng Phúc âm, phải ra đi và rao giảng Phúc âm khắp nơi, trong khi thực ra một động từ trọng tâm và đơn nhất cũng như thuộc dạng mệnh lệnh trong câu Kinh thánh ấy là "môn đồ hóa". Dĩ nhiên môn đồ hóa đòi hỏi truyền giảng Phúc âm, và lời chỉ dẫn hoặc bước đầu tiên được thêm vào tiến trình môn đồ hóa đó là "làm báp-têm cho họ". Báp-têm ngụ ý rao giảng Phúc âm và đáp ứng ăn năn, tin cậy Chúa Giê-xu Christ. Nhưng chỉ dẫn thứ hai được thêm vào - Đại Mạng Lệnh Đầu Dòng Thứ Ba, ta có thể gọi là như vậy - là "dạy họ giữ mọi điều Ta đã truyền cho các ngươi". Và việc dạy dỗ như thế thực chất là kỷ luật.

Tân Ước chủ yếu được viết bởi các môn đồ, cho môn đồ, để đào tạo môn đồ. Thế nhưng chúng ta lại thường nhấn mạnh vào việc quyết định tin Chúa, tìm kiếm thêm người qui đạo, làm cho người ta trở thành Cơ Đốc nhân. Thật ra từ Cơ Đốc nhân xuất hiện ba lần trong Tân Ước, trong khi từ "môn đồ" xuất hiện tới 269 lần.

Đại Mạng Lệnh, cùng với toàn bộ nếp thực hành của hội thánh thời Tân Ước, cho chúng ta biết *ngoài truyền giảng Phúc âm còn có sứ mạng*. Rõ ràng Phao-lô tin điều này. Ông có ngưng làm "nhà truyền giáo" suốt ba năm dạy cho hội thánh tại Ê-phê-sô về lời khuyên bảo của Đức Chúa Trời không? Ông xác nhận sứ mạng của A-bô-lô (một nhà truyền giáo xuyên văn hóa, nếu có tên gọi như vậy: qui đạo tại Phi châu, học tập tại Á châu và được sai phái sang Âu châu), vốn là sứ mạng dạy dỗ (Công 18:24–27), và Phao-lô không chấp nhận xem điều này quan trọng hơn điều kia - dù là người trồng hay kẻ tưới (1 Cô 3:5–9).

Truyền giảng Phúc âm và dạy dỗ/môn đồ hóa là những phần thiết yếu và không thể thiếu *đối với nhau* trong sứ mạng của chúng ta. Phao-lô bảo Ti-mô-thê "làm công việc của nhà truyền giảng Phúc âm", và còn dạy giáo lý chân chính, cũng như làm người cố vấn cho những người dạy lại cho người khác nữa. Và ông không ngụ ý vai trò nào quan trọng hơn vai trò nào: tất cả đều là những phần thiết yếu trong sứ mạng được giao phó cho Ti-mô-thê. Đối với Phao-lô, sứ mạng bao gồm việc trưởng dưỡng cũng như mở mang hội thánh mới.

> Từ cách *thực hành* sứ mạng truyền giáo bằng cách cư trú lâu ngày (tại Cô-rinh-tô và Ê-phê-sô) và trưởng dưỡng hội thánh (1 Tê 2:10–12), từ các *ưu tiên* của ông (1 Tê 2:17–3:13; 2 Cô 2:12–13; 10:13–16), và từ lời *mô tả về công tác của mình* (Côl 1:24–2:7; Rô 1:1–15; 15:14–16) liên quan đến lời khuyên bảo cùng lời dạy tín hữu nhằm giúp họ hoàn toàn trưởng thành trong Đấng Christ, rõ ràng là *việc nuôi dưỡng những hội thánh mới thành hình* được Phao-lô cho là một khía cạnh không thể thiếu trong nhiệm vụ truyền giáo của ông... Đối với Phao-lô, rao giảng Phúc âm không chỉ là rao giảng lúc đầu hoặc gặt hái số người tin nhận Chúa; mà còn bao gồm toàn bộ phạm vi hoạt động trưởng dưỡng và làm vững mạnh để dẫn tới việc thành lập những hội chúng vững vàng.
>
> *Peter T. O'Brien*[12]

Hậu quả tồi tệ từ việc tách rời truyền giảng Phúc âm ra khỏi việc môn đồ hóa và dành ưu tiên cho cái thứ nhất ấy là sự nông cạn, non nớt và dễ bị ảnh hưởng bởi sự dạy dỗ sai lạc, hội thánh tăng trưởng thiếu chiều sâu và chóng tàn lụi (như Chúa Giê-xu đã cảnh báo trong ẩn dụ về người gieo giống; Mat 13:20–22).

Chúng ta không nên xem Đại Mạng Lệnh như chiếc đồng hồ tích-tắc, chỉ chờ nhóm người cuối "nghe" Phúc âm trước khi Chúa được phép trở lại, có thể nói như vậy. Suy nghĩ như vậy biến Đại Mạng Lệnh thành một "việc cần phải hoàn tất", "một công tác dở dang". Nhưng với mạng lệnh bảo các môn đồ phải đi môn đồ hóa, thì đây là một sự ủy thác mà chúng ta sẽ không bao giờ có thể "hoàn thành" - không phải theo nghĩa chúng ta chẳng bao giờ có thể đi khắp muôn dân (chúng ta có thể, và chúng ta cần phải làm thế), nhưng theo ý nghĩa môn đồ hóa muôn dân, và tái môn đồ hóa những người trước đây đã từng nghe truyền giảng Phúc âm, là những công tác vẫn tiếp diễn qua vô số cuộc đời và nhiều thế hệ.

Cho đến Đầu Cùng Đất

Đại Mạng Lệnh không phải là thời khóa biểu cho ngày tận thế. Nhưng chắc chắn đó là hướng đi dẫn tới tận cùng trái đất. Chúa Giê-xu phán: "Hãy biến muôn dân thành môn đồ Ta." Là Chúa của trời đất, Chúa Giê-xu càng biết rõ ý niệm đó - "muôn dân" - hơn bất kỳ môn đồ nào. Từ các bản văn Cựu và Tân Ước, chúng ta biết rằng Đức Chúa Trời sẽ không thỏa lòng cho tới khi các đầu cùng đất được nghe tin mừng về công tác cứu chuộc lớn lao và Chúa Giê-xu có môn đồ từ giữa muôn dân.

Vì vậy, phần suy ngẫm (gần như) cuối cùng của chúng ta về tính liên hệ vẫn là tầm quan trọng và tính cấp bách tiếp tục của việc tạo điều kiện thuận lợi để điều này xảy ra - tức mọi người nam nữ trong muôn dân trên khắp thế giới có cơ hội nghe Phúc âm của Chúa Giê-xu Christ chúng ta theo cách họ có thể hiểu được, và đáp ứng bằng sự ăn năn, tin và vâng phục.

Về cuốn sách xuất bản năm 2010, chắc chắn đây là một vụ tai tiếng khác nữa thêm vào danh sách kể trên khi tỉ lệ người tự nhận mình là Cơ Đốc nhân theo nghĩa của từ này, hầu như không gia tăng kể từ năm 1910 (xấp xỉ một phần ba). Điều này có nghĩa là mặc dù hội thánh có tăng trưởng phi thường trong thế kỷ qua và đâm rễ tại nhiều quốc gia hơn cả con số hiện hữu năm 1910, nhưng vẫn còn hàng triệu cá nhân và hàng ngàn dân tộc chưa từng nghe đến danh Chúa Giê-xu Christ cùng tin vui mừng về điều Đức Chúa Trời đã làm qua thập tự giá và sự sống lại của Ngài để cứu rỗi thế gian. Hàng triệu người vẫn đang chờ có được bất kỳ phần Kinh thánh nào được dịch ra tiếng mẹ đẻ của họ.

Vì vậy thách thức vẫn là còn nhiều dân tộc chưa được tiếp xúc với bất kỳ hình thức nào của sứ điệp Phúc âm, vẫn còn những ngôn ngữ mà chưa hề có phần nào trong Kinh thánh được dịch ra, vẫn còn hàng triệu người cần được nghe Lời Chúa bằng hình thức không phụ thuộc vào Lời thành văn, vẫn còn những dân tộc mà cách duy nhất để được tiếp cận với sứ điệp Cơ Đốc là đi kèm với bạo lực kinh hoàng từ những quốc gia họ được nghe là "Cơ Đốc," hoặc với tình trạng vô luân khủng khiếp mà họ không thể làm gì khác hơn là liên tưởng đến đến chính các nền văn hóa phương Tây ấy.

> "Khi Đức Thánh Linh giáng trên các ngươi, thì các ngươi sẽ nhận lấy quyền phép và làm chứng nhân cho ta." Dù chiến thắng sau cùng chưa được bày tỏ, nhưng sự ban cho Thánh Linh là dấu hiệu cho thấy chiến thắng ấy đã đến, hoặc việc chúng ta dự phần với Ngài là sự nếm trước năng quyền trong thời kỳ sẽ đến. Thánh Linh được ban cho chúng ta để chúng ta có thể làm chứng nhân cho Ngài, vì Ngài là nhân chứng đầu tiên cho Đấng Christ, đem thế gian hiện nay đặt dưới sự phán xét vốn là phán xét sau cùng, cho thấy những dấu hiệu của chiến thắng ẩn giấu, và ban cho sứ giả của Đấng Christ những lời của con người mang đầy quyền năng của chính Đức Chúa Trời. Bởi Thánh Linh, con người thuộc mọi nước và mọi thứ tiếng đều được biết những việc quyền năng của Đức Chúa Trời qua Đấng Christ... chính Thánh Linh là Đấng ban cho dân sự của Christ lời để nói khi vì có danh Ngài họ bị dẫn tới trước mặt các vua cùng các quan tổng đốc. Chính Thánh Linh là Đấng ban những dấu lạ cùng phép mầu kèm theo chức vụ các sứ đồ, như chức vụ của chính Chúa Giê-xu. Ấy là nhờ Thánh Linh mà những lời rao giảng của Phúc âm đến với người nghe kèm theo quyền năng - vốn là công cụ thực sự bày tỏ sự lựa chọn của Đức Chúa Trời (1 Tê 1:4–5). Ân tứ Thánh Linh, là dấu hiệu và là tiền vị của thời đại sắp tới, là phương tiện mà nhờ đó Hội thánh có thể kết thúc thời kỳ hiện tại bằng cách mang Phúc âm đến cho muôn dân.
>
> *Leslie Newbigin*[13]

Thách thức của sứ mạng đem Phúc âm tới đầu cùng đất, để toàn trái đất được biết đến vinh quang của Đức Chúa Trời buộc chúng ta phải đối diện với mọi khía cạnh đa dạng lẫn phức tạp của sứ mạng. Việc truyền bá Phúc âm cho toàn thế gian, theo nghĩa trọn vẹn nhất của cả hai từ được dùng trong nhóm từ ấy, vẫn là ưu tiên cấp bách đối với hội thánh y như ngày xưa khi Chúa Giê-xu trao cho môn đồ lời ủy thác trước lúc Ngài về trời.

Dĩ nhiên, trái đất là địa cầu không có "tận cùng". Theo cách nhìn của sứ mạng, thì "đầu cùng đất" có thể là ngay trên chính con đường nhà bạn cũng như bên kia bờ đại dương. Nhiệm vụ truyền giáo của hội thánh, trong việc sai phái và được sai phái, để làm trọn ba chức năng trong 3 Giăng 6–8 - sai phái, ra đi và hỗ trợ - cũng thiết yếu cho truyền giáo địa phương cũng như truyền giáo quốc tế.

Vì Vinh Hiển Của Đức Chúa Trời

Điều nổi bật là cả ba ký thuật về Đại Mạng Lệnh đều được đặt trong bối cảnh thờ phượng (Mat 28:17; Lu 24:52; Giăng 20:28). Và đó là chỗ để chúng ta đưa sách này tới hồi kết, giống như chúng ta đã kết thúc phần 2 khi chứng kiến sự ngợi khen và cầu xin gắn liền với sứ mạng của con dân Chúa.

Một dân sự có sứ mạng phải là dân sự thờ phượng, nếu không thì sứ mạng của họ là gì? Dựa trên lời của Thi Thiên 96, sứ mạng là hát bài ca mới cho Chúa - bài ca mới ngợi khen danh Đức Giê-hô-va, sự cứu rỗi, vinh quang cùng những việc quyền năng - rồi sau đó mời gọi muôn dân cùng hát khen Ngài.

Nhưng thờ phượng còn làm một việc khác nữa. Đó là nhắc nhở chúng ta không thôi nhờ cậy Đức Chúa Trời với sứ mạng Ngài giao để phục vụ. Và điều này có nghĩa là sứ mạng của dân sự Đức Chúa Trời phải được thực hiện bằng quyền năng của Thánh Linh Đức Chúa Trời.

Và vì thế chúng ta kết sách bằng phần thảo luận về sự thờ phượng – qua hình thức một bài thánh ca không nói đến Đức Chúa Trời nhiều bằng nói đến hội thánh của Đức Chúa Trời, nhắc nhở chúng ta về sứ mạng nhiều mặt mà Đức Chúa Trời đã giao phó cho chúng ta.

Sẽ là một bài tập hấp dẫn khi chúng ta chậm rãi hát lên thánh ca tuyệt diệu này, được viết bởi một nhà truyền giáo người Anh, và ghi lại tất cả những âm vang cùng những ám chỉ về các bản văn Kinh thánh trong đó. Tuy rõ ràng được cảm hứng từ 1 Phi-e-rơ 2:9–12, nhưng bài hát cũng bắt chước Phi-e-rơ khi lấy những chủ đề lẫn thách thức từ toàn bộ Kinh thánh - khớp với phần kết của sách này, vốn cũng tìm cách làm y như vậy.

Sau đây là sứ mạng của dân sự Đức Chúa Trời - ở dạng bài ca.

> Hội Thánh Đức Chúa Trời, là dân tuyển, dân đầy vinh hiển và dân thánh, là dòng dõi được lựa chọn; Được gọi làm dân thuộc riêng về Ngài, làm thầy tế lễ hoàng gia và người kế tự của ân điển, Hãy nhận biết mục đích của sự kêu gọi anh em, tỏ cho mọi người công việc đầy quyền năng của Ngài; Hãy nói về tình yêu vô hạn, về ân sủng đáp ứng mọi nhu cầu của con người.

> Đức Chúa Trời gọi anh em ra khỏi tăm tối để bước vào vùng ánh sáng diệu kỳ; Làm sống lại chân lý trong anh em, đổi đui mù bằng đôi mắt tinh anh. Hãy để ánh sáng của anh em tỏa khắp hầu cho Ngài được rạng danh; Và mọi người tìm thấy hy vọng cùng mục đích tươi mới trong Đấng Christ Giê-xu bị đóng đinh.

> Trước đây anh em vốn là người lạ, xa cách tình yêu Đức Chúa Trời; Nhưng Ngài thương xót đưa anh em về, làm công dân trời cao, Hãy để tình yêu Ngài tuôn qua người khác, cho họ cảm nhận được sự chăm sóc của Cha; Để họ cũng biết được Ngài tiếp đón và sẻ chia vô vàn phước hạnh.

Hội Thánh Đức Chúa Trời, tuyển chọn và thánh khiết, là dân Ngài mong chờ; Mạnh mẽ trong đức tin và mau lẹ tuân theo từng mệnh lệnh mà chủ anh em sai đi; Thầy tế lễ hoàng gia, hãy làm trọn sự kêu gọi mình qua của tế lễ và lời cầu nguyện; Hãy dâng đời anh em trong tinh thần vui mừng hầu việc - hát ngợi khen và rao báo tình yêu Ngài.

©James E. Seddon (1915_1983?) Hát theo điệu *Lux Eoi*[14]

---

[14] Words: James E. Seddon: ©1982 The Jubilate Group (Admin. Hope Publishing Company, Carol Stream, IL. 60188). All rights reserved. Used by permission.

PHỤ LỤC THEO CÂU Kinh thánh

Sáng Thế Ký

1	271
1–2	44, 53, 271
1–11	65, 66
1:1	43, 190
1:26–28	45
1:29–30	51
2	271
2:15	47
3	31, 32, 35, 39, 43, 53, 89, 228
3–11	32, 66, 69, 73, 80, 81, 85
9	53, 68
9:1	65
9:1–3	68
9:3	51
9:9–17	68
10	72, 135
11	35, 39
12	65, 66, 72
12:1–3	33, 65, 67, 68, 73, 75, 139
12:2	75
12:3	72, 73, 75, 87
12:12	72
13:13	90
15:6	83
18	89, 92, 98, 313
18–19	88
18:2	93
18:10	92
18:10–13	93
18:14	92
18:17–19	98
18:18	73, 88, 92, 99
18:19	87–89, 92, 94, 97, 99–103, 158, 174, 313
18:20	90, 98
18:20–21	90
18:22–33	313
19:4	90
19:24	91
22	84
22:16–18	83
22:18	73, 99
26:4	73
26:4–5	99
28:14	73
30:27–30	69
39:5	69
39:7–10	281
41	280
42:23	280
43	244
45:4–8	244

45:7	12	16–18	131
47:7	69	19	174
47:10	69	19:1	132
48:15–16	68	19:1–6	131
48:16	20, 105	19:3–6	130, 131
48:20	72	19:3–8	139
50:19–20	274	19:4–6	139, 146
50:20	244	19:5	130, 134, 135, 144, 145

Xuất Ê-díp-tô Ký

		19:6	139, 140, 142
1	111	20:16	199
1–2	111, 112	21–23	97
1:11–14	110	21:1–11	118
1:22	111	23:1–3	199
2:23	90	23:9	118
2:23–25	98	24	145
3	245	24:9–11	134
3:6	135	32–34	313

Lê-vi Ký

3:10	12	1–7	137
3:10–15	245	5:1	199
3:12	131	10:11	137
4:10–17	247	18:3–4	141, 143
4:13	245	18:3–5	287
4:22	134	19	142, 143, 146, 287
4:22–23	111	19:2	142, 143
4:32	133	19:3	143
5:22	245	19:4	143
6:6	105, 109	19:5–8	143
6:6–8	110, 219	19:9–10	143
6:8	20	19:11–12	143
7:16	245	19:12	143
9:14	135	19:13	143
9:16	135	19:14	143
9:29	135	19:16–18	143
12:12	111	19:19	143
12:27	133	19:20–22	143
13:1–16	109	19:26–31	143
14:31	133	19:33–34	143
15	131	19:35–36	144
15:1–21	116, 133	19:36	96
15:11	186	20:24	141
15:13	20, 105, 109, 219	20:26	141
15:18	112		

21:8	141	**19:16–21**	199
21:15	141	**22:24**	90
21:23	141	**22:27**	90
22:31–33	141	**23:7–8**	110
25	108, 120	**25:5–10**	108
Dân Số Ký		**25:15**	96
6:22–27	138	**26:1–11**	71
12:8	251	**26:1–14**	71
16:28	246	**26:5–11**	117
20:16	246	**26:15**	71
35:6–34	108	**26:16–19**	71
Phục Truyền Luật Lệ Ký		**26:19**	159
4	185, 191	**28:1–14**	71
4:5–8	149	**28:37**	150
4:6–8	312	**29:4–6**	282
4:7	150, 151, 156	**29:22**	150
4:8	150, 151	**29:23**	90
4:32	182	**30**	71
4:32–34	182	**32:43**	301
4:32–39	179	**33:10**	137
4:33	182	**Giô-suê**	
4:33–34	184	**24:5**	246
4:34	182	**Các Quan Xét**	
4:35	153, 184, 186	**2:16**	246
4:39	153, 184, 205	**6:14**	246
6:4	189	**Ru-tơ**	
6:7–9	94	**3:9–13**	109
10:12–13	95	**4:1–8**	109
10:12–19	95	**4:9–11**	199
10:14–15	95	**4:11–12**	72
10:16	95	**1 Sa-mu-ên**	
10:17–19	95	**2:2**	186
13:1–5	249	**8:7**	251
15	120	**12:1–5**	273
15:1–18	118	**12:8**	246
15:7–11	118	**25:39–41**	251
15:13–15	118	**31:9**	215
15:14	133	**2 Sa-mu-ên**	
16:11	117	**7:22**	186
17:7	199	**10:1–5**	251
18:17–20	247	**18:19–32**	214
18:18	248	**22:50**	301

1 Các Vua		72:14	109
8:14	153	72:17	72, 77
8:14–21	153	73:28	307
8:22–53	314	74:2	109
8:23	153	77:15	109
8:41–43	154, 310	78:35	109
8:43	314	79:13	307
8:46	314	86:8–9	186
8:60	158, 187	86:9	77
8:60–61	157	87	77, 165, 221
8:61	158	89:6–8	186
10	310	96	36, 54, 77, 187, 221, 309
19:15–18	12	96:1–3	221, 310
2 Các Vua		96:10	222
7:9	215	96:10–13	54, 222
Nê-hê-mi		98:2–3	221
8:10–12	117	98:3	221
Thi Thiên		98:7–9	54
9:11	221	100:1	305
9:14	307	100:2	304
9:15	307	100:2–4	305
18:49	301	100:3	304
19:14	109	100:4	304
22:3	116	100:5	305
22:27–28	77, 221	102:15	77
23:3	96	102:21	77
33:13–15	272	102:21–22	221
34:17	90	103:4	109
46:9–10	217	103:6–7	98
47:8–9	221	104:27–28	50
47:9	77	104:30	250
49:1	221	105:1–2	221
57:9–10	221	105:17	244
65:9–13	52	105:26	246
66:8	221	106:10	109
67	77, 221	107:2	109
67:11	148	107:22	307
68:11	215	108:3	221
68:32	221	117	77
69:18	109	119:154	109
71:15	307	122:6	282
72	48	126:2	221

137	282	19:20–21	246
137:8–9	282	30:1–5	201
138:4–5	221, 278	30:15–18	201
139	313	31:1–3	201
145	47, 334	35	54
145:9	275, 333	35:4–5	198
145:10	50	35:5–6	223
145:13	333	40	222
145:13–17	334	40–5	114, 214
145:17	333	40–55	114, 214
147:19–20	183	40:3	218
148:11	221	40:5	197
150	50	40:9	214, 218, 222
150:6	50	40:10–11	220
Châm Ngôn		40:21	201
1:16	216	41:8	198
6:19	199	41:8–10	197, 200
12:10	49, 334	41:14	109, 219
29:7	334	41:21–24	197, 199
31:8–9	49	41:24	199
Ê-sai		41:27	214
1:3	201	42:1	205, 252
1:9–23	90	42:1–4	138, 220
2:1–5	164	42:1–9	198
2:2–5	138	42:2–3	201
2:12	109	42:4	252
6:1–7	247	42:6	197
6:5	248	42:8	307
6:6–7	248	42:12	307
6:9–10	202	42:18–25	198, 200
6:9–13	198	42:20–21	201
6:11–12	202	42:23–25	201
7:9	201	43:1	109, 219
8:1–2	199	43:7	304
9:2	164	43:8	198
9:5–7	217	43:8–13	196, 198
11:1–9	54	43:9	199, 203
11:5	158	43:10	195, 199–203
11:10	301	43:12	195, 203
13:19–20	90	43:14	219
19:1–15	274	43:20	304
19:19–25	77	43:21	306, 307

44:3	205	**58:10**	171
44:6	109	**59:9–10**	163
44:8	195	**59:12–15**	162
44:9–20	197	**59:15**	162
44:22	219	**59:16**	164
44:22–24	109	**59:20**	162
44:24	219	**60**	77, 161, 166, 167, 276
45:5	187	**60:1**	163, 166
45:6	187, 197	**60:1–2**	162
45:18	187	**60:1–3**	138, 161
45:20–22	204	**60:2**	163
45:21–22	188	**60:3**	164
45:22	197	**60:3–16**	164
45:22–23	77	**60:4**	164
45:23	189	**60:5**	165
46	197	**60:6**	165
48:17	219	**60:9**	165
48:20	109	**60:16**	166
49:6	28, 167, 197	**60:17**	166
49:13	219	**60:17–22**	166
49:19–22	164	**60:18**	166
51:3	219	**60:19–20**	161, 166
51:5	164, 220	**60:21**	166
51:9	220	**60:22**	166
52	232	**61:1**	12, 214
52:7	214–216, 219, 225, 230, 231, 237, 241, 243, 256, 291	**61:1–3**	164, 222
		63:7	307
		63:9	109
52:7–10	216, 217, 221, 222, 225	**63:12**	246
		64:4	186
52:8	218, 219	**65–6**	54
52:9	109, 219	**65–66**	54
52:10	164, 219–221	**65:1**	323
53:1	164, 220	**65:17**	54
53:10	252	**65:17–25**	55, 276, 300
55:10–11	250	**Giê-rê-mi**	
56:3–8	77	**1:7**	12, 249
58	167, 171	**1:9**	248
58–60	171	**1:17–19**	249
58:8	171	**4:1–2**	77
58:8–10	167	**4:23–26**	52
58:9–10	167	**7:9–11**	272

7:25–26	249	4:26	275
10:6–7	186	4:27	275
13	160	4:30	274
13:1–2	158	4:32	275
13:3–8	159	6	315
13:10–11	159	6:4	280
13:11	158, 304, 306	6:10	282, 316
13:16	216	9	313
14:15	249	9:2	282
18:18	137	12:3	169
23:21	249	**Ô-sê**	
25:4	249	4:1–3	52
26:5	249	4:1–9	137
26:15	249	**Giô-ên**	
28:9	249	2:27	187
28:15	249	2:32	242
28:15–17	249	**A-mốt**	
29:4	245	3:1–2	183
29:7	245, 281, 283, 314	3:2	99
29:9	249	5:10	200
29:14	245	5:12–15	272
29:20	245	8:4–7	272
32:10–12	199	9	27
33:8–9	160	9:11–12	77
35:15	249	**Giô-na**	
49:19	186	2:1	313
50:44	186	**Mi-chê**	
Ca Thương		6:4–5:8	119
4:6	90	6:8	95
Ê-xê-chi-ên		7:18	186
2:3–6	249	**Na-hum**	
3:4–9	249	1:15	216
5:5–7	152	**Xa-cha-ri**	
8–11	218	2:10–11	77
16:48	90	2:11	138
26–28	274	8:13	72
36	160	9:9	225
37:1–14	205	**Ma-la-chi**	
Đa-ni-ên		2:6–7	137
1	280	3:1	225
4	315	4:5	225
4:19–27	282	**Ma-thi-ơ**	

1:1–2	78	13:9–11	209
1:21	56	16:15	59
2:13–15	114	**Lu-ca**	
3:38	78	1:1–4	207
5:11–12	292	1:55	78
5:13–14	351	1:67–79	114
5:13–16	144, 288	1:73	78
5:14–16	168, 308	2:29–32	78
5:16	151	3:7–14	232
5:44	283	3:21	316
7:21	234	4:16–19	12, 223
7:21–27	234	4:18	252
9:35–36	255	4:18–19	127, 253
9:36–38	317	4:21	164, 223
10	254	4:23–30	157
10:1–2	254	4:43	252
10:1–7	217	6:12–13	254
10:5–8	12	6:12–14	317
10:40–41	251	6:27–28	314
11:4–5	223	6:36	121
11:14	225	7:1–5	155
13:20–22	352	9:31	114
15:24	252	10:17–21	317
18:21–33	120	11:4	119
24:14	225	11:20	223
28	75, 255	11:28	234
28:17	355	13:10–16	78
28:18–19	190	16:19–31	78
28:18–20	12	19:1–10	78
28:19	81	21:12–15	209
28:19–20	193	22:31–32	317
28:20	234	24	28, 195
Mác		24:13–27	29
1:1	222	24:19	206
1:3	114	24:21	227
1:14–15	222	24:27	195
1:15	232	24:44–48	29
1:35	316	24:45	195
1:38	252	24:46–47	78
3:13–15	254	24:48	195, 206
4:35	114	24:49	205, 250, 252
12:1–12	249	24:52	355

Giăng		21:24	184, 209
1:4	2	**Công Vụ Các Sứ Đồ**	
1:7–8	209	1	26, 195
3	262, 263	1:8	195, 205, 250
3:16	130	1:11	226
3:17	252	1:12–14	318
3:34	252	1:21–22	206, 255
4:19	133	1:22	195, 206
4:34	252	2:32	195, 206
4:39–42	210	2:36	188
5–8	252	2:42	318
5:23	251	2:42–47	258
5:39	208	2:44–47	169
11:42	252	3:1–26	78
13:16	251	3:15	182, 195, 206
13:20	251	3:20	252
14:15	332	3:25–26	181
14:16	252	4:1–22	179
14:23–24	234	4:2	182
14:26	252	4:8–10	187
15:7	156	4:9–10	182
15:12	121	4:12	21, 188
15:18	251	4:16	181
15:26	236, 252	4:18	256
15:26–27	211	4:19–20	191
15:27	237	4:20	182, 206, 256
16:7	252	4:21	256
16:8–11	211	4:23–31	316, 318
16:24	156	4:32–35	258
17	266, 317	4:33	195, 206
17:3	2	5:17–42	256
17:18	12, 34, 134, 252	5:27–32	259
17:20	208	5:32	195, 206, 234
19:35	209	5:40–42	292
20:8	209	6:1	256
20:21	12, 34, 253	6:1–7	170, 256
20:21–22	250	6:2	256, 257
20:22–23	252	6:3	257
20:28	355	6:4	256, 257
20:29	208	6:8–8:4	256
20:30–31	184	7:35	246
20:31	2	7:37	247

8:1	259	20:27	12, 39
8:14	259	21:5	263
8:14–15	318	22:14–15	209, 232
9:16	292	22:14–21	256
9:27	259	26:15–18	256
10:36	217, 236	26:16	201, 209
10:36–38	339	26:16–18	232
10:38	253, 284	28:23	229
10:39	195	28:30	229
10:39–41	206	28:31	34
10:41	208	**Rô-ma**	
11:1	259	1:1	256
11:19–26	261	1:1–5	300
11:27–29	258	1:1–15	352
11:27–30	12	1:2–4	228
12:12	318	1:4	253
13	27	1:5	63, 91, 233, 300, 339
13:1–3	12, 261, 318	1:16	230, 237
13:1–4	253	1:18–32	32, 91
13:16	155	3:21	228
13:25	318	3:22–23	163
13:31	195, 206	3:29	79, 134, 230
13:32–33	28	4	84, 89
13:46	155	4:16–17	74
13:47–48	28	8	125
14:14	259	8:3	252
15	27	8:18–25	115
15:1–6	259	8:19–21	276
15:3	263	8:19–23	59
15:22	259	10:12–15	226
16:4	259	10:13–15	241
16:6–7	253	10:17	242
16:13	318	12:8	265
16:25	312	13:3–4	284
17	39, 40	13:4	281
17:7	229	13:4–6	281
17:11	4	13:6	281
18:24–27	352	13:6–8	286
18:27–28	12	15	258
19:22	285	15:7	121
20:24	209, 256	15:8–12	302
20:25	256	15:14–16	352

15:15–16	139	9:12–13	233
15:16–21	256	9:12–14	265
15:18	339	10:4–5	235
15:18–19	233, 339	10:13–16	352
15:19–21	232	11–12	292
15:24	263	12:10	292
15:25–29	165	**Ga-la-ti**	
15:25–33	258	1:1	256
16:1–2	263	1:6–9	235
16:3–4	260	1:11–2:10	228
16:7	260	1:15–16	232, 256
16:15	260	2:5	235
16:19	233	2:7	232
16:24	285	2:8–10	256
16:25–27	300, 302	2:9–10	258
16:26	63, 91, 233, 300, 339	2:14	235
1 Cô-rinh-tô		3	74, 89
1:16	263	3:6–29	84
3:5–9	352	3:8	64, 67, 73, 87, 92, 214
3:6	263	3:13–14	70
3:9	40	3:14	74
5:18–19	236	3:26–28	165
8:4–6	188	3:26–29	230
12:28–29	261	3:28–29	64
12:29–30	195	4:4	34, 252
14:25	312	4:13–14	232
15:1	228	**Ê-phê-sô**	
15:1–4	214	1:3	67, 230
15:5	259	1:3–14	305
15:7	259	1:6	305
15:58	279	1:7	115
16:1–4	258	1:9–10	12
2 Cô-rinh-tô		1:12	305
1:9–11	318	1:13	231, 305
2:12–13	352	1:14	115, 305
2:17	265, 345	2:8–10	235
4:7	344	2:10	232
4:16–18	342	2:11–12	58, 229
8–9	258	2:11–13	157
8:7–9	121	2:13–18	230
8:16–24	260	2:14–17	236
8:23	260	2:15	232

2:17	217	1:15–26	338
2:21–22	306	1:16	58
3:4–6	79	1:16–20	276
3:6	230	1:20	333
3:14	230	1:23	231, 238
4:11	195, 261	1:24–2:7	352
4:12	335	2:15	115
4:24	232	3:5	290
4:30	115	3:22–24	279
4:32	121, 134	4:2–3	318
5:1	47	4:2–4	317
6	321	**1 Tê-sa-lô-ni-ca**	
6:10–20	321	1:7–8	261
6:12	291	2:8–9	232
6:15	226, 291	2:10–12	352
6:18–20	318	2:13	231
6:21–22	263	2:17–3:13	352
Cô-lô-se		3:2	263
1:15	57	4:11–12	285
1:15–23	57	5:14	285
1:16	57	**2 Tê-sa-lô-ni-ca**	
1:17	57	1:4–5	354
1:18	58	1:8	233
1:20	57, 58	2:12	234
1:21	58	3:1–2	318
1:23	58	3:6–13	285
Phi-líp		**1 Ti-mô-thê**	
1:7	236	1:15	56
1:19–26	318	2:1–2	283
1:27	236	2:1–4	283
2:9–11	189	2:4–6	189
2:14–16	169	2:6	115
2:22	231	2:8	283
2:25	260	**2 Ti-mô-thê**	
4:3	236	1:8	195, 236
4:14–20	262	2:8	228
Cô-lô-se		3:16–17	126
1:5	231	4:12	263
1:6	237	**Tít**	
1:13–14	116	1:5	12, 263
1:14	115, 227	2:9–10	147, 169
1:15–23	237, 289	2:11–14	170, 235

3:13	263	2:15–17	290
Hê-bơ-rơ		3:8	290
3:1	252	3:16–17	121
5:9	234	3:21	234
5:14	253	4:9	252
11:8–19	84	4:14	252
11:35–38	295	5:1–3	234
12:2–3	295	5:19–21	289
Gia-cơ		**3 Giăng**	
2	233	3–4	262
2:14–26	234	5	263
2:19	185	5–8	12, 262
2:20–24	84	6	263, 264, 267
1 Phi-e-rơ		6–8	354
2:5	306	7	264
2:9	117, 306, 308	8	265
2:9–12	140, 146, 306, 355	9–10	262
2:11	306	13	262
2:12	140, 168, 306, 308	**Khải Huyền**	
2:14–15	284	1:6	139
2:21–22	293	1:9	212
3:1	308	5:9	313
3:1–4	169	5:9–10	80
3:13–17	293	5:13	302
3:15	308	7	39
4:12	293	7:9	73, 313
4:17	234	7:9–10	80
4:19	293	13:16–18	293
5:1	207	15:3	32, 122
2 Phi-e-rơ		20	31, 43
1:16–18	207	21–22	66, 166, 300
3:6–7	59	21:1	43
3:12	276	21:1–4	60
3:13	59, 276	21:3–5	38
1 Giăng		21:23–27	165
1:1	182	21:24–27	80, 276
1:1–3	207	22	39
1:3	182	22:2	80
2:3	234		